NHỮNG MẢNH ĐỜI SAU SONG SẮT

NHỮNG MẢNH ĐỜI SAU SONG SẮT
Bút ký * PHẠM THANH NGHIÊN

TIẾNG QUÊ HƯƠNG xuất bản
Mẫu bìa và trình bày : TỪ PHONG

✱

In lần thứ nhất tại Hoa Kỳ
Virginia 2017

PHẠM THANH NGHIÊN

Những
MẢNH ĐỜI
sau song sắt

SLICES OF LIFE
BEHIND BARS

A MEMOIR BY A FEMALE
PRISONER OF CONSCIENCE

Virginia 2017

PHẠM THANH NGHIÊN

Vài nét về
Phạm Thanh Nghiên

Phạm Thanh Nghiên, sinh ngày 24/11/1977 tại Hải Phòng. Là con út trong một gia đình có 7 anh chị em và bố mẹ đều là đảng viên cộng sản. Mẹ cô vì đông con, phải vật lộn với cuộc mưu sinh nên đã bỏ đảng. Riêng cha cô từng sùng bái Hồ Chí Minh, nhưng cuối cùng đã nhận ra sự thực nên chán ngán chế độ và khinh ghét Hồ Chí Minh cho tới khi qua đời tháng 12/2004.

Năm 18 tuổi vì lý do sức khỏe, Phạm Thanh Nghiên phải bỏ ngang việc học. Sau đó, để giúp cuộc sống gia đình, cô làm nhiều nghề lao động vất vả như bán hàng nước, dệt len, dọn vệ sinh v.v…Năm 2006, cô bắt đầu nhận thức về tình trạng xã hội và thấy cần *"phải làm một điều gì đó góp phần thay đổi vận mệnh đất nước."* Thời gian đầu, cô viết một số bài liên quan đến vấn đề nhân quyền dưới các bút hiệu ẩn danh. Giữa năm 2007, Phạm Thanh Nghiên ký tên thật dưới các bài viết, đồng thời tham gia và khởi xướng nhiều hoạt động đấu tranh cho nhân quyền.

Ngày 18/9/2008, Phạm Thanh Nghiên bị chính quyền Cộng Sản Việt Nam bắt giữ với cáo buộc *"tuyên truyền chống nhà nước Cộng Hòa Xã Hội Chủ Nghĩa Việt Nam"* và bị kết án 4 năm tù giam, 3 năm quản chế trong một phiên toà diễn ra chóng vánh vào tháng 1/2010. Ngày 18/9/2012, Phạm Thanh Nghiên mãn án tù nhưng tiếp tục bị quản chế tại địa phương. Do đó, cô thường xuyên bị theo dõi, nhà riêng liên tục bị canh gác, thậm chí bị khóa trái cổng để nhốt trong nhà. Thời gian này cô bị công an bắt cóc giữa đường 2 lần đưa đi câu lưu và thẩm vấn nhiều giờ. Ngoài ra, cô bị gửi *"giấy triệu tập"* gần 30 lần, bị phạt tiền 2 lần, bị cấm đi chữa bệnh... Công an còn tổ chức hành hung cô và các chị gái của cô cùng một số bạn bè tới thăm viếng cô ngay trước cổng nhà để không cho mọi người được gặp nhau.

Dù vậy, Phạm Thanh Nghiên vẫn tiếp tục các công việc đáp ứng yêu cầu đấu tranh và là một thành viên trong nhóm sáng lập Mạng Lưới Blogger Việt Nam, một tổ chức Xã Hội Dân Sự độc lập được công luận trong nước và quốc tế biết đến.

Tháng 4/2016, cô kết hôn với Huỳnh Anh Tú, một cựu tù nhân lương tâm từng bị kết án 14 năm tù giam. Hiện họ đang sống tại Sài Gòn và tiếp tục các hoạt động vận động nhân quyền cho Việt Nam.

Ngày 30/3/2017 vừa qua, tổ chức nhân quyền quốc tế Front Line Defenders tại Ái Nhĩ Lan đã chọn Phạm Thanh Nghiên cùng 4 nhà hoạt động đấu tranh là Emil Kurbedinov (*Ukraine*), Francisca Ramírez Torres (*Nicaragua*), Nonhle Mbuthuma (*Nam Phi*) và Abdulhakim Al Fadhli (*Kuwait*) vào chung kết giải thưởng *"Những Người Bảo Vệ Nhân Quyền Bị Đàn Áp Năm 2017."*

●●●

HỒI KÝ CỦA MỘT NỮ TÙ NHÂN LƯƠNG TÂM

✴ ĐÀO TRƯỜNG PHÚC

Những Mảnh Đời Sau Song Sắt, nhan đề mà Tủ Sách Tiếng Quê Hương chọn cho tác phẩm của Phạm Thanh Nghiên, có thể được hiểu là *"cuốn hồi ký đầu tiên viết bởi một nữ tù nhân lương tâm về kinh nghiệm lao tù dưới chế độ cộng sản tại Việt Nam."*

Nói thế phải chăng phản lại bản chất tác giả qua lời tự thuật rất nhẹ nhàng khiêm tốn của cô trong suốt tác phẩm? Với cương vị xuất bản, chúng tôi không thể làm khác để nhấn mạnh vài điểm liên quan đến nội dung cuốn sách:

— Thứ nhất, chế độ cộng sản Việt Nam không bao giờ thừa nhận trước dư luận về sự hiện hữu của *"tù nhân lương tâm"* hoặc *"tù chính trị."* Tất cả những người lên tiếng phản đối các chính sách hay hành vi bất nhân, bạo ngược, man trá của chế độ đều bị gọi là *"tù hình sự"*, bởi họ đã bị áp đặt các bản án hình sự — chiếu theo vài điều luật quái gở nhằm hình sự hóa mọi hoạt động đối kháng — và bị tống vào trại giam để ở tù chung với những tội phạm hình sự như giết người, buôn bán ma túy v.v...

— Thứ hai, riêng về trường hợp Phạm Thanh Nghiên, cô bị bắt ngày 18/9/2008 trong lúc đang tọa kháng tại nhà của mình với biểu ngữ *"Trường Sa -*

Hoàng Sa là của Việt Nam" và *"Phản đối công hàm bán nước ngày 14/9/1958 của Phạm Văn Đồng."*

Trước đó một tuần, cô đã bị cơ quan an ninh điều tra "triệu tập" đi "làm việc" liên tục mỗi ngày để hạch hỏi, đe dọa về các hoạt động đối kháng. Trước đó nữa, cô bị giam lỏng bởi một hàng rào công an ngày đêm đóng chốt quanh nhà, khiến cô không thể đi từ Hải Phòng về Hà Nội để dự cuộc biểu tình chống Trung Cộng ngày 14-9-2008. Chính vì vậy mà cô quyết định phổ biến trên mạng *"Lời Tuyên Bố Tọa Kháng"* và thực hiện việc tọa kháng.

Cô bị *"tạm giam để điều tra"* suốt 18 tháng, rồi ra tòa ngày 29/1/2010 lãnh bản án hình sự 4 năm tù giam, 3 năm quản chế. Phiên tòa không đề cập gì đến hành động tọa kháng mà buộc tội Phạm Thanh Nghiên về một bài viết của cô hồi tháng 3/2008. Đó là bài *"Uất ức biển ta ơi",* một phóng sự về hoàn cảnh các thân nhân của 8 ngư dân Thanh Hóa đang đánh cá trong lãnh hải Việt Nam bị hải quân Trung Cộng bắn chết ngày 8/1/2005. Vì trước sau, đảng và nhà nước CSVN vẫn giấu nhẹm vụ tàn sát thảm khốc này, do đó đã dàn dựng phiên tòa với hai nhân chứng bị cưỡng bức phản cung, nhằm áp đặt tội danh *"tuyên truyền chống nhà nước"* cho người cầm bút dám vạch trần sự thật qua bài phóng sự.

– Thứ ba, các sự kiện nêu trên cho thấy Phạm Thanh Nghiên chính là một tù nhân lương tâm tiêu biểu, nhưng bị giam giữ chung với tù hình sự, ngay từ giai đoạn tạm giam trong trại Trần Phú ở Hải Phòng cho đến khi cô bị chuyển đến trại tù số 5 của Bộ Công An ở Thanh Hóa.

Xin mở dấu ngoặc để nói thêm về ý niệm *"tù nhân lương tâm."* Ngày 28 tháng 5 năm 1961 được ghi nhận là ngày xuất hiện lần đầu tiên ba chữ *"prisoner of conscience"* trong bài viết của cố luật sư Peter Benenson, người sáng lập tổ chức Ân Xá Quốc Tế –

Amnesty International, với tựa đề *"Những Tù Nhân Bị Bỏ Quên – The Forgotten Prisoners"* đăng trên tuần báo Người Quan Sát – *The Observer* tại Anh Quốc, nhân dịp phát động chiến dịch đòi ân xá cho những tù nhân lương tâm mà Ân Xá Quốc Tế định nghĩa là: *"Bất cứ người nào bị giam cầm thân xác (trong nhà tù hoặc ở một nơi khác) chỉ vì đã bày tỏ (bằng chữ nghĩa hoặc biểu tượng) một quan điểm mà người đó thành thật tin tưởng và quan điểm đó không cổ xúy hoặc tán trợ bạo lực."*

Chẳng những cuốn hồi ký của Phạm Thanh Nghiên đưa ra ánh sáng các thủ đoạn quỷ quyệt của bộ máy cầm quyền cộng sản — từ lực lượng công an đến hệ thống tòa án — nhằm tròng bản án "tù hình sự" lên đầu những người tranh đấu bất bạo động, mà cuốn hồi ký còn cho thấy những lời tuyên bố theo kiểu *"ở Việt Nam không có tù nhân lương tâm hay tù chính trị"* chỉ là trò dối trá để gạt gẫm dư luận, còn trên thực tế thì các trại tù đều nhận chỉ thị thi hành triệt để chính sách *"cô lập hóa"* các tù nhân chính trị bằng cách dụ dỗ hoặc đe dọa những người tù hình sự ở chung với họ.

Thực tế này nói lên bất cứ tình huống nguy hiểm nào cũng có thể xảy ra khi nhà cầm quyền cần mượn tay tù hình sự để trả thù và trù dập các tù nhân lương tâm đối kháng chế độ.

Thế nhưng, cũng qua những trang hồi ký của Phạm Thanh Nghiên, người đọc lại nhận ra một điều thú vị khác. Đó là *"chính sách cô lập hóa"* kể cả bằng thủ đoạn chiêu dụ hoặc bạo lực, vẫn không thể ngăn được các tù nhân hình sự và tù nhân chính trị tìm đến với nhau trong sự chia xẻ tình người đồng cảnh ngộ, nghĩa là giữa những người cùng chung thân phận tù đày và cùng hứng chịu vô vàn oan ức, đắng cay, dưới một guồng máy cai trị bất công, thối nát, tàn bạo, phi nhân tính.

Những cảm xúc tích tụ qua kinh nghiệm bản thân cộng với nhiều điều mắt thấy tai nghe đã trở thành động lực để Phạm Thanh Nghiên viết về *"những mảnh đời sau song sắt"*, và viết với tất cả sự thành thật để nói lên tiếng nói đúng nghĩa của một tù nhân lương tâm:

"Con người luôn có xu hướng "nói tốt về mình" và cảm thấy dễ dàng kể về những thành công hơn là thất bại. Người ta hay lảng tránh hoặc giấu kín sai lầm của bản thân, nhất lại là những sai lầm "ngoài mình không ai biết." Nhưng, thành thật với chính mình phải được xem là điều kiện bắt buộc để trở thành một con người chính trực. Để thấy mục đích chính không phải trở thành người hùng mà là cách đối mặt và vượt qua những khoảnh khắc sợ hãi, mềm yếu của mình trước những thử thách đầy cam go, khốc liệt.

"Tôi không định cất giữ những "bí mật" của riêng mình trong thời gian bị cầm tù mặc dù tôi hoàn toàn có thể và có quyền làm như thế. Nhưng, tôi sẽ kể cho bạn một cách trung thực nhất không chỉ những câu chuyện của chiến thắng, của khí phách và lòng quả cảm mà cả những câu chuyện về thất bại, về phút giây hèn yếu của tôi, một tù nhân lương tâm dưới thời cộng sản.

"Đơn giản vì sự thật cần phải được biết tới và tôn trọng. Nếu bạn không may trở thành một tù nhân lương tâm thì hy vọng, những trải nghiệm này sẽ giúp bạn có thêm vài kinh nghiệm. Nhất định bạn sẽ chiến thắng, một chiến thắng trọn vẹn vì bạn giỏi hơn tôi, dũng cảm và thông minh hơn tôi nhiều...

"….Nhắc đến hai chữ "nhà tù", người ta liên tưởng ngay đến sự trừng phạt và khốn cùng.

" Cuốn sách nhỏ này, không có tham vọng làm thỏa mãn mọi hình dung hay đáp ứng những tìm hiểu cần thiết của độc giả về nhà tù cộng sản.

" Song, hy vọng người đọc sẽ nhìn thấy một góc nho nhỏ trong nhà tù với những chuyện còn chưa kể hết trong thời gian bốn năm tù của tôi. Tất nhiên, tùy từng vùng miền cụ thể, hay mỗi giai đoạn lịch sử, chuyện tù

của mỗi người mỗi khác.

"Dù thế, cũng cần thẳng thắn thừa nhận rằng nhà tù cộng sản là hiện hữu của mọi khổ đau cùng cực, mọi nỗi uất hận nghẹn ngào. Là đau thương, rệu rã, là mệt mỏi, tăm tối và cả chết chóc. Là sự tàn bạo và bất lực, là nhẫn tâm, thù oán, là trông đợi, tuyệt vọng, là nỗi chết. Và là "địa ngục." Địa ngục của những con người vẫn còn đang hít thở, đi lại và cười khóc."

Cuốn hồi ký của Phạm Thanh Nghiên chứa đựng những ghi nhận và cảm nghĩ khác hẳn với các tác phẩm thuộc thể loại "hồi ký tù" mà chúng ta từng đọc, không phải chỉ do văn phong độc đáo của cô, mà chính vì cô là một tù nhân lương tâm, là một phụ nữ dấn thân tranh đấu cho quyền làm người giữa một xã hội mà mọi giá trị nhân bản đều đảo lộn, là một người cầm bút dấn thân tranh đấu kêu gọi lòng yêu nước trong khi những kẻ cai trị đất nước luôn luôn sẵn sàng bán nước để bảo vệ quyền lợi và quyền lực cá nhân.

Khi bị ném vào chốn "địa ngục trần gian" để chia xẻ thân phận khốn cùng của các tù nhân hình sự, ý thức của một tù nhân lương tâm đã giúp Phạm Thanh Nghiên bắc được nhịp cầu cảm thông với nhiều bạn tù đến từ những góc đời tối tăm nhất của một xã hội băng hoại. Và ý thức ấy đã mang lại cho chúng ta những đoạn hồi ký đáng suy ngẫm:

"Người tù xa lánh tôi không phải vì ghét, mà vì sợ bị liên lụy. Song vẫn có những mối quan hệ, giao tiếp rất khéo léo, đủ để không bị phạt hay lọt vào tầm ngắm của cai tù.

"... Mấy hôm trước cả Phân Trại đã xôn xao vụ chị Chanh ở đội 29 bị cai tù gọi lên rằn mặt, đe dọa vì "tội" dám bán cho tôi chiếc hòm đựng đồ dùng cá nhân. Kết quả là sáng qua, chị Chanh bị bêu mặt giữa sân chung, trước sự chứng kiến của hơn một ngàn người tù và tất cả các cai tù của Phân Trại. Tuy chưa đến mức phải vào

"nhà chó", nhưng chị Chanh bị chuyển đội, và mất giảm án năm ấy sau khi bị đấu tố. Không khí sợ hãi bao trùm cả Phân Trại. Người ta bảo nhau phải dè chừng và tránh xa "con phản động" nếu không muốn gặp tai họa.

"...Không riêng gì Mai, nhiều người tù khác cũng từng phải đi "uống cà phê" để nghe cai tù đe nẹt, cấm đoán về tội chơi hoặc ngồi chơi với tôi. Có người phải làm cam kết từ nay xin chừa không bén mảng đến "con phản động" nữa. Sau mỗi chầu cà phê như thế, chị nào cũng nhận được lời nhắc "đừng nói lại với cái Nghiên." Nhưng chả mấy cái miệng tù giữ được lời hứa. Không nói ngay thì cũng nói eo, không nói trực tiếp thì cũng nhờ đứa tù khác mách lại. Lúc mới lên trại, tôi cũng hơi buồn. Tính tôi hay chạnh lòng, tủi thân. Sau quen dần, kệ.

"Những người dám công khai gần gũi với tôi thường là thành phần cứng đầu, không còn gì để mất. Tức là họ không được giảm án hoặc sắp mãn hạn tù. Không được giảm án vì vi phạm nội quy trại giam. Có nhiều kiểu vi phạm: buôn bán, tiêu tiền mặt, đánh cãi chửi nhau, làm không đủ mức khoán, thiếu lễ tiết với cán bộ — không chào chẳng hạn —, giúp đỡ bạn tù không xin phép v.v...

"Người bị Aids, bệnh nặng hay những người sắp chết cũng thích chơi với tôi. Thời gian là thứ không thể sờ mó được. Nhưng người tù sắp chết, hình như họ chạm được bằng tay và thấy được bằng mắt những ngày tháng đời người đang ngắn lại trong khoảng thời gian lao tù dài đẳng đẵng. Nhìn thấy, và sờ thấy màu tím tái, cái khô rát trên môi miệng. Trên thân người trơ trụi với da bọc xương. Trong bước đi chậm dần, chậm dần và những cơn đau hành hạ mỗi ngày. Việc cai tù lấy giảm án ra để uy hiếp hay mặc cả với những người không còn gì để mất, thành thừa..."

Năm 2010, sau 18 tháng "tạm giam để điều tra" trong đó có 4 tháng bị biệt giam, cộng thêm hơn 2 tháng chờ đợi sau khi đã ra tòa để lãnh án 4 năm tù, 3 năm quản chế, Phạm Thanh Nghiên bị chuyển đến Trại số 5 Thanh Hóa để tiếp tục ở tù cho đến ngày mãn án. Cũng như những tù nhân khác, cô bị cắt lìa với đời sống bên ngoài, và tất nhiên mọi tin tức đều bị bưng bít bởi hai lớp màn sắt chồng lên nhau — nhà tù nhỏ nơi cô đang bị giam giữ và nhà tù lớn là đất nước của cô.

Khi bất ngờ nghe được một tin "bên ngoài" qua một bạn tù mới nhập trại, nhưng lại là tin chẳng lành về hai người bạn tranh đấu vừa bị bắt, cô viết:

"Một điều đáng sợ nhất là nhận được tin anh em của mình bị bắt. Trong suốt thời gian bốn năm ở tù, tôi nhẩm tính có hàng chục người bị bắt vì đấu tranh cho Nhân Quyền, Dân Chủ và Tự Do Tôn Giáo.

"Không ít người trong số đó là người tôi thân quen hoặc từng may mắn được gặp mặt. Tổng cộng số năm tù cho những người đấu tranh ôn hòa này lên tới hàng trăm năm (...)

"Tôi không khỏi lo lắng và nghĩ tới những ngày tồi tệ của phong trào tranh đấu bên ngoài. Đếm trên đầu ngón tay, chỉ còn lại dăm ba người là... chưa bị bắt hoặc mới về hết án nhưng còn bị giam lỏng tại nhà

"Sự kiện bác sĩ Phạm Hồng Sơn và luật sư Lê Quốc Quân bị bắt sau hàng loạt vụ bắt bớ khác ít nhiều khiến tôi xuống tinh thần. Chị Hương, một người bạn tù khác buồng nói với tôi: "Phải nghĩ tích cực lên chứ. Em chả bảo chị là nhiều người trong số những người bị bắt, em còn chưa từng nghe đến tên của họ là gì. Chứng tỏ đang có thêm nhiều người cùng đấu tranh như em. Thế thì cần mừng chứ sao lại ủ rũ vậy."

Quả không sai chút nào: ngay từ lúc Phạm Thanh Nghiên đang ở tù và liên tục đến nay, lời khích lệ của người bạn tù đã được chứng minh bằng thực tế. Suốt 10 năm trở lại đây, số người dấn thân vào cuộc đấu tranh cho Tự Do Dân Chủ Nhân Quyền tại Việt Nam chỉ ngày càng tăng chứ không giảm.

Những tiến bộ không ngừng của kỹ thuật tin học, nhất là sự lan tỏa vượt bực của mạng xã hội Facebook từ 2011 – 2012, đã tạo điều kiện cho phong trào đấu tranh dân chủ thực hiện việc liên lạc và nối kết rộng rãi đến mức nhà cầm quyền cộng sản không ngăn chận nổi; đồng thời mở đường phổ biến mau lẹ những tin tức xác thực từ trong nước ra hải ngoại và ngược lại, khiến hệ thống kiểm duyệt tin tức của chế độ lâm tình trạng bất lực, và cả một cơ chế truyền thông "lề đảng" cũng lung lay bị buộc phải tìm phương cách mới để thích ứng.

Thất bại trong việc bưng bít tin tức để che giấu sự thật, lại phải lúng túng đối phó với mọi vấn đề từ nội bộ — đấu đá quyền lực, cạn kiệt ngân sách...— đến đối ngoại bị áp lực nặng nề của Trung Cộng trên Biển Đông, rắc rối ngoại giao với Đức và Liên Hiệp Âu Châu, đảng và nhà nước cộng sản Việt Nam bèn trở lại thủ đoạn dùng bạo lực để trấn áp dư luận.

Mấy năm liên tiếp, gần đây nhất là từ tháng 6 đến tháng 8/2017, đã diễn ra hàng loạt vụ hành hung, khủng bố, bắt bớ và xử án tù, nhắm vào giới đấu tranh ôn hòa và các cựu tù nhân lương tâm, đến độ các tổ chức quốc tế bảo vệ nhân quyền phải lên tiếng báo động, như Human Rights Watch qua bản phúc trình 65 trang *"No Country for Human Rights Activists: Assaults on Bloggers and Democracy Campaigners in Vietnam"* và thông cáo báo chí *"Vietnam: End Attacks on Activists and Bloggers"*, cũng như Amnesty International qua bản phúc trình *"Detained for Defending Human Rights"*, báo động về các vi phạm mới nhất và nhắc lại trường hợp cựu tù nhân lương tâm Nguyễn Văn Đài bị bắt lại từ ngày 16/12/2015 đến nay chưa biết số phận ra sao.

Dư luận thế giới kinh hãi trước hình ảnh những người tay không vũ khí — kể cả phụ nữ — bị đàn áp bằng bạo lực, nhưng đó là phản ứng đương nhiên của tập đoàn lãnh đạo cộng sản mỗi khi cảm thấy bị đe dọa bởi bất kỳ tiếng nói nào khác biệt với lý luận một chiều của chế độ.

Những người dấn thân vào cuộc đấu tranh dân chủ hiểu rất rõ điều đó, và họ giúp nhau trang bị tinh thần để đối đầu với tình huống xấu nhất, như Phạm Thanh Nghiên viết trong một đoạn hồi ký:

"Tôi xin tặng chuyện này cho bạn, những tù nhân lương tâm "dự bị" dưới chế độ cộng sản, để thấy được những khoảnh khắc của một người tù.

"Tôi luôn hy vọng, trong tương lai gần sẽ không còn nhiều người Việt Nam phải trải nghiệm cuộc đời mình trong chốn ngục tù đầy đau thương và mất mát như một cái giá để trả cho Khát Vọng Tự Do."

Nhờ mạng lưới thông tin toàn cầu giúp phá vỡ bức tường bưng bít sự thật, dư luận thế giới hiện nay có thể biết tường tận cái giá mà các tù nhân lương tâm tại Việt Nam phải trả cho sự lựa chọn con đường đấu tranh không chỉ dừng lại ở những năm tháng tù đày mà còn tiếp tục đeo đuổi cuộc sống hàng ngày của họ.

Khi Phạm Thanh Nghiên được Human Rights Watch chọn vào danh sách nhận Giải Thưởng Nhân Quyền Hellman/Hemmett tháng 10/2009, cô đang ở trại tạm giam, chờ ngày ra tòa lãnh án 4 năm tù.

Bảy năm sau đó, cô mãn án tù và trên nguyên tắc đã hết hạn 3 năm quản chế, thế nhưng cô và thân nhân vẫn bị theo dõi, bị sách nhiễu, thậm chí bị hành hung một cách dã man.

Ngày 30/3/2017, tổ chức nhân quyền quốc tế Front Line Defenders — www.frontlinedefenders.org, trụ sở tại Dublin, Ái Nhĩ Lan, chọn Phạm Thanh Nghiên vào chung kết giải thưởng *"Những Người Bảo Vệ Nhân Quyền Bị Đàn Áp Năm 2017"* cùng với 4 người ở các châu lục khác nhau.

Theo thông cáo báo chí của tổ chức này, *"Front*

Line Defenders Award for Human Rights Defenders at Risk là giải thưởng hàng năm, khởi từ năm 2005, nhằm công nhận thành tích của các nhà hoạt động bênh vực quyền con người, bất chấp rủi ro và thường xuyên bị đe dọa mạng sống, vẫn có các đóng góp đặc biệt bảo vệ và quảng bá nhân quyền tại đất nước mình."

Năm nay ban giám khảo cứu xét các phiếu đề cử 142 nhà hoạt động nhân quyền từ 56 quốc gia. Cuối cùng 5 nhà hoạt động tại Ukraine (*Emil Kurbedinov*), Nicaragua (*Francisca Ramírez Torres*), Nam Phi (*Nonhle Mbuthuma*), Kuwait (*Abdulhakim Al Fadhli*) và Việt Nam (*Phạm Thanh Nghiên*) được chọn vào chung kết.

Thông cáo viết:

"... Phạm Thanh Nghiên, một blogger người Việt, trải qua bốn năm tù giam vì đã công khai viết ra những vi phạm nhân quyền đối với gia đình các ngư dân bị tuần duyên Trung Cộng giết hại.

"Sau khi ra tù, cô bị quản chế tại gia, trong thời gian đó cô đã thực hiện nhiều chiến dịch bảo vệ nhân quyền và là đồng sáng lập Mạng Lưới Blogger Việt Nam.

"Nhà cô bị đột nhập, cô bị cản trở khi đi khám bệnh, chữa bệnh, cửa nhà bị khóa trái nên cô không ra ngoài được, và khi làm giấy đăng ký kết hôn, cô cũng bị chính quyền bác.

"Cô là nạn nhân của nhiều vụ tấn công gây thương tích nhằm ngăn chận những hoạt động tranh đấu mạnh mẽ nhưng ôn hòa của cô trong nỗ lực phơi bày các vụ vi phạm nhân quyền ở Việt Nam."

Thông cáo trích phát biểu của Andrew Anderson, giám đốc điều hành Front Line Defenders:

"5 nhà bảo vệ nhân quyền nằm trong danh sách chung kết giải thưởng năm 2017 đã chứng tỏ sự kiên cường, ý chí bền bỉ khi đối mặt với nhiều nguy cơ nghiêm trọng, thường là những đe dọa đối với mạng sống của họ.

"Những nhà hoạt động nhân quyền này cũng như

gia đình của họ đều phải chịu đựng các cuộc tấn công, các chiến dịch phỉ báng, quấy rối bằng pháp luật, hăm dọa an ninh cá nhân kể cả đe dọa tính mạng, và án tù.

"Họ cho biết rất cần được dư luận thế giới biết việc họ làm, nhất là vì họ thường xuyên bị chính quyền nước họ phỉ báng và xuyên tạc cuộc tranh đấu bất bạo động của họ. Việc Front Line Defenders đề cử giải thưởng nhằm giới thiệu trước công luận và bảo vệ 5 nhà hoạt động này, những người đóng vai trò quan trọng đối với các phong trào nhân quyền tại đất nước và cộng đồng của họ."

Ngày 22/5/2017, qua loạt video do Front Line Defenders đưa lên YouTube để giới thiệu 5 ứng viên được chọn vào chung kết, một số nhà đấu tranh dân chủ tại Việt Nam đã trình bày cảm nghĩ về nhân cách của Phạm Thanh Nghiên, song song với những lời Phạm Thanh Nghiên phát biểu về tình trạng đàn áp nhân quyền đang tiếp tục diễn ra tại Việt Nam mà chính cô là một nạn nhân:

"Có lẽ rất khó hình dung và khó mà liệt kê hết những rủi ro, những hiểm nguy, những sự đàn áp mà những người đấu tranh phổ biến các vấn đề nhân quyền như tôi gặp phải.

"Nếu nói đến rủi ro thì tôi nghĩ không riêng gì cá nhân tôi mà tất cả những người dân Việt Nam lên tiếng chỉ trích các chính sách sai lầm của nhà nước hiện hành, đặc biệt là lên tiếng bày tỏ quan điểm một cách mạnh mẽ về các vấn đề nhân quyền, dân chủ, đều là mục tiêu bị nhà cầm quyền đàn áp, thậm chí bắt bỏ tù.

"Tôi đã bị kết án 4 năm tù giam và 3 năm tù nhà.

"Khi bị quản chế thì bản thân tôi không được ra khỏi địa phương cư trú, thậm chí là tôi bị nhốt ở trong nhà, không được đi ra khỏi nhà, không được đi khám, chữa bệnh.

"Cách đây chừng 1 năm, vào ngày 11 tháng 5 năm

2016, khi nổ ra cuộc biểu tình chống Formosa, bảo vệ môi trường thì trên đường đi đến điểm biểu tình, chúng tôi bị bắt. Trong nhóm gồm có vợ chồng tôi và vài người bạn — những người đấu tranh nhân quyền khác — đã bị rất đông công an mật vụ dùng vũ lực bắt ngay giữa đường, thậm chí tôi còn bị một tên an ninh dí giầy vào mặt khi hắn quật ngã tôi xuống đất. Vào đồn công an, chúng tôi đã bị giam trái phép và đánh đập suốt 14 tiếng đồng hồ. Bản thân tôi đã bị đánh 3 lần trong đồn công an ngày hôm đó. Riêng cá nhân tôi thì những điều đó ảnh hưởng rất lớn đến sức khỏe cũng như tinh thần của tôi. Suốt 4 năm kể từ khi ra tù đến bây giờ, tôi hầu như lúc nào cũng phải dùng thuốc, lúc nào cũng phải phụ thuộc vào thuốc, và không ít lần tôi phải nằm điều trị ở bệnh viện trong sự rình rập canh gác của công an mật vụ.

"Chúng tôi coi những điều như đánh đập, bắt bớ, sách nhiễu, khủng bố, tù đầy là những điều đương nhiên phải gặp trên con đường tìm kiếm tự do và đòi hỏi nhân quyền. Ở các quốc gia khác, những người hoạt động nhân quyền thường có một mạng lưới để hỗ trợ lẫn nhau, nhưng tại Việt Nam thì hoàn toàn khác.

"Chúng tôi phải đối mặt với rất nhiều hiểm nguy. Thậm chí chúng tôi chỉ cần liên kết các cá nhân với nhau, gặp nhau, kể cả sự gặp gỡ thường xuyên đã khó khăn, chứ nói gì đến mong ước có được một mạng lưới để bảo vệ mình. Khi lên tiếng về một vấn đề tiêu cực trong xã hội thì ngay lập tức, mình sẽ bị đối mặt với, ngoài những rủi ro, còn có thể là án tù.

"Và những điều luật mơ hồ sẽ được nhà nước dùng để trả thù, trừng trị chúng tôi, như "lật đổ chính quyền", "chống nhà nước", hay "lợi dụng các quyền tự do dân chủ để chống nhà nước..." ([1])

Dưới một chế độ tàn bạo và trong điều kiện hoạt

([1]) *https://www.youtube.com/watch?v=ghgTJbB4sV0*

động đầy bắt trắc như vậy, câu hỏi đặt ra là, động lực nào giúp cho những người đấu tranh dân chủ giữ vững được tinh thần bất khuất để nắm tay nhau đi tiếp con đường đầy chông gai thử thách mà họ đã lựa chọn?

Đây là câu trả lời của Phạm Thanh Nghiên trên video của Front Line Defenders:

"Chúng tôi không thể sống và thức dậy mỗi sáng để đón nhận sự sợ hãi. Không còn cách nào khác. Chúng tôi phải bước qua. Và chính khát vọng tự do, khát vọng được sống với đầy đủ quyền con người của mình, đã thúc đẩy chúng tôi tiếp tục đi lên phía trước."

Đọc hồi ký *Những Mảnh Đời Sau Song Sắt* của Phạm Thanh Nghiên, do vậy, không phải chỉ để thu lượm thêm một số dữ kiện về nhà tù Cộng Sản mà còn là dịp ghi nhận thêm nhiều yếu tố giúp chúng ta theo dõi những chuyển biến chắc chắn sẽ tới từ cuộc đấu tranh kiên cường, quyết liệt của những con người tự nguyện dấn thân để đòi lại nhân quyền căn bản cho 90 triệu đồng bào, giành lại chủ quyền lãnh thổ cho tổ quốc, và trồng lại cây trái tình người trên những mảnh đất chết khô vì một chủ thuyết vô nhân tính.

● ĐÀO TRƯỜNG PHÚC
(8-2017)

Vài Kỷ Niệm
Sau Song Sắt

★ VŨ THƯ HIÊN

Tôi có chút do dự khi đặt bút viết mấy dòng phi lộ cho cuốn sách. Viết ngắn e không đủ ý. Viết dài thì ai đọc làm gì — sách có, hà tất phải nhiều lời về nó. Phi lộ không phải quảng cáo.

Chẳng ai đọc phi lộ để mua sách. Người ta chỉ đọc nó để biết thêm về tác giả, về ý nghĩa của cuốn sách sau khi đã đọc xong, mà cũng chỉ hãn hữu.

"Những Mảnh Đời Sau Song Sắt" không phải hồi ký về đời tù. Người Việt Nam ở tù nhiều lắm, và thường ở tù lâu. Đã có khá nhiều hồi ký của những bậc trưởng lão tù có thâm niên cả chục năm trở lên. Cuốn này không phải là cái thêm vào những mẫu đã có.

Như tên gọi, cuốn sách bạn cầm trong tay là những mảnh đời hay kỷ niệm vặt về những cuộc đấu trí vừa dài hơi vừa căng thẳng, vừa bi hài nữa, giữa những người cầm quyền không còn yêu nước với một người yêu nước, và chỉ có thế. Những kỷ niệm nhỏ nhoi, nhưng xúc động tâm can.

Tôi biết Phạm Thanh Nghiên đã lâu, từ khi được đọc bút ký *"Uất Ức Biển Ta Ơi!"* cách đây đã chục năm.

Mọi người đều đã biết về những cuộc bắn giết, cầm tù dân chài Việt Nam trên biển của mình do bọn người mất hết nhân tính nảy nòi từ đủ thứ cách mạng mà đỉnh cao chói lọi của nó là "đại cách mạng văn hoá vô sản" bên Tàu. Trước nỗi đau tột cùng của đồng loại, những người cầm quyền và những nhà báo vô cảm đã không có lấy một tiếng thét phản kháng, một bài báo phẫn nộ.

Không như họ, tiếng gọi của lòng yêu nước, yêu đồng bào đã đưa cô gái mảnh mai, yếu đuối đến với đồng bào, ghi lại những mất mát tang thương đẫm máu và nước mắt ấy, để mọi người được biết bộ mặt của kẻ thù và lũ tay sai. Bắt đầu từ bài báo ấy và sự biểu thị lòng yêu nước, chống xâm lược, bằng cách hiền hoà, tác giả cuốn sách đã "được" vào tù. Nhà tù không phải chỉ là sự giam cầm. Nó còn là huân chương cho người tranh đấu cho một xã hội tốt đẹp, cho tương lai đất nước. Nhờ bài viết ấy mà tôi và tác giả Phạm Thanh Nghiên trở thành bạn bè.

Với cuốn sách này, người đọc được biết tác giả như một nhà đấu tranh bền bỉ, không khoan nhượng, cho quyền lợi của nhân dân và dân tộc. Điều này là rõ ràng.

Nhưng còn một điều chưa rõ ràng mà tôi muốn nói đến: ấy là bút pháp của tác giả trong bài *"Uất ức – biển ta ơi!"*, và trong những bài báo khác, tôi thấy bóng dáng một văn tài. Nước ta đã có vài nhà văn đi vào nghiệp cầm bút từ giới cần lao. Phạm Thanh Nghiên là một công nhân lao động chân tay, trong đó có nghề quét rác.

Cô có thể trở thành một Nguyên Hồng lắm chứ.

Nhưng tôi nghĩ, tôi tiếc nữa, rằng Phạm Thanh Nghiên sẽ không chọn nghề văn. Cô chọn cho mình công việc khác — người quét rác xã hội.

Nhà văn đã có nhiều, thừa chứ không thiếu.

Xã hội thiếu người quét rác.

Và tác giả cuốn sách này đã chọn cho mình cái mà xã hội thiếu. Chắc chắn cô sẽ hoàn thành tốt công việc của mình.

● **VŨ THƯ HIÊN**
Tháng 5 năm 2017

Lời bộc bạch của tác giả

✳ PHẠM THANH NGHIÊN

Lúc còn trong tù, tôi đã hứa hẹn với mình rằng khi về sẽ dành khoảng vài năm để viết một cuốn tự truyện hoặc hồi ký ra trò. Tức là tôi sẽ không làm gì hết ngoài việc đóng cửa ngồi nhà và viết về quãng thời gian bị đày đọa trong nhà tù cộng sản.

Nhưng tôi nhận ra rằng việc phá tan xiềng xích của cái nhà tù khổng lồ này cấp bách và cần thiết hơn là ngồi kể lể về nhà tù nhỏ, nơi đã giam cầm tôi bốn năm trời.

Các hoạt động tranh đấu là công việc chính tôi lựa chọn, song tôi vẫn dành chút thời gian dù ít ỏi để kể một vài chuyện tù của mình. Cho dù không có được một cuốn hồi ký hay tự truyện như dự kiến ban đầu, tôi cũng không hoàn toàn bội ước với mình.

Và quan trọng hơn, để nói lên phần nào cuộc sống khốn khổ của người tù trong cái "thiên đường xã hội chủ nghĩa" này.

Cuốn sách nhỏ bạn đang cầm trên tay chỉ chứa đựng một số rất ít những chuyện vụn vặt, chắp vá mà thôi. Những chuyện tôi muốn viết, muốn kể vẫn còn nằm trong ký ức, chưa hiện diện trên trang giấy.

Những cái tên tôi nhắc đến chỉ là vài gương mặt

trong vô số thân phận tù đã đi qua đời tôi.

Nhưng tôi muốn bạn biết rằng, cuốn sách nhỏ này tôi đã viết bằng cả tấm lòng và sự chân thành của mình.

Ở mức độ nào đó, tôi viết nó không chỉ với vị trí của một cựu tù nhân lương tâm, mà với tâm thế của một tù nhân dự khuyết. Chừng nào tự do chưa đơm hoa kết trái trên quê hương Việt Nam, những chuyện tù của tôi mãi mãi còn dang dở.

Đọc xong cuốn sách này, xin bạn hãy dành một khoảnh khắc của lòng mình để tưởng nhớ những tù nhân đã bỏ mình trong các nhà tù trên khắp mọi miền đất nước.

Và nhớ đến những người vì khát vọng tự do mà chấp nhận bị đọa đày trong lao ngục.

Cuối cùng tôi muốn nói với bạn rằng, khi bạn cầm trên tay cuốn sách nhỏ *Những Mảnh Đời Sau Song Sắt* của tôi, hay của bất cứ người tù nhân lương tâm nào, bạn thật sự là người can đảm.

● PHẠM THANH NGHIÊN

Những
MÀNH ĐỜI
sau song sắt

— Xin dành tặng cuốn sách này cho những người tự nguyện hy sinh và đã gánh chịu mọi thách thức trong thầm lặng.

★ **PHẠM THANH NGHIÊN**

MỤC LỤC

● PHẦN MỘT
NHỮNG CHUYỆN Ở TRẦN PHÚ

● PHẦN HAI
NHỮNG CHUYỆN Ở TRẠI 5 - THANH HÓA

● PHẦN BỔ SUNG
NGOÀI CHUYỆN TÙ

● BẠT

• NGUYỄN XUÂN NGHĨA
Về Blogger Phạm Thanh Nghiên — *231*

• VŨ ĐÔNG HÀ
Về cuốn hồi ký của Phạm Thanh Nghiên — *234*

• TRẦN PHONG VŨ
Khoảnh khắc đời người — *236*

● PHỤ BẢN
Hình ảnh — *245*

PHẦN MỘT

NHỮNG CHUYỆN
ở
TRẦN PHÚ

01 —
Mười Một tháng Chín

Ngày 11 tháng 9 năm 2001, Osama Binladen tấn công nước Mỹ. Cả thế giới chao đảo. Khoảng ba ngàn người mang nhiều quốc tịch đã thiệt mạng, hàng ngàn người khác bị thương. Mười một tháng Chín trở thành nỗi kinh hoàng của loài người. Sự kiện này đã châm ngòi cho một cuộc chiến chống khủng bố trên toàn cầu.

Bảy năm sau, cũng vào ngày này, không phải Osama Binladen, không xảy ra ở nước Mỹ, cũng không ai bị chết. Ngày 11 tháng 9 năm 2008, chính quyền cộng sản Việt Nam mở một chiến dịch bắt bớ với quy mô lớn nhằm vào các nhân vật tranh đấu cho Nhân Quyền và Dân Chủ. Phong trào đấu tranh trong nước bước sang một giai đoạn thử thách mới, khó khăn và khốc liệt hơn.

Nhiều tuần lễ trước khi xảy ra sự kiện 11/9/2008, nhà văn Nguyễn Xuân Nghĩa, cựu chiến binh Vũ Cao Quận và tôi gần như bị giam lỏng tại nhà sau khi cùng viết đơn xin phép biểu tình hồi tháng 6/2008, yêu cầu có biện pháp đẩy lùi lạm phát. Do bị từ chối, chúng tôi làm đơn khiếu nại và cuối cùng dẫn đến việc tôi khởi kiện UBND thành phố Hà Nội hơn một tháng sau đó. Việc làm này được nhiều người tranh đấu nhận xét là *"sáng kiến táo bạo chưa từng thấy trong chế độ cộng sản."*

Một lần hiếm hoi ra được khỏi nhà, tôi đã bị một số kẻ lạ mặt chặn đánh giữa đường. Một tên trong đám hành hung tôi đã đe dọa: *"Nếu mày không dừng lại những việc chống đảng thì đừng có trách."* Mấy hôm sau, chị gái và hai người cháu tôi đã gặp một tai nạn giao thông đầy nghi vẫn. Không ít người khẳng định thủ phạm đứng sau vụ tai nạn chính là công an cộng sản. Vụ tai nạn khiến đứa cháu gái hai mươi mốt tuổi của tôi gãy tay, chị tôi bị xây xước khắp người và thương tâm nhất là đứa cháu gái mới bốn tuổi rưỡi bị thương ở mặt. Chúng tôi đã sống trong không khí ngột ngạt suốt mấy tháng ròng. Người thân của tôi thực sự phải trải những tháng ngày vô cùng căng thẳng, điều mà họ hoàn toàn không phải gánh chịu. Họ đã trả giá cho lý tưởng của tôi.

Khoảng 20 giờ ngày 11/9, tôi được điện thoại của bác Vũ Cao Quận. Cho đến lúc này, tôi vẫn nhớ giọng nói hốt hoảng của bác:

- Liên (²) ơi! Bác nghĩ chú Nghĩa bị bắt rồi. Bác gọi điện mãi không thấy chú trả lời.

Tôi cố giữ bình tĩnh để trấn an "người lính già" — bác thích được gọi như thế — nhưng không khỏi bối rối trước vẻ cuống quýt của ông. Bằng kinh nghiệm và linh tính, ông khẳng định nhà văn Nguyễn Xuân Nghĩa đã bị bắt. Buông điện thoại xuống, tôi gặp ánh mắt của mẹ. Có vẻ bà hiểu mọi chuyện. Tôi im lặng, lúng túng không biết phải bắt đầu ra sao. Không để tôi khó xử, bà nói, giọng xúc động nhưng bình thản:

- Chú Nghĩa bị bắt rồi phải không? Thôi, cứ bình tĩnh chuẩn bị tinh thần đi là vừa.

Tôi thầm cảm ơn mẹ. Và muốn nói thật nhiều. Nhưng tôi không làm thế. Tôi sợ phải khóc.

Tôi điện thoại cho anh Phạm Văn Trội, đáp lại là giọng nói từ phía tổng đài. Gọi cho thầy giáo Vũ Hùng, không có tín hiệu. Gọi cho Ngô Quỳnh, Tiến Nam đều không ai nhấc máy. Sự im lặng đáng sợ. Tôi không hy vọng sẽ nhận được tín hiệu từ cuộc gọi tiếp theo. Nhưng Nguyễn Phương Anh đã nghe máy và tôi thực sự ngạc

_____

(²) *Liên: tên thường gọi của tôi.*

nhiên trước vẻ thản nhiên của anh. Chưa bao giờ tôi làm việc trong trạng thái căng thẳng như thế. Phải chạy đua với thời gian. Đã nửa đêm và công an có thể xông vào nhà, lôi tôi đi bất cứ lúc nào. Điện thoại và Internet chưa bị cắt. Phải tranh thủ tận dụng "may mắn" này. Thông tin về các vụ bắt bớ bắt đầu được loan tải. Hàng chục cuộc điện thoại, hàng chục người liên lạc qua Internet. Nhưng không có tín hiệu nào từ phía người thân của những người bị bắt. Đó quả là một điều kinh khủng.

Hôm nay, rất có thể sẽ là ngày cuối cùng tôi còn được ở trong ngôi nhà của mình. Thi thoảng, nghe tiếng mẹ tôi thở dài. Bà không ngủ, cũng không cho tôi lại gần, không nghe tôi nói. Tôi trở lại trước bàn làm việc. Ba giờ sáng, công an chưa xông vào. Điện thoại reo:

- Cháu ơi! Cô Nga đây... chú Nghĩa bị bắt rồi... lúc tám giờ nhưng cô không thể liên lạc được vì bị cắt điện thoại. Giờ mới tìm được số của cháu. Cô phải nhờ hàng xóm gọi hộ. Gần chục xe hơi...đen xì...từ Hà Nội... xuống đưa chú đi.

Giọng cô Nga đứt quãng, hốt hoảng.

Vợ chồng chú Nghĩa có ba người con trai và cả ba đều vắng nhà. Người phụ nữ duy nhất trong gia đình phải một mình chịu đựng những giờ phút kinh hãi và bất lực chứng kiến cảnh hàng chục công an, mật vụ bắt chồng mình đi giữa đêm khuya. Tôi phải làm điều gì đó.

Tôi sẽ Tọa kháng. Đúng. Tọa kháng!

Những dòng đầu tiên của bức "Tâm Thư" được gõ trên bàn phím. Chưa bao giờ tôi thấy mình ở vào trạng thái nhiều cảm xúc mãnh liệt đan xen, bề bộn như thế. Và cũng là lần đầu tiên, tôi thấy tự hào và thấy thương chính mình đến thế. Bức "Tâm Thư" sẽ là lời nhắn nhủ sau cùng của tôi trước khi rời bỏ căn nhà quen thuộc để bước tới một nơi tối tăm, đầy nguy khốn: Nhà tù.

Phải làm nhiều việc nên gần sáng, tôi mới hoàn

thành bức "Tâm Thư." Tin chắc sẽ bị bắt và bị khám nhà, tịch thu mọi phương tiện làm việc vào sáng hôm sau nên tôi chuyển ngay bài viết cho một người bạn ở nước ngoài. Nếu tôi bị bắt, bức "Tâm Thư" sẽ được công khai ngay trên mạng internet. Nếu không, nó sẽ được công bố vào thời điểm thích hợp theo dự tính của tôi.

Khoảng mười một giờ trưa, công an bắt đầu gọi cửa. Đồng thời ra ngay... tối hậu thư sẽ phá cửa xông vào nếu chủ nhà chậm trễ. Hàng chục công an, mật vụ đủ các cấp vòng trong vòng ngoài như vây bắt quân khủng bố. Đối thoại với tôi lần này là người của cơ quan an ninh điều tra, những người tôi chưa bao giờ chạm mặt:

- Yêu cầu chị đi với chúng tôi lên cơ quan an ninh điều tra.

- Vì sao tôi phải đi với các anh? Các anh là ai?

Một trong số nhân viên an ninh trả lời. Anh ta chính là người thụ lý vụ án của tôi sau này:

- Tôi là Đinh Trọng Chiềm thuộc cơ quan an ninh điều tra. Chúng tôi triệu tập chị và chị phải đi ngay lập tức. Đây là lệnh!

- Lệnh miệng?

- Không, có giấy triệu tập hẳn hoi.

Chiềm quả quyết.

- Đưa tôi xem!

- Chị không cần xem. Chúng tôi làm việc theo pháp luật.

- Hãy chứng minh các anh làm việc theo pháp luật bằng cách đưa giấy triệu tập cho tôi.

Sau một hồi bị chất vấn, cuối cùng một người miễn cưỡng mở chiếc cặp đựng hồ sơ, lấy ra tờ giấy triệu tập. Nhưng tôi đưa tay định cầm thì rất nhanh, anh ta rụt lại.

- Chị không được cầm.

- Ô hay! Các anh triệu tập tôi mà không đưa giấy cho tôi. Làm gì có thứ pháp luật nào như thế?

- Chị đừng lằng nhằng, đi ngay khi chúng tôi còn kiên nhẫn với chị.

Một tay an ninh khác gằn giọng.

Cuộc đôi co giữa một công dân với những viên an ninh trở nên căng thẳng. Giải pháp tháo gỡ bế tắc được đưa ra là một người đại diện cho bên điều tra sẽ chìa bằng chứng luật pháp tức tờ giấy triệu tập ra trước mặt tôi, căn đúng khoảng cách để tôi có thể đọc nhưng đảm bảo tôi không có cơ hội chạm vào nó. Rồi thu tờ giấy về khi "tên phản động" đã đọc xong. Nhưng tôi chưa đọc hết nội dung giấy triệu tập, anh ta đã vội rụt tờ giấy về, cất vội vào cặp trước sự ngẩn ngơ của tôi. Đại diện cơ quan an ninh điều tra giải thích rằng tôi là đối tượng đặc biệt nên không được sở hữu giấy triệu tập dù không pháp luật nào quy định như thế. Hiểu nôm na là có những thứ pháp luật…không tiện quy định trên giấy tờ. Thường thì cách hành xử và ý muốn của công an trước mỗi sự việc, mỗi con người cụ thể sẽ được hóa phép thành luật ngay tức thì, cho dù "luật" ấy vô lý đến khó tin.

Nhìn vẻ mặt căng thẳng của viên công an vừa hoàn thành xuất sắc nhiệm vụ bảo toàn tờ giấy triệu tập không bị rơi vào tay "kẻ thù", tôi phì cười:

- À, không dám cho tôi nhận tờ giấy triệu tập như pháp luật quy định cũng đúng thôi. Rõ buồn cười! Các anh xông vào nhà tôi lúc 11 giờ trưa và chìa cho tôi xem lệnh triệu tập lúc 10 giờ 30 phút mà dám lớn tiếng với tôi rằng đang thừa hành luật pháp. Một đứa trẻ con chắc còn thấy vô lý huống hồ cả một cơ quan an ninh với bao nhiêu bộ óc tài giỏi. Chưa kể những…

- Hoặc chị ngoan ngoãn đi theo chúng tôi, hoặc chúng tôi sẽ có biện pháp với chị.

Một an ninh đứng tuổi cướp lời tôi và đe dọa. Đôi mắt anh ta có vẻ căm tôi lắm. Tôi hiểu từ "biện pháp" anh ta dùng nghĩa là gì. Tôi nhìn anh ta, vẻ thách thức:

- Tôi sẽ không tự đi, nếu muốn các ông cứ khiêng tôi đi nhưng xin báo trước, tôi cũng sẽ về theo thế song song với mặt đất chứ không tự về đâu. Đi sao về vậy.

- Không. Đừng có động vào con tôi. Các người không được phép.

Mẹ tôi thét lên khi nhìn thấy mấy an ninh nữ bắt đầu tiến lại chỗ tôi. Rồi bình tĩnh nói với con mình:

- Con ạ, đừng để họ động vào người con. Mình không cưỡng lại được đâu. Đi đi, mẹ ở nhà chờ cơm.

Tôi bước vào chiếc xe hơi đã mở cửa chờ sẵn. Mỉm cười với chính mình khi thấy lũ người hộ tống phía sau, rồi thầm nghĩ: *"Mình cũng oai ra phết."* Lúc này chỉ còn lại mình mẹ tôi trong căn nhà vốn luôn bị biến thành "lao thất", dưới sự canh gác nghiêm ngặt của các tay công an làm nhiệm vụ cai tù. Cái nóng giữa trưa của tiết trời mùa thu khiến tôi ngột ngạt. Không giống thái độ hống hách, vô lối lúc bắt người, cơ quan an ninh điều tra "làm việc" với tôi bằng thái độ khá lịch sự. Lịch sự tới tận lúc còng tay rồi tống tôi vào nhà giam vài ngày sau đó.

Tôi bị thẩm vấn ròng rã suốt một tuần. Họ nói sẽ đáp ứng bất cứ món ăn nào tôi yêu cầu cho bữa trưa nhưng về nhà thì không. Tôi từ chối. Và tôi đã phải tuyệt thực "oan" suốt thời gian bị thẩm vấn cho tới khi bị bắt.

Hàng ngày, xe công an đến đưa tôi lên cơ quan an ninh điều tra, tối đưa về. Chai nước lọc được mẹ chuẩn bị sẵn để tôi mang theo hàng ngày trở nên quý giá. Nó giúp tôi vượt qua cơn đói và thấy ấm lòng hơn suốt một tuần bị lôi đi thẩm vấn, bị đủ loại công an khủng bố tinh thần.

Chiều ngày 12/9, sau gần bốn tiếng đấu trí, tôi được đưa trở về nhà. Cuộc khám xét bắt đầu. Công an vòng trong vòng ngoài như tập trận. Máy tính, máy in, ổ USB, điện thoại, máy ghi âm, sách báo, album ảnh…, tức tất cả những gì bị công an coi là phương tiện và bằng chứng phạm tội đều bị thu giữ. Những bức hình chụp chung với gia đình, với vật nuôi trong nhà; những cuốn sách do nhà xuất bản trong nước phát hành, được bán công khai tại các nhà sách như *Hoàng Sa, Trường Sa Là Của Việt Nam, Các Vấn Đề Quốc Tế...* đều bị coi là "vật chứng phạm tội" và bị thu giữ. Những mẩu giấy vụn trong thùng rác cũng được lôi ra. Mọi cử chỉ, sinh hoạt của từng thành viên gia đình đều được các con mắt nghiệp vụ săm soi kỹ càng. Lần đầu tiên tôi được...đi vệ sinh trong sự tháp tùng của một nữ an ninh xinh đẹp. Ngồi bên trong, tôi thấy chị ta dí sát mắt qua khe cửa. Quả xứng với danh hiệu công cụ trung thành của đảng.

Nhìn hai thùng bìa các-tông đựng tài liệu công an vừa thu giữ, mẹ tôi thay vì sợ hãi, đã tỏ ra bình tĩnh làm cho những người chứng kiến phải ngạc nhiên:

- Đây là các tài liệu rất quý. Các anh mang về, chịu khó mà đọc, mà nghiền ngẫm. Rất có ích cho các anh.

Bọn họ nín thinh, làm như không nghe thấy.

Buổi "làm việc" có biên bản với đầy đủ chữ ký của người chứng là ông tổ trưởng tổ dân phố và vài người hàng xóm. Chỉ có điều, "đương sự" bị đẩy ra rìa. Cho đến hôm nay, khi đã mãn hạn tù, tôi vẫn chưa một lần được nhìn thấy cái "Lệnh khám nhà" và "Biên bản thu giữ tang vật" tròn méo thế nào. Đối lý mãi mới được tặng cho lời hứa sẽ gửi một bản vào hôm sau kèm theo lời giải thích: *"Bây giờ tối rồi, không xin được chữ ký lãnh đạo, mong thông cảm."* Trời ơi! Những tên cướp của hại người cũng cần ở nạn nhân sự thông cảm nữa ư?

Một toán công an mang chiến lợi phẩm đi. Số đông còn lại tiếp tục phận sự của những cai tù.Chiếc điện thoại của mẹ là phương tiện duy nhất giúp tôi liên lạc được với vài người bạn. Sức khỏe của tôi thực sự giảm sút mấy ngày sau đó. Mẹ tôi phải mời một cô bác sĩ gần nhà đến khám và truyền nước cho tôi. Trong lúc nằm truyền nước, công an đứng vây quanh giường, yêu cầu bệnh nhân đi "làm việc." Tên Đinh Trọng Chiềm liên tục chất vấn mẹ tôi và bác sĩ về tình trạng sức khỏe của tôi. Cố giữ không cho cơn phẫn nộ được dịp bùng phát, tôi gắng gượng, bằng thái độ khinh ghét và giọng nói mệt mỏi:

- Nếu muốn, các người có thể bắt tôi.

Làm loạn một hồi, tên Chiềm dẫn quân ra ngoài, không quên "mặc cả":

- Chiều chị nhớ đi đấy, nếu muốn nghỉ, phải viết giấy xin phép.

Có lẽ hắn tưởng cơ quan an ninh điều tra là trường tiểu học còn tôi là bạn cùng lớp với hắn. Hóa ra, cụm từ "an ninh quốc gia" không chỉ gợi sự nghiêm trọng, đáng sợ hay sự cấm ky... Nó còn gồm cả những chi tiết hài hước, ngớ ngẩn như các bộ phim hài rẻ tiền trên truyền hình được một bộ phận khán giả dễ tính ưa chuộng. Đối với những kẻ cai trị, "an ninh quốc gia" là đôi đũa thần, chỉ tới ai kẻ đó phải chết. Đối với nạn nhân và những người hiểu biết, cụm từ này gợi lên sự giả dối, phi lý và ngược đời. Ngược đời như kiểu triệu tập lúc 10 giờ 30 phút nhưng 11 giờ cùng ngày mới mang "lệnh" đến và "đương sự" bắt buộc phải tuân lệnh, không có quyền chất vấn cũng như không được chạm vào giấy triệu tập.

Buổi chiều, tên Chiềm nheo nhéo trong điện thoại, giục đi làm việc nhưng tôi cúp máy. Bọn họ không xông vào lôi tôi đi như thường ngày.Và cô bác sĩ cũng không đến điều trị cho tôi như đã hẹn. Ngày 14/9, tôi nhờ người bạn đưa bức "Tâm Thư" lên mạng. Ngày này, đúng 50 năm trước, Phạm Văn Đồng đã sỉ ký bức công hàm công nhận chủ quyền Trung Quốc đối với hai quần đảo Hoàng Sa và Trường Sa của cha ông để lại.

Trước khi chiến dịch bắt bớ ngày 11/9 diễn ra, trên các mạng internet đã truyền đi lời kêu gọi người dân xuống đường biểu tình bày tỏ lòng yêu nước, phản đối hành động xâm lược của Trung Quốc. Trong tình trạng bị quản thúc nhiều ngày trước đó, việc rời khỏi Hải Phòng để đến với cuộc biểu tình trước trụ sở đại sứ quán Trung Cộng tại Hà Nội là điều không thể.

Trước thực tế khó khăn như thế, tôi đi đến quyết định "biểu tình tại nhà" với khẩu hiệu mang nội dung khẳng định chủ quyền Việt Nam đối với hai quần đảo trên và phản đối công hàm của Phạm Văn Đồng. Tôi chưa kịp nói dự định của mình cho nhà văn Nguyễn Xuân Nghĩa vì khi đó, tôi còn lưỡng lự và nuôi hy vọng sẽ may mắn vượt qua tầm kiểm soát của những tên mật vụ đang canh gác ngoài kia để góp mặt trong cuộc biểu tình. Đến khi chú Nghĩa và một số người hoạt động khác bị bắt, tôi mới quyết định *tọa kháng*.

Sau này khi ra tù, một số người nói tôi đã "phát minh" ra việc "tọa kháng tại gia", vì trên thế giới người ta thường chỉ tọa kháng ngoài trời với số đông chứ chưa nghe nói tới việc làm tương tự như của tôi. Tôi không dám chắc mình có phải người tạo ra điều thú vị ấy không. Hoặc đã có những người từng làm thế trước đó nhưng không ai biết, hoặc thông tin ấy không nằm trong phạm vi hiểu biết của những người bạn tôi nên họ tặng danh hiệu "phát minh" cho tôi. Song chắc chắn một điều là tôi sẽ không thể nghĩ ra việc tọa kháng tại nhà nếu không bị chính quyền kìm kẹp trong khi ý chí phản kháng luôn thôi thúc tôi phải vượt thoát khỏi sự kìm kẹp đó.

Sáng ngày 17/9, như thường lệ, xe của công an đến cưỡng chế tôi đi "làm việc."

Trong lúc ngồi chờ các điều tra viên, Lã Thị Thu Thủy và tôi có cuộc tán gẫu khá thú vị. Thủy là người của phòng an ninh chính trị. Chị ta có mặt ở tất cả các cuộc gặp gỡ, làm việc và nhiều khi trực tiếp thẩm vấn tôi. Tuy chạm mặt nhiều lần, tôi chưa bao giờ thấy chị ta mặc sắc phục. Sau này, khi tôi ra tù, chị ta vẫn là bộ mặt quen thuộc đeo bám tôi. Và vẫn như trước, tôi chưa bao giờ thấy chị ta trong bộ sắc phục, kể cả khi "làm việc" trực tiếp hay những lần bố ráp canh gác nhà tôi. Chị ta luôn bịt kín mặt. Nhưng tôi vẫn nhận ra. Tôi nhận ra ngay cả khi Thủy đứng lẫn lộn trong đám đồng nghiệp, côn đồ hành hung tôi hôm mồng 2 tháng 5 năm 2015. Trong một cuộc thẩm vấn vài tháng trước khi bị bắt, tôi đã yêu cầu chị ta ra ngoài vì không mặc sắc phục và có thái độ hống hách, thiếu lễ phép với tôi. Lần này, chị ta cùng các đồng nghiệp bên phòng an ninh chính trị vẫn hiện diện nhưng việc thẩm vấn thuộc cơ quan an ninh điều tra.

Kéo ghế ngồi sát bên tôi, chị ta dạo đầu:

- Ở đây thiếu gì nước uống mà ngày nào em cũng mang theo cho bận ra?

Dù không thích, tôi vẫn miễn cưỡng giữ lịch sự:

- Quen rồi chị ạ.

Bằng cử chỉ thân mật, chị ta ngồi sát hơn và đưa tay…. bới tóc tôi. Tôi không biết phải đánh giá hành động đó như thế nào nhưng nếu đó là nghiệp vụ chị ta được đào tạo thì quả là đáng khâm phục. Một người bình thường không thể "giả yêu" khi trong lòng ghét cay ghét đắng như thế. Tôi thấy khó chịu với sự vuốt ve lộ liễu đó:

- Em dùng dầu gội gì mà lắm gầu thế, lại còn có tóc bạc nữa chứ?

Tôi mặc kệ để Thủy nhổ đi sợi tóc bạc và tự thấy ghét mình. Tôi cũng đang đóng kịch với chị ta.

- Chị Thủy này, sao các anh chị phải mệt thế nhỉ?

- Mệt gì hả Nghiên?

- Theo tôi thì các chị cứ bắt quách tôi đi cho nó nhẹ. Các chị đỡ mệt mà tôi cũng khỏi mất thời gian. Đằng nào chả thế. Chứ thế này, cả hai bên đều tốn sức.

- Ối giời! — Chị ta kéo dài giọng — Em mơ đấy à? Em nghĩ em là ai mà đòi được bọn chị bắt. Phải cỡ như Nguyễn Văn Đài, Nguyễn Thanh Giang, Lê Quốc Quân, hay chí ít cũng như Nguyễn Xuân Nghĩa. Em còn phải phần đấu chán mới được "bị bắt." Phải biết mình là ai chứ Nghiên. Nhà nước chỉ bắt những người có đẳng cấp, còn cỡ "tép riu" như em chưa cần thiết đâu, Nghiên nhá!

Vừa nói, Thủy vừa kéo ghế nhích ra xa.

Đáng phục chưa, mấy ai "đổi màu" với tốc độ tên lửa như thế. Chị ta còn thế, không biết các sếp còn "bản lĩnh" thế nào? Tôi mỉa mai:

- Ôi! Nhẹ cả người. Thế mà cả tuần nay cứ lo phải ăn cơm tù. Lo đến ốm cả người. May quá! Cảm ơn chị. Thật ơn đảng, ơn nhà nước quá. Tuyệt quá cái thân phận "tép riu" của tôi.

- Chưa tù, nhưng không yên đâu.

Giọng chị ta đanh lại. Lời đe dọa trở nên lố bịch.

Tôi buộc lại tóc và cười nhạt với chị ta. Cuộc vuốt ve chấm dứt. Mấy tay điều tra viên bước vào. Thủy ra ngoài với thái độ hằn học.

Gần chín giờ tối tôi mới được về nhà. Mệt, đói, chán ăn, bực bội và lo lắng là cảm giác mỗi khi rời trụ sở công an. Không thể kéo dài tình trạng này thêm nữa, phải chấm dứt nó cho dù quyết định sau cùng của tôi sẽ là một biến cố của cuộc đời. Tôi quyết định sẽ tọa kháng.

Mọi thứ từ băng rôn, khẩu hiệu và máy ảnh được "bí mật" chuẩn bị từ trước. Vì lý do tế nhị, xin phép không chia xẻ thêm về việc tôi có các thứ đó trong khi nhiều ngày không thể ra khỏi nhà bởi sự kiểm soát chặt chẽ của mật vụ. Tôi gọi điện cho vài người bạn ở nước ngoài thông báo quyết định tọa kháng vào sáng hôm sau.

Tám giờ sáng 18 tháng 9 năm 2008, tôi tọa kháng.

Tôi ngồi xếp bằng, trong tư thế ngồi thiền. Trước mặt là tấm vải đen mang dòng chữ: *Trường Sa, Hoàng Sa là của Việt Nam. Phản đối công hàm bán nước ngày 14 tháng 9 năm 1958 của Phạm Văn Đồng.* Không chờ công an phải yêu cầu, tôi chủ động nhờ mẹ ra mở cổng.

Lần khám nhà bảy ngày trước, mọi phương tiện làm

việc và liên lạc của tôi từ máy tính, máy in, điện thoại di động, máy ghi âm…đều bị thu giữ. Tôi không được sở hữu bất cứ văn bản nào về việc khám nhà, thu giữ tài sản theo quy định pháp luật và theo lời hứa của cánh công an "thực thi nhiệm vụ." Và tôi đã sắp đặt cho cuộc trả lời phỏng vấn rất có thể là cuối cùng với thông tín viên Hiền Vy, đài RFA, bằng cách cho cô số điện thoại của mẹ tôi. Tôi muốn công luận biết việc mình sắp làm.

Tôi vẫn ngồi xếp bằng, xung quanh là lực lượng công an đông hơn ngày thường. Chuông điện thoại của mẹ reo. Tôi bắt máy, tường thuật diễn biến xung quanh.

Cuộc tọa kháng bị chấm dứt khi mấy an ninh nữ xông vào xốc nách, lôi tôi đứng dậy. Tấm băng rôn bị thu giữ. Cuộc khám nhà lần thứ hai trong vòng một tuần lễ được tiến hành. Mọi thứ đã bị "dọn sạch" từ 12/9 — một tuần trước. Nhưng họ gặp khó khăn trong việc tìm chiếc máy ảnh ghi hình tôi tọa kháng. Vì thế, cuộc khám xét phải kéo dài mấy tiếng đồng hồ. Đinh Trọng Chiềm yêu cầu tôi đưa hắn lên phòng riêng của vợ chồng anh trai tôi trên tầng hai. Lúc lên cầu thang — được xây lộ thiên —, tôi giật mình thấy chiếc xe thùng đậu ở bên dưới. Không để Chiềm phát hiện phút bối rối, tôi bông phèng:

- Ơ thế "quả" xe kia dành cho tôi đấy hả?

- Không cho chị thì cho ai? Thôi, máy ảnh để đâu đưa ra cho khỏi mất thời gian. Làm khó nhau làm gì. Cứ thế này, không khéo phải phá nhà để tìm mất. Hắn dọa.

- Khiếp, gì mà dọa nhau kinh thế. Các anh phải tự tìm chứ, cứ động tí hỏi tôi còn ra thể thống gì nữa. Mà kể cũng tiếc, đang định hôm nào mời anh đi cafe mà cái xe thùng đỗ chình ình ra thế kia thì…

- Đợi bao giờ chị về thì đi có sao đâu. Chắc tôi phải đợi hơi lâu đấy. Nhưng tôi vẫn muốn chị giữ lời hứa.

- Anh yên tâm, chỉ sợ anh không dám đi thôi. Anh đợi được, nhất định tôi sẽ mời.

Tôi dần lấy lại được bình tĩnh. Không tìm thấy chiếc máy ảnh, anh ta dẫn lính đi xuống. Cuộc khám xét lần này tỉ mỉ hơn hôm 11/9. Thùng rác trong nhà vệ sinh cũng vinh dự được bàn tay công an mò tới. Chiếc máy ảnh cất trong túi áo khoác treo trên tường. Một công an vô tình tựa lưng vào nên mới phát hiện. Không hiểu sao hồi đó, tôi lại dốt nát thế. Tôi đã ý thức chiếc máy ảnh sẽ bị thu giữ thì lẽ ra, phải gửi hình đi từ trước. Nhưng cũng không biết gửi bằng cách nào. Nhiều tuần lễ rồi tôi bị cầm tù trong nhà, điện thoại, máy in, máy tính cùng nhiều thứ khác đã bị tịch thu hôm 12/9.

Sau khi trở về, tôi biết cuộc trả lời phỏng vấn sáng hôm đó, cuộc đối lý giữa tôi với công an cũng như *lệnh bắt giữ* đã được thu âm, truyền đi rộng rãi. Nhất là câu nói của mẹ dặn tôi làm nhiều người xúc động: *"Cố mà ăn bát cháo rồi đi cho có sức."* Điều đó, sau này an ủi tôi phần nào. Tên Đinh Trọng Chiềm vừa đọc xong lệnh bắt, một đồng nghiệp của hắn cất giọng đắc ý:

- Chị Nghiên, chị thua rồi!

- Không, tôi thắng chứ. Tôi thắng các anh về chính nghĩa. Tôi thắng các anh về lẽ phải. Tôi thắng các anh về lòng yêu nước. Tôi thắng các anh về lương tâm và trách nhiệm. Tôi chỉ thua các anh về cơ bắp thôi. Nhưng các anh không thể dùng vũ lực mãi được. Vũ lực sẽ dẫn các anh đến thất bại.

Tay bị còng, tôi cúi xuống hôn mẹ, một cái hôn vội vã. Bà vẫn ngồi yên như thế trên chiếc ghế hàng ngày bà vẫn ngồi. Hời hợt đáp lại nụ hôn của tôi, bà quan tâm đến những kẻ bắt con bà hơn:

- Như vậy là các anh đã bắt con tôi về tội yêu nước.

Câu nói đã khích lệ tôi suốt bốn năm tù. Phải nhiều ngày sau tôi mới lý giải được vì sao bà không đứng dậy tiễn tôi. Không phải bà không muốn. Mà khi đó mẹ tôi không còn đủ sức để đứng dậy. Sức lực còn lại bà đã dồn vào câu nói cuối cùng để không chỉ kết tội những kẻ bắt con bà, mà còn là sức mạnh truyền sang cho tôi. Tôi, cho đến hôm nay vẫn chưa hiểu hết tấm lòng của mẹ mình.

Đi ngang qua mặt Lã Thị Thu Thủy, tôi giễu cợt:

- Vậy là nhà nước của chị đã đánh giá lại đẳng cấp của tôi rồi à?

Chị ta giận tím mặt. Những tên khác ngơ ngác.

Tôi bước ra khỏi nhà, không ngoái lại nhìn.

Những người hàng xóm đứng từ xa, rụt rè và im lặng. Trong đám đông, tôi nhận thấy mấy gương mặt phụ nữ cúi xuống kéo vạt áo. Rồi một cánh tay ngập ngừng giơ lên. Tôi cũng giơ đôi tay bị còng lên vẫy vẫy.

- Lên xe đi, tù rồi còn lắm chuyện.

Tôi trừng mắt nhìn tên công an vừa quát. Hắn còn rất trẻ. Chưa bao giờ tôi dành cho ai ánh mắt như thế. Hắn lảng đi. Một nữ công an khác đỡ tôi lên xe. Chị ta rất nhẹ nhàng. Tôi đoán, chị ta cũng thấy ánh nhìn của tôi. Tên công an kia đã vô tình giúp tôi ngăn lại phút yếu lòng bởi khi đó, tôi đã gần khóc. Cửa xe thùng đóng lại. Tôi chỉ cho mình khóc một chút thôi. Rồi co căng chân lên để nước mắt thấm vào ống quần nơi đầu gối. Mọi chuyện đã kết thúc. Đang bắt đầu một chặng đường mới. Chặng đường mù mịt và tăm tối. Chính tôi sẽ phải tự thắp sáng đường đi cho mình.

Tôi, rất có thể sẽ phải xa nhà ba năm, năm năm, bảy năm hay lâu hơn thế. Tôi sẽ già đi, thậm chí có thể mang thương tích, bệnh tật trên cơ thể. Nhất là, mẹ tôi hẳn sẽ yếu đi rất nhiều hoặc bà cũng sẽ không còn ngồi lại trên chiếc ghế ngày nào bà tiễn tôi. Nhưng tôi nhất định sẽ trở về trong chiến thắng.

Bởi, không phải ai khác mà chính tôi đã chọn cho mình con đường ấy: *Con đường Tự Do.*

02 —
Những Ngày Đầu Tiên ở Tù

Tôi xin tặng câu chuyện này cho bạn, những Tù Nhân Lương Tâm "dự bị" dưới chế độ CS, để thấy được những khoảnh khắc của một người tù. Tôi luôn hy vọng, trong tương lai gần sẽ không còn nhiều người Việt Nam phải trải nghiệm cuộc đời mình trong chốn ngục tù đầy đau thương và mất mát như cái giá để trả cho Khát Vọng Tự Do.

Con người luôn có xu hướng "nói tốt về mình" và cảm thấy dễ dàng khi kể về những thành công hơn là những thất bại. Người ta hay lảng tránh hoặc giấu kín những sai lầm của bản thân, nhất lại là những sai lầm "ngoài mình không ai biết." Nhưng, thành thật với chính mình phải được xem là điều kiện bắt buộc để trở thành một con người chính trực, để thấy rằng mục đích chính không phải trở thành người hùng mà là cách đối mặt và vượt qua những khoảnh khắc sợ hãi, mềm yếu của mình trước những thử thách đầy cam go, khốc liệt.

Tôi không định cất giữ những "bí mật" của riêng mình trong thời gian bị cầm tù mặc dù hoàn toàn có thể và có quyền làm như thế. Nhưng, tôi sẽ kể một cách trung thực nhất không chỉ những chuyện của chiến thắng, của khí phách và lòng quả cảm mà cả những chuyện về thất bại, về phút giây hèn yếu của tôi, một tù nhân lương tâm dưới thời cộng sản.

Đơn giản vì sự thật cần được biết tới và tôn trọng. Nếu bạn không may trở thành một tù nhân lương tâm như tôi thì hy vọng, những trải nghiệm này sẽ giúp bạn có thêm vài kinh nghiệm. Nhất định bạn sẽ chiến thắng, một chiến thắng trọn vẹn vì bạn giỏi hơn tôi, dũng cảm và thông minh hơn tôi nhiều.

✳

Tôi luôn nghĩ mình không đến nỗi nào khi vượt qua bảy ngày khủng bố trước khi bị bắt. Ngay cả lúc bước chân vào nhà tù, làm thủ tục "nhập kho", tôi vẫn không sợ hãi.

Một cai tù mặt mũi bặm trợn, mặc độc chiếc quần xà lỏn đang chơi bóng chuyền ngoài sân, xông vào gây sự:

- Đứng dậy, vào đến đây mà còn dám ngồi à? Tội gì? Có muốn cạo trọc đầu không?

Tôi vẫn ngồi trên ghế. Thay vì phản ứng với hắn, tôi đưa mắt nhìn ả điều tra viên. Cô nàng hơi lúng túng, rồi tiến đến chỗ tên cai tù hống hách. Không biết cô ta thì thầm nhỏ to điều gì nhưng tôi thấy thái độ của hắn chùng xuống. Lúc này tôi mới chằm chằm nhìn hắn, cho tới khi hắn lỉnh ra sân, tiếp tục cuộc chơi với đồng nghiệp.

Làm thủ tục xong xuôi, bọn điều tra viên ra về. Một người phụ nữ trung tuổi đưa tôi vào căn phòng chật chội. Tôi ngốc đến nỗi không biết đó là cai tù vì mụ mặc thường phục, dáng vẻ nhỏ nhắn và có phần yếu ớt. Lẽ ra tôi phải biết một điều rất đơn giản ngoài các tù nhân đã bị nhốt và bọn điều tra viên, nơi đây là thánh địa của bọn cai tù.

Lúc này, tôi mới thấy mình không còn chút sức lực nào hết. Tôi thả lỏng người, cho phép đầu óc được ngơi nghỉ bằng cách không suy nghĩ.

- Ngồi xuống!

Tôi giật mình khi mụ ta ra lệnh. Tôi vẫn chưa nhận ra chân dung của một cai tù. Bực mình trước sự lúng túng của tôi, mụ quát to hơn:

- Ngồi xuống!

Tôi nhìn quanh không thấy cái ghế nào.

- Tìm gì! Ngồi xuống đất ấy.

Không kịp suy nghĩ, tôi ngồi thụp xuống đất. Đến bây giờ và có lẽ mãi về sau, tôi vẫn cảm thấy xấu hổ và day dứt bởi hành động đó của mình. Một sai lầm không bao giờ cứu vãn được. Hình ảnh những người tranh đấu trong phút chốc đã bị tôi làm cho thảm hại.

- Họ tên?

Càng lúc mụ càng tỏ ra hách dịch và khinh bỉ.

Lúc này, tôi mới nhận ra một tên cai tù. Tôi lập tức đứng lên. Nhưng, tay tôi phải vịn vào bàn làm việc của mụ vì khi đó tôi đã rất mệt. Sự mệt mỏi, lo lắng, căng thẳng của tám ngày vật lộn với cơ quan an ninh điều tra dường như đang dồn lại, bủa vây tôi. Tôi đã sai lầm khi cho phép trí não mình nghỉ ngơi. Ngạc nhiên trước thái độ bất ngờ của tôi, mụ cai tù hoạnh, ánh mắt xoáy vào kẻ đối diện:

- Ai cho mày đứng lên mà đứng? Ngồi xuống!

- Tôi không có nhu cầu ngồi dưới đất.

Tôi nhìn thẳng vào mắt mụ cai tù. Đôi mắt nhỏ và đục. Nhất là lực mắt như một sức nặng xoáy vào người đối diện. Người "yếu bóng vía" chắc không dám nhìn vào đôi mắt ấy.

Gần đến ngày ra tòa tức mãi hơn một năm sau, tôi mới biết mụ là thông gia của đương kim bộ trưởng Công An Lê Hồng Anh. Nhiều người ví von rằng, muốn biết bản chất của công an cộng sản Việt Nam, chỉ cần nhìn gương mặt của ông bộ trưởng. Ở đó có sự tăm tối, độc ác, có mùi máu tươi lẫn với tiếng thét kinh hoàng của những kẻ vô tội. Gương mặt của ông bộ trưởng, thật sự khiến người ta rùng mình dù chỉ thoáng thấy trên màn hình vô tuyến.

Không phục hồi được danh dự của mình sau hành động thảm hại vừa rồi nhưng không thể để mụ chiến thắng trọn vẹn. Dồn hết sức lực và niềm kiêu hãnh còn lại vào ánh mắt, tôi muốn mụ hiểu: Tôi đã đứng dậy.

Phải nhớ sự sỉ nhục hôm nay để không lặp lại một sai lầm tương tự trong tương lai.

Mụ cai tù chủ động xuống nước. Tôi "khai" lý lịch xong, mụ ta bắt đầu bài thuyết giảng giống như bao nhiêu bài thuyết giảng của cánh đồng chí với mụ. Mụ bảo suốt mấy chục năm công tác, chưa bao giờ mụ gặp "loại tội phạm" như tôi. Trước khi đẩy tôi vào buồng giam, dùng lối xưng hô rất ngọt, mụ nhẹ nhàng đe dọa:

- Thôi, cô chả cần biết mày làm gì ở ngoài. Vào đây rồi thì cố suy nghĩ kỹ. Sai thì nhận, không việc gì phải ngoan cố rồi khổ ra. Chịu khó chấp hành nội quy, không là khó sống lắm. Cô cứ nói thật cho mày biết như thế.

Mụ cai tù bập khóa lại, vội vã và chuyên nghiệp đến mức cánh cửa như chạm vào lưng tôi. Tôi thực sự bị đẩy vào thế giới những kẻ được cho là đáy cùng xã hội. Hàng chục con mắt đổ dồn vào kẻ mới đến. Tôi thấy rờn rợn. Rất cố gắng để xua đi ý nghĩ họ là những kẻ đáng sợ. Trong phút chốc, khó nhận diện đâu là chân dung kẻ sát nhân, kẻ buôn ma túy, đâu nữa là kẻ buôn phụ nữ và trẻ em? Từ nay, tôi sẽ phải "chung đụng" với những con người này và họ sẽ là một phần cuộc sống của tôi.

Nhưng chắc chắn một điều là không ai trong số họ giống như tôi: Vào tù chỉ vì đòi Quyền Con Người và muốn toàn vẹn lãnh thổ cho đất nước mình.

Lần đầu tiên tôi bị "kiểm tra thân thể" đúng nghĩa đen cụm từ này trước sự chứng kiến của bao nhiêu người khác. Việc khám người do buồng trưởng — người tù được quản giáo chỉ định để giám sát các tù nhân — thực hiện. Vài người khác, được gọi là "trách nhiệm" cũng do quản giáo chỉ định, lo phần kiểm tra tư trang. Đây là thủ tục bắt buộc với hầu hết người mới nhập buồng.

Nói "hầu hết" vì thi thoảng cũng có vài trường hợp ngoại lệ. Đó là người nhà của ban giám thị, hay bọn cai tù. "Người nhà" có thể là họ hàng, nhưng đa số là quan hệ xây dựng dựa trên lợi ích giữa kẻ làm ăn phi pháp với những tên cai tù hoặc những tên quan chức có cỡ. Chỉ cần "cô" — cai tù quản lý buồng giam — nói trước với buồng trưởng một tiếng, kẻ mang danh "người nhà" sẽ vênh váo bước vào buồng giam mà không ai được phép đụng vào thân thể.

Trong lúc khám người, chị buồng trưởng phổ biến cho tôi nghe "nội quy" buồng giam. Đại loại không được đi quá phạm vi chỗ nằm, không được nói chuyện riêng gây mất trật tự, nhất là không được *"tuyên truyền chống Nhà Nước."* Tôi đoán rất ít người ở đây nghe thấy cụm từ này trước khi tôi xuất hiện. Chị buồng trưởng phải phát âm tới lần thứ ba mới đúng cụm từ. Không hiểu sao khi ấy, tôi hình dung ra vẻ mặt ngây ngô có phần hãm tài và nụ cười hồn nhiên của chủ tịch nước Nguyễn Minh Triết.

Sự sợ hãi và vẻ hồn nhiên, hài hước của ông ta len lỏi vào tận chốn ngục tù.

Tôi nói với buồng trưởng Nhung Rồng rằng tôi cần phải đi tắm. Chị ta chỉ cho tôi vào toa lét. Vài hôm sau tôi mới biết không một ai đủ "gan" ngang nhiên yêu cầu được tắm trong giờ đóng cửa buồng cũng như không một tù nhân nào dám "đồng ý" cho việc đó.

Đối với mọi người, ngay ngày đầu bước chân vào buồng giam tôi đã mang dấu hiệu khác biệt.

Tôi được xếp nằm dưới "gầm mà"(³), cạnh hai người tù buôn ma túy. Làm quen vài câu lấy lệ, tôi thả mình xuống tấm chiếu không còn lành lặn.

(³) *Gầm mà: Chỗ nằm của tù chia ra hai loại. Trên sàn (sàn trên) bằng bê-tông lát đá hoa cao chừng 1 mét. Chỉ các tù nhân mà người nhà ở ngoài "quan tâm" đến "cô"(cai tù) mới được nằm. Tức là đi tù cũng phải mua chỗ. Người không tiền, không có quan hệ với cai tù bị ấn dưới gầm sàn, gọi là "gầm mà." Người bị cai tù ghét bị ấn dưới gầm mà gần chỗ vệ sinh. Đó là chỗ dành cho tôi khi mới vào.*

Lúc này đã gần bảy giờ tối.

Mệt và đói. Mấy thìa cháo tôi ăn trước lúc đi đã bay hơi ngay khi vừa ngồi trong xe thùng.

- Sao không mở ti-vi lên coi hả các chị?

Không ai trả lời. Tôi nhắc lại câu hỏi lần nữa, Nhung Rồng trả lời :

- Ti-vi hỏng.

Cái ti-vi chỉ "hỏng" đúng buổi tối đó thôi. Nó hỏng theo chỉ thị. Bản tin thời sự hẳn sẽ đưa tin về một chiến công lẫy lừng của các chiến sĩ công an, tóm gọn tên *"phản động"* với *"bằng chứng không thể chối cãi"*, và *"đối tượng đã cúi đầu khuất phục"*. Cánh điều tra viên không muốn cắm mặt xuống đất mỗi lần đi hỏi cung "bị can" — nhân vật chính trong bản tin thời sự. Kể cũng chưa mất hết liêm sỉ. Mọi người vẫn ngồi chơi. Tôi nằm nhưng không sao ngủ được. Một chị đánh bạo hỏi:

- Em ơi thế em đi tù hay đi ngủ?

- Cả hai chị ạ.

Tôi bình thản đáp. Một vài người khác mạnh dạn hơn, bắt đầu hỏi chuyện. Song cũng chỉ một lúc, không còn ai dám chuyện trò với tôi nữa. Bản tính tò mò không thắng được nỗi sợ hãi. Cái mệt đã giúp tôi trải qua đêm đầu tiên trong tù một cách dễ dàng.

✳ *Ngày hôm sau.*

Chị buồng trưởng gọi mọi người dậy sau tiếng kẻng báo thức. Lúc này tôi mới phát hiện bàn chải đánh răng đã bị thu giữ khi làm thủ tục nhập trại. Tôi nhớ rất rõ, người cho tôi vay chiếc bàn chải đánh răng là chị Hà, thường được gọi kèm tên bố là Hà Ban. Theo quy định, bàn chải đánh răng phải bị chặt cụt phân nửa phần cán với lý do: Đề phòng việc tù nhân tự sát hoặc dùng làm hung khí gây án, gây thương tích cho người khác. Cũng giống như phụ nữ khi vào tù không được phép mặc xuchiêng để đề phòng việc dùng dây áo thắt cổ tự tử. Nhưng những quy định quái gở này vẫn không làm giảm các vụ "tự sát", hay những cái chết bất thường, đầy bí ẩn trong các nhà tù.

Chị Hà Ban về sau bị kết án bảy năm tù giam vì tội "Mua bán trái phép chất ma túy." Mặc dù khi khám nhà và đọc lệnh bắt, công an không tìm ra một chất gì được gọi là ma túy ngoài mấy chục ống xi-lanh. Cơ quan điều tra lập luận rằng bị can là một con nghiện, đương nhiên "tàng trữ" xi-lanh không ngoài mục đích tiêm chích ma túy. Có xi-lanh tức là có hê-rô-in, vì thế bắt giữ là đúng người đúng tội, thể hiện sự nghiêm minh và công bằng của luật pháp. Sau này, tôi được một bạn tù cho biết chị Hà Ban đã chết trên trại giam Xuân Nguyên, Hải Phòng vì căn bệnh Aids. Chị chết như bao người tù khác: Đau đớn, vật vã, tức tưởi và cô quạnh.

Trong lúc đợi đến lượt đi tắm, một giọng nói thì thầm phía sau tôi:

- Nghe chị nói nhưng đừng quay lại nhìn. Trong này có rất nhiều điều ngang tai trái mắt nhưng tốt nhất cứ mặc kệ. Không "đứa nào" xứng đáng để em bênh vực đâu. Nhất là lúc ốm đau, nếu không thật cần thiết đừng uống thuốc.

Một chút hoang mang thoáng trong đầu tôi lúc đó.

Sau này, dù rất cố gắng, tôi vẫn không nhận ra giọng nói ấy là ai. Vài cái tên được điểm trong đầu nhưng tôi vẫn không chắc chắn. Kinh nghiệm của "người tù bí ẩn" sau này trở thành phương châm hành xử cho tôi suốt thời gian bị tạm giam. Đối với một tù nhân lương tâm, đó chưa hẳn là lối ứng xử hoàn hảo bởi giống như một sự làm ngơ có lựa chọn trước các bất công mà bạn tù xung quanh gánh chịu. Không có ai "giao trách nhiệm" nhưng một người bảo vệ nhân quyền, khi vào tù vẫn có bổn phận bênh vực cho kẻ yếu. Ít ra đó là suy nghĩ của tôi khi còn ở ngoài.

Dù không muốn, song tôi đã chọn lựa thái độ "làm ngơ" trước một số việc ngang tai trái mắt suốt mười tám tháng tạm giam và ý thức được đó là cách tốt nhất giúp tôi phần nào hóa giải được chính sách cô lập, điều quan trọng để đến gần hơn và tìm hiểu về những người tù. Cuộc đời của họ là bằng chứng rõ ràng nhất phản ánh bộ mặt thật, nhem nhuốc và nhầy nhụa của chế độ. Tụi cai tù và thậm chí cả bọn điều tra viên sẽ ít cảnh giác hơn với một tù nhân lương tâm có tính cách hài hước, giản dị và nhất là chả mấy khi nói chuyện chính trị. Hầu hết những kẻ tuyên chiến với sự phi nhân của chế độ này, trong đó có tôi, thường mặc nhiên nghĩ mình đã rất hiểu chuyện, song cũng phải ngỡ ngàng nhận ra rằng: Sự thật còn vượt xa tưởng tượng, vượt xa những gì mình đã biết.

✶ **Bữa cơm đầu tiên.**

Những âu cơm đang để dưới đất kia là dành cho chúng tôi. Tôi thầm ra lệnh cho mình.

"Ngồi xuống và bưng bát cơm lên!"

Đưa miếng cơm vào miệng, cố gắng để không giọt nước mắt nào rơi xuống. Tôi tiếp tục ra lệnh cho mình.

"Phải ăn hết!"

Cái thứ chúng tôi ăn chỉ giống cơm chứ chưa hẳn là cơm. Mỗi chiếc âu nhựa, tù thường gọi là bo, đựng một xuất "cơm" ngả vàng — có hôm màu đen — còn lẫn cả thóc, sạn, trấu, dây bao và mang mùi hôi đặc trưng được gọi chung là "mùi cơm tù."

Một ít muối rang lác đác vài hạt lạc vụn đựng trong một bát con bằng nhựa hai người chung nhau. Cũng hai người chung nhau một bát canh rau muống. Gọi thế cho sang chứ đó là thứ rau "chưa lớn đã già", lơ thơ vài cọng gầy đét và dai ngoanh ngoách. Hiếm hoi lắm mới có một bữa rau non. Dù non hay già thì bát canh tù cũng phải mang đậm "bản sắc" với nguyên cả gốc, lá úa, cỏ và điểm xuyến vài chú sâu béo ngậy. Nước rau màu đen là đạt tiêu chuẩn Nhà Nước cho một bữa cơm tù hoàn hảo.

Trong mười tám tháng bị tạm giam, tôi chưa thấy ai có thể ăn hết xuất cơm trong ngày đầu tiên ở tù cả. Tôi cũng không ngoại lệ và đó chính là một sự thất bại.

Tôi nhớ đến Bếch, con chó cưng của tôi. Một lần, chỉ vì tức giận chuyện gì đó tôi đã hơi mạnh tay khi để bát cơm trước mặt nó. Con chó không ăn, lặng lặng bỏ đi. Lúc cả nhà cơm nước xong xuôi, bố tôi gọi mãi không thấy nó thưa. Ông đi tìm, thấy Bếch đang nằm thu lu trong ổ, mắt đỏ hoe. Nó tủi thân. Cuối cùng tôi phải nựng nịu, dỗ dành mãi nó mới chịu ăn. Tôi đi tù đến năm thứ ba thì Bếch chết. Mẹ tôi bảo nó già và nhớ chủ.

Bị đồng loại đối xử không giống những con người, tôi cay đắng nhưng thứ làm tôi đau khổ chính là sự bất lực của mình. Tôi đã không phản kháng. Giọng nói sáng nay văng vẳng bên tai. Tôi nhận ra một điều, sự quy hàng còn khó khăn hơn nhiều so với nỗ lực phải chiến thắng.

✳

Sáng thứ hai — sau ba ngày bị bắt — tôi đi cung.

Ba điều tra viên, hai nam và một nữ với tôi trong buồng cung ẩm thấp, chật chội. Chiếc áo dành cho "bị can" và đôi chân trần không giày dép không làm tôi mất tự tin. Trên nét mặt họ, sự căng thẳng nhiều hơn vẻ tự mãn. Không có gì đặc biệt trong buổi hỏi cung đầu tiên ngoài việc nhận quyết định tạm giữ chín ngày — trong khi đã giam tôi ba ngày rồi. Nhưng tôi biết mình sẽ ở đây lâu dài, nhiều tháng thậm chí nhiều năm.

Cộng sản luôn thù ghét kẻ chống lại họ.

Đã gần một tuần trôi qua và tôi vẫn không nhận được quà tiếp tế từ gia đình. Mẹ và các anh chị tôi có thể không biết tôi đang ở đâu. Tôi hình dung ra vẻ hốt hoảng và tất tưởi của mẹ khi gõ cửa từng cơ quan công quyền để hỏi thăm tin tức con mình. Mẹ tôi đã ngoài bảy mươi và tôi chưa từng phải xa mẹ.

Vẫn ba điều tra viên hỏi cung tôi. Không giữ thái độ điềm đạm như mấy lần trước, tôi chủ động chất vấn:

- Vì sao đến hôm nay tôi vẫn không nhận được tin từ gia đình?

Đinh Trọng Chiềm lên giọng.Hắn bao giờ cũng thế, luôn cố gắng thể hiện vai trò cấp trên với đồng nghiệp:

- Chị nên nhớ, chị đang bị bắt giữ để điều tra, mọi sự liên hệ với gia đình là hoàn toàn không được phép.

- Các anh không cho gia đình tôi biết tôi đang ở đâu. Điều đó là phạm pháp.

Tôi buộc tội.

- Chúng tôi đã thông báo cho gia đình chị.

Vẫn tên Chiềm quả quyết.

- Các anh giải thích thế nào về việc gần một tuần nay tôi không nhận được tiếp tế từ gia đình?

- Cái đó làm sao chúng tôi biết được? Đó là việc của gia đình chị.

Câu nói cùn của Chiềm khiến tôi nổi đóa:

- Anh đã nói thế thì tôi cũng thẳng thắn với các anh luôn nhé. Nếu trong một, hai ngày tới tôi không nhận được tin từ gia đình. Tôi sẽ tuyệt thực. Đừng hòng các anh cung cán gì được hết.

Không để đồng nghiệp tiếp tục, tên Dương xoa dịu:

- Chị Nghiên này, chúng tôi đã thông báo tới chính quyền địa phương và họ có trách nhiệm sẽ báo cho gia đình chị cũng như hướng dẫn mẹ chị các thủ tục gửi quà. Còn vì sao đến hôm nay chị chưa nhận được tiếp tế thì chúng tôi sẽ tìm hiểu. Chị yên tâm!

- Làm thế nào để tôi tin các anh?

Nhận ra sự mềm dẻo của đồng nghiệp có vẻ hiệu quả hơn, tên Chiềm lập tức thay đổi thái độ:

- Chị Nghiên ạ! Chúng tôi biết phụ nữ thì có những

thứ không thể thiếu. Nói thật với chị trước khi đến đây, anh Dương đã gửi cho chị một số tiền nhỏ vào sổ lưu ký để chị mua những thứ cần thiết nhưng trại giam họ không cho. Hứa với chị, ngay chiều nay tôi sẽ đến nhà để hỏi xem vì sao gia đình chưa đi gửi quà cho chị.

Sự "tử tế" của họ khiến tôi cảnh giác.

Thấy đối phương im lặng, Dương tiếp tục thuyết:

- Lẽ ra tôi không nói với chị chuyện tôi gửi tiền vì nó không đáng bao nhiêu. Vả lại trại giam họ cũng không cho nhận. Nhưng vì chị không tin nên chúng tôi phải nói. Đó là sự thật và chị nên tin ở thiện chí của chúng tôi.

Lúc này Hương, đồng nghiệp nữ của họ, mới lên tiếng:

- Nghiên hãy tin bọn chị…

Tôi nghĩ, chị ta phải cố lắm mới không thốt ra vế sau câu nói *"…không phải lúc nào bọn chị cũng nói dối"*

Dương không có mặt trong ngày 12/9 khi các đồng chí của anh ta khởi đầu chiến dịch khủng bố tôi trước khi ký lệnh bắt. Anh ta tự cho phép mình không phải chịu trách nhiệm hoặc chí ít không thấy ngượng trước chất vấn của tôi liên quan đến thủ tục triệu tập ngược đời mà cơ quan an ninh điều tra đã thực hiện. Anh ta, chính là người tôi đánh giá cao nhất trong số hai đồng nghiệp còn lại. Chắc Dương thực sự khá nên được phân công đảm trách các cuộc thẩm vấn lúc tôi còn ở ngoài cho đến suốt quá trình điều tra trong thời gian tôi bị giam giữ. Dương khá thông minh và kín đáo, không mấy khi lộ sự tức giận trong khi Chiềm, luôn cố gắng chứng minh năng lực vượt bậc — thứ anh ta không có — và không ngại quảng cáo thân thế của mình. Việc họ là "tài năng trẻ quốc gia", từng được đi gặp chủ tịch nước vì thành tích học tập xuất sắc thời học phổ thông là do Chiềm "khoe" với tôi trong một lần cung: *"Chị tưởng chị như thế là đã nổi tiếng à? Không đâu, chúng tôi còn nổi tiếng hơn chị nhiều. Chúng tôi đã học trường Năng khiếu Trần Phú và đã được gặp chủ tịch nước đấy. Chị là cái thá gì. Chị từng được gặp chủ tịch nước chưa?"* Anh ta ngốc, phải biết tôi đấm thèm vào cái gọi là "chủ tịch nước" ấy chứ.

Không biết do sự trùng hợp ngẫu nhiên hay có sự thỏa thuận ngầm của họ mà cả Chiêm lẫn Hương đều đi ra ngoài. Chỉ còn một mình Dương đối diện với tôi trong buồng hỏi cung. Anh ta nhìn thẳng vào mắt tôi như sắp tuyên bố điều gì quan trọng:

- Chị Nghiên, nếu chị muốn, tôi có thể cởi tấm áo này ra để thề với chị.

Tôi sững lại trong giây lát. Một điều gì khó tả, nhưng chắc chắn đó không phải cảm giác toại nguyện hay sự phấn khích đắc thắng. Tự nhiên tôi có cảm giác khó chịu.

- Tôi tin anh.

Tôi đáp cộc lốc. Dương đã tầm thường đi một chút.

Và đó là điều tôi không muốn.

Vài hôm sau, với vẻ cởi mở hơn, cả ba vào gặp tôi:

- Tôi đã đến nhà chị và cũng ra phường hỏi rồi. Hóa ra anh Hải, công an hộ tịch bận đi học nên anh ấy chỉ làm việc buổi tối thôi. Chị gái chị tới vào giờ hành chính vì thế không gặp. Tôi đã hướng dẫn gia đình chị và bảo các anh ở phường giúp đỡ những thủ tục cần thiết. Chỉ nay mai là chị nhận được quà thôi. Chị cứ yên tâm.

Chiêm dùng từ "hóa ra" với vẻ hân hoan cứ như anh ta vừa khám phá ra một bí mật quan trọng. Tôi không còn hứng thú để lý luận hay bắt bẻ cái thứ "luật vô luật" của Nhà Nước trước thông báo "hồn nhiên" của anh ta.

Tôi nhận lời động viên "cứ yên tâm ở tù" và lệnh tạm giam bốn tháng từ những kẻ bắt mình.

03 —
Câu Chuyện Nhỏ Của Tôi

Tôi bị bắt với một lý do rất... cười: tọa kháng tại nhà với biểu ngữ được phía cơ quan an ninh điều tra kết luận rằng mang nội dung xấu:*"Trường Sa - Hoàng Sa là của Việt Nam. Phản đối công hàm bán nước ngày 14/9/1958 của Phạm Văn Đồng."*

Mười sáu tháng sau ra tòa, tôi nhận bản án bốn năm tù giam, ba năm quản chế về cái gọi là tội *"Tuyên truyền chống Nhà Nước Cộng Hòa Xã Hội Chủ Nghĩa Việt Nam"* mà không hề dính dáng đến việc "tọa kháng", hành vi trực tiếp được nhà cầm quyền làm lý cớ bắt bỏ tù.

Hai chứng nhân "quan trọng" được đưa từ Thanh Hóa tới làm công cụ buộc tội bị cáo. Ông Nhiễm, ông Kính trông tội nghiệp với bộ mặt méo mó, khắc khổ ngồi lọt thỏm, bị bao vây giữa vô vàn mật vụ dưới hàng ghế dự khán, thay vì ở vị trí dành cho người chứng theo quy định một phiên tòa. Tôi đã nói những lời này trước tòa dành cho các ngư dân Thanh Hóa tôi đã gặp và giúp đỡ hồi cuối tháng hai năm 2008: *"Nếu thời gian quay trở lại hoặc có cơ hội khác, tôi vẫn sẽ giúp đỡ họ — những ngư dân Thanh Hóa — dù tôi biết trước có thể những con người này sẽ quay lại kết tội tôi. Họ buộc phải làm thế. Và tôi sẵn sàng tha thứ cho họ."*.

Trong bài này, tôi không thuật lại chuyến đi Thanh Hóa cùng Ngô Quỳnh.[4] Tôi tin rằng, nếu ai còn là người Việt Nam thì không thể không đau xót trước việc

---

[4] *Xin đọc bài "Uất Ức Biển Ta Ơi!" trong Phần Bổ Sung.*

đồng bào mình bị bắt giết ngay trên lãnh hải của Tổ Quốc mình, cũng như không thể phủ nhận Trường Sa, Hoàng Sa là của Việt Nam. Chỉ vì vạch trần và tố cáo một sự thật bị Đảng và Nhà Nước giấu nhẹm, chỉ vì đòi quyền lợi chính đáng cho những nạn nhân, ngư dân Thanh Hóa mà tôi và Ngô Quỳnh đã bị tước mất tự do — dù là một thứ tự do đang hấp hối.

✶ *Biệt giam*

Những ngày đầu, tôi bị giam chung với các nữ tù hình sự. Trong cuộc vật lộn mưu sinh, trở thành đủ loại tội phạm — và luôn tự hào phải rất bản lĩnh mới dám thách thức pháp luật — thì sự xuất hiện một cô gái nhỏ bé bị gán tội "chống Nhà Nước..." là điều ngoài tưởng tượng với họ. Từ ngạc nhiên, tò mò rồi thiện cảm, chúng tôi trở nên gần gũi với nhau. Được vài hôm, những ánh mắt thân thiện, cảm mến biến mất. Thay vào đó là thái độ dè dặt, lảng tránh pha chút sợ sệt. Chính sách cô lập bắt đầu có hiệu quả!

Sắp đến giờ cơm chiều. Tiếng ổ khóa vang lên chát chúa. Tiếp đó là giọng nói lạnh tanh của quản giáo: *"Phạm Thanh Nghiên chuẩn bị nội vụ!"*

Mọi ánh mắt đổ dồn về phía tôi, lo lắng, thương cảm, hoảng hốt: *"Chết rồi, bị đi ép cung rồi"*, *"Chị ơi! Biệt giam rồi"*, *"Khổ thân, người bé như cái kẹo, chịu sao nổi, cháu ơi!"* Mỗi người góp một tí, từ chai mắm, gói lạc, ít bột canh, cuộn băng vệ sinh... Tất cả được đùm vào một túi ni-lông, ấn vội vào tay tôi. Tôi không đủ thời giờ đùn đẩy. Nhận cũng tốt. Đây sẽ là vốn liếng giúp tôi "cầm cự", đợi đến lúc nhận được tiếp tế từ gia đình. Tôi không sợ biệt giam, không sợ ép cung. Tôi sợ những ánh mắt thương cảm của họ. Những tình cảm rất con người mà vì một sức ép đáng sợ nào đó, họ buộc phải thủ tiêu.

Tôi bước ra cửa, không ngoái lại nhìn. Sau lưng,

vài giọt nước mắt lặng lẽ rơi. Nhà tù vẫn còn chỗ cho tình thương yêu và lòng nhân ái.

Dẫn tôi đi là người cai tù tên Cường. Sau này tôi được nghe nhiều chuyện về ông ta, chủ yếu về thành tích làm giàu bất chính và đánh tù. Tôi cắp túi quần áo, chân đất đi trên các con hẻm nhếch nhác vì mưa phùn, qua những dãy nhà giam lạnh ngắt và xám xịt. Trong những bức tường lặng câm kia là vô vàn sự chờ đợi và tuyệt vọng. Chờ đợi được phán xử không theo cách của con người, rồi buộc phải hiến mình cho sự khổ ải và hao mòn trong các trại tù.

Khu giam giữ mới có khoảng sân khá rộng. Sau khi làm các thủ tục cần thiết, Cường *"bàn giao"* tôi cho đồng nghiệp. Tôi đi theo Khánh, cảm giác như đang bị nuốt vào một đường hầm. Lần đầu tiên kể từ khi bị bắt, tôi mới thực sự thấy hết cái âm u của chốn ngục tù. Chỉ khi dừng lại theo lời nhắc của Khánh, tôi mới biết mình đang đứng trước một cánh cửa. Cửa mở, hai đồng tử của tôi giãn ra: Đây là nơi dành cho con người ư?

Cái gọi là buồng giam rộng chừng 6 mét vuông. Hai bệ xi-măng đối diện — chừa một lối đi hẹp ở giữa, tù quen gọi là "xa lộ" — dùng làm chỗ nằm. Từ cửa đến chân bệ nằm còn khoảng trống nhỏ để đồ ăn. Buồng không có nhà vệ sinh, phải dùng bô. Chỗ để bô cách chỗ để đồ ăn chừng ba bước chân. Một trong hai bệ nằm có gắn cố định một cùm sắt, dùng để cùm chân tù bị kỷ luật hoặc tử tù chờ ngày ra pháp trường. Tôi vào sau Luyến vài ngày, đương nhiên phải nằm chung với cái cùm. Luyến thường mắng tôi vì thói quen luồn chân vào cái cùm. Bảo tôi không chịu kiêng, có ngày bị cùm thật cũng nên. Hàng ngày tôi đi bộ hàng chục lượt trên "xa lộ", coi như tập thể dục. Từ đầu đến cuối xa lộ chỉ dăm bước chân, đi vài vòng phải nghỉ một lần để khỏi chóng mặt.

Mỗi ngày hai lần: sáng và chiều, cai tù mở cửa cho

tù nhân ra ngoài làm vệ sinh cá nhân và lấy cơm. Mỗi lần chừng hai mươi đến ba mươi phút. Hầu như ngày nào tôi cũng phải đi cung nên mọi việc, từ giặt giũ, đổ bô, lấy cơm, rửa bát…, Luyến phải kiêm nhiệm hết. Có hôm, chưa làm vệ sinh xong, điều tra viên đã đứng đợi ngoài cửa. Chắc chỉ có tù nhân lương tâm như tôi mới phải trải qua tình trạng ngồi bệ xí trong sự chờ đợi và thúc giục của cả cai tù lẫn điều tra viên mà thôi. Suốt bốn tháng biệt giam, tôi phải đi cung hàng chục lần, chưa kể thời gian ở buồng chung hơn một năm.

Chuyện này xin được kể trong một dịp khác.

Luyến có tật xấu, đi ngoài vô tội vạ, không theo giờ giấc. Nhiều hôm cứ đóng cửa buồng cô nàng mới đi, mỗi lần như thế lại chữa ngượng: *"Em luyện mãi mà không được, cứ nhìn thấy công an là nó lại thụt vào. Hình như cứt sợ công an, chị ạ."*

Hai cái bô chứa đầy "sản phẩm" của Luyến. Mùi xú uế bốc lên nồng nặc. Đã thế, cô nàng còn lên lớp tôi:

- Chị phải uống thật nhiều nước mới tốt cho sức khỏe, người đâu mà gầy đét, trông chán lắm.

Tôi đáp:

- Có hai cái ngai vàng, mày ngự cả hai, chị uống nhiều nước thì chứa vào đâu?

Cô nàng nhe hàm răng ám khói thuốc cười trừ. Nhìn Luyến, tôi thấm thía hai câu thơ — được cho là của ông Hồ: *"Cửa tù khi mở không đau bụng, đau bụng thì không mở cửa tù."*

Cánh cửa sắt, may quá có sáu lỗ nhòm to bằng quả trứng chim cút, thứ duy nhất làm chúng tôi tạm quên mình đang ở trong một cái hộp. Hàng ngày được ra ngoài, tôi thường vãi cơm ra sân để dụ lũ chim sẻ đến. Qua sáu cái lỗ thông hơi quý giá đó, tôi và Luyến luân phiên nhau chiêm ngưỡng, ngắm nghía chúng. Luyến ước: *"Giá biết bay như chúng, em sẽ bay về ôm hôn thằng Cu cho thật đã.*" Rồi như tiếc rẻ "*Nhưng làm con chim bay được thì lại không lắc, không phê được. Làm người như em, tuy tù tội nhưng được biết mùi đời. Sướng thân! Như chị thì thiệt, chả biết đếch gì. Chán chết!*".

Tôi không thích tranh cãi với Luyến những lúc như thế. Lũ chim vô tâm, chúng nhặt nhạnh những hạt cơm cuối cùng rồi bay đi, mặc kệ tôi ngẩn ngơ. Không có cách nào gọi chúng lại. Tôi tủi thân, đâm ra giận chúng, hôm sau không vãi cơm cho chúng nữa. Theo thói quen, lũ chim bay đến ngơ ngác, tìm kiếm rồi bỏ đi. Tôi buồn!

Từ đó không dám tự trừng phạt mình nữa.

✶ *Một lần đi cung*

Một vật gì giống như con rắn nằm lù lù giữa sân. Vừa nhận ra thứ đó dành cho mình, một luồng hơi lạnh chạy dọc sống lưng. Sau cái rùng mình, mặt tôi nóng ran, hai thái dương giật liên tục. Không thể để cơn phẫn nộ được dịp bung ra. Tôi sẽ luồn chân vào đó. Phải nếm trải hết mọi cay đắng của người tù. Tôi đứng im, ngoan ngoãn cho Khánh xiềng chân mình. Nét ái ngại lộ rõ trên gương mặt anh ta: "*Chị Nghiên đi chậm thôi, sẽ đỡ đau.*" Tôi hít một hơi thở sâu chờ Khánh mở cửa. Ánh mắt tôi đập vào ánh mắt người điều tra viên. Dù cố tỏ ra tự nhiên, tôi biết anh ta chứ không phải tôi đang bị chi phối bởi cái xiềng chân. Tôi không đi chậm như lời khuyên của Khánh. Bị thôi thúc bởi lòng kiêu hãnh, tôi bước thật nhanh bất chấp hai vòng xích đập vào mắt cá chân đau điếng. Tôi không cho phép Dương có cơ hội thấy tôi trong bộ dạng chậm chạp và đáng thương. Chỉ thể hiện ở bước đi thôi chưa đủ, tôi bông phèng:

- Này anh, giúp tôi một việc được không?

- Việc gì chị?

- Nhờ anh đăng ký với kỷ lục ghi-nét, công nhận tôi là người phụ nữ có cái lắc chân to độc nhất thế giới nhé?

Bị bất ngờ, anh ta im lặng. Sau một hồi, tính háo thắng trỗi dậy, anh ta trả đũa:

- Nếu bây giờ tôi bắc thang cho chị trèo tường về, chị có về không?

- Sao nghiệp vụ anh kém thế?

- Gì cơ?

- Tôi bảo nghiệp vụ anh kém vì anh đi điều tra tôi mà không hiểu gì về tôi. Này nhé, tôi vào đây một cách đường hoàng thì cũng đường hoàng rời khỏi đây. Không phải các anh tùy tiện bắt rồi thả vô tội vạ là được.

Có lẽ Dương thấy tiếc về câu hỏi vừa rồi.

Người trực trại — cai tù — và bọn điều tra viên đã chầu sẵn ở buồng hỏi cung. Chờ tôi ngồi xuống, viên trực trại rướn người qua mặt tôi, kéo thanh sắt vốn được bắt vít cố định nơi tay vịn, khóa lại. Động tác rất dứt khoát với vẻ mặt nghiêm trọng. Chắc đấy là thứ công cụ được phát minh để bảo vệ các nhân viên điều tra khi hỏi cung những tên tội phạm thuộc diện đặc biệt nguy hiểm. Thế ra, tôi được liệt vào loại "đặc biệt nguy hiểm" cơ đấy. Tôi quan sát việc liên quan đến mình như một kẻ thực sự bị thuần phục. Xong việc, viên trực trại lui về đứng phía sau tôi, chắc sẵn sàng tung đòn cứu đồng đội nếu đối tượng manh động.

Hai điều tra viên đặt hồ sơ lên bàn:

- Chúng ta bắt đầu làm việc!

Tôi lơ đễnh nhìn lên trần nhà.

- Chúng ta làm việc thôi chị Nghiên.

Tên Chiểm nhắc.

- Anh bảo gì cơ?

Vẻ ngoan ngoãn lúc đầu của tôi khiến họ không chuẩn bị tâm lý đối phó cho sự phản công.

- Chúng ta vào việc...

- Làm gì có chuyện ấy. Các anh nghĩ tôi sẽ làm việc với các anh trong tình trạng này sao?

- Đây là quy định của...

Không để anh ta nói hết câu, tôi ngắt lời:

- Là quy định của các anh thôi. Nguyên tắc của tôi là không làm việc với các anh trong tình trạng này.

Hai điều tra viên nhìn tôi chằm chằm. Tôi tiếp tục nhìn lên trần nhà, lưng dựa ra sau ghế, các ngón tay gõ gõ vào thanh sắt chắn ngang trước mặt, chân đung đưa khiến cái xiềng cọ xuống nền nhà phát ra thứ âm thanh khô khốc, nghe rờn rợn. Cuối cùng, một trong hai tên điều tra viên phải ra hiệu cho trực trại mở xiềng chân và thanh sắt chắn ngang ra. Tôi thôi nhìn lên trần nhà:

- Đây sẽ là lần đầu và cũng là lần cuối tôi cho phép các anh làm thế. Nếu việc này còn tái diễn thì các anh sẽ chỉ nhận được một thứ duy nhất từ tôi, đó là sự im lặng. Mong các anh nhớ cho.

Trở về buồng giam, tôi mệt mỏi nằm vật xuống.

Nhìn Luyến với đôi mắt đỏ hoe, tôi đâm cáu. Cô nàng mặc cho tôi mắng mỏ, cứ sấn vào xoa xoa bóp bóp chỗ đau cho tôi. Tôi hắt hủi cô nàng để khỏi phải thương hại mình.

Tôi nghĩ đến chú Nghĩa, đến Ngô Quỳnh và các anh em khác bị bắt cùng đợt với tôi.

Không biết họ bị đối xử ra sao?

Nhưng tôi tin, dù ở hoàn cảnh nào thì những anh em ấy sẽ không cáu gắt với bạn tù vô lối như tôi, mà luôn ngạo nghễ và nở nụ cười nhân ái vì nhà tù là sự lựa chọn "bất khả kháng", là cánh cửa duy nhất để đến với tự do.

— *Viết sau những ngày mới ra tù.*

04 —
Đêm Đầu Tiên ở Buồng Biệt Giam

Không phải người tù nào cũng nếm trải mùi biệt giam trong căn buồng rộng chưa đầy sáu mét vuông với sáu lỗ nhòm to bằng quả trứng chim cút nhìn ra khoảng sân và bức tường trước mặt — thế giới của người tù.

Và cũng không phải mọi buồng biệt giam đều có khoảng sân để người tù có cơ hội giải phóng tầm mắt. Nhiều buồng biệt giam mà bên ngoài cánh cửa là một bức tường kín, chừa ra một lối đi hẹp tối tăm, ẩm mốc, hôi hám như một đường cống ngầm. Đấy là nơi ở đầu tiên của tôi trong những tháng bị biệt giam. Sau vài tuần, tôi được chuyển sang buồng có khoảng sân trước mặt.

Sự trừng trị đối với người khát khao tự do đôi khi lại là một cơ hội để khám phá bản thân, không chỉ qua khả năng chịu đựng đói rét, bệnh tật mà là bản lĩnh đối mặt với nỗi cô đơn tinh thần.

Biệt giam, thực sự là một môi trường tinh thần đủ mọi cung bậc của cùng cực tĩnh lặng, cùng cực xáo trộn dữ dội trong tâm trí mà chỉ có thể trải nghiệm giữa chốn ngục tù, nhất là mỗi khi đêm về.

Người tù có thể sẽ yếu đuối, nản lòng hoặc trở nên cứng cỏi, can đảm hơn khi chịu đựng đến cùng sự mênh mông vô tận trong khoảng không gian chật hẹp, u ám mang tên "buồng biệt giam." Điều đó tùy thuộc thái độ tiếp nhận hoặc tư thế của mỗi người.

Khi đã không được quyền lựa chọn "nơi ở" cho mình trong nhà tù thì tốt nhất là chủ động làm "chủ sở hữu" bất cứ nơi nào ta bị quăng quật vào đó.

Bước vào buồng biệt giam (⁵), tôi đã thấy Luyến. Nàng ta ngồi thù lù trên bệ xi măng. Đôi mắt sắc như dao trong ánh điện yếu ớt, thản nhiên và không mấy thiện chí nhìn tôi. Tôi nghĩ đến các từ nghe được lúc còn ở buồng chung, thấy một chút nghi ngờ về người bạn mới. Cô ta có thể là người được công an sắp xếp để "khai thác" tôi.

Một số danh từ như: *"rích, ly, ma, chó, ăng-ten..."* dùng gọi loại tù nhân nhận làm "tay trong" cho công an để đổi lấy những lợi ích cho bản thân. Phần thưởng cho mỗi lần "lập công" có thể trả bằng tiền, hiện vật, bằng những "đặc ân", sự ưu tiên trong thời gian thụ án và nhất là rút ngắn năm tháng ở tù của *rich*. Tất nhiên, trước khi đi làm "nhiệm vụ", *rích* cũng được công an hướng dẫn, "huấn luyện" về cách tiếp cận, khai thác, nhất là lấy được cảm tình và lòng tin của "đối phương." *Rích* thường được điều tra viên và cai tù sắp xếp để gần gũi "con mồi." Có nhiều khuôn mặt *rích* dễ nhận diện. Có nhiều *rích* ngụy trang khéo đến nỗi kẻ cận kề không phát hiện được.

Tôi biết dạng người này nhờ kinh nghiệm bốn năm tù, qua quan sát và qua chính vài người từng là *rích* thừa nhận. Vênh váo tự cho mình phá án giỏi nhất thế giới, nhưng công an cộng sản Việt Nam luôn phải áp dụng thủ đoạn dùng tù để khai thác tù. "Bị can" có thể không khai với công an điều tra, nhưng sẵn sàng kể lể, tâm sự đủ thứ với bạn tù mà mình tin cậy, từ các mánh khóe, quan hệ riêng tư, gia đình, xã hội, thói quen, sở thích và nhiều thứ liên quan hoặc không liên quan tới vụ án.

Bọn điều tra viên và bọn cai tù biến người tù thành kẻ thù của nhau, phải sống trong tình trạng nghi ngờ, cảnh giác, giám sát và căm ghét nhau trong cảnh tù đầy

---

(⁵) *Buồng biệt giam: Gọi "buồng riêng", giam 1 hoặc 2 người tù. "Biệt giam" không luôncó nghĩa giam riêng một mình. Với tù nhân chính trị,"người bạn"cùng biệt giam thường là người được sắp xếp để giúp công an giám sát, "khai thác", hoặc khủng bố người tù.*

vốn đã vô cùng khốn khổ. Đấy là chưa kể đến mớm cung, ép cung, bức cung, tra tấn, dùng nhục hình, chạy án... suốt quá trình tố tụng và nhiều hình thức khác trong thời gian phải ở tù.

Không mấy bận tâm về sứ mệnh của người bạn mới, tôi bị thôi thúc bởi mục tiêu tự đặt cho mình: Phải chung sống hòa bình và thân thiện với cô ta. Tôi chủ động bắt chuyện, nhờ Luyến với tư cách người đến trước chỉ bảo để tôi quen dần với sinh hoạt mới. Lúc đầu cô nàng đáp lại không mấy nhiệt thành. Nhưng không chịu được không khí nặng nề của nhà tù, Luyến cũng phải chuyện trò với tôi. Bị chuyển đi bất ngờ, tôi bị cắt xuất cơm chiều. Luyến đưa cho tôi phong bánh lương khô. Tôi chỉ ăn hết một nửa, uống nước vào, cũng ngang dạ. Buổi tối, tôi loay hoay không biết đi vệ sinh ở đâu. Luyến chỉ cái bô để góc buồng, tôi đột nhiên rùng mình.

Chiếc hộp đựng tôi và Luyến, không có vô tuyến, quạt máy, đồng hồ treo tường, nhà vệ sinh như ở buồng chung, vì thế càng ảm đạm.

Buồn quá! Tôi nhẹ cất tiếng hát. Tôi cứ hát. Giọng hát ban đầu còn khẽ khàng, rụt rè rồi sau cứ lớn dần. Và hòa vào giọng hát của tôi, Luyến hay bất cứ ai dù mang sẵn một "âm mưu" với bạn tù thì vẫn cứ là một người tù mang trọn vẹn nỗi buồn thương, lo lắng, hoang mang vô tận. Cô nàng khen tôi hát hay. Được khích lệ, tôi hát to hơn. Chúng tôi cùng hát với nhau. Luyến hát dở nhưng cô ta tự nhiên hẳn, khác với thái độ dè dặt có phần khinh khỉnh lúc đầu. Có tiếng người!

Chúng tôi ngừng hát, giỏng tai nghe.

- Mình có hàng xóm chị ơi! Luyến reo lên mừng rỡ.

- Hàng xóm nào?

Tôi ngạc nhiên hỏi.

- Bên cạnh có người, đàn ông hẳn hoi nhá. Em nghe rõ.

Gương mặt cô nàng rạng rỡ hẳn lên. Luyến dùng gót chân gõ mạnh vào bờ tường.

Bên kia, một tiếng gõ trả lời.

- Nhà bên này chào nhà bên đấy nhá!

Một giọng đàn ông vang vang. Tự nhiên tôi thấy ngượng. Thế mà mình hát say sưa như chỗ không người.

Bên kia lại tiếp tục còi (⁶) sang, bắt chuyện.

- Người ta đang hỏi tên chị kìa, trả lời đi!

Luyến giục.

- Thôi, chị ngại lắm.

Cô nàng khích lệ:

- Ngại gì, có nhìn thấy mặt nhau đâu mà ngại. Vào đây không có bạn, chỉ có chết vì buồn chán thôi, chị ạ

Tôi miễn cưỡng trả lời:

- Thôi, em cứ giới thiệu đại chị tên là Hoa. Chị bị bệnh về thanh quản, không nói to được.

Suốt thời gian biệt giam, mọi người đều gọi tôi là Hoa, còn Luyến sẽ dùng đại tên Liên — sau này là Còi — do tôi bịa ra tặng cô nàng để tiện xưng hô với hàng xóm. Từ hôm đó, Luyến kiêm luôn vị trí "chủ hộ", chịu mọi trách nhiệm từ đối nội như lấy cơm, rửa bát, giặt đồ lúc tôi đi cung đến công tác đối ngoại giao lưu với nhà hàng xóm. Cô nàng có vẻ phấn chấn với vai trò chủ hộ lắm.

Theo yêu cầu của nhà hàng xóm, tôi tiếp tục hát. Tôi nghĩ đến mẹ. Chắc mẹ sẽ cảm nhận được lời tôi hát:

Nơi đây tôi chờ, nơi kia anh chờ.
Trong căn nhà nhỏ, mẹ cũng ngồi chờ.
Anh lính ngồi chờ trên đồi hoang vu,
Người tù ngồi chờ bóng tối mịt mù.
Chờ đã bao năm...chờ đã bao năm
...chờ đã bao năm

(⁶) *Còi: Từ buồng giam nọ gọi nói chuyện với người ở buồng giam khác.*

Tiếng sụt sịt của Luyến làm tôi ngừng hát.

Nhà hàng xóm khen tôi hát hay như ca sĩ chuyên nghiệp. Chắc tại tôi hát bằng tâm trạng của mình, chạm được đến nỗi buồn của họ... Luyến lại làm người đại diện để cảm ơn. Thời gian đầu, tôi chưa quen với tiếng *còi* từ nhà hàng xóm nên Luyến làm chân phiên dịch.

Hát mãi cũng chán. Hai chị em tôi mỗi đứa một bệ xi măng, nằm nghĩ miên man. Yên ắng quá! Tôi nghe rõ tiếng côn trùng và tiếng thằn lằn chắt lưỡi.

- Mười giờ rồi.

Luyến nói, giọng buồn tênh. Tôi ngạc nhiên hỏi:

- Sao em biết?

- Em vừa nghe tiếng bọn chòi (⁷) đổi gác. Ở đây hai tiếng đổi gác một lần.

- À ra thế!

Tôi đáp lại, giọng cũng buồn tênh. Phần vì nhớ nhà, phần vì muỗi đốt nên nằm mãi không sao chợp mắt được.

Luyến cởi mở và gần gũi hơn, nhất là sau khi phát hiện ra buồng giam bên cạnh có người. Nghĩ miên man một lúc, tôi lại gợi chuyện. Trong câu chuyện giữa chúng tôi cũng có lúc yên ắng như chưa từng có tiếng người.

- Mười hai giờ rồi chị ạ.

Giọng Luyến thều thào vì mệt và buồn ngủ.

- Ừ, chị cũng vừa nghe thấy tiếng đổi gác.

Tôi nằm quay mặt vào trong, tránh ánh điện.

Bên cạnh, Luyến vừa đập muỗi, vừa càu nhàu.

Tôi lấy quần áo quấn vào chân và cánh tay cho khỏi muỗi đốt. Nhưng chỉ được một lúc là lại phải bỏ ra vì không chịu được nóng. Bỗng Luyến bật dậy, tóc tai rối bù đứng chống nạnh, chửi:

- Tiên sư mấy con đĩ muỗi này, có cho các bà ngủ không thì bảo. Bà mà báo công an, chúng mày chết cả lũ.

(⁷) *Chòi: Chòi cao để canh gác, quan sát; nơi canh phòng của cai tù.*

Vừa nói, Luyến vừa đập liên hồi vào không khí. Chẳng biết có trúng con muỗi nào không. Lúc này, tôi mới trông rõ mặt Luyến. Hai mí mắt cô nàng sưng húp, không nhìn thấy lòng mắt đâu, môi nổi cục lên như quả chuối mắn. Không nhịn được, tôi phá lên cười.

- Chị cười cái gì mà cười.Chị trông lại mặt chị xem.

Luyến đánh đố tôi. Tôi nhìn thấy mặt cô nàng chứ sao có thể tự nhìn thấy mặt mình. Tôi đưa tay lên mũi theo mô tả của Luyến. Bọn muỗi ác thật, chơi ngay chỗ sống mũi tôi. Mũi tôi vốn tẹt, nó đốt mấy phát vào đó, mặt tôi biến dạng là đúng rồi.

Hai chị em cười như mếu, động viên nhau ngủ tiếp.

Chả nhẽ bọn côn trùng đáng ghét ấy không thể chung sống hòa bình với lũ tù chúng tôi sao. Da thịt người tự do vừa sạch sẽ vừa thơm tho sao nó không đốt, lại cứ nhằm vào lũ tù khốn khổ, hôi hám chúng tôi. Trong bốn năm tù, nhất là thời kỳ biệt giam, tôi không nhớ mình đã giết bao nhiêu con muỗi. Mà có phải mình tôi giết nó đâu. Người tù nào chả sát sinh lũ muỗi. Thế mà lũ ấy vẫn không giảm sút về dân số, vẫn cứ nhằm đến người tù mà hút máu. Có người bị muỗi đốt, nhiễm bệnh sốt rét mà chết. Đêm biệt giam đầu tiên, rồi cũng qua.

Sáng hôm sau, tôi lại đi cung.

Trong thời gian ở Trần Phú, tôi chưa thấy người bạn tù nào đi cung nhiều như tôi, đến nỗi bọn cai tù còn ngạc nhiên. Luyến bảo *"bọn điều tra viên một ngày không gặp chị, chắc nó ăn không ngon, ỉa không yên."* Luyến đấy, sự gì cô nàng cũng liên tưởng, xiên xẹo sang chuyện thiếu tế nhị kia. Cô nàng bảo, nói thế nó mới sướng cái miệng.

05 —
Người Bạn Buồng Biệt Giam

Lúc mới bị giam chung với Luyến trong buồng biệt giam, cô nàng nói dối tôi tên là Lý. Thực ra, việc cô nàng tên thật là gì với tôi không quan trọng. Tôi không ưa cái cách nàng ta che che đậy đậy phần ký tên mỗi lần ghi phiếu mua lưu ký ([8]), nhất là khi đã quý mến và biết chăm sóc nhau như chị em.

Hôm ấy, trong khi nàng ta đang liệt kê những thứ cần mua vào tờ phiếu, tôi đang làm việc riêng. Nhưng Luyến bị bất ngờ khi tôi đứng bên cạnh, thản nhiên rút tờ phiếu từ tay nàng ta lên đọc. Luyến bối rối, ấp úng nói mấy câu gì tôi nghe không rõ.

Tôi chưa bao giờ tin những chuyện Luyến chia xẻ về bản thân, nhất là chuyện cô nàng có chồng cũ đang tị nạn ở nước ngoài vì dính đến chính trị.

Nhưng tôi không bao giờ tỏ thái độ không tin hoặc có ý bóc mẽ cô nàng.

Hôm ấy, ngoại lệ, tôi muốn cô nàng thôi trò diễn kịch với tôi. Chẳng có ngẫu nhiên nào về người tù hình

---

([8]) *Phiếu lưu ký: Phiếu đăng ký mua đồ của tù. Trong tù cấm tù nhân tiêu tiền mặt. Theo quy định, thân nhân muốn gửi tiền cho tù thì phải đăng ký và gửi tiền cho cai tù. Cai tù sẽ báo cho tù biết số tiền gửi. Mỗi lần mua hàng (thức ăn, vật dụng), cai tù phát cho tù một tấm phiếu, ghi rõ thứ cần mua sau đó ký tên. Ở tạm giam, mỗi tuần chỉ được mua một lần. Mỗi lần mua cũng bị hạn chế số tiền theo yêu cầu của cai tù. Nguyên tắc là thế nhưng ở các trại giam, việc tù tiêu tiền mặt rất phổ biến. Nhiều người giấu được tiền sau mỗi lần gia đình thăm. Nhưng đa số do cai tù mang tiền vào cho tù như một hình thức làm ăn, đổi chác.*

sự được sắp xếp ở chung với một tù nhân lương tâm trong buồng biệt giam cả.

Buổi trưa hôm sau, Luyến bỏ bữa.

Cô nàng vẫn sắp cơm chu đáo, phần tôi đi cung về ăn. Tôi ăn một mình, nuốt không trôi. Cô nàng quay mặt vào tường, vờ ngủ. Lúc đi nằm, tôi thấy bức thư Luyến kẹp dưới gối. Thì ra thế! Đêm qua tôi tỉnh giấc, thấy cô nàng hý hoáy viết viết, vẽ vẽ. Hóa ra viết thư cho tôi.

Trong thư, Luyến xin lỗi đã giấu tôi, rồi bày tỏ tình cảm chị em mùi mẫn lắm. Tôi không bận tâm đến những gì Luyến "báo cáo" với công an về tôi. Những người làm việc chính nghĩa và đấu tranh công khai như tôi không có bí mật nào để người khác cần "khai thác" hay bẩm báo với tụi điều tra viên cả.

Tôi không giận, cũng không trách Luyến.

Dù làm gì, Luyến vẫn mang thân phận tù, giống như tôi. Người tù nào chả muốn được về nhà, muốn có tự do. Ở trong tù, người ta ít khi có nhu cầu phải thực hành đạo lý. Đôi khi, đạo lý hay sĩ diện không giá trị bằng một thùng mì tôm. Từ hôm ấy, tôi đặt tên thân mật cho Luyến là Còi, phần vì không quen gọi tên thật, phần vì Luyến béo gấp đôi tôi.

Đặt cái tên ngược với ngoại hình, thấy ngồ ngộ.

Thời gian tạm giam, tù không được dùng giấy, bút là những vật cấm và bị cai tù kiểm soát rất chặt chẽ.

"Bức thư" Luyến gửi tôi là tấm bìa được xé ra từ vỏ hộp bánh quy. Nhiều khi, không có nhu cầu ăn bánh cũng phải mua vài hộp để Luyến có giấy viết thư gửi nhà hàng xóm, hoặc chép bài hát. Bút được làm từ một cọng rễ, bẻ từ chiếc chổi thanh hao dùng cọ nhà vệ sinh và chỗ tắm giặt. Để cai tù không sinh nghi, Luyến giả vờ ngồi trên bệ xí, làm như đang đi vệ sinh rồi cầm theo chiếc chổi, lựa cọng to và cứng nhất để lấy. Lúc đó, tôi ngồi giặt, làm luôn nhiệm vụ cảnh giới.

Tôi hình dung cảnh Luyến bặm môi, ra sức ấn "chiếc bút tù" để những con chữ in rõ trên tấm bìa, mà thương. Cái cọng rễ thanh hao không chỉ là vật liệu chế tạo ra chiếc bút tù. Luyến dùng đoạn cọng rễ còn lại, khéo léo mài mài, giũa giũa để cho ra đời một chiếc kim móc. Nếu không đi tù, làm sao tôi có thể khám phá ra một vật rất tầm thường và ít ai chú ý trong đời sống hàng ngày như chiếc rễ thanh hao lại trở nên đáng quý và giá trị đối với người tù như thế. Chúng tôi quý cái bút và chiếc kim móc ấy như tài sản của mình, chỉ lo bị cai tù tịch thu. May quá, lần nào sục buồng (⁹), hai vật cấm ấy cũng thoát nạn.

Để chống chọi với cái rét, chúng tôi mua nhiều chiếc khăn mặt rồi miệt mài ngồi tháo sợi. Dỡ xong, phải phân ra từng loại sợi mầu khác nhau cuộn thành từng cuộn riêng biệt. Luyến dùng chiếc kim móc tự tạo để đan khăn quàng cổ cho cả hai chị em lẫn mấy người hàng xóm từ những cuộn sợi khăn mặt ấy.

Không phải một lúc mà mua được ngần ấy cái khăn mặt đâu. Tôi và Luyến chia nhau ra mua làm nhiều đợt để cai tù khỏi bắt bẻ, sinh nghi. Có đợt mua phải khăn rởm, dỡ đến đâu đứt sợi đến đó, vừa mất tiền vừa phí công. Mỗi lần như thế, Luyến lại chửi. Nàng ta chửi từ thằng bán khăn, chửi đến đứa sản xuất. Tôi rát tai, bảo Luyến thôi vì ngoài tôi ra, chả có thằng bán khăn hay đứa sản xuất nào nghe cả. Luyến bảo: *Em chửi vọng. Thể nào cũng có đứa vấp ngón chân cái tóe máu cho coi.*

Hơn bốn tháng biệt giam, ngày nào tôi cũng bận bịu. Ban ngày bận đi cung, tối về dỡ sợi hoặc vẽ ra việc

---

(⁹) *Sục buồng: Chỉ việc cai tù đột xuất kiểm tra buồng giam. Thường là khi được người tù - tay trong của cai tù "bẩm báo" để tìm kiếm và tịch thu vật cấm như: tiền mặt, điện thoại di động, các vật nhọn, thư từ chưa kiểm duyệt v.v...Ngoài việc tịch thu, "chủ nhân" của vật cấm sẽ chịu các hình thức kỷ luật theo "quyết định" của cai tù.*

gì đó làm để giết thời gian. Tôi đã trải qua hai mùa đông rét mướt ở Trần Phú, một phần nhờ vào chiếc khăn tù Luyến đan tặng. Giờ tôi vẫn giữ gìn, nâng niu, và quý mến kỷ vật ấy.

Tôi ở buồng biệt giam hơn bốn tháng, rồi trở lại buồng chung. Các bạn tù buồng chung lo lắng khi biết tôi ở cùng với Luyến. Người ta kể nhiều về Luyến. Cô nàng là một con nghiện và đây là lần tù thứ ba của Luyến. Phần lớn thời gian ở Trần Phú, Luyến "đóng chốt" ở các buồng biệt giam để làm nhiệm vụ công an và cai tù sai bảo. Có chị còn tuyên bố sau này ra tù, sẽ tìm gặp Luyến để *"đập cho một trận nên thân, đáng đời con "rích."*

Tôi không biết có ai bị tù oan vì Luyến không, nhưng nhìn sự khinh ghét bạn tù dành cho Luyến, tôi thấy buồn, thoáng chút thất vọng. Có thể Luyến ở cạnh tôi theo chỉ thị, để thực hiện nhiệm vụ nào đó từ thế lực bắt tôi giao phó. Nhưng tôi không nhận thấy điều bất lợi hay đe dọa nào khi ở chung với Luyến. Chúng tôi đã chia ngọt xẻ bùi và có nhiều kỷ niệm ấm áp với nhau trong thời gian biệt giam. Tôi thương Luyến và cảm nhận Luyến cũng thương mến tôi. Hôm tôi bị chuyển khỏi buồng biệt giam, cũng đột ngột như đã từng xuất hiện.

Đấy là một ngày giáp Tết, trời lạnh căm. Luyến không nói gì, lặng lặng sắp đồ cho tôi. Cửa buồng giam đóng lại. Tiếng khóa khô khốc, lặng ngắt nhốt Luyến ở trong. Tôi cắp túi quần áo đi qua khoảng sân, đôi chân trần đứng co ro chờ cai tù mở cổng.

Lúc ấy, tôi nghe tiếng gót chân Luyến đập vào cánh cửa buồng giam. Ấy là tín hiệu Luyến gọi tôi. Anh Long nhà hàng xóm, bất chấp sự có mặt của cai tù, liều lĩnh cất lời chào tạm biệt:

- Hoa ơi, nhớ giữ sức khỏe, bảo trọng nhé!([10])

([10]) *Hoa: Tên tôi "bịa ra" để xưng hô với người tù buồng bên cạnh.*

Tôi không cất nổi tiếng chào, chỉ mỉm cười đưa tay vẫy. Tôi biết, cả Luyến lẫn hai người hàng xóm đều đang ghé mắt dòm qua khe cửa chứng kiến cảnh tôi đi.

Không biết, rồi anh Long có bị cai tù trách phạt, hay mắng mỏ khi dám nói vọng ra chào tôi không?

Ở đây, người ta cấm tù khác buồng giao tiếp, nói chuyện với nhau. Những người bạn cùng khu biệt giam hồi ấy, những người tôi chưa một lần trông thấy mặt, giờ ra sao?

Không biết có ai phải lê bước chân ra pháp trường chịu chết?

Và Luyến, chả nhẽ cứ quanh quẩn với ma-túy, nhà tù và những việc làm ngay cả bạn tù cũng khinh ghét?

06 —
Luân Ba Bánh

- Nguyễn Thị Luân, chuẩn bị nội vụ!

Mỗi lần cai tù xướng tên ai kèm thông báo *"chuẩn bị nội vụ"* thì ai nấy đều nghĩ ngay đến cụm từ *"đi ép cung."* Thương bạn tù và thương thân, rồi lo sợ, hoang mang tự hỏi *"bao giờ đến lượt mình"* là tâm lý chung của người ở lại. Người đi, không tự tay sắp nổi bộ quần áo dù cố tỏ ra bình tĩnh. Nét lo sợ, căng thẳng hiện rõ trên khuôn mặt tái xanh tái xám. Thường chỉ các vụ trọng án, bị can mới bị chuyển đi nơi khác để "ép cung." Lúc tôi chuyển xuống buồng biệt giam, mọi người cũng bảo tôi đi ép cung. Tôi nói tôi không bị áp dụng hình thức đó, nhưng không ai tin.

Mỗi người một tay giúp Luân chuẩn bị nội vụ. Tôi chạy vào *nhà mét* (¹¹) khóc. Lần đầu tiên tôi khóc từ khi bị bắt. Những cuộc chia ly tù đầy như thế, thường không có ngày gặp lại. Ai cũng biết vậy, nhưng vẫn xót. Tôi xót Luân vì nó là đứa em tù của tôi.Luân nặng nhọc xách túi nội vụ bước đi, đôi chân run rẩy vì sợ, mắt đỏ hoe. Qua cánh cổng nhà tù này, Luân sẽ đến một nhà tù khác.

Lần nào nhớ lại hình ảnh cuối cùng của Luân, tôi cũng buồn thấu lòng. Luân mồ côi cha mẹ từ nhỏ. Vợ chồng người bác ruột đón về nuôi. Luân bảo, hai bác thương Luân lắm, chỉ tội nghèo ăn bữa trước chạy bữa sau nên không thể cho Luân đi học. Luân mù chữ. Chữ duy nhất Luân biết viết là tên mình. Để ký các bản cung

---

(¹¹) *Nhà mét: Nhà vệ sinh.*

khi bị bắt. Cô gái quê mùa, hiền lành, chân thật và mù chữ ấy lớn lên trong nghèo khó. Rồi lấy chồng, sinh con.

Luân rất ngoan đạo. Tôi thực sự không biết người theo Công giáo có phẩm chất gì mới được gọi là ngoan đạo. Tối nào tôi cũng thấy Luân lầm rầm cầu nguyện. Thi thoảng khi không bị chú ý, Luân kín đáo làm dấu thánh trước bữa ăn. Luân nhường nhịn bạn tù. Không mấy khi nói dối. Tôi coi Luân là người ngoan đạo. Luân vào Trần Phú trước tôi độ hai năm. Tôi nhớ mang máng thế.

Bạn tù gọi Luân là Ba Bánh, ám chỉ việc vợ chồng Luân vận chuyển ba bánh Heroin. Ở buồng tạm giam, Luân thuộc diện "không gia đình." Tức là từ khi bị bắt không một lần được người thân gửi quà. Luân sống nhờ bạn tù cưu mang. Người cho chai mắm, người cho miếng thịt. Từ cuộn băng vệ sinh, tấm áo, cái xô, cái chậu, bàn chải, kem đánh răng đến khăn mặt, ca nhựa, xà phòng giặt…, tất tần tật là bạn tù cho. Tôi từ buồng biệt giam trở về được ít hôm thì rủ Luân cùng ăn chung. Ở Trần Phú, việc giúp đỡ bạn tù của tôi không bị cấm đoán và kiểm soát quá khắt khe như khi lên Trại 5 – Thanh Hóa. Tuần nào chị gái và mẹ tôi cũng gửi quà tiếp tế. Mỗi tháng lại cho sáu trăm ngàn đồng nên việc tôi "cõng" theo Luân, và thi thoảng giúp đỡ các bạn tù khác cũng không làm tôi quá thiếu thốn. Ngoài buồng trưởng được chỉ định cai quản tù nhân khi cai tù vắng mặt, còn những người "trách nhiệm" khác. Trách nhiệm là người được đi lại tự do từ nhà ra sân mà không cần xin phép buồng trưởng. Trách nhiệm gồm những tù nhân làm các việc như chia nước, phơi quần áo, trông chạn, *xe sân* ([12]) …

([12]) *Xe sân, hoặc se sân: Mỗi khu buồng giam có mảnh sân lát nền đá hoa là nơi tù ngồi ăn cơm, rửa mặt…hoặc nghe đọc nội quy. Tôi không biết từ "se" hay "xe" là chính xác. Sau khi dội nước cho ướt sân, người tù (Luân) dùng rẻ lau (quần áo cũ) đẩy nước dọc chiều dài khoảnh sân tới cống thoát nước. Rồi lấy rẻ lau cho khô và sạch.*

Những chân làm trách nhiệm thường được ưu tiên cho tù nhân mà người nhà biết quan tâm đến "cô', tức cai tù. Quan tâm, là quà cáp biếu xén. Không chỉ một lần mà thường xuyên. Nhờ những quan hệ này, nhiều thông tin liên quan đến án từ, gia đình, tình trạng người tù đều được cai tù làm trung gian cung cấp. Cai tù, cũng đóng vai trò rất quan trọng trong nhiều phi vụ chạy án.

Luân được phân công *xe sân*, tức trong số người làm trách nhiệm, dù Luân là thành phần không gia đình. Bạn tù thương Luân vì *"nó hiền lành và án nặng."* Cai tù cũng châm chước, để lấy tiếng nhân đạo. Vả lại, công việc *xe sân* không lấy gì làm sang lắm, tuy khỏi phải ngồi bó gối một chỗ như đa số tù nhân khác. Hơn nữa được tắm rửa hàng ngày với mức nước thoải mái hơn, thế là oách rồi. Mỗi tuần, cánh tù bình dân chúng tôi được tắm hai lần vào buổi sáng giữa và cuối tuần. Gội đầu được một lần. Người chia nước đứng trên nóc bể nước gọi tên bốn tù cùng một lượt. Để rồi chen chúc nhau trong buồng tắm rộng không nổi ba mét vuông. Nhà tắm được xây tường che kín để tránh bên ngoài nhìn vào khi cổng buồng giam mở. Nhưng không có nóc, không mái che. Chúng tôi tắm, nhìn lên trời, trời nhìn chúng tôi.

Mỗi đợt tắm không quá năm phút, gội đầu bảy phút, giặt đồ thêm năm phút nữa. Người chia nước vừa canh bể nước — xem có kẻ nào múc trộm không —, vừa luôn miệng giục, mắt liên tục liếc đồng hồ. Tắm một xô, gội đầu một xô, giặt đồ cũng một xô sáu lít nước, không hơn. Vi phạm sẽ bị phạt. Phạt, là năm hoặc bảy ngày liền không được đánh răng rửa mặt, không được rửa ráy, không được thay quần lót. Lại phải cọ nhà mét, rửa bát cho cả buồng. Mười tám tháng ở Trần Phú, tôi chưa bao giờ bị phạt. Vả lại, tôi đã chuẩn bị tinh thần để không chịu phạt, để chống lại nếu bị dính. Nhiều lúc nhớ lại vẫn rùng mình bởi cái phát minh quái gở, man rợ ấy của bọn cai tù. Bảy ngày không được thay quần lót, không được đánh răng rửa mặt. Không có án phạt ấy, lũ tù chúng tôi đã nhếch nhác, bẩn thỉu và bị coi rẻ lắm rồi. Tôi không làm chân gì trong buồng giam. Như các tù nhân khác, tôi thèm tắm, thèm nước lắm, nhất là vào mùa hè.

Luân làm chân xe sân, tôi thơm lây. Thi thoảng Luân xấp ướt khăn mặt, quẳng vào cho tôi lau. Vì công việc lau dọn, Luân được đi lại tự do từ trong nhà ra ngoài sân. Và được rửa mặt bất cứ lúc nào muốn. Cái khăn Luân đưa cho tôi rửa mặt, cũng là khăn của Luân. Nên không thể bị cho là phạm lỗi. Tôi rửa xuất của Luân chứ. Nhìn những gương mặt nhờ nhờ, bê bết mồ hôi dầu của mấy chục bạn tù, tôi thấy mình còn chút may mắn.

Cánh sĩ quan được tắm hàng ngày vào các buổi chiều. Một tuần được ba lần gội đầu. Nước và thời gian cũng nhiều gấp đôi cánh tù bình dân. Sĩ quan, là những tù có tiền. Nói chính xác, đám này thuộc diện có gia đình ở ngoài khá giả, và quan tâm đến "cô." Ngay chỗ họ nằm cũng do gia đình lo lót, mua cho. Thuở tôi bị giam ở Trần Phú (2008 – 2009) mỗi xuất nằm trên sàn trung tâm ([13]) giá từ hai đến ba triệu đồng. Sàn đối diện rẻ hơn một chút, dao động từ một đến ba triệu, tùy vị trí. Chỗ nào gần quạt treo tường sẽ đắt tiền hơn. Mỗi sàn có một quạt treo tường. Bây giờ, mọi thứ đắt đỏ, chắc chỗ trong tù cũng đã lên giá.

Buổi tối, Luân thường sang chiếu tôi học chữ. Tất nhiên phải xin phép và buồng trưởng đồng ý mới được sang. Tôi chọn những nét chữ đậm nhất, to nhất trong tờ báo Nhân Dân, hoặc báo Hải Phòng để dạy Luân ghép vần. Tôi là thầy dạy chữ đầu tiên của Luân. Thầy dạy bất

---

([13]) *Sàn trung tâm: Mỗi buồng giam có hai sàn. Sàn trung tâm và sàn đối diện. Dưới mỗi sàn gọi là "gầm mà". Sàn trung tâm dành cho tù được cai tù ưu tiên vì gia đình bên ngoài đã đút lót, thiết lập quan hệ. Sàn đối diện có giá rẻ hơn. Những tù còn lại sẽ nằm dưới "gầm mà."*

đắc dĩ. Vì Luân ước mong đứa con trai lớn sáu tuổi đi học lớp một, sẽ về dạy chữ cho mẹ. Nhưng ước mơ không thành. Vợ chồng Luân bị bắt khi thằng bé mới lên bốn, chưa đến tuổi học vỡ lòng. Đứa con gái út lên hai.

Không phải Luân dốt nát hay tối dạ nhưng học không vào vì mỗi khi đánh vần, Luân lại hình dung đứa bé ở nhà đang ê a tập đọc. Rồi khóc. Nước mắt chứa chan. Tôi cũng rơm rớm theo. Có khi tôi cáu, mắng Luân là hèn yếu. Thì cứ mắng bạn tù cho sướng miệng. Để khỏi phải thấy mình cũng mềm yếu.

- Em học để làm gì, hả chị? Biết có ngày về không mà học?

Luân hỏi, buốt lòng bạn tù.

- Học để sau này lên trại viết thư về cho con. Sống là phải hy vọng, em ạ. Người ta còn hy vọng là còn cơ hội.

Nói xong câu ấy, tôi thấy ghét bản thân. Một lời khuyên sáo rỗng, lý thuyết. Cái miệng tôi khi ấy, hình như cứ điêu điêu.

Chữ gì Luân cũng đánh vần được, trừ chữ "Nghiên", là tên tôi. Dạy mãi không nhớ. Tôi hậm hực trong lòng. Lẽ ra, Luân phải thuộc chữ ấy hơn bất cứ chữ gì tôi từng dạy chứ. Vì tôi cưu mang nó, dạy chữ cho nó, nhất là yêu thương và bênh vực nó. Hiền khô như Luân, nếu không có tôi, chỉ tổ suốt ngày bị mấy đứa xấu tính bắt nạt. Tôi thấy mình có quyền đòi hỏi Luân phải nhớ tên mình, đánh vần được tên mình như một sự biết ơn. Tất nhiên đòi hỏi đó tôi giấu trong lòng, không nói ra. Ý nghĩ ấy, chẳng có gì cao thượng. Tự tôi biết thế.

Học được ít hôm, Luân chán. Cơ bản thì Luân cũng đã nhận được hết mặt chữ và biết đánh vần, tuy hơi chậm. Không sang chiếu tôi học bài, Luân nằm nhà, hát. Toàn hát những bài tù. Rồi lại khóc. Ban ngày vẫn cười cười nói nói. Nhưng tối đến, nét mặt lại rầu rĩ. Luân làm nhiều người nẫu ruột theo. Không ít người mắng chửi nó. Người ta không thích đèo bồng thêm mỗi buồn của Luân khi đã gánh quá nặng nỗi buồn lo của bản thân mình.

Vì như thế là quá sức với người tù.

Sáng hôm ấy, Luân được gọi đi cung. Dễ đến hơn nửa năm Luân mới lại có lần đi cung.

Lúc về, chị em tù xúm lại hỏi. Luân khoe:

- Thằng điều tra viên bảo vụ của em không quá nghiêm trọng. Em có con nhỏ, lại không biết chữ nên có hy vọng được hưởng tình tiết giảm nhẹ.

Luân kể lại những gì "thằng điều tra" hứa hẹn. Kể một cách hồn nhiên. Và đầy hy vọng.

- Thế em có đọc lại bản cung trước khi ký không?

Tôi hỏi. Không riêng với Luân, ai đi cung về tôi cũng hỏi câu ấy.

- Nó đưa em mấy tờ giấy trắng bảo em ký sẵn rồi về ghi bản cung sau chị ạ. Vì khi ấy muộn rồi, viết không kịp.

Tôi sững người.

- Thế thì ăn cứt rồi em ạ. Sao ngu thế, hả em?

Chị Lan, cô Châu, chị Hà, cái Chuột xúm vào mắng nhiếc Luân. Luân, lúc này mới nhận ra mình ngu hơn ngày thường. Từ hôm ấy, nó càng rầu rĩ. Bản án tử hình hoặc chung thân lởn vởn trong đầu nó. Luân ít nói hẳn. Nhiều lúc cười rất giòn, rồi chảy nước mắt được ngay.

Không riêng Luân, nhiều người đi cung cũng được điều tra viên đưa cho tờ giấy trắng, gạ ký. Chẳng mấy ai đủ gan từ chối. Phần vì sợ, phần vì nhẹ dạ. Ký khống, coi như đã giúp kẻ tống giam mình quyết định số phận và sinh mạng mình. Nhiều bản án tử hình được tuyên dễ dàng từ những bản ký khống mà ra. Thế mới biết, trên đời to nhất, ghê gớm nhất là công an. Chứ không phải ông Trời. Dứt khoát là thế. Ông Trời không đoạt mạng ai. Công an đoạt mạng người dễ như ngồi bàn nhậu.

Gần Tết! Kể cũng lạ. Dù đã bị nhuốm mầu tù tội nhưng không khí rạo rực của những ngày giáp Tết — dù yếu ớt — vẫn len lỏi, vẫn cố chen chân vào chốn ngục tù. Lũ chúng tôi bỗng thấy mình cần yêu quý bạn tù hơn, hoặc ít ra là bớt ghét. Trước mắt là thế, cho cái Tết được vui. Rồi ra Giêng, ngày thường lại ghét nhau cũng được.

Tết, người nhà sẽ gửi nhiều quà hơn. Bánh chưng, thịt, giò, trứng, thêm gói kẹo đãi nhau. Đời tù thế là xôm.

Luân, và những người không gia đình như Luân đã quen với việc không có người thăm nom. Nên không còn trông ngóng. Không có cơ hội ngóng quà cho mình thì ngóng giúp bạn tù. Tôi không nhớ túi quà của tôi có những thứ gì. Nhưng Luân thì nhớ lắm. Từ ngày ăn chung, tôi không phải sắp đồ ăn lần nào. Luân làm hết.

Sáng 29 Tết.

- Nguyễn Thị Luân nhận quà!

Chẳng ai tin vào tai mình. Cánh tù sững lại mất mấy giây, hết nhìn buồng trưởng, lại nhìn sang Luân. Buồng trưởng dường như cũng đang còn ngạc nhiên. Mặc dù tờ phiếu lưu ký ghi rõ tên Luân và chị ta vừa đọc nguyên văn cái tên viết trong đó.

Luân lóng ngóng bê chiếc chậu nhựa ra nhận quà. Quà của ông bố chồng gửi. Còn gửi kèm hai trăm ngàn đồng trong sổ lưu ký nữa. Luân lại khóc. Nó tủi thân, cảm động, và thương bố. Ông bố chồng, ngoài sáu mươi tuổi nuôi hai cháu nội cho vợ chồng Luân ở tù. Hôm nay từ Bắc Giang lặn lội hơn một trăm cây số đi gửi quà cho con dâu, sau mấy chục tháng Luân bị bắt.

Túi quà đột ngột của bố chồng, làm Luân mất toi xuất bánh chưng Tết của trại. Theo quy định, mỗi tù nhân không gia đình được một chiếc bánh chưng ngày tết. Đấy là "chính sách nhân đạo của đảng và nhà nước."

Cho đỡ tủi. Cai tù giải thích thế.

Một túi quà và hai trăm ngàn đồng bỗng chốc biến

Luân thành kẻ có gia đình sau hàng chục tháng bị bỏ bê, quên lãng. Xuất bánh trại bị thu hồi.

Sau ngày Luân bị đi "ép cung", chẳng ai biết tin gì về Luân. Thi thoảng, lũ tù chúng tôi vẫn nhắc. Và ái ngại cho Luân. Ra tù được hơn một tháng, tôi vô tình gặp lại chị bạn cùng buồng giam thuở ấy. Chị bảo, Luân bị tử hình rồi. Hồi năm 2011. Tôi chết điếng người.

- Mấy tháng sau khi bị chuyển trại, nó được đưa về buồng cũ. Ra tòa xong, nó sang chỗ chị ở buồng Q1. ([14]) Bị cùm suốt mấy tháng. Rồi lại chuyển đi. Bà Minh ([15]) nói cho bọn chị biết tin Luân bị bắn mấy ngày sau đó.

Tôi mấp máy môi, nói không thành tiếng:

- Sao tử hình được? Sao bảo chồng nó nhận hết tội rồi mà? Chồng nó chủ mưu, chứ Luân có biết gì đâu.

- Chả biết bọn điều tra viên hứa hẹn thế nào. Nó vẫn tiếp tục ký khống. Nghĩ rằng cứ làm theo bọn điều tra viên sẽ được về sớm nuôi con. Thằng chồng chịu án hai mươi năm. Đẩy án tử cho vợ.

- Chị ơi! Chị có chắc Luân bị tử hình rồi không?

Tôi hỏi lại, vì không muốn tin những gì vừa nghe.

- Chắc chắn đấy em ạ. Bà Minh kể mà. Bả còn mua hương hoa để bọn chị cúng cho Luân. Bả ác, nhưng thương cái Luân.

Ôi Luân, người tù ngây thơ, trong sáng nhất mà tôi từng gặp. Đứa em tù khốn khổ của tôi.

Ở xa, nhớ về phù hộ cho hai đứa con, em nhé.

([14]) *Buồng Q1: Ở Trần Phú có hai buồng chung dành cho tù nữ. Buồng Q1 và Q2: Buồng Q2 dành cho người chưa có án, đang trong thời gian bị điều tra. Buồng Q1 dành cho người đã thành án sau khi ra tòa.*
([15]) *Minh: Tên người cai tù.*

07 —
Những Viên Đá Nhỏ
Dưới Chân Tôi

Từ khi đến "nhà mới", hầu như hôm nào tôi cũng phải đi cung, trung bình ngày hai lần. Nhiều khi Thứ Bảy, chắc mẩm được... tha, nhưng cửa buồng vẫn mở. Lại đi.

Nếu không phản đối việc xiềng xích, rất có thể đôi chân tôi không còn lành lặn hay bình thường sau bốn năm tù đày. Hơn bốn tháng biệt giam, tôi đi cung hàng chục lần.

Đinh Trọng Chiềm thường cung tôi cùng với ít nhất một đồng nghiệp. Hôm nay, hắn đến một mình. Không thấy vẻ khó đăm đăm thường ngày trên khuôn mặt. Thay vào đó là sự vui tươi khá tự nhiên.

Hai sự lạ hắn mang theo làm tôi cảnh giác.

- Chị Nghiên nhớ hôm nay ngày gì không?

Hắn hỏi nhưng không nhìn người đối diện, tay lôi ra từ chiếc cặp đựng hồ sơ một cuốn sách khá dày.

- Hôm nay không phải ngày sinh nhật của tôi.

Tôi đáp, vẻ mỉa mai, dù tôi không có ý đề cao mình. Chỉ muốn Chiềm hiểu tôi chẳng bận tâm gì về chuyện ngày tháng khi ngồi trong tù, vậy thôi.

- Tất nhiên rồi. Sinh nhật chị vào tháng sau. Hôm nay Ngày Phụ Nữ Việt Nam.

Tôi định nói với hắn tôi không quan tâm đến những ngày lễ kỷ niệm của cộng sản. Song lại thôi. Không nhất thiết phải gây căng thẳng.

- Hôm nay không cung cán gì hết. Tôi vào trước

hết chúc mừng chị nhân Ngày Phụ Nữ Việt Nam. Lẽ ra phải có hoa nhưng ở hoàn cảnh đặc biệt này, tôi không được phép làm điều đó. Tôi sẽ tặng chị một món quà. Chị chọn đi!

Vừa nói, Chiêm vừa đẩy cuốn sách về phía tôi.

Không hiểu sao, thay vì nên vui, tôi lại thấy hơi khó chịu. Tôi cũng không biết chắc mình đang khó chịu về điều gì. Về việc Chiêm không phân biệt được tôi không có nhu cầu phải vui như những phụ nữ cộng sản khác trong ngày lễ 20/10, hay việc hắn đột xuất vui vẻ, thậm chí ra chiều rộng lượng vì nghĩ tôi sẽ nảy sinh sự nể nang để khỏi gay gắt với hắn trong các lần đi cung sau đó? Hoặc đơn giản là tôi đã quen với thái độ cau có của Chiêm thường ngày.

Tôi miễn cưỡng giở cuốn sách ra xem. Là tuyển tập ca khúc của nhạc sĩ Trịnh Công Sơn. Cảm giác khó chịu ban nãy vơi dần. Song tôi không thấy xúc động chút nào.

- Anh còn biết gì về tôi nữa?

Tôi hỏi, vẫn bằng giọng lạnh nhạt, tay không ngừng lật giở những trang sách.

- Chị thích nhạc Trịnh, thơ Nguyễn Bính, mê bóng đá, thích ăn món ốc luộc và đặc biệt, chị...khóc rất dai.

Tôi rời mắt khỏi cuốn sách, nhìn hắn và thấy cuộc trò chuyện bắt đầu thú vị.

- Anh làm tôi thấy hứng thú đấy. Nhưng hình như tôi chưa bao giờ khóc trước mặt các anh thì phải.

- Thì tôi có nói chị khóc trước mặt chúng tôi đâu.

Hắn ngừng một lúc rồi nói tiếp:

- Trong đám tang chú chị và trong các cuộc biểu tình.

Tôi cười, giọng buồn hơn là mỉa mai :

- Đúng là khác nhau thật. Tôi khóc trong các cuộc biểu tình yêu nước, còn các anh thì không. Các anh có việc khác để làm.

Chiềm lảng đi. Lúc này thì tôi tin rằng hôm nay hắn không đến để gây sự.

- Chị chọn đi. Tôi sẽ hát tặng chị một bài.

Hắn tỏ ra nhiệt thành, có phần nhún nhường.

- Anh đừng làm tôi thích anh đấy. Mà anh đã bao giờ làm việc đó chưa? Hát cho chính người bị anh bắt vào tù nghe ấy? Tôi giễu cợt.

- Chưa, đây là lần đầu tiên.

Chiềm trả lời, cố ra vẻ tự tin.

- Anh hát bài *Hạ Trắng* đi. Tôi muốn nghe bài đó.

- Tôi sẽ hát tặng chị bài *Hạ Trắng*. Nhưng trước khi hát, tôi sẽ đọc cho chị nghe một bài viết về Trịnh Công Sơn của một người chị rất quý trọng, ông Vũ Thư Hiên.

Tôi hơi giật mình. Hắn còn biết mình quý trọng bác Vũ Thư Hiên cơ đấy.

- Anh đọc đi. Nếu còn dư thời gian, hãy đọc cho tôi nghe một đoạn bất kỳ trong *Đêm Giữa Ban Ngày* nhé.

Im lặng trước đề nghị mỉa mai của người đối diện, Chiềm bắt đầu đọc. Tôi phục hắn. Tôi không tìm thấy vẻ khó chịu hay trịch thượng trên khuôn mặt thường thấy của hắn. Bài viết kết thúc. Tôi trả lại Chiềm cuốn sách.

Hắn nói không thuộc lời, phải nhìn mới hát được.

Tôi tránh không nhìn thẳng vào mặt Chiềm để hắn ta tự nhiên. Mọi việc Chiềm làm đều không nằm ngoài nhiệm vụ. Nhưng tôi vẫn muốn coi đó là thiện chí và tôi nhận nó.

Hắn hát xong, cố tỏ ra tự nhiên nhưng không giấu được vẻ bối rối. Mặt đỏ lựng, hắn đưa tay gãi đầu:

- Chị thấy tôi hát thế nào?

-Cảm ơn anh về món quà. Nhưng nói thật, anh hát không … hay lắm. Giọng anh run.

- Tôi run vì người tôi hát cho nghe là chị.

- Vậy tôi phải hiểu tôi đang là người may mắn ?

Tôi đáp lại. Nhưng có lẽ Chiềm nghĩ đó là vẻ

bướng bỉnh phụ nữ hơn là sự thách thức của một người đối lập.

Dường như thấy cần trả đũa tôi một điều gì đó — để khỏi thiệt —, hắn cười khinh khỉnh, buông một câu:

- Mà chị biết gì về gia đình nhà Vũ Thư Hiên, chị tưởng nhà ấy hay hớm lắm hả?

Tôi đốp luôn, cáu giận thật sự:

- Này anh, anh và cả cái đảng của anh không có tư cách để nói về gia đình cụ Huỳnh. Tôi cấm!

Tôi cứ tưởng Chiềm sẽ đôi co với tôi đến cùng.

Nhưng không, anh ta im lặng. Tôi cũng không muốn kéo dài cuộc đối thoại. Chiềm giữ đúng lời hứa, *"hôm nay không hỏi cung gì hết."* Anh ta đưa tôi trở lại buồng giam.

Tôi phát hiện Chiềm rất thích lối đối thoại theo kiểu ngôn ngữ kịch. Không ít lần hắn cố tạo ra tình huống để được diễn vai người thông minh, cao thượng, lịch lãm. Đúng là cũng có nét thú vị. Nhưng tôi chưa bao giờ đánh giá cao hay thoải mái khi làm việc với hắn. Chiềm luôn vác khuôn mặt khó đăm đăm, đôi chân mày rậm, hơi một tí là cau lại. Khi hắn cười, gương mặt khác hẳn. Trông hắn hiền và dễ gần hơn. Có lần tôi khuyên hắn nên cười nhiều hơn để người khác bớt ghét. Hắn tức. Thi thoảng tôi và hắn hay gây sự với nhau về chuyện vặt vãnh như thế.

Không biết đúng sai thế nào nhưng tôi nhận thấy hắn là người hơi bất thường hơn là nham hiểm. Và tôi có cảm giác là dù có muốn Chiềm cũng không giấu được tính khí của mình. Nhiều lần Chiềm thao thao bất tuyệt về sự ưu việt của chủ nghĩa cộng sản, không giấu vẻ hãnh diện được phụng sự chế độ. Và Chiềm, ít khi bỏ qua cơ hội hạ thấp hoặc miệt thị người khác. Hắn thuộc hình mẫu cán bộ nhiệt tình cách mạng, cứng nhắc và háo thắng. Đối với tôi, Đinh Trọng Chiềm là người thiếu tự trọng, nguyên tắc và hơi quê mùa, vừa đáng thương vừa đáng ghét.

Lần khác, Chiềm lại đến một mình. Khoe từ giờ trở đi hắn sẽ chịu trách nhiệm chính phần hỏi cung tôi. Ai cũng là một bọn cả. Nhưng nếu được quyền, tôi sẽ không chọn hắn. Hắn làm tôi khó chịu ngay khi hắn tỏ ra lịch sự và nhường nhịn tôi. Chiềm bắt đầu, giọng khá chịch thượng:

- Anh rể chị đã khai việc anh ấy mua điện thoại hộ chị. Giờ chỉ chờ chị thành khẩn thôi. Chị hãy kể chi tiết việc nhờ anh Bình mua điện thoại như thế nào?

- Thứ nhất, anh rể tôi không có phận sự phải "khai" bất cứ điều gì với các anh vì dù có mua điện thoại giúp tôi đi chăng nữa, điều đó cũng không vi phạm pháp luật. Thứ hai, chính tôi không có nghĩa vụ phải nói cho các anh biết bất cứ chuyện gì nếu tôi không muốn. Các anh giỏi lắm mà, sao không tự đi tìm hiểu?

- Nếu chị chưa muốn khai việc anh Bình mua điện thoại, có thể trình bày việc chị Phượng chở chị đi mua vải về để dán khẩu hiệu cũng được.

Tôi chợt nghĩ đến người chị thứ tư của mình, cùng mọi người trong nhà mà không khỏi xót. Không biết gia đình tôi có thể qua được cơn sóng gió này không? Mẹ, các anh chị, thậm chí các cháu tôi đang còn nhỏ có thể đã bị biến thành "bị can" trong các cuộc thẩm vấn của đủ loại công an. Khác là họ không phải "ăn cơm cân mặc áo số" như tôi mà thôi. Tôi im lặng. Hắn tức.

- Chị đã vào đây rồi, mọi chuyện đều mang tính bắt buộc chứ không phải chị cứ thích là được. Chị tưởng chị giỏi lắm à? Chị tưởng chị nổi tiếng lắm à? Cho chị biết, tôi còn nổi tiếng hơn chị nhiều. Hồi tôi học cấp ba, trường năng khiếu Trần Phú, tôi từng được đi gặp chủ tịch nước đấy. Ngày ấy mọi người đã biết tôi. Chị chưa là gì cả đâu.

Tôi phì cười:

- Ơ anh này hay nhỉ, tôi có nói tôi nổi tiếng đâu. Vả lại anh nổi hay không nổi liên can gì tới tôi. Anh làm tôi buồn cười đấy.

Hắn bắt đầu giở giọng đe dọa:

- Nếu chị không muốn người thân bị liên lụy, tốt nhất hãy trình bày rõ cho tôi biết. Chị nhờ anh Bình đi mua điện thoại bao giờ, ở đâu, với mục đích gì?

Tôi trả đũa:

- Mấy hôm trước, anh nhờ vợ anh mua rượu ở đâu, anh uống với mục đích gì?

Hắn giơ tập tài liệu lên, mắt trợn trừng, mặt đỏ gay:

- Tiếc rằng chị không phải là "thường phạm", nếu không thì hôm nay cả cái này đã vả vào mặt chị rồi.

Nhìn phản ứng của hắn, tôi biết Chiềm tức giận thế nào sau câu đáp của tôi. Nhưng tôi không định dừng lại:

- Hóa ra, các anh thường dùng vũ lực khi hỏi cung người khác. Tôi không ngạc nhiên về việc này. Anh có thể làm việc đó ngay với tôi nếu thấy cần. Tuy nhiên, rất sớm anh đã cho tôi cơ hội nhìn rõ con người anh.

Mặt cau lại, tia mắt đỏ ngầu, dồn hết tức giận nhìn tôi. Tôi nhìn hắn, bằng sự điềm tĩnh và đắc thắng, sẵn sàng đón nhận một phản ứng ghê gớm hơn từ kẻ đối diện.

Chiềm bỏ ra ngoài. Một lúc hắn trở lại sau khi đã chế ngự được cơn giận dữ. Cuộc hỏi cung tiếp tục bằng những chuyện không liên quan tới chiếc điện thoại.

Hắn đưa tôi đọc lại biên bản hỏi cung trước khi ký:

- Tôi không ký được.

Chiềm ngạc nhiên, vẻ khó chịu:

- Vì sao chị không ký?

- Vì anh ghi không trung thực. Tôi không hề thoải mái nhưng anh lại ghi phần trả lời của tôi là *tôi thấy thoải mái trong buổi làm việc ngày hôm nay.*" Thậm chí tôi còn thấy anh có ý định hành hung và ép cung tôi.

- Bây giờ chị muốn gì?

Tôi biết mình đang chiếm ưu thế. Một kẻ háo thắng và kiêu ngạo như Chiểm ít khi tỏ ra nhượng bộ hoặc xuống nước như vậy.

- Muốn anh ghi trung thực, thế thôi. Tôi có thể bỏ qua cho anh chuyện anh đe dọa tôi. Nhưng ký biên bản với từ "thoải mái", thì không.

Đinh Trọng Chiểm miễn cưỡng viết lại. Hôm nay, thật sự là một thử thách với hắn. Và nặng trĩu với tôi.

Trước khi ký bản cung, bao giờ tôi cũng đọc kỹ nội dung và không quên ghi ở cuối biên bản dòng chữ: *"Tôi đứng ngoài tất cả các yếu tố cấu thành hành vi phạm tội."* Tôi coi đó là nguyên tắc làm việc trong thời gian ở tù của mình. Bọn điều tra viên thi thoảng lại cười khẩy, hoặc cố tình khiêu khích khi ngồi chờ tôi ký tên sau dòng chữ ấy. Tôi mặc kệ, chẳng hơi đâu đôi co với họ.

Tôi vừa ký tên xong, chỉ chờ có thế, Chiểm đã giựt phắt cây bút trên tay tôi. Chẳng cần biết phép tắc, lịch sự là gì, hắn cũng vội vã thu luôn bản cung mà không đợi tôi đẩy về phía hắn như mọi khi. Rồi cho ngay vào cặp mà không thèm đọc lại — hắn đọc lúc tôi đang viết rồi. Hắn làm những việc đó trong vẻ cáu giận, bực tức.

Chiểm đứng dậy, bước ra khỏi buồng cung.

Tôi tưởng hắn cứ thế đi mà không thèm canh tôi.

Nhưng hắn chờ ở cửa.

Tôi lại đi trước, hắn theo sau như mọi lần đi cung khác. Đấy là quy định chung trong việc dẫn giải. Tôi vẫn chưa quen với việc phải đi chân đất nên không đi nhanh được. Nó đau, nhất là khi giẫm phải những viên đá nhỏ.

Tôi mỉm cười một mình. Và hình dung ra vẻ mặt cau có của Chiểm ở sau lưng mình.

08 —
Nhớ Rừng!
Tôi Đáp Khách Đành Lơ

Sau hôm Chiềm giơ tập tài liệu lên đe tôi, số lần hắn đến gặp tôi trong tù ít hẳn. Thay vào đó là Nguyễn Thành Dương, cộng sự của hắn. Tôi cũng chẳng buồn tìm hiểu lý do. Mặc kệ. Việc của mình là ở tù. Tuy không thích Chiềm, ít ra tôi cũng không phải đề phòng hắn.

Nguyễn Thành Dương khác hẳn. Nhã nhặn, lịch sự, thông minh. Làm việc với Dương, tôi thấy thoải mái hơn, nhưng vẻ thông minh của anh ta luôn nhắc tôi thận trọng.

Dương bằng tuổi tôi. Anh ta có khuôn mặt sáng, khá điển trai, trông cũng thiện. Song tôi chưa bao giờ vì vẻ bề ngoài của anh ta mà cho rằng Dương khác tất cả các công an còn lại trên đất nước này. Tôi chỉ đơn giản nghĩ, muốn tử tế và trong sạch, muốn đứng ngoài việc phạm mọi tội ác, thì không vào ngành công an. Tôi không nghĩ oan cho Dương. Anh ta cũng đi cung một chị án kinh tế, cùng buồng tôi. Chị này chỉ hơn tôi và Dương mấy tuổi, nhưng đã có cháu ngoại. Chị ta kể, Dương xưng anh với chị ta ngọt sớt. Và ra giá chạy án rất dứt khoát, không vòng vo. Chị ta bảo: *"Thằng điều tra ấy nó cứ nói trắng phớ số tiền ra như thế, mình đỡ phải mất thời gian mò mẫm. Nhưng giá ấy đắt quá, sợ lão chồng không chịu được nhiệt."*

Ngoài lúc hỏi cung, tôi và Dương thi thoảng cũng nói chuyện phiếm — đôi khi là cái cớ để đả phá nhau.

Sáng tháng Mười hôm ấy, trời se lạnh.

Lâu rồi, kể từ ngày bị bắt tôi mới có cảm giác thư

thái, dịu nhẹ như thế len lỏi trong tâm hồn.

Dương đứng đợi tôi ở cổng khu biệt giam. Anh ta nở nụ cười chào tôi. Tôi cũng gật đầu chào lại. Tôi đi trước, thong thả để đôi chân không dép cảm nhận vẻ khác lạ của nền đường đã bớt vẻ bỏng rát mấy hôm trước.

Dương chầm chậm bước theo sau. Chúng tôi qua các dãy buồng giam kín mít. Thỉnh thoảng thấy vài con chuột cống to lù, bò trên các xô cơm đặt trước cửa buồng giam. Hôm nay phát cơm sớm mà cai tù chưa mở cửa để tù xách cơm vào buồng. Tôi tự giễu thầm mình: *"Mẹ kiếp, hàng ngày mình vẫn ăn thứ cơm ấy. Ăn ngon lành."*

Buồng cung nào cũng bụi bặm và bẩn thỉu. Tôi không bao giờ bắt đầu cuộc làm việc nếu chỗ ngồi không sạch sẽ. Dương biết nguyên tắc đó nên ngày nào anh ta cũng chuẩn bị cho tôi vài mẩu giấy để lau bàn ghế với một tờ phê đúp lót chỗ ngồi. Anh ta từ chối, không muốn tôi lau mặt bàn phía anh ta. Không biết do ngại, hay tiếc thời gian hỏi cung. Từ ấy, tôi chỉ lau phía bên mình ngồi.

Một lần, Dương khiến tôi ngạc nhiên và hơi ngượng khi anh ta không ngần ngại lấy lại tờ giấy tôi vừa lót ngồi, gấp cẩn thận cho vào cặp. Thái độ rất tự nhiên, anh ta bảo *"Tiết kiệm, mai tôi lại mang cho chị. Khi nào nó bẩn thì thay tờ mới."* Tôi quen dần với cách xử sự đó của Dương. Và cố gắng để không nghĩ về cử chỉ ấy.

Buổi hỏi cung không có gì đặc biệt. Tôi chỉ đọc lại mấy bài từ bản in anh ta mang tới, rồi ký tên xác nhận là tôi viết. Tôi nhận ra Dương ưa nói chuyện ngoài lề hơn. Cất tài liệu vào cặp, anh ta nhìn đồng hồ, gợi chuyện:

- Vẫn sớm.

Không thấy tôi đáp lại, anh ta tiếp tục:

- Chị thích bài thơ nào nhất của Nguyễn Bính?

- *Lỡ Bước Sang Ngang, Giấc Mơ Anh Lái Đò, Tương Tư, Gửi Chị Trúc* và một số bài khác.

Tôi đáp, không mấy nhiệt tình.

- Chị biết bài *Thư Gửi Thầy Mẹ* chứ?

Tôi hơi chột dạ. Bài này hình như tôi mới đọc một lần. Và không nhớ câu nào.

- Anh đọc tôi nghe xem nào?

Tôi đề nghị, cố không để Dương thấy vẻ bối rối.

- Để tôi đọc cho chị nghe. Bài này rất hay mà chị lại không thuộc!

Tôi chả buồn cãi lại. Anh ta rời ghế, bắt đầu đọc:

Ai về làng cũ hôm nay
Thư này đưa hộ cho thầy mẹ tôi.

Rồi dừng lại đột ngột, anh ta hỏi:

- Chị có muốn chép lại không?

Tôi hơi bất ngờ trước phản ứng của anh ta. Nhưng qua hai câu thơ anh ta đọc, tôi đoán được Dương đang diễn trò gì. Tôi cũng chuẩn bị cho mình một vai diễn:

- Anh đọc cho tôi chép nhé. Tất nhiên là anh phải cho tôi cả giấy bút nữa.

- Tôi sẽ đọc chậm cho chị chép, nhưng xong thì để tôi giữ chứ chị không được mang vào buồng đâu.

- Chép xong không được mang vào đọc cho thuộc thì chép làm gì ?

Tôi làm ra vẻ nhiệt thành.

- Nội quy là không được mang giấy bút vào buồng giam. Chị biết điều ấy mà. Thôi cứ chép ra đọc rồi lần sau đến tôi lại đưa cho mà xem lại.

Dương vừa nói, vừa lấy giấy bút đưa cho tôi.

Anh ta đọc bằng giọng khá truyền cảm. Tôi cặm cụi ngồi chép. Thi thoảng còn làm ra vẻ nghe không rõ để yêu cầu Dương đọc lại một số chữ.

Ai về làng cũ hôm nay,
Thư này đưa hộ cho thầy mẹ tôi.
Con đi mười mấy năm trời,
Một thân, một bóng, nửa đời gió sương.
Thầy đừng nhớ, mẹ đừng thương,

Cầm như đồng kẽm ngang đường bỏ rơi!
Thầy mẹ ơi, thầy mẹ ơi,
Tiếc công thầy mẹ đẻ người con hư!

Đọc đến đây, Dương dừng lại. Không ngước nhìn nhưng tôi biết anh ta đang quan sát tôi. Tôi vẫn vô tư ghi ghi chép chép, như không nhận ra ẩn ý bài thơ và ý đồ của anh ta. Dương tiếp tục. Tôi nhẫn nại chép hết bài thơ:

Con đi năm ấy tháng Tư,
Lúa chiêm xấp xỉ giỗ từ tháng Ba.
Con đi quạnh cửa quạnh nhà,
Cha già đập lúa, mẹ già giữ rơm.
Cha giậm gạo, mẹ thổi cơm,
Có con, con vắng, ai làm thay cho.
Con dan díu nợ giang hồ,
Một mai những tưởng cơ đồ làm nên.
Ai ngờ ngày tháng lưu niên,
Đã không gọi chút báo đền dưỡng sinh.
Lại mang ân ái vào mình,
Cái yêu làm tội làm tình cái thân.
Bó tay như kẻ hàng thần,
Chán chường như lũ tàn quân lìa thành.
Mẹ cha thì nhớ thương mình,
Mình đi mình nhớ người tình xa xôi...
Ở thư nầy thầy mẹ ơi,
Nhận cho con lấy vài lời kính thăm.
Xin thầy mẹ cứ yên tâm.
Đừng thương nhớ, một vài năm con về.
Thầy ơi đừng chặt vườn chè,
Mẹ ơi, đừng bán cây lê con trồng...
Nhớ thương thầy mẹ khôn cùng,
Lạy thầy, lạy mẹ, thấu lòng cho con.

Tôi chợt thú vị với ý nghĩ Dương đã tốn công học thuộc bài thơ để diễn trò với tôi. Anh ta chắc hả hê lắm khi tưởng tượng ra cảnh tên phản động cứng đầu là tôi tối sầm mặt lại sau cú đánh trời giáng của anh ta mà không ú ở nổi câu nào. Bài thơ chấm dứt, anh ta tấn công luôn:

- Chị có thấy bài thơ này đặc biệt không?

Thay vì trả lời, tôi hỏi lại Dương:

- Anh thấy nó đặc biệt ở chỗ nào?

- Bài thơ rất hợp với hoàn cảnh của chị. Nhất là nhân vật người con. Tôi thấy bóng dáng của chị và mẹ chị trong ấy. Nhất là câu "Thầy mẹ ơi thầy mẹ ơi. Tiếc công thầy mẹ đẻ người con hư".

Dương trở lại vị trí ngồi đối diện với tôi.

Anh ta cười, vẻ khinh khỉnh.

- Vì anh đã đọc thơ cho tôi nghe, nên tôi cũng sẽ đáp lễ anh bằng một bài thơ cho phải phép.

Dương trông chờ một phản ứng khác, chứ không phải một thái độ điềm tĩnh mỉa mai như thế.

- Bài *Nhớ Rừng* của Thế Lữ, chắc anh còn nhớ chứ?

Không đợi Dương kịp phản ứng, tôi đọc to:

Gậm một khối căm hờn trong cũi sắt,
Ta nằm dài, trông ngày tháng dần qua.
Khinh lũ người kia ngạo mạn, ngẩn ngơ,
Giương mắt bé riễu oai linh rừng thẳm".

- Chị thôi đi!

Không chịu được nữa, Dương gầm lên.

Tôi nhìn thẳng vào mắt anh ta, mặt đanh lại:

- Đấy mới là hình ảnh của tôi, anh hiểu chưa?

Máu dồn lên mặt tôi nóng bừng. Tôi ngẩng đầu, kiêu hãnh nhìn anh ta lúc này đã đứng bật dậy khỏi ghế. Tôi chưa thấy Dương như thế bao giờ. Anh ta trừng mắt nhìn tôi. Tôi cũng nhìn lại, vẻ đắc thắng hơn là tức giận.

Hai bên nhìn nhau như thế mấy giây đến khi anh ta từ từ ngồi xuống. Dương cười khẩy, vẻ đều giả hiếm thấy Đó là cách anh ta chế ngự cơn giận, kết thúc không khí căng thẳng khi đối phương không có ý dừng lại.

- Chị cũng thú vị đấy. Để xem chị sẽ còn hiên

ngang được bao lâu.

- Anh thật khéo đùa.

Tôi bông phèng. Trên đường trở về từ buồng cung, chẳng ai nói với ai câu nào. Luyến đã cơm nước sẵn sàng đợi tôi. Hình ảnh mấy con chuột cống bò trên xô cơm tù tôi gặp trên đường đi cung, ít nhiều khiến tôi lợm giọng.

Tôi kể chuyện ấy cho Luyến nghe, cô nàng bảo:

- Chị cứ vô tư ăn đi, bao giờ em cũng hớt phần cơm phía trên vãi ra sân cho chim ăn. Mình ăn phần dưới. Cụ bọn chuột cống cũng không mò xuống chỗ ấy được đâu.

Nghe cũng bùi tai. Vả lại hôm nay có món "dưa tù" đặc biệt do Luyến muối, ngon miệng, tôi chén hết bay ba bát cơm. Món dưa tù mà những ngày đầu trông Luyến làm, tôi thấy ghê ghê, giờ thì nghiện. Hàng ngày, tôi và Luyến chụm đầu vào bát rau muống luộc, ngắt riêng phần lá dùng ngay cho bữa cơm. Phần cọng cho vào muối dưa. Chúng tôi hòa nước lã — làm gì có nước đun sôi nên dùng nước lã — với ít muối, cho mấy nhánh tỏi rồi thả phần cọng rau muống luộc vào. Đậy nắp kín chờ hai hôm sau nó chua là ăn được. Rồi cứ cái nước chua ấy, dùng muối dưa đợt sau. Có hôm rau ít, lơ thơ vài cọng chỏng vó trong bát nước đen ngòm. Không bõ công nhặt. Nhìn chẳng buồn ăn. Như mọi tối, nhà hàng xóm lại *còi* sang. Bên ấy hai người ở, Long và Hùng. Suốt bốn tháng ở khu biệt giam, tôi chưa thấy anh Long đi cung lần nào. Hùng đi một lần. Lần thứ hai thì chuyển đi hẳn. Nghe nói chuyển lên buồng chung, ở với mấy chục người tù khác.

Qua những câu chuyện mà chúng tôi phải gân cổ kể cho nhau nghe, tôi biết anh Long sinh năm 1957. Hơn tôi những hai mươi tuổi. Phải gân cổ, nói thật to thì bốn đứa tù ở hai buồng giam cạnh nhau mới nghe được.

Tôi không biết các chuyện đời bạn tù kể cho mình nghe có thật như thế không. Chẳng có gì để kiểm chứng. Vả lại, điều ấy không cần thiết. Cái mà người tù cần, là tiếng người. Tiếng người, là thứ duy nhất dội vào tâm khảm để biết mình đang sống, đang ở đâu. Không có tiếng người, tôi lại rơi vào khoảng không vô tận của im lặng. Thứ im lặng dệt bởi âm thanh côn trùng và tiếng lê xiềng của người tù nào đó đi ngang qua khu biệt giam.

Anh Long, tên đủ là Hoàng Thanh Long. Anh tốt nghiệp Đại Học Tổng Hợp, khoa Văn thì phải, tôi nhớ mang máng. Làm cơ quan nhà nước một thời gian, chán nên bỏ. Tôi hỏi vì sao, anh nói *"Chế độ thối, thời những thằng đểu lên ngôi, không thích phục vụ chúng, thì bỏ. Thế thôi, em."* Anh Long bảo, đời có nhiều cái oái ăm. Oái ăm nên anh mới trở thành một tay buôn ma túy.

Tôi không thích cách anh lý luận *"thà làm thằng buôn ma túy còn hơn phục vụ cho chế độ đểu cáng này."* Với tôi, từ chối phục vụ cho chế độ đểu cáng bằng con đường làm ăn bất chính, chẳng khác chọn một sự đểu cáng khác. Sự hủy diệt nào cũng là hủy diệt. Nhưng tôi vẫn quý anh Long, quý cái tình người trong chốn tù ngục.

Tôi kể chuyện đọc thơ trong cuộc hỏi cung. Anh Long cười, ngẫu hứng đọc ngay bốn câu thơ tặng tôi:

Vào đông tôi gặp một khách thơ
Buồng cung khách hỏi rất ngu... ngơ:
"Thư gửi thầy u"— có gì trăn trở?"
"Nhớ Rừng"— tôi đáp, khách đành lơ".

Anh Long còn nhắc, sau chữ *"ngu"* phải để dấu ba chấm rồi mới thêm chữ *"ngơ"* vào, ý nói thằng điều tra viên *"ngu."* Gớm, ông bạn tù hàng xóm cũng thích chơi chữ cơ đấy.

09 —
Chuyển Trại

• *Kỷ niệm 65 năm Tuyên Ngôn Quốc Tế Nhân Quyền –*
  10/12/1948
• *Ngày Tù Nhân Lương Tâm VN – 10/12/2013*
• *Và Ngày Ra mắt Mạng lưới Blogger Việt Nam*
• *Xin dành tặng những chiến sĩ dân chủ, đã và đang phải*
  sống trong ngục tù CS vì Lý Tưởng Tự Do và Khát Vọng
  Nhân Quyền, nhất là để tưởng nhớ đến người tù lương
  tâm Bùi Đăng Thủy vừa qua đời trong nhà tù Xuân Lộc.

Trời chưa sáng, tiếng mở cửa làm mọi người choàng tỉnh: *Đi trại!* Cả buồng giam nhốn nháo, hồi hộp.

Viên công an cầm danh sách và bắt đầu đọc tên. Anh ta làm việc đó ngay khi đồng nghiệp vừa mở cửa. Tù không có quyền — chứ không phải không kịp — đánh răng rửa mặt trước khi đi. Mọi thứ phải luôn sẵn sàng để khi có chuyến đi trại chỉ việc mang theo, bởi đó là những chuyến đi không báo trước.

Đồ dùng cá nhân như quần áo, bát, thìa, ca cốc — bằng nhựa —, băng vệ sinh, kém đánh răng, dầu gội đầu... đã được sắp xếp trong một bao dứa gọi là *"túi nội vụ"* mua trong trại tạm giam. Người án ngắn cũng như án dài, thậm chí chung thân chỉ duy nhất một túi đó mà thôi. Trừ những người đang chờ phiên phúc thẩm hoặc chưa hết thời hạn mười lăm ngày chống án, còn lại không cần chờ đọc tên, ai cũng tự giác ôm sẵn *"túi nội vụ"* để bước ra ngoài sau tiếng *"có"* nếu cán bộ đọc tên mình. Người tù nào cũng mong được rời trại tạm giam để lên trại cải tạo, dù vẫn là nhà tù nhưng thoát cảnh bó gối ngồi một chỗ. Không ít người lỡ chuyến đi, buồn bã trở vào cất *nội vụ* đợi chuyến sau. Nhưng mất công một chút còn hơn bị xúc phạm, trách phạt. Thấy tôi vẫn...bình chân như vại, mấy chị sốt ruột thay:

- Ơ! Thế cứ ngồi lỳ ra đó à? Định không lên trại à? *Nội vụ* đâu chị xách ra cho?

Tôi thản nhiên đáp:

- Em không đi Xuân Nguyên (¹⁶) đâu, em đi Thanh Hóa và sẽ đi một mình một chuyến. Rồi các chị coi.

Bạn tù nhìn tôi như nhìn một đứa hoang tưởng. Nhưng ai cũng bận nên chẳng buồn hoạnh họe lại.

Trời vẫn chưa sáng hẳn. Đã hết tiếng ồn ào, hết cảnh nhốn nháo. Còn lại mấy người tù chúng tôi, hụt hẫng và trống trải. Không ai ngủ lại được nữa. Chỉ ít hôm nữa thôi, buồng giam sẽ đông đúc lại với các tù mới. Người ta nói đây là bến tạm. Một bến tạm không ai muốn dừng chân. Nhưng Ngân (¹⁷) mừng ra mặt, thấy tôi ở lại:

- May quá, Nghiên không phải đi đợt này. Chỉ lo Nghiên phải đi.

- Ngân không cho Nghiên đi, muốn Nghiên chịu khổ ở đây à?

Đó là người phụ nữ đảm đang, chịu thương chịu khó. Trong một cơn ghen, Ngân đã cầm dao chém chồng — nghe nói hàng chục nhát — cho tới chết. Cô không giống một tên sát nhân hay một kẻ đang sám hối giả tạo. Thật khó diễn tả, nhưng chúng tôi đã chứng kiến những tháng ngày day dứt của Ngân khi còn ở chung trại tạm giam. Không cam chịu bản án mười chín năm tù, Ngân viết đơn kháng án và đang chờ phúc thẩm. Không hiểu sao Ngân thương quý tôi đến thế, bất chấp sự cấm đoán. Đôi khi, sự quan tâm thái quá của cô làm tôi khó chịu.

(¹⁶) *Xuân Nguyên: trại giam nằm ở huyện Thủy Nguyên, Hải Phòng.*
(¹⁷) *Ngân: vì lý do an ninh, tên các nhân vật được thay đổi.*

Nhưng tôi thương Ngân thật sự. Phần vì cuộc đời lương thiện và bất hạnh của cô, phần vì sự chân thành mà cô dành cho tôi. Chúng tôi, ngoài sự thương quý còn là lòng biết ơn dành cho nhau.

Tôi không kháng án, nhưng cũng phải ở lại buồng này hai tháng mười ngày kể từ sau phiên xử 29/1/2010 trong khi nhiều người ra tòa sau tôi đã lần lượt đi trại. Linh cảm của một tù nhân chính trị mách bảo tôi sẽ bị đưa tới Trại giam số 5, Thanh Hóa nơi đang giam giữ người đồng đội của tôi, luật sư Lê Thị Công Nhân. Nhưng họ sẽ không bao giờ cho chúng tôi cơ hội gặp gỡ dù là trong nhà tù. Tức là, phải chờ Công Nhân hết án, họ mới chuyển tôi đến.

Sáng sớm hôm sau, tôi đi thật.

Tất cả mọi người đều không hiểu vì sao lại bị dựng dậy trong lúc này. Người nọ ngơ ngác nhìn người kia: mới có chuyến đi trại hôm qua mà!

- Các chị cứ ngủ, mình em đi thôi.

Tôi nói, giọng bình thản.

Lần thứ ba trong thời gian tạm giam, tôi bỏ lại sau lưng những khuôn mặt buồn lo, thương cảm. Lần đầu, khi tôi đi biệt giam. Lần thứ hai, khi tôi ra tòa. Và hôm nay. Tôi nhìn thấy đôi mắt đỏ hoe trong vẻ rầu rĩ và lo lắng của Ngân. Vài giọt nước mắt dù cố giấu vẫn thấy rơi trên gương mặt chị Hiền, chị Tâm. Những chị em mà rất có thể, sẽ không bao giờ còn gặp lại. Tôi cảm ơn mọi người. Và đi.

Dù rất quý vốn "tài sản" đã dùng trong mười tám tháng và sẽ gắn bó thêm hai năm rưỡi nữa nhưng tôi vẫn không đủ sức mang vác cái *túi nội vụ* cộng với một "*cặp vợ chồng nhà xô chậu*" trên cơ thể nặng chưa đầy bốn mươi ký. Tôi phải kéo lê chúng từ buồng giam ra cổng. Nhớ ra cặp kính cận, vật bất ly thân của tôi vẫn đang nằm trong phòng làm việc của người cai ngục. Tôi lại đứng chờ người dẫn giải trở vào lấy. Ít phút sau, cái kính được trả về với đôi mắt của tôi. Từ giờ, tôi và nó chắc không phải gặp nhau định kỳ như trong thời gian tạm giam nữa, tức là chỉ khi đi cung mới được đeo, còn thì phải gửi lại chỗ cai tù.

Đây là lần thứ hai tôi bị xiềng chân. Đến lúc này, tôi cũng không hiểu vì sao tôi không phản đối. Tôi không thấy bị thôi thúc bởi lòng kiêu hãnh. Không thấy thương hại mình. Không có một ý niệm gì hết. Tôi để người ta xiềng chân mình trong một trạng thái dửng dưng. Lúc đó, hình như tôi không nhớ tôi là một người tù chính trị và phải bảo vệ nhân quyền của mình trước sự vi phạm trắng trợn.

Bây giờ ngồi viết những dòng này, tôi chỉ có thể lý giải khi đó, tôi đã bị chai sạn hoặc trở nên dễ dãi, thậm chí có dấu hiệu mệt mỏi sau mười tám tháng sống cuộc sống không hẳn dành cho con người. Và buộc phải chống chọi với những kẻ coi tôi là kẻ thù. Họ là những điều tra viên, những kiểm sát viên, người của tòa án. Cả những người mà đến nay tôi chỉ được biết một cách mơ hồ qua lời giới thiệu mập mờ của điều tra viên với từ "cấp trên."

Đó là những cuộc gặp gỡ, những lần hỏi cung kéo dài hàng giờ đồng hồ với bảy tám chục lần tất cả. Những khổ ải của biết bao thân phận tù nhân cũng làm tôi bị ám ảnh. Tôi chỉ có mong muốn duy nhất là thoát khỏi nơi khỉ gió này càng nhanh càng tốt. Mong muốn đó mạnh hơn ý chí phản kháng của tôi lúc bấy giờ. Chưa được tự do nhưng ít nhất, cũng thoát khỏi cái chỗ "chết tiệt" này dù là để đến một nơi thực sự là nhà tù trong chiếc xe thùng kín mít suốt chặng đường dài với mấy giờ đồng hồ di chuyển.

Tôi đã xỏ bốn đôi tất phần vì lạnh, phần để khỏi bị đau chân. Vậy mà vẫn như bơi trong đôi giày ba-ta. Trời vẫn tối. Tôi lọ mọ soạn sẵn đống túi ni-lông phòng khi bị nôn. Đối với người mắc chứng say xe thì đi ôtô thực sự là điều khủng khiếp.

Áp giải tôi có ba người. Ngoài người lái xe còn hai người khác. Một người trung niên và một người trạc tuổi tôi. Anh chàng trạc tuổi tôi ghé mặt sát tấm lưới, vật ngăn cách người tù với người dẫn giải, bắt chuyện:

- Chị có lạnh không?

- Cũng lạnh anh ạ. Nhưng không sao.

- Thế chị tội gì?

- Tội nói thật.

Tôi trả lời cộc lốc.

- Chị vui tính nhỉ?

- Anh dẫn giải tôi mà không biết tôi "tội" gì sao?

- Tôi không biết. Chỉ thấy cấp trên nói phải dậy sớm, đưa một trường hợp đặc biệt đi trại. Tôi cũng thấy đặc biệt thật vì từ trước tới nay hầu như không có ai đi một mình một chuyến như chị cả.

- Tôi nghĩ anh biết nhưng giả vờ không biết. Các anh phải biết các anh đang làm gì chứ?

- Tôi không biết thật mà. Thế chị là ai?

- Tôi nói anh đừng giật mình nhé. Tôi bị đảng của các anh kết tội chống Nhà Nước. Khiếp chưa?

Anh ta ra chiều ngạc nhiên:

- Ồ! thế chị có quen Lê Thị Công Nhân và Nguyễn Văn Đài không?

Câu hỏi của anh ta làm tôi hưng phấn.

- Họ là đồng đội của tôi.

- Chị là Nguyễn Thanh Nghiên phải không?

- Tôi họ Phạm. Phạm Thanh Nghiên.

- Ồ! Tôi có biết chị. Không ngờ được gặp hôm nay.

- Thế anh nghĩ sao về chúng tôi?

Tôi bắt đầu dẫn dắt câu chuyện.

Anh ta giới thiệu tên Dũng, nhỏ hơn tôi hai tuổi.

Suốt chặng đường đi, Dũng là người duy nhất nói chuyện với tôi. Không biết anh ta giả vờ đóng kịch hay không, nhưng ít ra tôi cũng thấy thỏa mái hơn đôi chút. Nó xua đi bầu không khí ngục tù và rút ngắn khoảng cách giữa những người không mang cùng thân phận.

- Xe ra khỏi thành phố chưa anh? Tôi hỏi.

- Được một đoạn rồi chị ạ.

- Tôi sẽ đi Thanh Hóa, đúng không?

- Không, gần đây thôi chị ạ.

- Anh lại nói dối tôi rồi. Việc gì phải giấu, đi đâu chả là tù. Anh không thừa nhận, lát tới Trại 5, tôi không vào đâu đấy.

- Chị thật khéo đùa.

Anh ta cười ngượng.

Cuộc nói chuyện thưa dần vì tôi bắt đầu bị chứng say xe hành hạ. Hy vọng số túi ni- lông đủ dùng cho tới khi đến đích. Thi thoảng, Dũng lại ngoái ra phía sau, hỏi han tôi. Dũng hỏi nhiều chuyện nhưng không một lần nhắc đến cái xiềng mà tôi đang mang. Anh ta dí sát miệng vào tấm lưới chắn và gần như hét lên để tôi nghe thấy. Tiếng gió rít, tiếng động cơ và nhiều tiếng ồn khác làm chúng tôi không còn muốn trao đổi gì nữa.

Qua Ninh Bình, sang Nam Định. Và rồi cũng đến đất Thanh Hóa. Tôi định nhắc khéo Dũng về điểm đến cuối cùng. Nhưng không muốn anh ta ngượng, nên thôi.

Xe liên tục dừng lại để hỏi đường vì rất lâu rồi không có chuyến đi Trại 5, Thanh Hóa. Tôi thực sự thán phục người tài xế khi anh ta vượt thoát được những con đường không còn là đường nữa. Cảm giác không chỉ mình tôi mà cả ba người kia cũng đang phải chịu cực hình. Cứ như lục phủ ngũ tạng trong người sắp đổi chỗ cho nhau. Không chỉ vật lộn với những cơn nôn ói thắt ruột, tôi còn phải liên tục kéo cái *túi nội vụ* về vị trí cũ để không cho nó chạm vào mấy cái túi ni-lông bẩn. Đã thế cái xiềng chân cứ vướng víu, khó chịu, mỗi lần vượt ổ gà, ổ voi (¹⁸) là một lần đầu tôi bị dúi xuống sàn xe. Tự nhiên tôi nghĩ quẩn: Giá họ cho mình thêm một năm tù để đổi lấy việc không phải di chuyển bằng ôtô thì tốt.

Bị lạc đường gần hai mươi cây số khiến chúng tôi đến muộn hơn so với dự tính. Người dẫn giải trung tuổi đi làm thủ tục. Không thấy bóng dáng nữ tù nhân nào. Chỉ thấy họ, những tù nam, đi thành hàng đôi — tuy còn lộn xộn — nhìn người mới đến với vẻ lạ lẫm hơn là giễu cợt hoặc dọa dẫm. Hình như tôi thấy rờn rợn. Tôi ngồi vắt vẻo trên tường hoa, cố tình đung đưa chân để giấu cảm xúc. Lúc này, Dũng mới chịu tháo xiềng cho tôi.

Không hiểu sao xuất hiện lắm cai tù thế. Họ kéo nhau ra cùng với người dẫn giải trung tuổi. Chắc muốn nhận mặt và không loại trừ mục đích uy hiếp tinh thần kẻ chống lại lý tưởng của họ. Có người hỏi tôi đi đường có mệt không, có người hỏi ăn sáng chưa nhưng đa phần chất vấn tôi tội "chống Nhà Nước." Tôi thấy không cần thiết và cũng không còn sức tranh luận với họ nên chỉ trả lời qua quýt mấy câu liên quan đến sức khỏe, ăn uống. Sau này tôi mới biết đó là Phân Trại số 1, nơi *"đầu não trung ương"* của Trại giam số 5, Bộ Công An.

Cuối cùng, họ cũng đưa tôi tới nơi họ muốn: Phân Trại số 4, dành cho nữ tù nhân mà theo cách gọi của họ là "Phạm nhân nữ." Lần đầu tiên sau hơn mười tám tháng tầm mắt của tôi được vượt qúa phạm vi một căn buồng mấy chục mét vuông. Tiếng gọi của người dẫn giải trung tuổi chấm dứt vẻ ngơ ngác của tôi.

Đây là lần đầu ông ta nói chuyện với tôi:

- Hình như Nghiên còn tiền lưu ký ở Trần Phú phải không?

(¹⁸) *Ổ gà: chỗ lõm sâu nom giống ổ gà, trên mặt đường do bị lở —* Ổ *voi: chỗ lõm sâu và rộng hơn ổ gà.*

- Dạ còn. Nhưng không làm được thủ tục để chuyển vì không biết trước ngày đi trại.

- Thế thì để chú ứng trước vào đây cho có tiền dùng rồi về kia chú lấy lại số tiền lưu ký sau, đồng ý không?

- Vâng, thế cũng được. Cảm ơn chú.

Sự nhiệt tình của ông ta làm tôi cảm động. Lần đầu tiên tôi phá vỡ nguyên tắc xưng hô với công an khi gọi ông ta bằng "chú." Dũng nói anh ta có quen biết một vài người đang công tác trong trại này và sẵn sàng "*nói với họ một tiếng*" để giúp tôi nếu cần. Anh ta nói lấy lệ hay thật sự không ý thức được những tù nhân lương tâm chúng tôi luôn đứng ngoài cơ chế "*xin-cho*", "*chạy-chọt*" và các ứng xử thông thường của mọi mối quan hệ không cùng chính kiến. Hai người dẫn giải bắt tay tạm biệt tôi. Họ đi. Tự nhiên một cảm giác khó tả — gần giống sự hụt hẫng — bám lấy tôi.

Tôi sẽ ở lại đây, trong nhà tù mới và khởi đầu một cuộc đày đọa mới. Không, tôi muốn nó giống với một cuộc khám phá hơn là một sự đọa đày.

Trong lúc chờ những cai tù kiểm tra nội vụ, tôi tranh thủ quan sát "thế giới mới" của mình. Bên trong cánh cổng, lố nhố những bóng áo kẻ sọc, trang phục mà lát nữa sẽ được khoác lên người tôi. Nhưng dứt khoát tôi sẽ không bị "trộn lẫn" với họ. Tôi biết rõ về chuyến đi của mình. Và biết mình sẽ làm gì sau khi kết thúc chuyến đi đó.

PHẦN HAI

NHỮNG CHUYỆN
Ở
TRẠI 5 - THANH HÓA

01 —
Mẹ con thằng Khoai Tây

Ngà sắp về hết án.

Một buổi chiều, Ngà ngập ngừng nói với tôi:

- Có điều này em định nói với bác, mà ngại.

- Chị em với nhau có gì mà ngại.

Ngà nịnh:

- Em cám ơn bác, cả trại phải cảm ơn bác vì hôm chủ nhật nếu bác không làm um lên thì ai cũng chết khát cả. Chúng nó ác thật, bắt cả tù nhịn uống nước.

- Việc đó họ sai mười mươi, người tù nào cũng có thể lên án và yêu cầu họ phải cấp nước cho mình uống.

Tôi vừa lau rớt rãi cho thằng Khoai Tây, vừa lườm Ngà một cái. Ngà gãi đầu, cười ngượng:

- Làm gì có ai dám làm như bác. Em mà ho he nó cho thằng Khoai Tây đi trại trẻ mồ côi thì em mất con à.

Ngà đưa tay bế con, nhưng hai chân thằng Khoai Tây quặp chặt lấy tôi, tay túm chặt cổ áo, gỡ mãi nó mới chịu buông. Hôm nào cũng lưu luyến như thế.

- Mà mày định nói gì với tao cơ mà? Nói đi.

- Nhưng bác không được chửi em nhé. Ngà mặc cả.

- Ừ, chửi gì mà chửi.

- Hôm nọ "mẹ" Thắng ([19]) đội mười lăm nói sẽ mua thằng Khoai Tây. Nhưng em muốn hỏi bác có muốn nuôi nó không thì em nhường. Tại em thấy bác yêu nó và nó cũng quấn bác hơn cả mẹ.

([19]) *"Mẹ" Thắng: Những người tù trên 60, 70 tuổi thường được tù trẻ gọi bằng mẹ. Gọi như thế cảm thấy có "mùi" gia đình hơn.*

Tôi sững người. Mấy hôm trước Hằng "đen" mách với tôi là Ngà tính bán con. Nó đang lưỡng lự nên bán cho "mẹ" Thắng sắp hết án hay bán cho bà dân ([20]) gặp ngoài đồng. Dự định ra khỏi cổng trại là giao con và nhận tiền ngay. Lần đầu hai chữ "bán con" lọt vào tai khi tôi mới lên trại. Đó là người ta xì xào với nhau ngoài sân giếng buổi trưa hôm ấy. Nghe nói, người vừa mãn án bán rất "được giá" đứa con trai hai tuổi khi vừa ra khỏi trại tù. Tôi đánh rơi chiếc gầu múc nước vào chân, tóe máu. Sau này, dù không làm rơi gầu múc nước nhưng hai chữ "bán con" vẫn làm tôi rùng mình.

Mai Bích Ngà sinh 1982. Trước khi đi tù, vợ chồng Ngà sống chung với người em gái ở phố Thanh Nhàn, quận Hai Bà Trưng, Hà Nội. Ngà bảo: *Ra tù em cũng chưa biết đi đâu. Em gái em lấy chồng rồi, nó còn phải nuôi thằng em út nữa.*

Bố mẹ Ngà mất sớm, mấy chị em tự nuôi nhau. Tôi không hỏi kỹ cuộc sống của ba chị em Ngà khi không có bố mẹ. Chuyện đời của những người tù, nhớ không xuể.

Đến tuổi trưởng thành, Ngà lấy chồng – một anh chàng nghiện ngập. Rồi Ngà cũng nghiện. Ngà bị bắt năm 2010, bị kết án hai mươi bốn tháng tù giam vì tội *"tàng trữ trái phép chất ma túy."* Chồng Ngà cũng bị bắt thời gian ấy. Khi bị tống vào Hỏa Lò, Ngà đang mang bầu đứa con thứ ba, thằng Khoai Tây. Ngà bị đưa tới Trại 5 Thanh Hóa mùa hè năm 2011, khi Khoai Tây được mấy tháng tuổi. Người mẹ tù khoe với tôi:

- Em sinh nó đúng ngày 2/9 nên đặt tên là Quốc Khánh. Bác Nghiên thấy tên cháu hay không?

- Ừ! hay, hay lắm! Nhưng nếu không có cái ngày Quốc Khánh chết tiệt ấy chắc mày chưa phải khổ, phải nghiện ngập. Con mày cũng như nhiều đứa trong nhà tù

([20]) **Bà dân: *Cách gọi để phân biệt người dân với người tù.***

này đã được sung sướng, chăm chút chứ không phải đi tù từ trong bào thai như thế.

Mặt Ngà tái xanh khi nghe tôi nói một tràng:

- Úi! Em xin bác, bác nói thế có đứa nghe thấy nó mách là em chết. Em sợ lắm.

Vừa van nài, người mẹ trẻ vừa sợ sệt, đảo mắt nhìn quanh như kẻ ăn trộm.

- Tao nói miệng tao, mày sao phải sợ.

Tôi cố tình trêu Ngà.

- Miệng bác, nhưng tội em gánh. Em lợi dụng thằng Khoai Tây để được gần bác. Chứ nếu không, quý bác đến mấy em cũng chạy xa. Bao nhiêu người bị đi uống cà phê (²¹) chỉ vì nói chuyện với bác, bác biết thừa còn trêu em.

Suốt 18 tháng tạm giam, tôi chưa hề viết đơn từ, *thưa gửi* ai. Trong các bản tường trình khi làm việc với điều tra viên cũng thế, tôi không bao giờ viết trọn phần tiêu ngữ. Nếu viết cụm từ CHXHCNVN thì bỏ trong dấu ngoặc kép và không viết phần *"độc lập - tự do- hạnh phúc"*, hoặc để trống hay thường không viết). Tôi cũng không *kính thưa, kính gửi* ai mà chỉ *"gửi:.."* với nét chữ cố tình viết cẩu thả. Dù rất khó chịu, điều tra viên phải chấp nhận, nếu không, sẽ chẳng có bản tường trình nào.

Vậy mà khi lên trại, tôi phải phá lệ. Tôi làm đơn gửi Trại giam để họ cho trích một phần tiền lưu ký mua sữa cho lũ trẻ. Trước đó, đã có mấy bà mẹ bị đi *"uống cà phê"* vì *"tội nhận sự giúp đỡ của Phạm Thanh Nghiên."* Làm đơn vẹn cả đôi đường, bọn trẻ có quà và mẹ chúng không bị đe nẹt, dọa dẫm. Chỉ có tôi ấm ức một tí, nhưng chấp nhận được. Riêng thằng Khoai Tây, ngoài phần quà chung, tôi vẫn kín đáo giúp mẹ con nó. Mẹ tôi nghe chuyện, hàng tháng gửi thêm tiền lưu ký để tôi khỏi thiếu

---

(²¹) *Bị (mời) đi uống cà phê: Chỉ việc người tù bị đi gặp hoặc phải làm việc với "cán bộ." Thường là chuyện không may.*

thốn trong tù. Tôi chưa bao giờ được đứa trẻ nào yêu như thế, kể cả đám cháu ruột của tôi. Hầu như chiều nào tôi cũng bế Khoai Tây cho mẹ nó tắm giặt, cơm nước. Thằng Khoai Tây tưởng tôi là của riêng nó. Nó ghen với bất cứ đứa trẻ nào tôi bế trên tay. Chỉ cần ai đó giả vờ đánh tôi một cái là nó hét toáng lên, lao đến túm tóc rồi cắn người ta. Hiếm có đứa trẻ nào có tiếng hét to và chói tai như nó. Khi ấy nó còn chưa biết đi. Có hôm tôi phải trốn Khoai Tây, để được chơi với những đứa trẻ khác.

Mẹ con Ngà thuộc thành phần "không gia đình" tức không có thăm nuôi. Không người tù nào có thể sống chỉ với những gì trại giam cung cấp. Vì thế, phải cố xoay sở.

Xoay sở là mua bán, đổi chác, vay mượn, nhờ vả hay làm thuê như múc nước, lau nhà, giặt giũ, rửa bát, làm khoán, đấm lưng, massage…để có chút thức ăn tươi mang về cho con hoặc cuộn băng vệ sinh cho mẹ dùng. Tất nhiên, các thứ "xoay sở" ấy đều bị cấm, bị vi phạm "*nội quy trại giam.*" Đội "con nhỏ" thường được phân công đi trồng rau, công việc theo cai tù mô tả là rất "*nhẹ nhàng và được ưu ái.*" Bất cứ bà mẹ nào cũng chỉ được ở trong trại đến khi con đủ bốn tháng là phải "đi làm."

Ra đồng cực nhọc nhưng có cơ may tiếp cận vài người dân gần đó để nhờ vả. Khi nhờ mua giúp lạng thịt, con cá, hộp sữa, khi là cú điện thoại gọi về cho gia đình. Tất nhiên với giá tiền đắt hơn thị trường. Mua được đồ ăn, phải tìm cách nổi lửa nấu ngay tại hiện trường lao động. Khổ nhất là lúc đang nấu bị cai tù trong trại ra kiểm tra phát hiện. Có khi, chúng lấy chân hất hết thức ăn xuống đất, tịch thu nồi niêu và luôn miệng chửi mắng. Tù không còn cách nào khác là "*van ông lạy bà*" ([22]) kèm

---

([22]) *Ông bà: Quy định cách xưng hô giữa tù với cai tù là "Tôi – cán bộ", nhưng hầu hết tù phải làm đẹp lòng cai tù với lối xưng hô rất mọi rợ là: "ông, bà" xưng "cháu."*

theo chút tiền đút lót để khỏi bị kỷ luật. Ai không có tiền, không khéo xin xỏ thì bị dong về trại lập biên bản kỷ luật, mất giảm án. Nấu chín thức ăn là một chuyện, còn mang lọt qua cổng phân trại dưới sự khám xét của cai tù là chuyện khác. Xin mở ngoặc một chút, với người được cai tù "đỡ" thì bất kể thứ gì cũng có thể mang được vào trại, thậm chí đích thân cai tù mang đưa tận tay.

Chiều hôm ấy vừa nhập trại, Mỹ Lệ — người ở cùng buồng với tôi — hớt hải báo tin:

- Cái Ngà bị đi kỷ luật rồi.

Tôi lo lắng:

- Làm sao mà bị đi kỷ luật?

- Nó mang hộp sữa với ít thịt kho về, nó xin mãi mụ Nhung dứt khoát không cho. Nó ức quá bảo mụ ấy "*ác.*" Mụ tát vào mặt nó mấy cái rồi tống vào nhà kho rồi.

Mỹ Lệ lẩm bẩm rủa thầm mụ cai tù thêm mấy câu đủ để mình tôi nghe thấy. Ngà bị kỷ luật mười ngày.

Suốt thời gian vắng mẹ, thằng Khoai Tây phải ở nhà trẻ ([23]) để những người tù khác trông nom. Nó khóc suốt. Án kỷ luật dành cho Ngà như là sự trừng phạt dành cho tôi, cho Mỹ Lệ và Hằng "đen." Giống như tôi, Lệ và Hằng rất thương, thường cưu mang mẹ con Ngà. Vắng nó, chúng tôi buồn ngẩn ngơ.

Không riêng gì Ngà, bất cứ người tù nào cũng có thể bị trừng phạt vì một lý do rất vớ vẩn như thế. Bọn cai tù dùng "nội quy trại giam" để kinh doanh: gặp cán bộ không chào; tự ý giúp đỡ, biếu tặng quà, đồ dùng cho nhau không xin phép... đều là vi phạm. Oái ăm hơn, tù nhân là người dân tộc thiểu số không biết tiếng Kinh mà giao tiếp với nhau bằng ngôn ngữ của họ cũng bị coi là vi

---

([23]) *Nhà trẻ: Chỉ có ở phân trại dành cho tù nhân nữ. Khi đứa trẻ đủ bốn tháng tuổi thì mẹ phải gửi con để đi làm. Có một đội gồm vài tù nhân nữ khác được sắp xếp công việc trông trẻ.*

phạm nội quy. Nhưng cứ có tiền, dù dùng dao lam rạch mặt bạn tù cũng chỉ bị đi kỷ luật vài ngày là xong. Trong khi, hành vi đó có thể bị truy tố trước pháp luật.

Hai hôm trước khi mẹ con thằng Khoai Tây về, tôi đưa Ngà hai trăm ngàn và một bịch sữa tươi. Để có hai trăm ngàn tiền mặt, tôi cũng phải tham gia trò chơi mua bán đổi chác với những tù nhân khác, một việc mà tôi rất ghét. Tôi dặn đi dặn lại Ngà đừng bán con.

- Bác tưởng em muốn thế hả? Nhà cửa không có, chồng đi tù, hai đứa lớn để ông bà nội nuôi. Bố nó cũng như em nghiện ngập, tù tội. Đau đớn một lần nhưng hy vọng nó đi ở nhà khác còn có tương lai. Bác cứ nguyền rủa em đi, nhưng bác bảo em còn cách nào khác nữa? Nếu có vài chục triệu đồng đút cho bọn điều tra viên ngay từ hồi bị bắt thì em đã được tại ngoại, được hưởng quyền hợp pháp là hoãn thi hành án vì đang mang thai.

Vừa nói Ngà vừa khóc. Tôi lặng người đi.

Tù nhân hết án được nghỉ làm ngày hôm trước. Vì thế, tôi được chơi với thằng Khoai Tây nguyên một ngày. Ngà tặng tôi tấm hình Khoai Tây chụp lúc mới biết ngồi.

Tôi đưa Ngà số điện thoại nhà tôi, dặn khi cần cứ gọi, giúp được gì tôi sẽ giúp:

- Sáng mai em cứ cho con về, chị không tiễn đâu. Nhớ là tám tháng nữa chị mới về. Đừng làm mất số điện thoại nhé!

Sáng hôm ấy, Ngà trong dáng vóc gầy gò, xiêu vẹo bế con theo cai tù hướng ra phía cổng trại giam, thi thoảng ngoái lại nhìn như tìm kiếm. Cánh tay trái cong queo vì bị gãy hồi còn trong Hỏa Lò, khó nhọc xách túi đồ nào áo nào quần của thằng con. Toàn quần áo bạn tù cho. Tôi đứng nấp sau cổng khu nhìn theo, không để Ngà trông thấy. Thằng Khoai Tây tay cầm cái bắp — chắc ai cho từ hôm qua — vừa gặm vừa vần vò. Khoai Tây không biết nơi nó sinh ra và vừa rời đi là nhà tù. Nó cũng

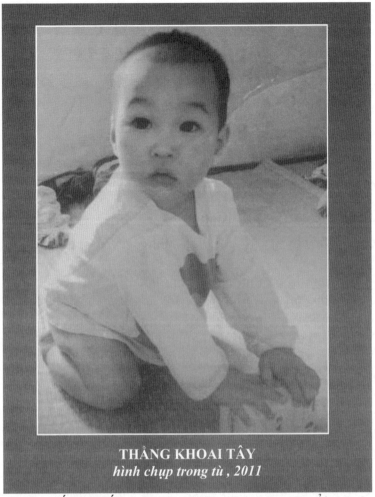

THẰNG KHOAI TÂY
hình chụp trong tù , 2011

không biết mẹ bế nó đi đâu. Nó mới hơn một tuổi. Nước mắt tôi rơi. Câu chuyện về những người đàn bà trong tù bán con làm tôi đau đớn, sợ hãi. Tôi thẫn thờ mấy ngày.

Những đứa trẻ còn lại trong nhà tù không làm tôi nguôi nỗi nhớ Khoai Tây. Tám tháng sau, tôi bấm máy theo số điện thoại Ngà để lại. Không có tín hiệu. Và Ngà cũng chưa một lần gọi cho tôi. Thằng Khoai Tây, tháng Chín năm nay sẽ tròn năm tuổi.

02 —
"Anh" Thìn

Vợ chồng "anh" Thìn ly hôn từ nhiều năm trước. Các con của họ đều đã trưởng thành. Hôm ấy đi gặp gia đình về, "anh" Thìn vui lắm, khoe: *"Tao vừa lên chức bà ngoại. Gái lớn mới sinh con trai rồi."* Vẻ mặt hớn hở, "anh" Thìn lấy gói kẹo trong túi quà tiếp tế ra bảo tôi chia cho mọi người, coi như chung vui với "anh" được lên chức bà ngoại.

Cánh tù nữ thường gán cho nhau đủ thứ danh xưng của cánh mày râu như *ông, bố, chú, anh, cậu.* Tuy lối xưng hô ấy chẳng giống ở đâu nhưng…ngồ ngộ, và vui. Mà niềm vui đối với tù quý giá lắm. Ngoại trừ một số là dân đồng tính thật sự, tức mang yếu tố sinh học. Nhưng cũng không ít người tự biến mình thành đồng tính vì… thích như thế, tức hoàn toàn xuất phát từ yếu tố tâm lý.

Lúc còn ở ngoài, họ là người rất bình thường, cũng lấy chồng, sinh con như những phụ nữ khác. Có lần, tôi đã nói đùa với bạn tù rằng *"Nhà tù là nơi lý tưởng để thực hiện một cuộc cách mạng về giới tính."* Mấy chị tù "có tật", đấm thùm thụp vào lưng tôi chữa ngượng.

Trình tự một cuộc "chuyển giới" không qua phẫu thuật trước tiên là cắt tóc ngắn, sau đó quẳng chiếc coóc-xê — thứ tố cáo "anh" vẫn là đàn bà — vào một xó và ăn mặc theo phong cách đàn ông. Đối với những chị vòng ngực nở nang, việc giả trai khó hơn vì hai quả đồi khi được thả rông cứ ngúng nguẩy theo chuyển động của cơ thể, trông đến ngượng mắt. Tức nhất là có đứa chửi đổng *"trông chả ra dáng đàn ông gì cả, đúng là dở hơi."*

Tiếp theo là điều chỉnh phong thái: từ dáng đứng, điệu đi, đến nết ăn giọng nói phải mạnh bạo — pha chút hùng hổ — làm sao cho thật giống đàn ông. Và như thế, không ít những cô gái, những người mẹ từ bình thường đã tự biến mình thành người khác biệt trong các trại tù.

Bước vào nhà tù, Trại 5 Thanh Hóa, chị Thìn cũng muốn coi mình như một người đàn ông. Vì thế mới có lối xưng hô kỳ cục là "anh" Thìn. Có thứ chị Thìn không cần giả vờ cũng giống đặc đàn ông là giọng nói. Tôi nhớ rất rõ hôm chị nhập buồng, cánh tù nhân chưa thấy mặt, nghe giọng nói của chị, tưởng cai tù vào *sục buồng* (²⁴) đã vội dập điếu thuốc lá, hoặc cuống quýt giấu vội ít tiền mặt. Hóa ra một chị tù mới! Cánh tù nhân thở phào.

Nhưng "anh" Thìn hiền lành và sống tử tế với các bạn tù, ít ra là theo cảm nhận của tôi.

"Anh" Thìn nhập trại khoảng mùa thu 2011 — tôi nhớ mang máng thế. Anh bị bắt vì tội *"buôn bán trái phép chất ma túy"* nhưng tôi không nhớ anh bị kết án bao nhiêu năm. Giống như các tù nhân khác trong phân trại, nhất là với người cùng buồng, "anh" Thìn cũng bị cảnh báo phải tránh xa tôi nếu muốn yên thân. Nhưng chính sách cô lập của cai tù đối với tù nhân chính trị không phải lúc nào cũng có tác dụng. "Anh" Thìn là người tù dám vượt qua ranh giới cấm đoán để giao du với một "tên phản động" như tôi. Người ta gọi "anh" và những người dám chơi với tôi là kẻ *"liều lĩnh"*, hoặc *"bọn không cần giảm án."* Nếu không tính chị Trần Ngọc Anh, một dân oan Vũng Tầu hết án đã về hồi đầu năm 2012 thì tôi

---

(²⁴) *Sục buồng: Việc cai tù đột xuất kiểm tra buồng giam. Thường là sau khi được người tù — tay trong của cai tù "bẩm báo"— để tìm kiếm, tịch thu vật cấm như: tiền mặt, điện thoại di động, các vật nhọn, thư từ chưa qua kiểm duyệt v.v...Ngoài việc tịch thu,"chủ nhân" của vật cấm sẽ chịu các hình thức kỷ luật tùy theo sự "quyết định" của cai tù.*

là tù nhân duy nhất trong Phân Trại số 4 — K4 — *từ chối lao động.* Trong mắt tù nhân và cai tù, tôi thuộc "*thành phần chống đối lao động.*"

Hàng ngày, cứ ra tới xưởng sản xuất là tôi lại ôm chiếu ra gốc cây ngồi đọc sách. Cũng có lúc, tôi rời "đại bản doanh" là cái gốc cây để đến chơi với bạn tù ở đội khác — những người quý mến tôi hoặc không sợ cai tù.

Chiều hôm ấy, "anh" Thìn đến chỗ tôi, bắt chuyện:

- Em bị tội gì?

Vốn dị ứng với câu hỏi đó, tôi đáp giọng hơi "gằn":

- Em ấy à? Tội nói thật và tội yêu nước.

Nhiều người tù sau khi nhận được câu trả lời ấy của tôi thì bỏ đi — vì sợ —, hoặc trố mặt ngạc nhiên. "Anh" Thìn hỏi tiếp, giọng có phần gấp gáp:

- Vậy em biết bác sĩ Phạm Hồng Sơn và luật sư Lê Quốc Quân chứ?

Tôi giật mình. Lưỡi líu lại không nói ra câu.

- Trời! Anh…anh…biết anh Sơn và anh Quân sao?

- Biết chứ, giam chung với nhau ở quận Hoàn Kiếm một ngày mà.

Tôi choáng váng, trống ngực đập thình thịch.

Một điều đáng sợ nhất là nhận được tin anh em của mình bị bắt. Suốt thời gian bốn năm ở tù, tôi nhẩm tính có hàng chục người bị bắt vì đấu tranh cho Nhân Quyền, Dân Chủ và Tự Do Tôn Giáo. Không ít người trong đó tôi thân quen hoặc từng may mắn được gặp. Tổng cộng số năm tù cho những người đấu tranh ôn hòa này lên tới hàng trăm năm. Với tôi, Phạm Hồng Sơn và Lê Quốc Quân là hai người anh rất trân quý. Nếu hai anh bị bắt, những anh em tranh đấu ở ngoài mà tôi quen biết chỉ còn lại mấy người.

Cố gắng lắm tôi mới thốt ra được một câu:

- Nghĩa là cả anh Sơn, anh Quân đều bị bắt hả anh?

- Ừ! Sơn và Quân vào sau anh ít hôm. Sơn bị giam

buồng giữa, anh và Quân hai bên. Sơn chủ động "còi"(^{25}) sang cho anh mà. Hai người bị bắt đêm mồng bốn tháng Tư nhưng đều bị chuyển đi vào đêm hôm sau.

- Anh có biết hai anh ấy bị chuyển đi đâu không? Mà anh có biết hai anh ấy bị bắt theo điều bao nhiêu không? Ngoài anh Sơn và anh Quân còn ai bị bắt nữa không? Tinh thần họ thế nào?

Tôi bắt đầu hỏi dồn.

- Anh không biết có ai bị bắt nữa không. Nhưng anh nghe Sơn và Quân nói thì anh biết họ là những người rất đặc biệt. Hình như liên quan tới chính trị thì phải.

"Anh" Thìn bảo rất thích nghe giọng Nghệ An của anh Quân và ấn tượng với bài thơ *Cây Tre* mà anh Sơn đọc trong buồng tạm giữ hôm ấy.

"Anh" Thìn kể:

- Sơn hát nhạc Trịnh rất hay. Giọng Sơn ấm, truyền cảm. Quân thì ít nói hơn. Anh không thể ngờ trong chế độ này có những con người đáng quý như Sơn, như Quân và em. Rất không ngờ, dám chống chế độ cơ đấy.

"Anh" còn kể, hôm đầu tiên anh Phạm Hồng Sơn cất tiếng hát, tên cai tù đá cửa buồng giam rồi quát nạt, không cho hát tiếp.

- Hắn gọi Sơn là "thằng" và bảo "đi tù còn hát với hò." Thế là Sơn đi ra cửa, gọi *thằng cán bộ* đó lại và chất vấn. Vì "anh" ghé tai qua cửa để nghe mà. Đại loại Sơn bảo hắn không được gọi tù bằng *thằng, con* và không được có thái độ hống hách như thế. Sơn nói mấy câu thế nào mà thằng cai tù kia lỉnh mất.

Ấn tượng tốt đẹp của "anh" Thìn về hai người anh khiến tôi tự hào. Nhưng tôi không khỏi lo lắng nghĩ tới những ngày tồi tệ của phong trào tranh đấu bên ngoài.

(^{25}) *Còi: Người từ buồng giam nọ gọi sang, nói chuyện với người ở buồng giam khác.*

Đếm trên đầu ngón tay, chỉ còn dăm ba người... chưa bị bắt hoặc mới về hết án nhưng còn bị giam lỏng tại nhà.

Sự kiện bác sĩ Phạm Hồng Sơn và luật sư Lê Quốc Quân bị bắt sau hàng loạt vụ bắt bớ khác khiến tôi xuống tinh thần ít nhiều. Chị Hương, bạn tù khác buồng nói với tôi: " *Phải nghĩ tích cực lên chứ. Em chả bảo chị là nhiều người trong số bị bắt, em chưa từng nghe đến tên của họ là gì. Chứng tỏ đang có thêm nhiều người cùng đấu tranh như em. Thế thì cần mừng chứ sao lại ủ rũ vậy*".

Ngày về, mẹ tôi "khoe":

- Mấy hôm trước có anh Sơn và anh Quyền — chồng luật sư Lê Thị Công Nhân — tới thăm.

Tôi nghĩ chắc anh Sơn mới ra tù. Lúc nhận được điện thoại chúc mừng của anh Lê Quốc Quân, tôi vô duyên đến mức hỏi đi hỏi lại: "Anh Quân tức là luật sư Lê Quốc Quân phải không ạ?" Rồi tôi lại hỏi tiếp: "Thế anh và anh Sơn ra tù bao giờ thế?"

Đến lượt anh Quân ngạc nhiên. Tôi nhắc tới chị Thìn, anh ngậm ngùi. Lúc ấy, tôi mới biết hai anh bị bắt khi đến quan sát phiên tòa xử luật sư Cù Huy Hà Vũ. Và cả hai đều được trả tự do sau chín ngày bị tạm giữ.

Trở lại với câu chuyện về "anh" Thìn.

Từ hôm ấy, thi thoảng "anh" Thìn vẫn ra ngồi với tôi dưới gốc cây. Tôi hỏi "anh" có sợ không, đã bị cán bộ gọi đi uống cà phê chưa? "Anh" bảo *"Người ta phấn đấu vào khung giảm, anh có phấn đấu cũng chỉ vào khung ảnh thôi. Với lại ngồi nói chuyện với em hay lắm. Sợ gì!"*

Sợ tôi quên, lần nào "anh" cũng nhắc nếu có dịp thì chuyển lời hỏi thăm của "anh" tới hai anh Quân và Sơn. "Anh" Thìn còn khoe:

- Sơn cho anh địa chỉ nhà đây rồi. Ở ngõ 72 Thụy Khuê. Hết án nhất định anh sẽ tới thăm Sơn rồi bảo Sơn chở đến nhà Quân. Lúc ấy chắc sẽ vui lắm.

Mấy tháng sau, tôi chuyển buồng và ở hẳn trong

phân trại cho tới ngày ra tù.

Thời gian đầu, hôm nào tôi cũng trở lại buồng cũ chơi. Nhưng về sau ngày càng thưa dần, phần vì đã quen với buồng mới, phần có quá ít thời gian. Khổ nhất là về mùa đông, có hôm người tù đi làm về còn chưa ăn xong bữa cơm, có chị còn đang tắm dở đã bị lùa vào buồng.

Bẵng đi một thời gian, tôi mới gặp "anh" Thìn.

"Anh" hỏi tôi có tin gì của anh Sơn và anh Quân thì cho "anh" biết. Tôi bảo, mấy tháng nữa em về thì mới có tin. "Anh" Thìn kêu dạo này hơi mệt. Mấy hôm sau, tôi nhờ người gửi cho anh ít đồ ăn.

Buổi chiều hôm ấy tôi đi dạo quanh sân chung. Đang giờ lao động nên trại vắng tanh. Một người tù đẩy một người tù khác trên xe lăn từ *cổng phủ* (²⁶) đi vào.

Tôi đứng chết trân nhìn chiếc xe lăn tiến lại gần, sững sờ thốt lên: "Ôi! anh Thìn!" Anh gắng cười với tôi, thều thào: *"Đi gặp gia đình về. Chắc lần cuối em ạ."*

Tôi lóng ngóng, không biết phải làm sao. Cô trực sinh ra hiệu cho tôi mang giúp ít đồ vào buồng. Hai cô cháu khó khăn lắm mới đỡ được "anh" Thìn ra khỏi chiếc xe lăn và đặt "anh" nằm xuống chiếu, tấm chiếu đơn đã cắt bớt một đoạn chiều ngang để vừa đủ diện tích 60cm chỗ nằm.(²⁷) Thân hình "anh" Thìn chỉ còn một dúm nhỏ, nằm co ro trên chiếc chiếu hẹp bỗng trở nên thênh thang. Dáng co ro của người tù rất khác với cái co ro của người bình thường. Cái co ro của người tù sắp chết càng đặc biệt. Tôi không biết diễn tả thế nào, nhưng không ít lần cái dáng nằm co ro ấy đã trở thành hình ảnh cuối cùng của những cuộc đời tù.

(²⁶) *Cổng phủ: Cổng trại.*
(²⁷) *Chỗ nằm: 60 cm chiều ngang là tiêu chuẩn thực tế vì nhà tù luôn quá tải. Theo quy định, chỗ nằm dành cho mỗi người tù là 2m², tức phải rộng 5 viên đá hoa 20cm, dài 10 viên.*

Bấy giờ tôi mới biết, "anh" Thìn đang ở giai đoạn cuối của căn bệnh Aids. Hôm sau, một bạn tù khác dìu "anh" Thìn xuống y xá.

Ai cũng biết "anh" Thìn sắp chết, nhưng còn lê lết được — dù phải có người dìu — nên anh phải đích thân đi trình diện cán bộ y tế để được cấp giấy nghỉ ốm. Tôi từng thắc mắc về sự bắt tù bệnh nặng vẫn phải đi làm, hoặc được nghỉ nhưng hàng ngày phải đi trình diện, lấy giấy ốm. Câu trả lời tôi nhận được là: *"Đây là quy định chung, cả nước đều thế chứ có riêng trại nào. Chúng tôi có tự bịa ra luật đâu. Đã là quy định thì phải tuân thủ, không còn cách nào khác."* Lạ! cộng sản không bịa ra luật để cai trị người dân thì còn ai vào đây được nữa.

Chắc luật trên trời tự nhiên rơi xuống!

Hôm sau nữa, tôi mang mấy hộp sữa tươi sang cho "anh" Thìn. Mấy người buồng cũ bảo: *"Lưỡi trắng toát hết rồi, nổi cục lên, còn ăn uống được gì nữa đâu."*

- Anh Thìn ơi!

Tôi khẽ gọi.

"Anh" Thìn hé mắt, nhưng lại thiếp đi.

Đêm hôm ấy, "anh" Thìn đi bệnh viện, vài hôm sau thì chết. Nhưng cuộc vĩnh biệt với bạn tù đã được tính từ ngày "anh" rời trại. Lũ tù chúng tôi đều hiểu *"đi bệnh viện"* là để chết, là sẽ *"thẳng ra Núi Mành"*([28]) chứ không phải để chữa bệnh. Trừ các trường hợp gia đình có nhiều tiền, khéo chạy chọt và không thuộc dạng bệnh hiểm nghèo, người tù mới được đưa đến bệnh viện điều trị. Còn lại, bệnh nhân khác đều phải chờ ngấp nghé cửa tử mới được mang tới bệnh viện để khỏi chết trong trại giam, một điều kiêng kỵ đối với cai tù.

Biết bao trường hợp bệnh nhẹ thành nặng, bệnh nặng thành không cứu vãn nổi rồi chết oan chỉ vì không

---

([28]) *Núi Mành: Nơi vùi xác hoặc chôn cất những người tù.*

được chữa trị. Khi chết, người ta vẫn không cho mang xác về nếu người nhà không đủ tiền chạy chọt, lo lót. Nó giống như một hình thức mua bán xác tù mà "bên mua" không có quyền mặc cả. Không ít gia đình đã đau xót, ngậm ngùi chấp nhận để người thân nằm lại Núi Mành, chờ đợi nhiều năm sau với các thủ tục nhiêu khê mới mang được thi hài tù về nhà.

Mang tới bệnh viện dù để chết vào hôm sau, coi như hoàn tất khâu cuối cùng cái gọi là "chính sách nhân đạo" của đảng đối với "phạm nhân." Đấy! đi tù còn được khám chữa bệnh miễn phí, sướng thế còn gì.

Sau này, tôi được nghe anh Phạm Hồng Sơn kể chị Thìn đã dùng cách riêng của mình để gửi cho anh và anh Quân mỗi người một suất lạc rang cho bữa chiều. Chi tiết này chị Thìn không kể với tôi. Ấy là nét khiêm tốn và chân thực của một người chỉ dám nhận mình là "dân bụi đời" như chị Thìn.

Chị Thìn đã được tự do.

Không phải thứ tự do đến từ tờ "lệnh tha" cai tù đọc trước xác chết của những người tù xấu số.

Thoát kiếp đọa đầy, đấy là thứ tự do thật sự.

"Hết án nhất định anh sẽ tới thăm Sơn rồi bảo Sơn chở đến nhà Quân. Lúc ấy chắc sẽ vui lắm."

Lời hẹn ấy cứ văng vẳng bên tai tôi, buồn buồn, dìu dịu. Kể lại chuyện này, tôi muốn cùng anh Sơn, anh Quân nhớ đến một người bạn tù đặc biệt: Chị Thìn.

Ba năm trước, cũng khoảng thời gian này, chị ra đi.

Không biết bây giờ, thi hài chị đã được đón về, hay vẫn nằm tại núi Mành?

Mùa thu năm 2015

03 —
May mà không bị phạt.

- Này! Con kia bỏ ngay cái gầu múc nước của tao xuống. Ai cho mày lấy, cho mày mượn để tao rước họa vào thân à?

Người tù rít lên, lu loa như vừa bị ai gây sự. Bà ta quẳng vội chiếc áo đang vò giở vào chậu giặt, lao đến cướp chiếc gầu múc nước trên tay tôi, vừa lườm nguýt, vừa càu nhàu. Tôi ngơ ngác, đứng đớ ra không biết phản ứng ra sao. Sau vài giây động não, tôi mới hiểu là mình vừa xâm phạm trái phép đến tài sản riêng — tức chiếc gầu múc nước — của bà ta, thứ mà tôi cứ tưởng là đồ dùng chung cho người tù ngoài sân giếng.

Một người tù khác ấn chiếc gầu múc nước vào tay tôi, lúc tôi vẫn còn đang ngơ ngác, và chưa hết ngượng.

- Lấy tạm gầu của chị mà dùng này.

- Cảm ơn chị!

Tôi trả lời, giọng thiếu tự tin hẳn. Tôi vừa múc nước, vừa run. Không phải tôi sợ "bà tù đanh đá" kia, mà vì cái miệng giếng to quá, cảm giác như nó có thể kéo bất cứ người nào xuống. Đường kính miệng giếng rộng đến 2,5 mét, sâu chừng 12,13 mét, to gấp mấy lần cái giếng nhà. Tôi chưa từng thấy giếng nào to như giếng tù.

Người tù đanh đá tên là Hòa, có biệt hiệu Hòa Gỗ.

Sau này, tôi gọi là u Hòa. U Hòa Gỗ ngoài sáu mươi tuổi, án ma túy. U có nước da sần sùi xám xịt mà một số tù mỉa mai, hoặc thân mật gọi là *nước da mười hai giờ đêm.* Nói chung, gương mặt u Hòa Gỗ không có nét ác độc nhưng toát lên vẻ đanh hanh, ghê gớm, không giống gương mặt của một lão bà. Đôi mắt hơi nhỏ, trắng và đục. Mũi to rất cân xứng với đôi môi dầy, xám ngoét, hai bên má có phần sệ xuống. Không biết vì sao người tù gọi u là Hòa Gỗ, nhưng tên ấy có từ hồi ở ngoài xã hội.

Cũng như những người tù khác, u Hòa sợ phải đi gặp cán bộ, sợ bị phạt, bị đe nẹt, kỷ luật, sợ không được giảm án.., tức một ngàn lẻ một nỗi sợ. Cái đanh đá, ghê gớm của người tù không bao giờ có thể trở thành vũ khí đem ra đối phó với cai tù. Nó trở thành vô dụng, vô nghĩa và không ai dám thể hiện trước mặt cai tù để rước họa vào thân. Chả thế mà bao nhiêu tên tội phạm khét tiếng, những kẻ sát nhân, trùm buôn lậu, trùm ma túy, thậm chí nhiều tay quan chức tham nhũng có cỡ, ở ngoài thét ra lửa nhưng khi vào tù cũng nhũn như chi chi, hạ mình gọi những cai tù miệng còn hơi sữa bằng *"ông, bà"* xưng *"cháu"* với thái độ khúm núm, nịnh nọt.

U Hòa Gỗ sợ đứa tù nào đó ác ý, mách với cai tù rằng bà giúp con "phản động" bằng cách cho "nó" mượn chiếc gầu múc nước. Mấy hôm trước cả Phân Trại đã xôn xao vụ chị Chanh ở đội 29 bị cai tù gọi lên rắn mặt, đe dọa vì "tội" dám bán cho tôi chiếc hòm đựng đồ dùng cá nhân. Kết quả là sáng hôm qua, chị Chanh bị bêu mặt giữa sân chung, trước sự chứng kiến của hơn một ngàn tù và tất cả các cai tù của Phân Trại. Tuy chưa đến mức phải vào *nhà chó,* (²⁹) nhưng chị Chanh bị chuyển đội, và mất giảm án năm ấy sau khi bị đấu tố. Không khí sợ hãi bao trùm cả Phân Trại. Người ta bảo nhau phải dè chừng và tránh xa *"con phản động"* nếu không muốn gặp tai họa.

Người tù xa lánh tôi không phải vì ghét, mà vì sợ bị liên lụy. Song vẫn có những quan hệ, giao tiếp rất khéo léo, đủ để không bị phạt hay vào tầm ngắm của cai tù.

(²⁹) Nhà chó: Nhà kỷ luật, cách gọi mỉa mai của người tù. Ngụ ý người tù bị đối xử (đôi khi) không bằng con vật.

Tôi không nhớ chính xác từ lúc nào u Hòa Gỗ đổi thái độ với tôi. Có lẽ sau vài tháng tôi ở chung khu giam giữ với u. Lúc ấy, tôi đã có chiếc gầu múc nước của riêng mình. Thậm chí, nó trở thành vật công cộng cho bất cứ ai muốn xử dụng. Nhiều khi bạn tù dùng xong, vứt linh tinh không tìm thấy, tôi lại lấy chiếc gầu của u Hòa Gỗ để múc nước.

Mấy hôm rồi nghe tù kháo nhau, u Hòa Gỗ vừa gây ra một vụ gì đó dở khóc dở cười. Vì vậy, không thấy u hát ca trù, ca cải lương như mọi lần. Mặt buồn thiu và đầy lo lắng. Thì ra là thế này:

Suốt mấy tháng không thấy người nhà lên thăm, u Hòa lo lắm. U ở đội người già, làm việc in giấy tiền vàng âm phủ trong phân trại nên không có cơ hội ra ngoài đồng. U nhờ một chị ở đội trồng rau "giao dịch" với người dân gần đó thực hiện việc báo tin về nhà. Đây là hình thức làm ăn rất phổ biến giữa người dân với tù ở khắp các trại giam trong cả nước. Ngoài việc nhờ người dân gọi điện thoại về nhà, còn nhờ gửi thư hay mua bán... Nếu sự việc bại lộ, tất nhiên chỉ có tù bị kỷ luật.

Gia đình không thăm kể như cuộc sống thiếu thốn. Cái hòm sẽ trở nên nhẹ bẫng. Lại chẳng có tiền đóng cho cai tù, bù vào số sản phẩm bị thiếu do không thể hoàn thành mức khoán trại đưa ra, luôn quá sức với hầu hết mọi người tù. Thiếu khoán, đừng mơ được giảm án.

Vụ nhờ vả này u Hòa mất mấy lần tiền mà chẳng đi đến đâu cả. Tức lắm, song không thể làm to chuyện được. Khác nào "lạy ông con ở bụi này" rồi bị kỷ luật cả nút. U Hòa lại nhờ người khác. Chị Bình thật thà hơn. Gọi lần đầu, gia đình nói nhà đang có việc, chưa lên thăm được ngay. Mấy hôm sau lại gọi thêm cuộc nữa. Vẫn câu trả lời ấy. Thế này sao được. U Hòa nói với chị Bình: *"Mày cứ nhắn thế nào cho thật mùi mẫn, khẩn cấp vào để chúng nó lên thăm tao. Kẻo tao chết trên trại."*

Độ dăm hôm sau, một chuyến xe từ Hà Nội tiến thẳng đến Trại 5 Thanh Hóa. Không những đủ mặt dâu rể trai gái, lại có cả anh em ruột thịt của u Hòa. Trong căn phòng gặp mặt, chật ních toàn người thân của u. Con dâu, con gái vừa kể lể, vừa khóc lóc thảm thiết. Chỉ có cánh đàn ông còn tỏ ra bình tĩnh. Họ thắc mắc vì sao mẹ họ — tức u Hòa — lại chết? Chết bao giờ? Rồi đặt vấn đề với phía trại giam về việc đưa thi hài u Hòa về nhà lo ma. Người cai tù chưa hết ngạc nhiên vì cuộc thăm tù đông đúc hơn mức bình thường lại được phen hú vía, ngơ ngác không hiểu những người này nói gì. Một lúc sau, u Hòa lò dò xuất hiện dưới sự áp giải của một cai tù khác.

- Không hiểu con Bình nó nhắn thế nào mà bọn nhà tao lại tưởng báo tin tao chết. Vội vàng thuê xe lên trại.

U Hòa Gỗ kể với tôi:

- Mà con mẹ nông dân kia cũng ngu bỏ mẹ. Nói cũng không biết đường nói.

Trách chị Bình chán, u Hòa Gỗ xoay qua đổ lỗi cho "con mẹ nông dân." Tôi không nhịn được cười, mặc dù cũng thương u Hòa.

- Cười "đéo" gì. Tao đang chết dở đây này.

U Hòa cau có. Tôi hỏi:

- Nhưng chị Bình có phải người trực tiếp nói chuyện với người nhà u không?

- Thì nó truyền đạt lại cho mụ nông dân ngoài đồng. Mụ ấy gọi.

- Đấy, vậy là chữ tác đánh chữ tộ. U bảo chị Bình phải mùi mẫn, khẩn cấp kẻo u chết trên trại. Chị Bình truyền đạt với người nông dân ý tứ đó. Bà ta có lẽ không hiểu rõ, tưởng phải nói nguyên văn như vậy. Thành ra mới ra nông nỗi này. U nghĩ xem có đúng không?

Tôi lý giải, vẫn không nhịn được cười khi nhìn nét mặt thộn ra của u Hòa.

- Ừ! Thì tại con Bình không dặn kỹ, làm con mẹ ấy

báo tin linh tinh. Lũ nhà tao cú tao lắm. Đấy mày xem, nó tưởng mình chết thì nó khóc lóc, vật vã. Đến khi thấy mình còn sống ra gặp chúng nó, nó trách được ngay. Thằng con trai còn bảo tao là "mẹ đi tù mà vẫn còn làm loạn ở nhà lên." Mày bảo thế có điên không?

- Thế lúc ấy cán bộ bảo sao? Liệu u có bị kỷ luật không?

- Bọn nhà tao lo cho ngay hôm ấy rồi. Hôm qua cán bộ gọi tao lên, bảo tha. May quá! May mà không bị phạt! Nhưng mất tiền ngu, mày ạ.

Sau vụ thoát án phạt, u Hòa lại tươi như hoa.

Chiều đến, ăn cơm xong vừa rửa bát vừa ca cải lương. Hàng tháng, cô con gái vẫn đi thăm và gửi quà cho mẹ đều đặn. Một thời gian sau, gương mặt thiểu não không khác đi đưa đám, u Hòa tâm sự với tôi:

- Con Thủy bị bắt hai tháng nay rồi. Hôm nay thằng con trai lên thăm mới biết.

Tôi không biết nói gì, thương thì thương nhưng không ngạc nhiên. Mấy mẹ con u Hòa đều là dân buôn bán ma túy. Bao nhiêu lần bị bắt, đút tiền chạy chọt lại thoát tù. Lần này cả mẹ lẫn con đều phải đi.

- Mày mua lại cho u mấy cuộn băng vệ sinh nhé. Thằng kia ngu lắm. Mẹ ngoài sáu mươi tuổi rồi mà con đi thăm còn mua cả băng vệ sinh cho mẹ.

Tôi phải trở thành khách hàng bất đắc dĩ cho u Hòa Gỗ thêm mấy lần nữa. Dặn mãi nhưng anh con trai không nhớ. Lần nào lên thăm cũng mua băng vệ sinh cho mẹ.

U Hòa lại thôi hát ca trù, thôi ca cải lương cho đến khi Thủy, cô con gái của u đoàn tụ với mẹ trong nhà tù.

Mẹ con u Hòa Gỗ, chỉ là một trong rất nhiều cặp mẹ con tôi đã gặp trong nhà tù.

— Tháng 10/2015

04 —
Gái Yêu Của Mẹ

Mai đi tù lần này là lần thứ hai. Cả hai lần tù đều mang tội *"buôn bán trái phép chất ma túy."* Lần đầu bị kết án bảy năm tù giam. Khi ấy Mai mới hai mươi ba tuổi. Chưa hết bảy năm tù, Mai được giảm án, về trước thời hạn. Nhưng cái "cung tù" vẫn đeo đẳng lấy Mai. Về chưa được bao lâu Mai lại bị bắt. Lần này Mai bị kết án mười bốn năm. Tuổi xuân bị nhà tù nuốt gọn. Lần đầu Mai bước chân vào nhà tù, mẹ Mai tròn sáu mươi, vừa mới về hưu. Nhắc đến mẹ Mai vì chính bà — chứ không phải đứa con tù — mới là người thực sự đau khổ, buồn rầu nhất. Hồi Mai bị bắt lần đầu, bà ngất lên ngất xuống, vật vã suốt thời gian dài. Vật vã y như khi phát hiện đứa con gái duy nhất của mình nghiện ma túy.

Tôi gặp Mai trên trại 5 Thanh Hóa, khi chị đang ở "tăng hai." Mai cầm tinh con hổ, lớn hơn tôi ba tuổi.

Tôi viết về Mai vì chị là người dám chơi với tôi không sợ bị cai tù rầy rà, dù đã có đôi lần bị mời đi uống cà phê. Bước chân khỏi phòng làm việc của cai tù, mặt Mai tỉnh bơ, phảng chút thách thức. Gặp tôi, Mai khoe:

- Gặp bà Tuyết, em ạ!

Tôi hơi cáu:

- Chả có đứa nào là bà chúng mình cả. Ở đây chỉ có tù và cai tù thôi, chị.

Nhớ ra mình lỡ lời, Mai chữa ngượng:

- Ừ chị quên. Chị vừa gặp con mụ Tuyết.

Sợ không, từ "bà" tụt ngay xuống hàng "con mụ." Tôi buồn cười, nhưng chả thích thú gì lối xưng hô ấy.

- Gặp nói chuyện gì vậy, chị?

- Thì lại nói về chuyện chị ngồi chơi với em. Hỏi em nói những gì, có tuyên truyền chống đảng không, có xúi bẩy gì không …

- Thế chị trả lời ra sao?

- Chị bảo, nó chả tuyên truyền gì cả. Bạn tù thì ngồi nói chuyện phiếm.

- Thế mụ ta có cấm đoán hay đe dọa chị không?

- Sao lại không! Mụ ta bảo không được chơi với em vì em là thành phần nguy hiểm. Còn đe chị nếu cố tình sẽ cho vào *nhà chó* và không được giảm án. Đ.m, tăng tù thứ hai rồi còn *"đéo"* gì mà mất. Chị bảo *"bà quên cháu mất giảm rồi à?"* Còn *nhà chó* thì ai sợ chứ cháu đâu có ngán.

- Lúc chị nói thế, thái độ của mụ thế nào?

- Thộn ra chứ sao. Mụ ấy quên là chị mất giảm, thuộc thành phần bất cần hay sao ấy. Nên mới đe thế.

- Thế chị không sợ hả?

- Sợ thì tao có dám chơi với mày không?

Chị cũng bảo, chả có luật nào cấm tù chơi với nhau. Nói xong câu ấy, Mai ngừng đôi chút vẻ như đợi ở tôi một lời khen. Với Mai và với những người khác, dám lý sự với cai tù là "oách" lắm. Nhất là cái lý sự ấy khiến cai tù cứng họng.

- Ờ đúng rồi, chả có luật nào cấm chị chơi hay giao tiếp với ai.

Tôi khích lệ Mai.

- Lúc gần về, con mụ Tuyết bảo chỉ muốn tốt cho chị nên khuyên thế thôi. Còn đề nghị chị là từ nay khi ngồi chơi với em, nếu thấy em nói gì thì mách với mụ ấy. Mụ cũng dặn đi dặn lại là không được nói lại với em về nội dung cuộc gặp hôm nay nữa chứ.

Hết chuyện, Mai đánh nhẹ vào người tôi, mắng yêu:

- Thế *đéo* nào mà bọn cán bộ sợ mày thế, hả Nghiên?

Hai người bạn tù nhe răng cười nhăn nhở.

Không riêng Mai, nhiều tù khác từng phải đi "uống cà phê" để nghe cai tù đe nẹt, cấm đoán về tội chơi — hoặc ngồi chơi — với tôi. Có người phải làm cam kết từ nay xin chừa không bén mảng đến "*con phản động*" nữa. Sau mỗi chầu cà phê, chị nào cũng nhận được lời nhắc "*đừng nói lại với cái Nghiên.*" Nhưng chả mấy cái miệng tù giữ được lời hứa. Không nói ngay cũng nói eo, không nói trực tiếp cũng nhờ đứa tù khác mách lại. Lúc mới lên trại, tôi hơi buồn. Tính tôi hay chạnh lòng, tủi thân. Sau quen dần, kệ.

Những người dám công khai gần gũi với tôi thường là thành phần cứng đầu, không còn gì để mất. Tức là không được giảm án hoặc sắp mãn hạn tù. Không được giảm án vì vi phạm nội quy trại giam. Có nhiều kiểu vi phạm: buôn bán, tiêu tiền mặt, đánh chửi nhau, làm không đủ mức khoán, thiếu lễ tiết với cán bộ — không chào chẳng hạn —, giúp đỡ bạn tù không xin phép v.v... Người bị Aids, bệnh nặng hay những người sắp chết cũng thích chơi với tôi.

Thời gian là thứ không thể sờ mó được. Nhưng người tù sắp chết, hình như họ chạm được bằng tay và thấy được bằng mắt những ngày tháng đời người đang ngắn lại trong thời gian lao tù dài đằng đẵng. Nhìn thấy, và sờ thấy màu tím tái, cái khô rát trên môi miệng. Trên thân người trơ trụi với da bọc xương. Trong bước đi chậm dần, chậm dần và những cơn đau hành hạ mỗi ngày. Việc cai tù lấy giảm án ra để uy hiếp hay mặc cả với những người không còn gì để mất, thành thừa.

Mai không được xét giảm vì dính án kỷ luật tội đánh bạc. Căn bệnh Aids cũng khiến chị chán, không muốn phấn đấu để có ngày về. Mai không thừa nhận căn bệnh đang mang, nhưng ai cũng đoan chắc thế.

Ngoài xưởng lao động, thi thoảng tôi hay sang chỗ Mai và Huyền "Rảnh" ngồi tán chuyện. Hai người họ "cặp" với nhau. Tù bảo, ấy là hai con "nghiệp chướng."

Ai không được giảm án, hay vi phạm nội quy trại giam, gây gổ với bạn tù đều bị gán cho hai chữ "nghiệp chướng." Tôi không biết vì sao Huyền có cái biệt danh "Rảnh", thấy mọi người gọi thì tôi gọi theo.

Sáng hôm ấy ra ngoài xưởng, tôi lại sang chỗ Mai và Huyền "Rảnh" chơi. Mai khoe:

- Hôm qua bà già lên thăm. Mẹ nó chứ, bực thật!

- Mẹ lên thăm vui quá còn gì, sao mà bực?

Tôi vừa tuốt chỉ giúp Mai, vừa lơ đễnh hỏi. Tôi không khoái cái cách chị nói về mẹ mình như thế.

- Đã dặn là lên mang theo bốn triệu để trả nợ rồi mà vác cái xác không với túi quà lên.Thế có điên không chứ.

Mai nghiến răng, bực bội làm như bà mẹ già khốn khổ đang đứng trước mặt.

Tôi rùng mình, nổi da gà.

Miệng tôi cứng đơ không phản ứng lại được một câu. Trước mặt tôi không phải người tù tên Mai tôi vẫn quen. Không để ý đến tâm trạng thay đổi đột ngột của tôi, Mai thao thao kể tiếp.

- Tức quá, bắt bà ấy mang mẹ nó túi quà về Hà Nội.

Tôi muốn bỏ đi ngay lập tức, nhưng không hiểu sao đôi chân cứng đơ, không đứng lên được.

Huyền "Rảnh" trách Mai:

- Mình làm gì cũng sồn sồn lên như thế. Mẹ lên thăm không được lời nhẹ nhàng. Làm thế khổ thân bả.

- Khổ gì. Bà ấy đẻ tôi ra thì phải biết tính tôi chứ.

Và thế là Mai cho một tràng:

- Tính tao có máu điên, không làm vừa ý thì bực lắm. Hồi còn ở nhà á, đang phê thuốc mà bả đẩy cửa bước vào là tao đuổi ngay. Hôm nọ gọi điện về đã dặn rồi chứ có phải không đâu. Đã nói mang bốn triệu lên cho tao trả nợ. Hôm qua lên lại vác mỗi cái xác già. Nói dối là không có tiền. Mẹ chứ, không có thì đi vay. Bây giờ *đéo* có tiền trả nợ, các con tù xé xác tao ra.

Huyền "Rảnh" rất nhẫn nại dỗ dành Mai.

Tôi ngồi, mặt cúi gằm xuống chiếu.

Tôi không muốn nghe nhưng từng lời nói của Mai thấm vào tai tôi, rõ mồn một. Tôi chẳng thể nhấc nổi người để đi khỏi chỗ ấy. Mai và Huyền "Rảnh" dường như quên mất sự hiện diện của tôi.

- Nghiên ơi! Về thêu hộ chị một lúc.

Tiếng gọi của chị Nga Phú giúp tôi thoát khỏi tình trạng bất động.

Giờ tôi mới ngẩng được mặt lên, tách ánh mắt ra khỏi cái chiếu. Từ chỗ Mai về chỗ tôi chỉ vài bước chân. Tôi đi như người mộng du.

Chị Nga Phú nhẹ nhàng nói với tôi:

- Ngồi xuống đây!

Tôi ngồi, vẫn như người mộng du.

- Choáng lắm phải không? Ai bảo cứ thích sang đó. Thôi, đừng khóc nữa, nó biết rách việc.

Lúc ấy tôi mới biết mình khóc. Không biết tôi khóc từ khi còn ở chỗ Mai hay bây giờ tôi mới khóc.

Tôi đã tỉnh táo phần nào và ý thức được rằng không nên để người khác biết mình đang khóc. Tôi biết trong tù, không mấy khi người ta nói được lời hay ý đẹp. Nhưng Mai vừa cho tôi thấy một tấn bi kịch gia đình chỉ qua mấy lời cằn nhằn, bực bội của chị.

Từ hôm ấy, tôi không sang chỗ Mai chơi nữa.

Hình như chị ta không quan tâm, cũng chả nhận ra sự thiếu vắng tôi. Thi thoảng chạm mặt nhau, chị ta vẫn cười hớn hở. Còn tôi ngượng.

Mà lạ, người ngượng phải là Mai mới đúng.

Tôi thương bà mẹ của Mai, và xấu hổ vì mình từng

quý mến chị ta.

Mai và Huyền "Rảnh" thường xuyên cãi nhau. Có hôm cầm cả viên gạch to tổ chảng đòi đập vỡ đầu nhau.

Tôi nóng lòng định chạy ra can.

Chị Nga Phú ngăn lại:

- Mày không biết đâu, cái giống tù, nhất là giống "nghiệp chướng" càng can chúng càng ra vẻ. Không ai can, chúng chỉ dọa nhau thế thôi. Đố đứa nào dám xông vào. Mày cứ xem đi thì biết.

Huyền "Rảnh" một tay cầm que, một tay cầm viên gạch giơ cao hơn đầu như chực ném. Miệng chõ vào mặt Mai mà chửi. Mai, mặt tái xám, một tay cầm dép, tay còn lại cũng cầm viên gạch to không kém viên gạch của Huyền "Rảnh", giơ lên như chực ném. Không có ai can. Hai bên cứ thế đánh võ mồm. Viên gạch, que và dép vẫn nằm im trong tay.

Tài chửi của Huyền "Rảnh" lẫn Mai ngang nhau. Họ lôi ông bà tổ tiên, bố mẹ nhau ra chửi. Cho nhau ăn đủ thứ dơ bẩn. Nhiếc móc nhau không còn gì thậm tệ hơn. Rồi kể công, moi móc nhau đủ chuyện.

Tù cứ đứng xem. Đến hồi họ chửi nhau lâu quá thì không còn ai xem nữa. Ai cũng bận làm cho đủ mức khoán để mong có ngày giảm án. Cai tù can ngăn lấy lệ. Chắc họ cũng thực hiện cái "mẹo" của tù, không can để chúng nó chửi nhau chán thì thôi.

Màn đánh võ mồm, đấu tố nhau rồi cũng kết thúc. Mà cũng không có gì to tát ngoài chuyện ghen tuông.

Mai buộc tội Huyền "Rảnh" đứng nói chuyện với ai đó ở dưới buồng y xá: *Tao thấy mày đứng nói chuyện với cái con mặc bộ kẻ sọc đội 19. Đ.M mày có chối được không?"* Lúc lên cơn điên, Mai không thèm gọi Huyền "Rảnh" bằng "anh" nữa.

Huyền "Rảnh" cãi: *"Làm đéo gì có con nào. Con tù nào chả mặc quần áo kẻ sọc."*

Mai đuối lý, thế là chiến tranh bùng nổ. Chỉ một hai hôm họ lại làm lành. Rồi dăm bữa nửa tháng, họ tiếp tục cãi chửi nhau. Lý do quay đi quẩn lại cũng vẫn là sự ghen tuông, hoặc đơn giản là một chuyện bực bội vô cớ.

Hôm Mai về hết án, mời tôi sang ăn liên hoan.

Tôi không đi. Chị Nga Phú cầm cho tôi mấy quả táo và ít bánh kẹo, nói là của Mai gửi.

Mai mãn hạn tù. Mẹ Mai chắc vui lắm.

Nhưng Mai sẽ lại xé lòng mẹ ra mỗi khi thiếu thuốc. Và sẽ chẳng ngần ngại tống cổ bà ra khỏi phòng khi bà làm phiền cơn phê thuốc của con gái yêu.

Tình yêu của người mẹ, kỳ lạ như thế đấy.

05 —
Giếng Tù – 1

Hồi mới lên trại, ấn tượng đầu tiên đập mạnh vào cảm xúc của tôi không hẳn là các hình hài mặc quần áo kẻ sọc, tất bật và mệt mỏi, u ám và thê lương đi đi lại lại, di chuyển trong mảnh không gian chật chội của nhà tù. Các hình ảnh ấy tôi đã hình dung được khi còn ở Trần Phú, lúc chưa phải mặc bộ đồ tù. Cảm giác rờn rợn, sờ sợ bám lấy tôi khi tôi vừa trông thấy nó: Cái giếng tù.

Giếng tù to gấp mấy lần giếng nhà. Đứng cách xa vài mét, tôi vẫn có cảm tưởng nó sẽ nuốt trọn hình hài bé nhỏ, yếu ớt của tôi. Trong khi các tù nhân khác thản nhiên đứng trên miệng giếng múc nước, đùa giỡn, hoặc chửi nhau nữa, còn tôi, cứ rụt rè, run rẩy mỗi lần phải chung đụng với nó. Hơn một tuần sau, tôi mới hết sợ. Đôi khi nghĩ lại, tôi thấy ngượng vì đã sợ nó lúc ban đầu.

Mỗi khu giam giữ đều có một sân giếng là nơi tắm giặt, để xô, chậu. Nơi tắm giặt lộ thiên. Không mái che. Không tường bao. Hàng ngày, cả trăm con người cứ trần truồng đứng giữa trời kỳ cọ, gột rửa. Hết năm này đến năm khác. Mùa đông rồi mùa hè. Hết lớp tù này đến lớp tù khác. Có người tắm xong trúng gió, cảm giật méo mồm. Có người chẳng biết vì sao còn nhảy xuống giếng tự vẫn. Đấy là trường hợp của Nụ, một tù nhân phạm tội giết người. Nụ đã giết một bà cụ ngoài bảy mươi bằng cách lấy đá đập vào đầu bà để cướp chiếc nhẫn vàng.

Nhưng bà cụ không chết ngay. Nụ trói chặt bà cụ lại bằng dây thừng rồi ném bà xuống giếng. Bà cụ chết hẳn. Ra tòa, Nụ lĩnh án chung thân.

Thời gian tôi ở Trại 5, từng chứng kiến mấy vụ tự tử. Chẳng ai chết ngay. Người muốn chết hình như khó chết, ít ai được toại nguyện. Sống, để gánh trọn kiếp tù đày. Buổi sáng hôm Nụ nhảy xuống giếng, cả phân trại nhốn nháo. Những nét mặt tù âu lo, hoảng hốt, thật tội nghiệp.

- Đang yên nó từ trong buồng đi ra, nhảy tùm xuống giếng. Chẳng nói năng câu nào.

Một người ở cùng buồng với Nụ thuật lại.

Nụ được bạn tù cứu, thoát chết. Sau vụ nhảy giếng tự tử nhưng không chết, Nụ có thêm biệt hiệu Nụ Giếng. Tù đồn đến ngày rằm hoặc mồng một là đôi mắt Nụ Giếng cứ long lên, miệng lẩm bẩm những gì không ai hiểu. Người ta bảo, ai từng giết người đều có biểu hiện như thế. Người tù tin rằng Nụ bị oan hồn bà cụ ám ảnh, đến đòi nợ và đẩy Nụ xuống giếng. Hôm Nụ Giếng tự tử, không phải ngày rằm, cũng chẳng phải ngày mồng một. Nụ thoát chết, nhưng không thoát án kỷ luật. Kỷ luật vì tội tự tử. Lũ tù chúng tôi gần cả ngàn người, ngồi xếp hàng giữa sân chung chờ đợi một cuộc đấu tố.

Nụ lạc lõng, ánh mắt đờ đẫn hơn là sợ hãi nhìn người cai tù đang tiến đến gần. Mụ ta dừng lại, cách chỗ Nụ đang đứng chừng dăm bảy mét. Bằng giọng gắt gỏng, chát chúa, mụ ta đọc một lèo hết cái quyết định kỷ luật tù nhân, không lần nào nhấc nổi khuôn mặt lên nhìn. Cai tù nào cũng vậy, rất sốt sắng làm công việc trừng phạt tù. Mỗi lần như thế, chúng thấy oai hơn, quyền lực hơn trong mắt người tù và cả bọn đồng nghiệp.

Gấp văn bản lại, mụ ta tiếp tục màn đấu tố không giấy tờ. Màn đấu tố không giấy do cai tù tự biên tự diễn. Cai tù thường coi những cuộc kỷ luật tù nhân, hay ngày thứ hai đầu tuần là cơ hội để được đứng trước sân chung trổ tài ăn nói, và tha hồ nhiếc mắng người tù.

Nụ bị nhiếc mắng không tôn trọng kỷ luật trại giam,

không chịu thay đổi tư tưởng nên mới làm chuyện dại dột. Rằng một khi đã được đảng và nhà nước quan tâm và chăm lo đời sống "phạm nhân" từ A đến Z, lẽ ra Nụ phải coi đó là động lực và trách nhiệm để phấn đấu cải tạo tốt, từ đó thành "phạm nhân" tốt mới mong làm công dân tốt khi ra ngoài xã hội. Mụ cai tù sẵng giọng: *"Nếu ngay cả đi tù mà còn chán đời thì ở nhà các chị còn chán đời thế nào?"* Rồi mụ chì chiết: *"Các chị đi tù, không phải bươn chải cuộc sống, chỉ việc yên tâm cải tạo cho tốt rồi về. Còn ở ngoài, phải bon chen, lừa lọc nhau đủ kiểu mới có lý do để nghĩ đến cái chết."*.

Cứ thế, mụ thao thao bất tuyệt ca ngợi cuộc sống tốt đẹp mà chúng tôi may mắn "được" hưởng, chẳng để tâm đến lũ tù đang sốt ruột mong đến lúc xuất trại.

Mặc kệ bọn cai ngục cứ vu khống nhà tù là thiên đường, người tù vẫn dứt khoát coi nó là địa ngục. Cái địa ngục không cần đợi lúc chết mới nếm trải. Nó là địa ngục trần gian mang tên *"nhà tù cộng sản."*

Màn cuối cuộc đấu tố, mụ cấm lũ tù không được nghĩ đến tự tử. Còn khi đã tự tử, là phải chết ngay, khỏi mang tiếng giả vờ muốn chết. Cũng khỏi làm ảnh hưởng đến thành tích thi đua của đội và của toàn phân trại.

Chuyện của Nụ rõ rành rành, nhưng có người vẫn ác khẩu, đổ cho Nụ tội "giả vờ tự tử", "không có gan chết thật." Những lời vu khống ấy, có cai tù khuyến khích.

Tôi ít khi ra sân chung ngồi xếp hàng. Tôi thường đứng tránh nắng ở một gốc cây nào đó. Hoặc thơ thẩn dưới căng tin chơi với thằng Quýt hoặc thằng Bim-bô rồi chờ giờ xuất trại. Tôi đặt tên con chó là Quýt, con mèo là Bim-bô. Chúng là vật nuôi của người cán bộ bán hàng ở căng-tin. Về sau, cả hai người bạn nhỏ của tôi đều bị ban giám thị đem ra giết thịt khoản đãi đoàn kiểm tra từ Hà Nội về. Tù bảo ban giám thị cố tình làm thế để tôi đau đớn, buồn khổ như một cách trả thù tôi cho bõ ghét.

Tôi khóc thương chúng mất mấy ngày. Từ hôm ấy, mấy người cai tù mà tôi nghi là có mặt trong bữa tiệc ăn thịt Quýt và Bim-bô, dù có chào hay gật đầu cười với tôi khi giáp mặt, tôi cũng không thèm trả lời.

Thời gian đầu mới lên trại, cai tù còn nhắc nhở, yêu cầu tôi ra sân ngồi xếp hàng. Tôi bảo không có nhu cầu. Họ nhắc chán, tôi không nghe, cũng không cự cãi, cứ làm theo ý mình. Lâu dần không ai đả động đến tôi nữa.

Hôm Nụ bị đấu tố trước sân chung, tôi cũng ra ngồi xếp hàng. Tôi cần chứng kiến một màn đấu tố.

Rờn rợn nghe, rợn rợn thấy. Cái man rợ mà người ta vẫn nói đến, là đây chứ đâu.

Tôi không hay nói chuyện với Nụ.

Chỉ biết Nụ sau vụ cô ta nhảy xuống giếng tự tử. Có hôm gặp, Nụ chào tôi, cười rất tươi. Cũng có lần Nụ coi tôi như người không quen biết.

Hôm tôi gần về, gặp nhau dưới căng tin, Nụ bảo:

- Chị Nghiên ơi! Em quý chị lắm. Nhưng cán bộ không cho em chơi với chị. Hôm nọ có người còn dọa em là nếu chơi với chị, thì khi em tự tử, sẽ không ai thèm cứu em nữa.

Tôi không tin câu chuyện ấy của Nụ.

Chắc nó tưởng tượng ra thế thôi.

Không biết sau này Nụ có tự tử thêm lần nào nữa không. Nếu có, không biết bao giờ nó mới đủ tiêu chuẩn xét giảm. Án chung thân của Nụ, vì thế mà dài hơn những án tù chung thân khác.

06 —
Giếng Tù – 2

Cái giếng khu tôi mới chuyển sang bị ô nhiễm, thi thoảng nước đen như nước cống. Có lúc lại trong veo. Kệ, người tù cứ dùng. Khi nào nó chuyển mầu đen thì sang khu khác dùng nhờ. Giếng trong, lại dùng tiếp.

Cai tù không khắc phục, không nạo vét sửa chữa gì và giải thích là tại… nguồn nước ở đây nó thế.

Tôi chuyển sang khu ấy được vài tuần, gặp đúng dịp nước đen. Chưa kịp đi gặp cai tù để phàn nàn, hai hôm sau họ thuê người dân vào nạo giếng. Bạn tù cho rằng tại cai tù "sợ" tôi nên phải cẩn thận. Tôi không mơ hão đến chuyện cai tù "sợ" mình, cùng lắm là họ ngại và muốn ra vẻ có trách nhiệm mà thôi. Thế cũng tốt.

Không chỗ nào trong tù nhộn nhịp, nhốn nháo hơn sân giếng. Đi làm về, việc đầu tiên của tù là lao ra sân giếng. Người ta có thể ăn ngót cái bụng, nhưng cứ phải tắm táp, thay quần áo cái đã. Những việc khác làm sau, cho kịp giờ bị lùa vào buồng. Khổ nhất là về mùa đông, trời nhanh tối nên điểm buồng rất sớm. Tôi không phải đi làm nên nhàn tênh. Lúc mọi người chen chúc ngoài giếng tôi lang thang khắp sân trại, bế thằng Khoai Tây cho mẹ nó tắm giặt. Hoặc nằm khểnh trong nhà, chờ người bạn tù chung mâm tắm gội xong thì ăn cơm.

Hôm ấy đang nằm, tôi nghe thấy giọng con bé Túc la thất thanh: *"Mọi người ơi, cái gì ở dưới giếng đây này."* Mọi người lao ra xem, hàng chục con mắt tù đổ xuống giếng. Một con mèo. Không biết con mèo ở đâu lang thang vào nhà tù để ngã xuống giếng như thế.

Cuộc giải cứu con vật tội nghiệp bắt đầu. Phải bằng mọi cách vớt nó lên, chứ nó chết ra đấy, lấy nước đâu mà dùng. Khó khăn lắm mới mượn được cái thang của bọn *thi đua*.([30]) Con bé Túc, người dân tộc Thái, to cao, khỏe mạnh được phân công lội xuống vớt mèo. Con mèo chui vào hốc đá, liên tục gầm gừ. Túc ở trần, mặc độc chiếc quần lót, mặt đỏ gay, vừa chửi mèo vừa cố lôi nó ra. Mỗi lần Túc thò tay vào hốc đá đều bị ăn quả cào của con mèo. Lại rụt tay về. Hàng chục lần như thế.

Sốt ruột lắm rồi. Chưa cơm nước, tắm giặt gì.

Người ta giục Túc nhanh lên, kẻo bị lùa vào buồng, nhịn đói và chịu bẩn cả lũ. Những người khác lục tục bê xô chậu sang khu khác tắm nhờ. Bên này, còn nghe rõ cả tiếng cãi vã nhau vì giếng nhà hàng xóm quá tải.

Túc bị mèo cào rách cánh tay, tóe máu.

Hơn chục người tù đứng bên trên chỉ đạo. Người thì cổ vũ, người chửi Túc ngu. Túc vừa cố bắt mèo, vừa ngửa cổ lên cãi, thách những chị tù khác trèo xuống như nó. Không ai chịu hy sinh như Túc, nhưng vẫn đứng bên trên chỉ đạo. Tôi chạy ra xem, thấy tội nghiệp Túc. Tù cuồng, nên đôi khi trở nên tối dạ, chứ thực sự việc bắt con mèo đâu cần nhọc sức thế. Vả lại, không cuồng sao được khi sắp đến giờ điểm buồng mà chưa tắm giặt, cơm nước gì. Cứ vật lộn với con mèo, không biết đến bao giờ. Tôi đưa Túc chiếc áo cũ, bảo nó quấn vào cánh tay.

- Em té nước vào mặt con mèo đi.

Tôi nói với Túc.

([30]) *Thi đua: Mỗi phân trại có một đội thi đua, dạng như tự quản do cai tù chọn. Số lượng gồm 3 đến 5 người tù tùy thuộc vào quyết định của cai tù. Nhóm người này không phải đi lao động. Công việc chủ yếu là phụ giúp cho cai tù về phần sổ sách, giấy tờ liên quan đến việc thi đua chấp hành án phạt tù của các tù nhân trong phân trại. Để có được chân làm thi đua, bọn người này cũng phải thuộc hàng "đại gia" để chiều chuộng và cung phụng cai tù. Ngược lại, cai tù cũng dành phần ưu ái hơn cho những người này.*

- Té nước vào mặt để nó sợ, làm sao nó dám chui ra. Xúi dại à?

Một chị tù mắng tôi. Vài chị khác vào hùa, nhao nhao phản đối. Bảo tôi không biết gì nên ngồi trong nhà, xông ra đây làm gì. Tôi không để tâm, nhắc lại câu ấy.

Túc quý tôi, hay gọi đùa tôi là "ông trẻ" xưng "cháu." Chắc vì thế mà nó tin, làm theo cách tôi bảo. Bị hắt nước túi bụi vào mặt, con mèo vội chui khỏi cái hốc, bơi ra mặt nước. Cánh tay Túc lúc này được bảo hộ bằng chiếc áo cũ của tôi, không sợ bị cào nữa. Nó tóm gọn con mèo, bỏ vào chiếc gầu múc nước tôi đã thòng sẵn xuống.

Vừa được kéo khỏi miệng giếng, con mèo nhảy khỏi chiếc gầu, chạy như bay. Không ngoái đầu lại nhìn lũ tù chúng tôi một lần. Mọi người thở phào. Mấy chị tù vừa mắng tôi, nhìn tôi cười ngượng.

Túc chèo lên đến nơi, vừa thở hổn hển, vừa khen:

- Cuối cùng chỉ có "ông trẻ" là thương cháu. "Ông trẻ" giỏi. Không có "ông trẻ" không bắt được mèo.

- Thôi đi đồ dở hơi. Nhìn mày chả giống ai. Đi tắm đi kẻo bị lùa vào chuồng, con ạ.

Tôi mắng yêu con bé. Lúc này Túc mới có thì giờ nhìn lại bộ dạng mình. Bộ dạng đứa tù trẻ mặc độc chiếc quần lót, tay quấn giẻ và đầu tóc bê bết nước. Nó nhăn nhở cười, lục tục gỡ dây gầu múc nước, không quên chổng mông vào mặt tôi rồi vỗ đét một cái.

Sau mười lăm năm tù, không biết Túc có còn giữ được nét hồn nhiên, chất phác như thế nữa không?

Điểm buồng. Mọi sinh hoạt đều phải dừng hết. Người đang tắm dở cũng phải mặc nhanh quần áo cho kịp. Mâm cơm đang ăn, cũng dẹp. Cửa buồng đóng, mấy chục con người lại lầm lũi trong bốn bức tường.

Mệt nhoài chờ đợi những ngày tù mới.

Buổi sáng buồng giam cũng nhiều chuyện đáng để kể lắm. Lúc chờ mở cửa, người thì tranh thủ cãi nhau —

thường do các xung đột phát sinh từ ban đêm không thể giải quyết ngay vì vướng giờ khóa mồm —, người thì cặm cụi gấp chăn màn. Có người dấm dúi làm việc riêng. Việc riêng được hiểu là giấu tiền hay thư tình sao thật khéo để qua mặt được cai tù lúc xuất trại. Tấp nập nhất là khu vực nhà mét, kẻ ra người vào va cả vào nhau. Đi vệ sinh cũng cần nhanh chân, chậm thì không đến lượt.

Đang chờ cai tù mở cửa, bỗng một tiếng "rầm" vang lên rất to. Tiếng cãi nhau, tiếng rì rầm im bặt. Ai cũng dỏng tai nghe xem âm thanh phát ra từ đâu. Rõ ràng không phải buồng bên này. Túc nhanh chân, chạy huỳnh huỵch từ trên gác xuống, ghé mắt dòm qua khe cửa.

- Bên kia có người bị ngã cầu thang.

Giọng Túc hớt hải.

- Cán bộ vào rồi. Có người bị khiêng đi.

Túc tường thuật lại cho lũ tù đang hồi hộp, đứng một đống phía sau lưng nó ngóng tin.

Cuối cùng cửa buồng tôi cũng được mở.

Người bị ngã từ cầu thang xuống là Linh, bạn ăn chung mâm với Túc.

Chiều qua, Linh đang ăn dở bát cơm thì đến giờ bị "lùa vào chuồng." Nó đánh liều mang cơm vào buồng để ăn. Sáng nay, khi đang đi từ cầu thang xuống với lỉnh kỉnh âu bát, nó nghe tiếng người cai tù đi vào cổng khu. Linh sợ cai tù biết nó mang cơm vào buồng, cuống quá, nó bước hụt rồi ngã. Tiếng "rầm" mà buồng bên này chúng tôi nghe thấy là tiếng đầu Linh đập xuống nền nhà.

Linh được nằm dưới y xá ngày hôm ấy. Nó đau và choáng váng không đi làm được. Bạn tù bàn ra tán vào, nói số nó may. Đầu đập xuống nền nhà như thế mà không chết, không chấn thương sọ não là may chứ còn gì nữa.

07 —
Khó Chết.

Vụ kỷ luật Nụ Giếng vì tội tự tử nhưng không chết ít nhiều cũng làm các tù nhân chán đời khác hoang mang, đắn đo. Người ta không sợ chết bằng sợ phải "bán thịt mặt" trước đông đảo bạn tù. Tức bị bêu mặt giữa sân chung nghe cai tù chì chiết, xúc phạm khi đọc quyết định cảnh cáo hoặc kỷ luật. Những cuộc đấu tố trước đám đông do cai tù chủ trì thường khiến nạn nhân mất tinh thần nhiều ngày sau. Tự tử chết, người ta thương. Không chết, người ta cười. Rút kinh nghiệm từ thất bại của Nụ Giếng, chị Hồng Tỷ chọn cách táo bạo hơn: Thắt cổ!

Buổi trưa hôm ấy, vừa nhập trại thì nghe tiếng la thất thanh: *"Có người thắt cổ, có người thắt cổ!"*

Tiếng người chạy rầm rầm. Rồi tiếng la hét, hô hoán. Tiếng quát tháo. Tiếng tò mò, hốt hoảng hỏi nhau. Chỉ không có tiếng cười. Đầy đủ âm thanh ghê rợn của nhà tù vào buổi trưa hôm ấy. Chị Hồng Tỷ lại được cứu.

Và mấy ngày sau chị bị đứng trước sân chung nghe đấu tố. Cuộc đấu tố chị lâu hơn cuộc đấu tố Nụ Giếng. Vì chị cãi — đúng hơn là vùng vằng lại cai tù mấy câu. Thành ra phải dạy dỗ, giáo huấn và trì chiết lâu hơn.

Chị Hồng Tỷ bị án tù chung thân vì tội *"lừa đảo chiếm đoạt tài sản."* Nghe nói số tiền đến mấy chục tỉ. Vì thế chị có biệt danh "Hồng Tỷ." Như bao tù nhân khác, chị cũng cố phấn đấu để đến kỳ được giảm án. Phấn đấu, có nghĩa chị đã gom đủ vốn liếng mười hai năm tù để được giảm án lần đầu. Lần giảm đầu của án chung thân sau khi thụ án đủ mười hai năm là "được" chuyển xuống "án số" — tù có thời hạn — ba mươi năm. Khi may mắn chạm cái đích đầu tiên là thành người tù ba mươi năm, coi như đã đi được một nửa cuộc đời tù.

Để được vào vòng xét giảm, đâu có dễ. Một trong nhiều điều kiện giảm án là phải *"Chấp hành tốt quy chế, nội quy của trại giam, trại tạm giam; tích cực học tập, lao động; trong quá trình chấp hành hình phạt tù được xếp loại cải tạo từ loại khá trở lên."* Một câu quen thuộc mà cai tù thường ném cho tù nhân để thấy chuyện chấp hành nội quy trại giam không phải chuyện dễ: *"Tù, hễ mở mắt ra là vi phạm."* Năm nay, chị Hồng Tỷ lại háo hức chờ đợt giảm án. Chị hồi hộp lắm. Tù lâu, nếu không có tiền chạy án, mỗi kỳ chỉ được giảm vài tháng, không biết bao giờ mới trôi hết mấy chục năm tù. Chị mơ tới một ngày được đặc xá, dù biết giấc mơ ấy cũng phải trả bằng tiền. Thôi thì cứ mơ trước, chuyện tiền nong tính sau.

Nhưng ước mơ của chị vỡ vụn sau khi nghe cai tù giải thích về điều kiện đặc xá. Muốn được đặc xá, ngoài việc đáp ứng các tiêu chuẩn, cần phải bồi thường thiệt hại, tức chấp hành xong hình phạt bổ sung là phạt tiền. Đến tiền mua khoán, tiền tiêu cực để lấy lòng cán bộ, tiền chạy chọt giảm án còn chật vật, lấy đâu ra mà bồi thường, mà hoàn thành hình phạt bổ sung lên tới hàng tỉ đồng. Tuyệt vọng, chị thắt cổ. Nhưng nhà tù này cần chị, để tiếp tục đày đọa. Nên chị không chết.

Vụ tự tử bất thành của chị Hồng kéo theo hệ lụy cho lũ tù chúng tôi. Tất cả dây phơi quần áo do tù tự tạo bằng thừng hoặc bằng dây vải đều bị dỡ bỏ, thu giữ. Dây phơi thép cố định sau dãy buồng giam không đủ chỗ làm khô những bộ quần áo nhếch nhác, ẩm ướt của lũ tù đông đúc chúng tôi. Không còn cách phơi quần áo vụng trộm ở bất cứ chỗ nào có thể, từ bờ rào đến cửa sổ. Và cầu vận may không bị cai tù bắt được. Nhẹ thì khiển trách, nặng thì đống quần áo bị quẳng vào thùng rác. Cãi thì kỷ luật.

Tù tức lắm, không làm gì được cai tù quay sang trách *"tại con Hồng dùng dây tự tử nên chúng tao khổ thế này"*

Vài tháng sau vụ Nụ Giếng và chị Hồng Tỷ tự tử bằng hai cách khác nhau nhưng vẫn không chết, đến chị Thao uống thuốc sâu tự tử. Chị Thao cũng không chết. Khi bạn tù khiêng chị ra cổng để đưa lên xe cấp cứu, tôi chỉ biết đứng nhìn theo mà khóc. Ai cũng tưởng chị sẽ chết. *"Đã ỉa đùn ra, không tự chủ được thì chết là chắc rồi."* Người ta kháo nhau như thế, với vẻ ái ngại. Nhưng chị Thao chưa chết được. Nợ đời, nợ tù vẫn đeo đẳng chị.

Hình như tù khó chết hơn người thường thì phải.

Độ một tháng sau, chị Thao ra viện. Cai tù cho chị tiếp tục nằm bệnh xá điều trị. Nằm tại bệnh xá, lúc nào chị cũng nơm nớp về cái án "kỷ luật." Thi thoảng tôi xuống thăm, lần nào chị cũng lo lắng hỏi *"Liệu chị có thoát án kỷ luật không, em?"* Chị mong mình ốm lâu thêm nữa, để khỏi bị kỷ luật lúc bình phục.

Rời bệnh xá, chị được xếp vào đội bếp, không phải xuất trại ra đồng trồng rau nữa, nhất là không phải "ăn" kỷ luật, thoát nạn bị đấu tố. Một kết quả mỹ mãn với người tù sau khi phạm tội tự tử. Không ngẫu nhiên mà chị Thao được "ưu ái", đối xử "nhân đạo" thế. Chị cũng không có tiền đấm mồm đấm miệng bọn cai tù. Nếu có tiền, chị đã trả tám trăm ngàn đồng cho bà Chín Lứ. Nợ mấy tháng không trả được. Bà ta đòi. Rồi đe mách cán bộ. Mẹ con bà Chín Lứ liệt vào thành phần không ai thèm dây. Bà ta cũng như đứa con gái, cái Hiền AK, đều không cần giảm án. Hai mẹ con buôn bán và cho vay lãi trong tù. Vừa nuôi được thân, vừa nuôi cai tù. Sống khỏe.

Bị siết nợ, bị đe gặp cán bộ, lại biết tin con trai ở nhà bỏ học, chơi bời lêu lổng, chị bạo quẩn lắm. Thế nên chị mới găm thuốc sâu mang về. Cán bộ quản đội suýt rụng sao. Chị Hoa Lùn, đội trưởng đội trồng rau cũng bị liên đới trách nhiệm vì tội "không phát giác" chị Thao mang thuốc sâu về trại uống. Cán bộ quản đội và chị Hoa Lùn mất cả đống tiền để cứu mình. Và cứu luôn chị Thao nên mới được nằm bệnh xá, chuyển đội và không bị kỷ luật. Chả nhân đạo ưu ái gì. Đều là do chịu chi tiền mà ra.

Nhưng chị Cúc không "may mắn" như thế. Chị bị ung thư giai đoạn cuối. Đau đớn vẫn phải lê lết đi làm tới khi gần quy. Sáng hôm ấy, không thấy chị dậy gấp chăn màn như mọi khi. Bạn tù gọi, không thấy chị thưa. Người ta lật chăn lên, thấy cánh tay chị Cúc ngâm trong xô nước, đỏ lòe đầy máu. Chị cắt ven tay. Chắc từ đêm rồi. Chị chí chết. Chị khát chết. Và quyết tâm chết. Nên mới ngụy trang khéo như thế. Vậy mà vẫn không chết nổi.

Mấy ngày đầu, cai tù cấm không cho ai lại gần, tiếp xúc với chị. Dăm hôm sau, chị được chuyển về nhà ốm. Từ bữa ấy, ngày nào tôi cũng sang chơi với chị. Chị bảo, trước chị không dám gần tôi vì còn hy vọng có ngày về, cần giữ gìn. Nay hết cơ hội được tự do không còn sợ bị cai tù gọi đi uống cà phê vì tội giao du với con "phản động." Chị cùng quê Hải Phòng với tôi. Nhưng gia đình chị không còn ai. Anh chị em ly tán, chồng con cũng bỏ bê từ khi chị vào tù vài năm. Nhà cửa không có, ra tù cũng không biết về đâu. Chị Cúc có lý do chính đáng để chết, để tuyệt vọng. Tôi cũng tuyệt vọng thay cho chị.

Chị Cúc tự tử đúng dịp tôi gần hết án. Từ khi xảy ra sự việc, ngày nào tôi cũng yêu cầu gặp ban giám thị. Họ hẹn rồi lại không gặp, cho cấp dưới tiếp tôi.

Tôi không chịu. Tôi tuyệt thực.

Đấy là cách bất đắc dĩ tôi phải chọn, như vài lần trước đấu tranh cho quyền lợi người tù. Để bớt cái khổ, bớt cái oái oăm đang đày đọa chúng tôi. Tôi cũng không chắc lần tuyệt thực này mang lại kết quả gì. Dù sao, còn ở tù một ngày vẫn tiếp tục phải thương yêu những đời tù còn ở lại. Tôi tuyệt thực đến ngày thứ ba thì phó ban giám thị Nguyễn Thị Can mời tôi lên gặp. Hôm ấy là ngày 12 tháng 9, tức chỉ còn sáu ngày nữa tôi hết án.

Chắc tại tôi sắp về, nên phó ban giám thị bất đắc dĩ phải tiếp tôi. Bà ta hỏi tôi có nguyện vọng gì cứ đề đạt. Nghe chữ "nguyện vọng", tôi càng khinh ghét cai tù. "Tiêu chuẩn" dành cho tù nhân theo quy định Nhà Nước vốn đã quá ít, phải cố gắng xoay sở mới tồn tại. Vậy mà những "tiêu chuẩn" tối thiểu ấy còn bị cắt xén, thăn thiến đi thì nói gì đến hai chữ "nguyện vọng."

Tự nhiên khi ấy tôi thật sự muốn đứng dậy bỏ về.

Không gì ớn hơn là ngồi nghe cai tù hứa hẹn. Nào hứa giảm mức khoán, cho trại nấu nước nóng bán cho tù, ra hạn thêm thời gian tắm giặt rồi mới lùa vào buồng...

Nhưng đương nhiên bà ta chối nhiều chuyện lắm, như không bắt người bệnh nặng phải xuất trại đi làm nữa. Rồi việc tù gọi cai tù bằng *ông, bà* xưng *cháu* là do *phạm nhân tự nguyện chứ chúng tôi có bắt ép đâu.*

Trong số điều bà ta hứa, tôi chỉ hy vọng duy nhất một điều là chị Cúc sẽ không bị kỷ luật. Vì chị yếu lắm rồi. Lúc này, tôi bỗng thấy thất vọng về chính mình. Tôi không giúp được gì cho chị Cúc và những người tù khác. Tôi sang chào chị Cúc, để ngày mai tôi về. Chị cảm ơn tôi đã tuyệt thực vì chị. Tôi ngượng. Chị em ngậm ngùi nhìn nhau, không khóc được. Khuyên một người sắp chết phải vui sống, phải hy vọng là điều giả dối. Và ác. Tôi không làm được, lặng lặng ra về.

Hai tháng sau, một bạn tù về hết án gọi điện cho tôi. Nói đủ thứ chuyện vui buồn trong trại. Bạn tù cho biết, lúc gần chết, chị Cúc được đưa đến bệnh viện như trường hợp chị Thìn, chị Mai, chị Biển, chị Tuyên hay nhiều chị tù khác, để không phải chết trong trại.

Núi Mành, lại đón nhận thêm linh hồn vất vưởng, khốn khổ của một người tù.

08 —
Ăn, Mặc, Ở

Tôi dám chắc có người sẵn sàng chấp nhận, thậm chí mơ ước được chết nhưng chưa một ai trên thế giới có nhu cầu ở tù, nhất là nhà tù cộng sản. Đó là điểm chung tuyệt đối và bình đẳng của loài người. Nhưng người ta vẫn muốn biết về nhà tù, về cuộc sống của những con người trong cái nơi mà bản thân tên gọi của nó vốn tạo nên sự "rùng rợn" và gợi trí tò mò một cách mãnh liệt.

Nhiều người tin "kẻ phạm tội" đáng bị quăng vào cuộc sống tù khổ ải như thế. Tuy nhiên, ít người đủ lý trí, công tâm, lòng trắc ẩn để hiểu yếu tố phạm tội, án tù dành cho một con người phải xét theo hành vi, vụ việc, hậu quả gây ra, nếu có, của người bị kết án, rồi xét đến hệ thống luật pháp, lạc hậu hay tiến bộ, phục vụ cho ai, với các yếu tố liên quan khác. Đề tài này khó gom trong bài viết ngắn của một người không có chuyên môn như tôi. Và cũng không hợp với câu chuyện tôi sắp kể. Tuy nhiên, cần khẳng định ngay là trong tương lai, hệ thống pháp lý Việt Nam — không riêng phạm vi liên quan đến xét xử hay án tù — sẽ phải dựng lại từ đầu nhằm kiến tạo một nhà nước dân chủ.

Nhắc đến hai chữ "nhà tù", người ta liên tưởng ngay đến sự trừng phạt và khốn cùng. Cuốn sách nhỏ này không có cao vọng thỏa mãn mọi hình dung hay đáp ứng tìm hiểu cần thiết của bạn đọc về nhà tù cộng sản. Song, hy vọng bạn sẽ thấy một góc nhỏ trong nhà tù với các chuyện còn chưa kể hết trong thời gian bốn năm tù của tôi. Tất nhiên, tùy thuộc từng vùng miền cụ thể, hay mỗi giai đoạn lịch sử, chuyện tù của mỗi người mỗi khác. Dù vậy, cần thẳng thắn thừa nhận nhà tù cộng sản là mọi khổ đau cùng cực, mọi nỗi uất hận nghẹn ngào. Là đau thương, rệu rã, mệt mỏi, tăm tối và cả chết chóc. Là sự tàn bạo và bất lực, là nhẫn tâm, thù oán, là trông đợi, tuyệt vọng, là nỗi chết. Và là "địa ngục." Địa ngục của những người còn đang hít thở, đi lại và cười khóc.

Nhà tâm lý học Mỹ Abraham Harold Maslow (³¹) cho rằng về căn bản, nhu cầu con người chia làm hai nhóm chính: nhu cầu cơ bản – *basic needs* và nhu cầu bậc cao – *meta needs*. Dựa vào phân loại của Maslow, những gì diễn ra hàng ngày với lũ tù chúng tôi không hẳn là "cuộc sống", mà chỉ gần giống thế thôi. Chính xác hơn, nó là cuộc "tồn tại." Chúng tôi chỉ được "hưởng" một phần ít ỏi các nhu cầu tự thân, tối căn bản của con người. Nếu không là tù, hẳn bạn sẽ không bao giờ biết ngoài cái ăn, nhu cầu hít thở, ngủ, tắm, đi vệ sinh...quan trọng thế. Mà đã thuộc về nhu cầu tự thân thì dù là tổng thống Hoa Kỳ, tổng bí thư đảng cộng sản, ông giáo sư, nhà tu hành, anh kỹ sư, chị công nhân, cậu bé đánh giày, chị lao công quét rác hay người tù...đều bình đẳng. Khái niệm "bình đẳng" hiểu theo nghĩa duy trì sự tồn tại, chuyển động của cái hình hài mang tên Con Người.

Thiếu những thứ ấy, con người không còn tồn tại.

Do đó tôi muốn kể bạn nghe những điều về tiêu chuẩn ăn, mặc, ở mà lũ tù chúng tôi hưởng trong nhà tù trại 5 Thanh Hóa. Đương nhiên chỉ tính thời gian tôi ở đây là giai đoạn từ tháng 3/2010 đến tháng 9/2012 thôi. Theo lời kể của những người tù lâu án dài, điều kiện giam giữ trước thời gian tôi lên trại, hay nhiều năm trước

---

(³¹) *Abraham Harold Maslow (1/4/1908 – 8/6/1970) là nhà tâm lý học Mỹ, được thế giới biết đến qua mô hình nổi tiếng* **Tháp nhu cầu** *và được coi là cha đẻ của* **tâm lý học nhân văn**.

nữa, khó khăn và khốn khổ hơn nhiều.

✷ Tiêu chuẩn về "Ăn"

Mỗi tù nhân một tháng được 17 kg gạo; 7 lạng thịt lợn; 8 lạng cá; 5 lạng đường; 15 kg rau xanh; 0,75 lít nước mắm; 1 lạng bột ngọt và 15kg than và củi. Nhà nước căn cứ vào giá cả thị trường thực tế tại địa phương để định lượng cho các tiêu chuẩn này. Quy định còn ghi các ngày lễ tết được ăn thêm *"nhưng không quá năm lần tiêu chuẩn ngày thường."* Con nhỏ của *"phạm nhân"* (chữ quy định của nhà nước) được hưởng như mẹ, được tặng quà trong ngày lễ thiếu nhi 1/6 và tết Trung Thu.

✷ Tiêu chuẩn về "Mặc"

Mỗi tù nhân một năm được phát hai bộ đồng phục tù; 1 chiếc chiếu; 1 chiếc nón lá; 1 đôi dép nhựa; 3 lạng xà phòng; 2 bộ đồ lót. Mỗi bốn năm được cấp 1 chiếc màn; 1 chiếc chăn. Phải đủ hoặc hơn bốn năm mới được, chưa đủ thì…đừng mơ. Người mới lên trại cũng phải chờ nộp đủ bốn năm công tù mới được hưởng xuất chăn màn như thế. Ngoài ra, mỗi tháng, mỗi người được phát hai gói giấy vệ sinh, loại vuông mỏng dính, 80 tờ một gói.

✷ Tiêu chuẩn về "Ở"

Theo quy định, tiêu chuẩn chỗ nằm dành cho tù là $2m^2$, tức rộng 5 viên đá hoa 20 cm, dài 10 viên. Trên thực tế, nhà tù luôn quá tải nên tù chỉ được 60 cm bề ngang.

Những thứ liệt kê trên gần như là tất cả những gì bạn có. Trong khi bạn vẫn phải lao động khổ sai, phải chấp hành vô số quy định ngặt nghèo, vô lý của trại giam và của chính cai tù đặt ra. Bạn sẽ đo lường được khả năng tồn tại và mức độ chịu đựng của mình trong nhà tù cộng sản. Đấy là về số lượng, chưa bàn đến chất lượng.

Hãy tự đặt mình vào vị trí kẻ "không gia đình", tức không có người thăm nuôi, không được tiếp tế, bạn sẽ xoay sở thế nào để tồn tại nếu không có sự cưu mang của bạn tù? Bạn tù, tức là người cũng khốn khổ như mình, nhưng hàng tháng được gia đình tiếp tế để khỏi phải ngửa tay đi xin từng cuộn băng vệ sinh, cái bàn chải đánh răng hay ít dầu gội đầu. Nhắc đến băng vệ sinh, tôi nhớ đến những chuyện cười khóc, khóc cười trong cái Phân Trại chật trội với hơn một ngàn nữ tù nhân khốn khổ.

Hôm ấy, tôi đến tháng lần đầu từ ngày lên trại.

Đâu có gì lạ chuyện ấy, người phụ nữ nào chẳng như nhau. Không hẳn thế. Tôi đã lo lắng và hốt hoảng bao nhiêu khi chứng kiến nhiều chị em lúc vào tù không còn sự bình thường của người phụ nữ nữa. Gọi ngắn gọn là "mất kinh. "Có người bị "tịt" mấy tháng mới có lại. Có người vài năm và có người mất hẳn. Khi ra tù, tôi hỏi một số bác sĩ, được họ giải thích do bị thay đổi môi trường sống và vì yếu tố tâm lý nên xảy ra hiện tượng đó.

Tôi may mắn không rơi vào tình trạng đáng sợ ấy.

Tôi không hiểu vì sao chị Hoa, bạn tù bên cạnh cứ liếc sang chỗ tôi, dường như muốn gợi chuyện. Ba mươi ba tuổi, tôi không thấy xấu hổ khi bị bạn tù nhìn trộm lúc đang dán miếng băng vệ sinh vào đáy quần lót. Hình như chị ta muốn nói gì đó, song lại thôi. Ít hôm sau, đến lượt chị ta làm cái việc như tôi hôm bữa. Nhưng ở đáy quần lót của chị Hoa không phải miếng băng vệ sinh trắng phau như của tôi mà là miếng vải vụn đã cũ. Tôi bần thần, chẳng muốn tin vào điều mình trông thấy.

Chị Hoa, người dân tộc Thái. Khi tôi vào, chị đã ở tù gần chục năm rồi. Chị bị án chung thân vì buôn ma túy. Chị hiền, tôi không hiểu vì sao tôi gặp nhiều phụ nữ hiền như thế trong nhà tù. Những chị Hoa, chị Quế, chị Mùi, chị Huyền, chị Minh cùng buồng giam với tôi, nhẹ nhất mười sáu năm hoặc chung thân. Tôi tưởng đi buôn ma túy là phải ác, phải dữ dằn, chí ít cũng ghê gớm chứ.

Trong túi nội vụ của chị Hoa và nhiều tù "không

gia đình", luôn có những miếng vải vụn cắt ra từ các bộ quần áo cũ, giặt sạch sẽ, khâu lại cẩn thận để dùng thay băng vệ sinh hàng tháng. Không phải chị Hoa không mua nổi thứ tối cần ấy mà chị muốn dành tiền đóng khoán. Số tiền ít ỏi chị dành dụm từ việc múc nước, giặt quần áo, rửa bát thuê cho những tù khác. May mà làm thuê cho tù còn được trả công, không giống như làm cho trại, cho cai tù, vớ vẩn còn bị phạt, hoặc bị kỷ luật thì hết giảm án.

Ra xưởng lao động, chị cặm cụi ngồi, mắt không rời khung thêu. Thậm chí, buồn đi tiểu chị cũng nhịn: *"Chờ hết giờ làm rồi về buồng "đái" một thể."* Chị nói với tôi thế. Chị tiếc mấy đường kim mũi chỉ, thiếu sản phẩm sẽ không được giảm án. Sức tù không đáp ứng nổi mức khoán "trên trời" nên phải mua sản phẩm từ tù khác, hoặc nộp tiền cho cai tù mới đủ chỉ tiêu. Nói thô một tí, mong thoát khỏi nhà tù cấp thiết hơn nhu cầu đi đái, đi ỉa, quan trọng hơn cả sĩ diện, dù sự cấp bách ấy có khi phải chờ đợi và gồng mình phấn đấu ngót hai mươi năm trời.

Từ hôm ấy, mỗi tháng tôi cho chị Hoa hai cuộn băng vệ sinh. Nhưng tôi vẫn thấy chị dùng các mảnh vải cũ. Hỏi, chị nói dùng vải cũ quen rồi, hai cuộn băng vệ sinh ấy để bán lấy tiền, *"tiết kiệm chừng nào hay chừng ấy."* Lần nào chị cũng nói thế. Tôi phát bực, nhưng vẫn cho. Sau này tôi chuyển buồng, chị Hoa mất khoản thu nhập là hai cuộn băng vệ sinh hàng tháng. Không phải tôi không thương chị nữa, nhưng trong nhà tù chật chội này, đi từ khu nhà giam nọ đến khu nhà giam kia chỉ vài bước thôi, cũng xa lắm. Vả lại, buồng giam mới cũng có người dùng vải vụn thay băng vệ sinh, tôi lại có người để cho.

Những người tù lâu, thậm chí có người phải trở lại Trại 5 này lần thứ ba, đều coi việc không được phát băng vệ sinh là bình thường. Họ ngạc nhiên lắm, có chị tái mặt khi nghe tôi nói *"nhà tù phải có nghĩa vụ cấp băng vệ sinh cho chúng mình."* Người ta rỉ tai nhau câu ấy, như sắp có cuộc cách mạng đòi băng vệ sinh trong phân trại.

Tôi gặp cai tù hỏi vì sao không phát băng vệ sinh. Hồi ấy mới lên trại, tôi còn chưa phân biệt được cai tù to với cai tù nhỏ nên gặp người nào hỏi người ấy. Người thì nói *"quy định của nhà nước bao nhiêu năm vẫn thế. Chúng tôi chỉ thi hành chứ có làm ra luật đâu."* Cai tù khác trả lời *"Thì băng vệ sinh đã được thay bằng giấy vệ sinh còn gì."* Hỏi thêm vài câu nữa, được trả lời *"có thắc mắc gì chị đi gặp ban giám thị. Chúng tôi không biết"*.

Nhưng ban giám thị không muốn gặp tôi. Có lần tôi thoáng thấy bóng dáng bà phó giám thị Nguyễn Thị Can, lượn ngoài sân chung, vừa chạy ra, bà ta đã biến mất.

Tôi không coi việc đòi xuất băng vệ sinh hàng tháng là tranh đấu ghê gớm. Nhưng các bạn tù yêu quý tôi căng thẳng lắm. Họ khuyên tôi mặc kệ mọi sự, lý luận rằng *"Không có mày, bọn tù vẫn thế, vẫn chịu khổ được, có ai chết đâu. Với lại đòi cũng không được. Chả bao giờ chúng nó nhượng bộ."* Tôi bảo: *"Đã đòi đâu mà nói không được. Các chị không cần, nhiều người khác cần."*

Nhưng tôi không vội. Tôi cũng không hề nghĩ đến phải tuyệt thực để yêu cầu cai tù phát băng vệ sinh cho phụ nữ ở trong tù. Cai tù sai ăng-ten dò hỏi ý tôi, sẽ làm gì tiếp theo để "đòi băng vệ sinh." Tôi cứ nửa đùa nửa thật, thái độ khi bông phèng, khi nghiêm túc.

Bẵng đi vài tháng, tôi không đả động đến băng vệ sinh. Cả tù lẫn cai tù đều tưởng tôi quên, hoặc đã buông, thoái lui không muốn đòi hỏi hay hoạnh họe nữa. Hôm ấy gia đình tôi lên thăm, tôi vui lắm. Tôi sẽ lại được gặp mẹ và các chị của tôi. Những cuộc thăm viếng, tiếp tế của gia đình khiến cuộc đời tù bớt cơ cực và bớt dài. Trên đường đi bộ từ Phân Trại ra nhà thăm gặp, tôi nói với người cai tù:

- Tôi hỏi thật nhé, nếu bây giờ có một tù nhân tuyệt thực đến chết chỉ để đòi quyền được cấp phát băng vệ sinh, thì sao nhỉ?

Người cai tù lặng thinh, không nói một lời. Tôi cũng không nói thêm câu nào nữa.

Chiều hôm ấy, tôi đang đi dạo quanh sân trại thì có người tìm. Chị Nga Phúc đang ngồi chờ tôi ở gần khu bệnh xá.

- Này, chúng nó sắp phát băng vệ sinh đấy. Hôm nọ chị đi họp, thông báo rồi. Nhưng cấm mày để lộ ra là chị khoe đấy nhé. Không thì chết tao.

Vẻ mặt chị Nga Phúc thật khó tả. Căng thẳng, sợ sệt nhưng vẫn không giấu được vẻ mãn nguyện. Làm như sự cai tù phải nhả băng vệ sinh ra là chiến thắng lớn lắm. Mà cũng lớn thật, từ trước tới nay đã được thế bao giờ.

Thường tôi rất ít ra sân chung xếp hàng nghe cai tù đọc thông báo hay giáo huấn mỗi thứ hai đầu tuần, trừ khi muốn chứng kiến điều gì mà mình quan tâm. Được chị Nga Phúc rỉ tai trước, tôi ra xếp hàng chứng kiến thành quả *cuộc cách mạng đấu tranh đòi băng vệ sinh.* Đấy là câu mà cánh tù mỉa mai, vụng trộm nói với nhau.

Vậy là từ nay trở đi, chị Hoa, chị Quế, chị Mùi và nhiều chị tù "không gia đình" ở khắp Phân Trại số 4 này sẽ khỏi phải dùng vải vụn để lót mỗi kỳ kinh nguyệt.

Nhưng cơn mừng của lũ tù nhân nữ không trọn vẹn. Xuất giấy vệ sinh hàng tháng bị cắt. Nói chính xác, nó đã được thay bằng băng vệ sinh, chứ cai tù chẳng mất đồng nào. Đa số chị em đều hài lòng, nhưng các bà già thất vọng. Có người chửi thầm ngay lúc cai tù còn chưa nói xong. Tất nhiên chỉ chửi đủ cho người ngồi sát bên nghe.

- Các chị sinh từ năm 1952 trở về sau thì được phát băng vệ sinh. Những chị sinh từ năm 1952 trở về trước thì được phát giấy.

Người cai tù dõng dạc, như vừa tuyên bố ban phát một ân huệ trước nay chưa từng có.

- Dở hơi!

Những người tù xung quanh quay sang nhìn tôi, không ai dám bàn tán. Mấy cai tù đứng gần đấy cũng nghe thấy, nhưng lờ đi. Tôi buông tiếp một câu nữa, cố tình để người xung quanh nghe thấy:

- Sinh năm 1952, tức là năm nay đã 59 tuổi. Má ơi, 59 tuổi vẫn bị ép dùng băng vệ sinh.

Tôi ít khi cười khẩy, nhưng nó thích hợp trong tình huống này. Nói xong, tôi đứng dậy, bỏ xuống khu căng tin chơi với thằng Bimbo, chờ giờ xuất trại. Tôi bỏ đi để đỡ phải nghe những điều ngớ ngẩn. Không cai tù nào cản tôi hoặc yêu cầu tôi trở lại vị trí xếp hàng. Họ quen với việc tôi "một mình một kiểu" rồi, không muốn can thiệp.

Tôi coi phận sự của mình đến đấy là xong. Còn việc phân loại tuổi tác, ai mãn kinh, ai còn kinh để chọn lựa giữa băng vệ sinh với giấy vệ sinh là việc còn lại của tù nhân và cai tù. Tất nhiên, không phải người tù nào cũng hiểu vì sao bỗng nhiên họ lại được phát băng vệ sinh sau bao nhiêu năm ở tù dài đằng đẵng.

Tôi cũng không nghĩ mình ghê gớm hay tài giỏi gì cho lắm khi làm được cái việc cỏn con như thế. Với lại, cai tù chẳng bao giờ thừa nhận vì tôi mà họ phải nhượng bộ. Tất cả đều do sự nhân đạo của đảng mà ra. Nhân đạo nên mới phát băng vệ sinh cho tù. Chỉ có điều, trước khi tôi vào, họ chưa kịp thi hành chính sách nhân đạo ấy thôi. Tôi thì chẳng quan trọng, miễn là chị em không phải nhếch nhác, khổ sở mỗi khi đến tháng.

Mọi chuyện khác không đáng nhắc đến.

Chuyện đọa đày, chuyện ăn, mặc, ở còn dài lắm. Nó là chuyện hàng ngày của người tù. Mà chuyện hàng ngày, kể đến bao giờ mới hết.

09 —

Mua Chỗ

Tài sản của tù khi lên trại gồm một chiếc hòm sắt đựng thức ăn và một số đồ dùng khác. Một chiếc túi nội vụ đựng quần áo do trại phát. Bên ngoài chiếc túi nội vụ có dán mẩu giấy ghi họ tên, tội danh, án phạt, tên đội và địa chỉ nơi đăng ký nhân khẩu thường trú của người tù.

Túi nội vụ — theo quy định — phải kê trên chiếc chiếu đã gấp gọn và đặt sát tường, ngay chỗ nằm. Mỗi dãy sàn đều có gác xép nhỏ cao hơn đầu người, là nơi để chăn, màn, gối đã gấp gọn trước giờ đi làm. Kể cũng khéo, cái gác xép chỉ đựng vừa ba thứ ấy thôi là đã chạm trần nhà rồi, không nhét thêm được những thứ khác nữa.

Ba thứ đồ dùng như xô, chậu, gầu múc nước đều để ở sân giếng. Những sân giếng thông thống giữa trời. Đằng sau dãy buồng giam là một lán chung có mái che bằng tôn, rộng chừng vài mét vuông là nơi để hòm của người tù.

Mỗi khu giam giữ có hai buồng giam, mỗi buồng giam chừng sáu mươi đến bảy mươi người tù. Cả hai buồng giam có khoảng một trăm mười đến một trăm bốn mươi tù nhân. Con số này có thể thay đổi, hơn hoặc kém, tùy theo số tù nhân về hết án hoặc lính mới nhập trại. Như thế, cái lán rộng vài mét vuông ấy là nơi chứa hàng chục chiếc hòm. Người ta quen gọi là khu bếp tập thể dù không ai được nấu nướng ở đấy.

Những chiếc hòm sắt có chiều ngang 45cm, chiều cao 35cm và chiều dài 65cm chen chúc và chồng lên nhau cao gần bằng đầu người. Việc bê chiếc hòm xuống để lấy thức ăn, đồ dùng có lẽ là một trong những việc tù ngại nhất. Nhưng nó vẫn là việc bắt buộc phải lặp đi lặp lại mỗi ngày.

Theo quy định, ai đến trước được để hòm bên trên, đến sau để bên dưới. Cứ thế lần lượt xếp vị trí cho chiếc hòm tương ứng với thời điểm nhập buồng của người tù. Hồi mới lên trại, tôi phải rời gần chục chiếc hòm khác mới lấy được chiếc hòm của mình. Nhiều chiếc nặng, phải nhờ người khiêng. Lấy đồ xong, lại lần lượt xếp vào chỗ cũ.

Tôi, cũng như nhiều người khác không ít lần lầm lẫn, xếp lộn chỗ những chiếc hòm. Người nào hiền còn đỡ, phải chị tù đành hanh, đanh đá là chị ta chửi um lên. Thành thử, luôn phải nhớ số thứ tự của những chiếc hòm để trả chúng vào chỗ cũ, tránh va chạm không cần thiết.

Nhưng chuyện cãi vã liên quan đến hỏng xiểng sẽ hạn chế hơn nếu được sở hữu một cái lều. Không biết ở các trại tù khác thế nào, riêng Trại 5 Thanh Hóa có thể xem là nơi kinh doanh bất động sản lý tưởng. Phía sau dãy buồng giam, là một dãy "lều" cá nhân. Gọi là "lều" vì có mái che hẳn hoi, và nhất là được mua bán và chi trả bằng tiền mặt. Mỗi lều có chiều ngang chừng bảy mươi phân. Chiều dài khoảng hai mét. Ranh giới giữa các lều được kẻ bằng sơn hoặc xây ngăn bằng một đường vữa xi măng để tránh xâm phạm ranh giới của nhau.

Vào thời tôi lên trại, năm 2010, mỗi lều được bán với giá bốn triệu đồng. Có cái được hét với giá năm đến sáu triệu nếu ở khu buồng giam có sân sau rộng rãi. Sau này, thứ bất động sản mang tên "lều" ấy được bán với giá đắt hơn, theo thời giá ngoài xã hội.

Cũng phải thuộc hàng "đại gia" mới mua được lều. Mỗi xuất trị giá khoảng bốn triệu thì trong túi phải có ít nhất năm triệu. Một triệu để lo quà đút lót cho ít nhất ba loại cán bộ: trực trại, giáo dục, trinh sát. Lại còn quà cáp ít nhiều lấy lòng bọn trực buồng, bọn *thi đua* để đỡ bị săm soi, giềm pha gây khó khăn. Việc mua bán và xử dụng lều sẽ dễ dàng, an toàn hơn. Nếu không, mất như chơi. Mua cả đống tiền, chỉ cần một câu mách đểu, lều sẽ bị cai tù "tịch thu" để sang tay cho người khác. Tôi từng chứng kiến một số chị khóc rưng rức vì bị "tịch thu" lều cá nhân. Vừa khóc, vừa chửi cai tù. Chửi xuông, chửi sau lưng chứ không dám hé răng trước mặt.

Có lều, không phải chen chúc tắm ngoài sân giếng thông thống gió rét, nắng mưa. Những đồ dùng như hòm xiểng, xô chậu, dầu gội đầu, sữa tắm, bàn chải, kem đánh răng v.v… cũng để cả ở lều, giảm nguy cơ bị lấy cắp, lại tiện lợi. Kể cũng đáng đồng tiền bát gạo, lại được vênh.

Ở nơi tôi đã dầm mình hai năm rưỡi, Trại 5 Thanh Hóa, mỗi chỗ nằm dành cho tù còn hẹp hơn diện tích một mộ huyệt của mỗi đời người. Theo quy định — luật —, chỗ nằm dành cho mỗi người tù là 2 mét vuông, tức rộng năm viên đá hoa 20 phân, dài mười viên. Trên thực tế, nhà tù luôn quá tải nên tù chỉ được 60 phân bề ngang. Nên mới nói chết sang hơn tù vì được nằm rộng hơn.

Khoảng mươi năm trước, tù phải nằm úp thìa, thậm chí nằm chồng cả lên nhau.Lúc nhúc như lợn trong chuồng. Và mất chỗ như chơi nếu ban đêm dậy đi vệ sinh. Người ta chửi nhau, đánh nhau, gây thương tích vì chỗ nằm.

Đấy là thời tù máu. Thời của người tù nào "đầu gấu" hơn thì thắng. Sau này, nhiều nhà tù được xây thêm, người tù không còn phải lấy số bằng máu nữa. Mà bằng tiền. Thời tù máu nhường chỗ cho tù tiền. Ai chịu chi tiền cho cai tù sẽ mua được chỗ nằm rộng hơn, thoáng đãng hơn trong cái buồng giam chật hẹp ấy. Bọn cai tù thường lên mặt răn đe tù nhân mỗi khi có vụ cãi nhau vì chỗ nằm: "*Sướng quá các chị phởn à? Ngày xưa ấy à, đi ỉa còn mất chỗ. Không thích nằm đây thì xin mời ra Núi*

Mảnh." Cai tù, có vẻ tự hào vì không còn cảnh tù "đi ia mất chỗ", như xưa nữa.

Tự nhiên tôi nhớ đến lời chúc của ông phó ban giám thị trại tạm giam Trần Phú, Hải Phòng khi đến chúc tết đám nữ tù chúng tôi. Hôm ấy, nhằm ngày mồng hai tết Canh Dần 2010. Sau khi chúc tụng vài câu nghi thức, ông báo tin vui đầu xuân với vẻ mặt đầy hãnh diện:

- Nhân thể, cũng xin thông báo với các chị tin vui đầu năm mới rằng chúng tôi đang xây thêm vài trại tạm giam nữa ở ngoại thành và sắp sửa hoàn thiện, đưa vào xử dụng. Lúc ấy, các chị sinh hoạt sẽ được thoải mái, rộng rãi hơn.

Lời chúc tết vừa dứt, tiếng vỗ tay nổi lên rầm rầm.

Đoàn chúc tết vừa ra khỏi cổng, tôi bị mấy người bạn tù khiển trách là không chịu vỗ tay hưởng ứng. Không chịu vui với cái tin có thêm nhà tù vào đầu năm mới. Kể cũng lạ, chả nhẽ ngoài nhà tù ra, chế độ này không còn gì để người ta tự hào, hay sao?

10 —
Bạn Tù

Hôm đầu tiên lên trại, tôi đã thấy Bim-bô, khi ấy chưa có tên gọi, quanh quẩn ở khu căng tin. Tôi bế nó lên, vuốt ve bộ lông vàng đã ngả sang màu xám vì bụi bẩn. Nó lăn lộn suốt ngày ngoài sân, khu bếp, trong căng tin thì bộ lông chuyển sang màu cháo lòng là đúng rồi.

- Bim-bô! Bim-bô! Từ giờ mày sẽ có tên là Bim-bô, nghe chưa thằng mèo.

Tôi nựng nịu nó. Thằng Bim-bô phơi bụng trên tay tôi, tròn xoe đôi mắt màu nâu nhìn người tù mới gặp. Hình như nó chưa bao giờ được ai bế, tôi nghĩ thế. Cũng chưa bao giờ tôi đặt tên cho con vật nào nhanh như đặt tên cho Bim-bô. Cái chữ Bim-bô — rất tây — như có sẵn trong đầu, chỉ cần thốt ra miệng là thành tên gọi.

Trước khi gặp thằng mèo tù, tôi chẳng thể nghĩ ra cái tên Bim-bô đáng yêu ấy. Thế là tôi có bạn. Đứa bạn duy nhất bỏ ngoài tai mọi lời cảnh báo, đe dọa, mọi sự cấm đoán của cai tù. Thằng mèo ấy không bao giờ cần đếm xỉa đến thân phận những con người khổ hạnh ở chung trại tù với nó. Càng không thèm quan tâm lũ người mặc sắc phục có sao có gạch trên cầu vai là ai.

Việc của Bim-bô là ăn, ngủ, chơi và bắt chuột. Mãi tới khi tôi xuất hiện, Bim-bô mới biết một thằng mèo như nó cũng cần được vuốt ve, âu yếm và yêu thương.

Tôi biết Bim-bô yêu tôi hơn chủ nó, đôi vợ chồng cai tù phụ trách khu căng tin. Họ cũng chẳng ghen. Ghen gì cái chuyện dở hơi. Cứ bán được nhiều hàng, thu được nhiều tiền là vợ chồng họ sướng rồi. Vân, mụ chủ của

Bim-bô, cũng thích cái tên tôi đặt cho nó. Có hôm vừa thấy tôi xuống mua hàng, mụ đã dài giọng réo con mèo *"Bim-bô! Chị mày đến kìa"*, rồi toét miệng cười với tôi.

Nó khôn. Phải thừa nhận thằng mèo tù ấy khôn. Giữa một đám tù nhốn nháo, đứng trước cửa căng tin chờ mua hàng, Bim-bô vẫn nhận ra tôi. Nó cọ cọ cái đầu tròn xoe vào chân tôi, nịnh nọt chờ được bế, được vuốt ve.

Nghe tiếng gọi, dù đang chơi ở đâu nó cũng phi thật nhanh đến bên tôi. Sau một tiếng gọi chưa thấy Bim-bô xuất hiện, có nghĩa là nó không ở căng tin mà đã đi chơi xa hơn một chút. Có thể lúc ấy Bim-bô đang thơ thẩn kiếm ăn ở khu bếp, hoặc lang thang tán tỉnh cô mèo nào gần khu nhà kỷ luật. Những lúc như thế, trông thằng mèo tù đến tội. Bế Bim-bô trên tay mà tôi còn rờ thấy trống ngực nó đập thình thịch. Thằng mèo sợ không chạy đến kịp, tôi sẽ giận dỗi, nghỉ chơi với nó.

Khi tôi chưa lên trại, không mấy người tù để ý đến Bim-bô. Thằng mèo vàng ấy bây giờ nổi tiếng. Thi thoảng, tôi bị gọi ngỡ luôn. Người ta tố cáo Bim-bô thó miếng thịt, hoặc chôm khúc cá trên đĩa khi chủ nhân chưa kịp cất. Thực ra Bim-bô không phải thủ phạm duy nhất ăn cắp thức ăn của tù, nhiều vụ nó bị oan. Người ta đổ vạ cho nó vì Bim-bô không biết cãi, và vì không dám nêu đích danh bạn tù. Thằng mèo cũng không quan tâm nó bị oan hay không. Chẳng chị tù nào dám đánh nó, vì sợ vợ chồng nhà Vân – Tá, người chủ thực sự của Bim-bô. Nhiều khi người ta mách tôi không phải Bim-bô gây chuyện, mà vì nó khôn.

Chị Nga *"đít cong"* tốn nhiều mồi để dụ dỗ, làm quen với Bim-bô mà con mèo ấy không chịu. Nó đứng dạng bốn chân, gầm gừ như muốn đánh nhau với chị. Mỗi lần như thế, chị Nga *"đít cong"* khoái lắm, lại chửi: *"mẹ cái thằng Bim-bô, khôn như ranh. Rồi mày sẽ biết tay tao"*. Kể cũng lạ, nhiều lúc thấy Bim-bô đang chơi ngoài sân, hết người này đến người kia giả giọng tôi gọi nó, thằng Bim-bô lờ đi, không thèm thưa. Tù lại bắt tôi gọi nó, để chứng minh cái khôn của Bim-bô. Trí khôn của một con vật chỉ được nhận ra khi nó làm bạn với một con người. Trước đấy, người ta chỉ cho Bim-bô ăn, mặc kệ nó lang thang bắt chuột, không gần gũi, không chơi với nó thì làm sao thấy nó khôn được. Tù khen Bim-bô khôn bằng cách chửi rủa, trêu trọc nó.

Tôi chơi với Bim-bô mỗi ngày. Có nó, tôi bớt cô đơn, bớt cảm giác mình là tù. Thi thoảng, tôi tự lừa mình rằng tôi đang chuyện trò với Salem, chú mèo đen tuyền của tôi ở nhà. Hồi hai bố con tôi đón Salem về nuôi, nó chỉ bé bằng bàn tay thôi. Yêu lắm! Con mèo gắn bó với gia đình tôi suốt chín năm trời, chứng kiến bao chuyện buồn vui của chủ. Ngày bố tôi qua đời, nó buồn thiu, bỏ ăn mất vài bữa.

Từ lúc bị bắt đến khi ra tòa là mười sáu tháng, tôi đã kìm nén bao nhiêu cảm xúc, gạt bỏ những phút giây yếu mềm để không khóc trong nhà tù. Nhưng trái tim tôi mềm nhũn ra khi nhìn thấy mẹ. Đấy là lần đầu tiên tôi được gặp mẹ mình kể từ ngày bị còng tay lôi đi. Tôi khóc. Càng kìm nén, nước mắt càng tuôn ra. Thương nhớ mẹ, thương nhớ mọi người trong nhà đã đành, tôi còn khóc vì xót xa cho Salem yêu quý của tôi nữa. Mẹ và các chị tôi bảo Salem nhớ chủ, thi thoảng hay bỏ ăn, suốt ngày co ro một chỗ. Tuổi già và sự buồn bã khiến Salem không còn thiết sống nữa. Salem bé bỏng, tội nghiệp của tôi đã chết sau khi tôi bị bắt được vài tuần.

Tôi tâm sự với Bim-bô đủ thứ chuyện. Và an tâm chẳng bao giờ nó đem chuyện của tôi đi mách lẻo.

Buổi chiều hôm ấy như thường lệ, cơm nước tắm giặt xong tôi xuống căng tin tìm Bim-bô. Gọi mãi không thấy con mèo thưa. Lạ thật, nó chẳng bao giờ đi xa. Nếu ở ngoài, tôi sẽ nghĩ ngay đến tình huống anh chàng bị đánh bả. Nhưng đây là nhà tù, đào đâu ra bả chuột, vả lại chẳng có ai đủ gan giết mèo của cán bộ. Tôi tìm mấy chị đội căng tin hỏi thăm về Bim-bô. Thì ra mụ chủ mang nó về nhà. Tôi không biết vì sao thằng Bim-bô đang sống vui trong tù lại bị chuyển về nhà xa đến ba cây số như thế. Hay là thấy tôi với nó thân nhau nên mụ Vân ghét ?

Đêm hôm ấy tôi mất ngủ, hết hình ảnh thằng Bim-bô rồi đến Salem cứ lởn vởn trong đầu. Người ta là chủ nó, người ta có quyền đem đi đâu thì đem. Tôi tự vỗ về mình như thế, nhưng vẫn thấy tủi trong lòng. Sáng hôm sau tôi ra căng tin gặp Vân để hỏi về thằng Bim-bô.

- Chị Nghiên thông cảm, nhà tôi nhiều chuột quá, cho nó về để nó bắt chuột.

Tôi không muốn suy đoán gì nữa, coi như đấy là lời nói thật của người cai tù.

- Đừng giết nó đấy nhé!

Tôi chỉ nói được mỗi câu ấy, rồi bỏ ra sân chung.

Tôi chấp nhận phải xa Bim-bô, không bao giờ được gặp lại nó nữa. Suốt mấy hôm liền tôi không bén mảng tới khu căng tin, sợ phải buồn thêm.

Cửa buồng giam vừa khóa, việc đầu tiên của mỗi người tù là lôi chăn chiếu ra trải, ngồi chơi hoặc ngả lưng. Tôi cầm cuốn sách úp vào mặt, thở dài thườn thượt. Trong bụng chửi thầm thằng Bim-bô. Nó chỉ là con mèo, lại là mèo của cai tù mà làm cho tôi buồn đến thế.

Bim-bô về nhà được bốn ngày rồi.

- Thế đã gặp Bim-bô chưa?

Hường Cà Pháo, chị bạn tù nằm bên cạnh với tay lật cuốn sách khỏi gương mặt tôi, hỏi bằng giọng tỉnh bơ.

Tôi tưởng chị đùa, gắt lại:

- Đã buồn thối ruột, cứ trêu ngươi.

- Ơ hay nhỉ! Anh trêu chú làm gì. Chú không tin à, anh vừa thấy thằng Bim-bô ở căng tin nhà ông Tá kia kìa.

- Điên!

Tôi đáp cộc lốc. Chúng tôi vẫn đùa nhau thân mật như thế, mà không sợ tự ái.

- Được rồi, thế nếu mai chú ra thấy thằng Bim-bô, chú mất cho anh cái gì?

- Lau nhà cho ông năm ngày, bo thêm ba cuốc đấm lưng, được chưa?

Tôi đáp, mặt vẫn xị ra.

- Ờ, chú nhớ nhá. Lúc ấy mà nuốt lời thì chết với anh.

- Thế nếu ông nói dối em thì sao?

Tôi mặc cả lại.

- Anh thề. Nếu anh nói dối thì anh làm con cho chú.

Tôi phì cười cái kiểu thề thốt rất trẻ con của Hường Cà Pháo. Tôi và chị hay xưng hô *"chú chú, anh anh"* như thế, thấy nó ngồ ngộ và vui tai.

Trót cá cược với chị Hường Cà Pháo nên sáng hôm sau, tôi xuống căng tin dò la tin tức về Bim-bô, dù tôi không dám tin là Bim-bô trở lại. Vừa ra khỏi cổng khu, tôi đã thấy thấp thoáng bóng thằng mèo ngồi lù lù bên chậu hoa, lối đi xuống khu trạm xá. Tôi cuống quýt như một đứa trẻ, chạy tới, dồn dập gọi "Bim-bô, Bim-bô ơi!"

Rất nhanh, con mèo lao tới, nhảy phốc lên người tôi. Nó liếm mặt, ngoạm tay, móng vuốt thằng Bim-bô cào rách cả cái áo kẻ sọc tôi đang mặc. Thằng mèo gầy nhom, bẩn thỉu hơn khi ở trong tù. Trời ơi, cuộc hội ngộ mèo – người trong chốn tù đày này, cảm động đến thế ư?

- Hôm mang nó về, tôi đã cho nó vào bao buộc lại. Rồi bọc thêm một lần vỏ thùng bìa mì tôm nữa, để nó khỏi trông thấy đường đi. Chẳng hiểu sao chiều hôm qua, mình vừa đi làm đã nghe tiếng nó ngheo ngheo ở đây rồi.

Vân tru mỏ kể chuyện thằng Bim-bô. Mụ ấy thường thế, khi nào kể chuyện "ly kỳ" cái mỏ mụ cứ tru lại. Nhưng mụ xinh, gương mặt bầu bĩnh, trắng trẻo, trông không ác như nhiều đồng nghiệp cai tù khác.

- Chị Nghiên tin không, nó không ăn một hạt cơm nào. Chết dí trong gầm tủ lạnh, ai thò tay vào cũng bị cào. Gớm thế cơ chứ. Mà làm cách nào nó mò ra đây được nhỉ? Rõ ràng khi mang về, tôi đã bịt kín để nó không thấy đường Hay nó chạy theo tôi nhỉ ? Chả nhẽ nó đuổi kịp xe máy?

Mụ chủ vừa kể tội Bim-bô, vừa lấy tay gại gại cằm nó khi tôi vẫn đang bế con mèo trên tay. Lần đầu tiên tôi thấy mụ âu yếm và mắng yêu nó. Tôi không cần tìm hiểu xem Bim-bô làm cách nào mò đường trở lại nhà tù. Nó đã trở lại với tôi, thế là mãn nguyện rồi.

- Thôi, từ giờ cứ để nó ở đây. Đang yên tha nó về cho khổ thân ra.

- Còn mang về làm gì nữa, nó có chịu đâu. Đấy, từ giờ chị nuôi nó, tôi hết trách nhiệm nhá.

Vân nói xã giao cho vui thôi, chứ Vân mãi mãi là chủ thực sự của nó. Vả lại, nếu có một người chủ là tù nhân như tôi, chắc gì Bim-bô được yên thân.

Việc Bim-bô trốn nhà quay trở lại trại tù khiến tôi phải lau nhà cho Hường Cà Pháo năm ngày. Và đấm lưng cho chị ba buổi liên tiếp trước khi đi ngủ. Hường Cà Pháo hả hê lắm, giả vờ quát tháo, chỉ đạo như mụ chủ ra lệnh cho đứa ở. Lại còn hạch sách việc đấm lưng không đúng kỹ thuật. Rồi khoái trí cười hềnh hệch. Mặc kệ cho mụ vênh váo, tôi vui lắm, vì được gặp lại Bim-bô.

Nhưng tôi nhầm, dù có chủ là một cai tù, Bim-bô vẫn phải chết. Nó bị giết bởi chính tay các đồng nghiệp cai tù của chủ nó.

Nghe phong thanh vài hôm nữa sẽ có đoàn kiểm tra từ trung ương về. Từ cai tù cho đến bọn "cán bộ kẻ sọc" — đội trưởng, ban thi đua, trực sinh — đều tất bật, vẻ mặt lo lắng như sắp có biến. Các buồng giam được lệnh dọn dẹp sạch sẽ hơn ngày thường. Xuất cơm trại, canh tù cũng được chia nhiều hơn một chút. Người ta bảo nhau phi tang các vật cấm như tiền mặt, dao kéo, dũa móng tay… Mấy thứ ấy mà bị đoàn kiểm tra phát hiện, khiến cai tù mất mặt, mất điểm thi đua thì hậu quả không biết bao nhiêu mà lường được. Tóm lại, mỗi khi có "đoàn đảng" — cách gọi các đoàn công tác — từ nơi khác đến làm việc, mọi trật tự, nếp sinh hoạt trong phân trại đảo lộn hết. Từ cai tù đến tù nhân, đều căng thẳng, lo lắng từ khi đoàn công tác xuất hiện tới lúc rời đi. Dường như cả tù nhân lẫn cai tù cho rằng mỗi người tù đều có bổn phận phải sợ sệt, khúm núm trước bọn cán bộ, nhất là các đoàn kiểm tra như một điều hiển nhiên. Cho nên, trước thái độ phớt lờ, tỉnh bơ có phần khinh khỉnh của tôi khi nhắc đến đoàn đảng, bọn họ lo lắng lắm. Thường mỗi buổi sáng ở ngoài xưởng lao động khá nhộn nhịp. Người ta nổi lửa nấu mì, nấu bún ăn sáng trước giờ làm việc. Vụng trộm thôi, vì theo quy định tù nhân không được đun nấu trong trại và ngoài xưởng lao động. Quản giáo không quan tâm lắm đến việc nấu nướng, ăn uống của tù, miễn nộp đủ mức khoán — bằng tiền hoặc sản phẩm — và không vi phạm gì để cán bộ trong trại phát hiện.

Có lẽ không ở đâu miếng ăn lại đòi hỏi sự liều lĩnh và mạo hiểm như trong nhà tù. Mỗi lần cán bộ trong trại ra sục xạo, một cuộc hỗn loạn sẽ hiện ngay tại nơi lao động. Cánh tù cuống quýt xóa dấu vết hiện trường. Kẻ bê nồi chạy, người dập lửa, cứ nườm nượp va cả vào nhau. Có chị còn bê nguyên nồi bún vẫn nóng hôi hổi, giấu vào nhà vệ sinh. Nhà vệ sinh ngoài xưởng bẩn thỉu lắm, không sạch như trong trại nên giấu đồ ăn trong ấy an toàn vì không chắc cai tù xông vào kiểm tra. Nghĩ thế là lầm to. Cai tù ra lệnh cho bọn thi đua vào khám, còn mình đứng ngoài cửa giám sát. Vậy là chẳng có thứ gì thoát.

Nhưng như thế vẫn còn nhẹ. Nhiều cai tù cục súc, chỉ cần thấy đồ ăn hoặc thứ gì giống đồ ăn, chưa nấu hay đang đun trên bếp, chúng sẵn sàng dùng chân đá văng tung tóe. Rồi cầm gạch đá, gậy gộc nhằm vào mấy cái bếp tự tạo đập cho tắt, cho tan nát. Mặt chúng đỏ gay, miệng không ngừng chửi rủa, nhiếc mắng. Tù không dám cãi, chỉ ấm ức rồi chửi vụng sau lưng. Mỗi lần như thế, kiểu gì cũng có vài chị bị kỷ luật. Khéo xin xỏ chạy chọt thì thoát cảnh bị bêu trước sân chung đấu tố. Đấy cũng là một cách làm tiền của cai tù.

Có đoàn kiểm tra đến, cấm chị nào dám ho he. Cái nhà mét ngoài xưởng thường ngày bẩn thỉu, ngập ngụa, giờ được dọn sạch bong. Không nấu nướng, tù nhịn bữa sáng luôn. Xưởng lao động im phắc, chỉ có tiếng "phập phập" của mũi kim trên tay người tù đâm lên giật xuống miếng vải trắng phau căng mịn trong chiếc khung thêu. Họ chăm chú làm, không dám chuyện trò, thi thoảng liếc mắt dòm ra ngoài xem đoàn kiểm tra có vào không.

Đội trực sinh làm trong trại cũng khổ không kém. Tất bật, căng thẳng và lúc nào cũng trong tình trạng trực chiến. Việc của đội trực sinh là lau dọn sạch sẽ từ nhà mét đến buồng giam, từ sân sau đến sân trước. Dọn vệ sinh xong, xuống nhà bếp gánh cơm canh về chia sẵn từng phần để tù đi làm về ăn. Tất nhiên còn một số công việc phát sinh nữa, do cai tù sai bảo, nhưng thường thì mọi thứ đều tươm tất trước khi đội đi làm về. Cái khổ là dù hoàn thành công việc rồi cũng không dám ngồi nghỉ. Ngồi nghỉ là cái tội nếu bị cai tù bắt gặp. Cho nên, phải vẽ việc ra làm. Cách tốt nhất là tay luôn cầm sẵn cái chổi, hoặc cái khăn, thi thoảng lau chỗ nọ, quét chỗ kia vài nhát dù những chỗ ấy đã sạch rồi. Phải như thế để lỡ đoàn kiểm tra đến, sẽ chứng kiến cảnh "phạm nhân" chăm chỉ, tự giác và miệt mài lao động. Đẹp lòng các ông bà cai tù.

Nhưng thành phần cần làm đẹp lòng đoàn kiểm tra nhất chính là ban giám thị và bọn cai tù. Gọi là kiểm tra cho oai. Cơ chế ấy, guồng máy ấy, con người chế độ ấy, chẳng ai đủ tư cách đánh giá công việc của người khác. Lấy vị trí cấp trên để hành cấp dưới, rồi quà cáp, biếu xén, trao đổi lợi nhuận với nhau là chính.

Bữa tiệc khoản đãi đoàn kiểm tra lần này, cần món thịt mèo. Cấp trên ở thành phố về, thèm khoản ấy lắm.

Nghe nói mấy chị tù đội thi đua rất vất vả mới bắt được thằng Bim-bô nộp cho cai tù giết thịt. Tôi vừa về đến cổng trại, đã có người đón đường báo tin. Chân tay tôi bủn rủn, bước đi không vững. Không về buồng thay đồ, tôi đi thẳng xuống căng tin. Vân ngồi thừ như người mất của. Giờ này mọi hôm Vân tất bật lắm, bán hàng, ghi chép, rồi cộng sổ sách. Hôm nay chán, giao việc cho mấy chị tù làm hết.

- Sao lại để người ta giết nó?

Nước mắt lưng tròng, tôi trách mụ cai tù.

- Ban giám thị ra lệnh. Tôi có muốn thế đâu.

Vân trả lời, cố không để lộ vẻ ấm ức và bất lực.

Nhưng tôi vẫn nhận ra.

Nói xong, Vân lên xe bỏ về nhà, mặc kệ công việc.

Tôi không nhịn được, bưng mặt khóc rưng rức.

- Gớm, có con mèo làm gì mà khổ thế!

- Lêu lêu có đứa khóc nhè!

- Mạng mình nó còn chẳng tha, huống chi con mèo.

Tôi không buồn đếm xỉa đến những lời giễu dành hay chọc ghẹo của bạn tù.

- Ấy chị Nghiên ơi, chị sao thế? Có vấn đề gì chị cứ nói, tôi sẽ giải quyết cho.

Tôi nghe rõ giọng của Tuyết, cán bộ trinh sát.

Chị ta vỗ nhẹ vào vai tôi, tỏ vẻ ngạc nhiên, lo lắng.

Lần đầu tiên tôi khóc trước mặt cai tù. Kệ, thương xót một con mèo có gì là xấu.

- Ai làm gì chị? Chị cứ bình tĩnh rồi trình bày cho tôi biết. Tôi sẽ giải quyết cho chị.

Với vẻ lo lắng, Tuyết hỏi lại tôi. Lần đầu tôi thấy

chị ta tỏ ra ân cần như thế với một người tù. Tôi rất muốn trả lời, nhưng cơn nức nở khiến nói không thành tiếng.

- Không có gì đâu, bà ạ. Chị ấy khóc mèo đấy.

Cô Dậu, người tù bán hàng ở căng tin chạy ra, nói với Tuyết. Cô Dậu là người hàng ngày cho Bim-bo ăn, cũng buồn thiu vì thương con mèo.

- Giời ơi! Vậy mà làm tôi hết cả hồn. Cứ tưởng chị làm sao. Có con mèo thôi làm gì mà đến mức ấy. Thôi chị nín đi, kẻo mọi người lại hiểu lầm có gì không hay.

Nói xong, Tuyết bỏ đi.

Từ hôm Bim-bô bị giết, tôi không còn thiết ra căng tin nữa, trừ khi cần mua đồ.

Ra đấy làm gì, còn ai làm bạn mà ra.

Một số người chê tôi dở hơi, bỏ công khóc một con mèo. Cũng có người đồng cảm, an ủi vài câu.

Số khác thương mụ Vân, hoặc ghét bọn lãnh đạo thì không tiếc lời chửi rủa lũ ăn thịt mèo. Đương nhiên vẫn là chửi sau lưng thôi. Nhưng lời lẽ thì cay độc, tục tĩu vô cùng. Thậm chí nguyền rủa những đứa ăn thịt mèo kiếp sau sẽ thành kiếp chuột để phải chết trong tay Bim-bô.

Tôi không hả hê gì với trò chửi rủa, trù úm ấy dù tôi cũng đang căm ghét lũ đã giết chết Bim-bô. Có người suy đoán vì ban giám thị ghét tôi, không có cớ để trừng trị nên giết Bim-bô như một cách trả thù, làm cho tôi đau đớn, tổn thương. Nếu đúng như thế, họ đã thành công. Song cũng có thể bọn người ấy chỉ vì miếng ăn, không có ý đồ gì khác.

Dù sao thì tôi vẫn phải khinh ghét bọn người ấy. Vì chúng đã ăn thịt Bim-bô, ăn thịt bạn tôi.

PHẦN BỔ SUNG

NGOÀI
CHUYỆN TÙ

01—
Uất Ức, Biển Ta Ơi!

Khởi hành lúc 8 giờ từ Hà Nội, đúng 12 giờ trưa, hai chúng tôi mới đến Thanh Hoá. Cho đến hôm nay, tôi cũng khó lý giải tại sao một người vốn mắc bệnh "say xe" như tôi lại có thể ngồi lì trên ô-tô hơn 4 giờ đồng hồ như vậy. Phải rồi, đây không phải chuyến đi du lịch, một chuyến viếng thăm ai đó thông thường. Mà tôi đi tìm gặp người thân các nạn nhân bị sát hại trong chuyến ra khơi định mệnh ba năm trước với ước muốn được chia xẻ…

Tháng 1/2005, mười sáu người cùng đi đánh cá trên một chiếc thuyền, tám người vĩnh viễn ra đi, tám người còn lại trở về với nỗi kinh hoàng tột độ. Thủ phạm gây tội ác là bọn Tàu tặc – kẻ mà chính quyền Việt Nam luôn luôn ca ngợi là đồng chí tốt, làng giềng tốt của nhân dân Việt Nam. Một chuyến đi đặc biệt và ý nghĩa như vậy có lẽ đã nâng đỡ tôi, xua đi nỗi mệt nhọc mà tôi hay bị khi thực hiện những chuyến đi xa.

Nhưng việc tìm kiếm không dễ dàng.

Chúng tôi chỉ biết họ thuộc hai xã Hoằng Trường và Hoà Lộc. Sau khi ăn trưa tại một quán ven đường, con trai người chủ quán chở chúng tôi bằng xe tắc-xi đến xã Hoằng Trường với chặng đường ngót ba mươi cây số. Số tiền phải trả cho chuyến tắc-xi gấp gần ba số tiền đi từ Hà Nội về Thanh Hoá. Đến Hoằng Trường, hai người chúng tôi bắt đầu cuộc hành trình bằng đôi chân trên con đường đất gồ ghề gần 10 cây số, tìm tới nhà các ngư phủ bị nạn.

Càng đi sâu vào làng, cái nghèo của làng chài càng hiện rõ. Khác hẳn hình dung trước kia của tôi về phiên chợ tấp nập của miền quê biển. Ở đây, chợ chiều vắng ngắt, vài quán lá lụp xụp, hàng hoá nghèo nàn...

Khi Trung Quốc liên tục lấn chiếm lãnh thổ Việt Nam, giết hại ngư dân lương thiện đang đánh cá trong vịnh Bắc Bộ, hàng trăm thanh niên, sinh viên, văn nghệ sĩ trí thức trong nước biểu tình chống lại tội ác của chính quyền Trung Quốc, đồng thời ở bất cứ đâu trên thế giới có người Việt Nam sinh sống đều có biểu tình phản đối Trung Quốc, thì ở Việt Nam mọi thông tin đều bị Nhà Nước giữ kín. Vì thế chúng tôi thấy cần tìm ra các điều khuất lấp để cung cấp cho độc giả những sự thực mà báo chí trong nước cố tình bưng bít, bị cho là "nhạy cảm".

Tôi xin gửi lời tạ lỗi gia đình các nạn nhân, nếu sau khi gặp gỡ chúng tôi và kể ra sự thật mà bị chính quyền gây rắc rối. Tôi xin cảm ơn những người đã giúp đỡ chúng tôi trong thời gian chúng tôi tìm hiểu và muốn làm sáng tỏ sự kiện đau xót này. Thật ra, việc làm này hết sức bình thường ở những đất nước có tự do thông tin, nhưng lại là điều cấm kỵ trong một thể chế thiếu tự do, dân chủ và đang nấp trong ống tay áo hung thủ.

✱

Đầu tiên, chúng tôi dự định tìm gặp trưởng thôn, nhờ ông đưa đến nhà các nạn nhân. Nhưng nghĩ lại, trưởng thôn cũng là "cánh tay nối dài của đảng", ít có xác suất được giúp đỡ và biết đâu còn bị gây khó dễ!

Cuốc bộ vài cây số, chúng tôi ghé vào quán của một bà lão bán quà vặt. Quán là mấy tấm liếp dựng tạm. Bàn là một tấm gỗ kê trên mấy viên gạch, bày bán đủ thứ lặt vặt: trái cây, bánh kẹo. Bà lão chủ quán tên là Thao, có mái tóc trắng như cước. Thấy chúng tôi loay hoay tìm ghế ngồi, bà lão ân cần: *"Cô cậu kê tạm mấy viên gạch, lót giấy báo này mà ngồi!"* Biết chúng tôi ở xa đến, tìm gặp người nhà các nạn nhân bị tàu chiến Trung Quốc bắn chết và bị thương ba năm trước, mấy phụ nữ ngồi gần đấy xúm đến. Họ kể về nỗi khổ của các nạn nhân, họ kể khổ cho chính cả họ. Bà Thao đứng lên bước đi, lát sau bà trở lại với một thanh niên rất trẻ: *"Đây là cháu anh Lê Văn Xuyên, ngư dân bị tàu Trung Quốc bắn chết. Cậu này sẽ đưa hai cháu đi.".*

Như là trách nhiệm của mình, bà còn ghi vào cuốn sổ tay của tôi "danh sách" những người bị nạn trên biển. Tự nhiên tôi ước ao, giá ở làng chài này có những cán bộ biết thương xót đồng loại như bà Thao, chắc hẳn nỗi đau của gia đình các nạn nhân vơi đi chút ít.

Chúng tôi đến nhà anh Lê Văn Xuyên gần 5 giờ chiều. Ngôi nhà tuềnh toàng như bao gia đình nông thôn Việt Nam khác. Trùm lên căn nhà là không khí lạnh lẽo. Tôi thường sờ sợ khi bước chân vào gia đình có người chết trẻ. Lần này thì khác. Tôi không thấy sợ mà thay vào đó là nỗi đau xót, như họ là người thân của mình vậy. Chị Thanh, vợ anh Xuyên đưa tôi sang nhà thân nhân Nguyễn Văn Tòng. Rồi lần lượt, các chị tiếp chân đưa chúng tôi đến từng gia đình một. Họ có chung một cảnh nghèo; một nỗi đau, và chung một nỗi uất ức.

✳ Chuyện ba năm trước

Anh Nguyễn Văn Dũng, một trong tám người sống sót, kể lại: *"Thuyền ra biển được hai ngày thì gặp tầu chiến Trung Quốc. Họ rượt đuổi chúng tôi. Chúng tôi không hiểu tại sao họ rượt đuổi. Đây là ngư trường chúng tôi vẫn hành nghề từ bao năm nay. Trước đó, họ không bắn pháo hiệu hay bất cứ tín hiệu gì cảnh cáo trước, càng không có bất cứ biểu hiện gì để chúng tôi tin là họ sẽ tấn công chúng tôi."*

Trương Đình Thái kể với tâm trạng còn kinh hãi: *"Hôm đó là sáng ngày 8 tháng 1 năm 2005. Chúng bắn vào các đồng nghiệp của em, sau đó xả hơi cay vào các nạn nhân. Tám người chết, còn em và chủ tầu bị thương."*

Khi tôi gặng hỏi để biết chi tiết hơn, Thái không thể nói gì thêm: *"Hồi em được chúng thả về, Thi thoảng em la hét, ai hỏi em cũng nói không biết gì. Những tràng súng bắn quá gần và xác người đổ vật xuống boong thuyền khiến em bị chết lâm sàng. Vết thương của em nặng, gia đình phải vay tiền mang em ra Hà Nội mổ lại. Bây giờ vẫn đau."*

Thật không dễ quên đi quá khứ kinh hoàng, không phải ai cũng đủ can đảm kể lại. Còn đang bối rối, Thái đột nhiên bất ngờ nói với tôi: *"Chị ơi, họ làm sống em chị ạ."* Phút chốc tôi rùng mình. Nhìn gương mặt của Thái, tôi linh cảm cụm từ *"làm sống"* là thế nào.

Sau khi thực hiện tội ác, chúng trói những người còn sống và cho tám xác chết vào tám túi ni-lông. Anh Dũng kể thay cho Thái: *"Lúc tàu Trung Quốc đuổi, tôi cũng biết, nhưng đang ở dưới khoang thuyền. Khi tôi lên, cảnh tượng thật hãi hùng, người chết, người bị thương, người bị còng tay. Tôi là người cuối cùng bị còng."* Anh Dũng cho biết thêm có bảy tên lính hải quân Trung Quốc cao lớn lên thuyền của các anh, tên nào tay cũng lăm lăm một khẩu súng.

Anh
Nguyễn
Văn
Dũng
sống sót
trở về

Buổi chiều, chúng đưa các anh về đảo Hải Nam, cho mỗi người một tô mì, sau đó nhốt riêng mỗi người một buồng. Hai người bị thương thì chúng *"làm sống"*, tức xử lý vết thương không dùng thuốc gây tê. Sau vài phút trấn tĩnh trở lại, Thái nói: *"Chúng dùng dao khoét vào đùi em, lấy viên đạn ra. Em bị bắn 2 phát, một phát vào đùi phải đau đớn vô cùng. Khi chúng khoét xong, cho em tô mì. Sáng hôm sau chúng lôi em đi lấy cung."*

Khoảng hai, ba hôm sau khi thuyền ngư dân Thanh Hoá bị tàu chiến Trung Quốc tấn công, người của bộ ngoại giao Việt Nam sang. Có hai người, không có nhà báo đi theo để đưa tin. Họ xin chính quyền Trung Quốc cho gặp các ngư dân Việt Nam đang bị giam giữ và khuyên: *"Các anh cố gắng ở lại cải tạo cho tốt, đừng cãi lời người ta. Chúng tôi sẽ cố gắng đưa các anh về trước tết."* Những ngư dân này không hiểu đã phạm tội gì, tại sao lại *"cố gắng cải tạo cho tốt"*?

Chúng tôi hỏi phía Trung Quốc đã tra hỏi gì, các anh nói không thể nhớ hết được. Sự việc đã trôi đi ba năm, đọng lại những gì bây giờ chỉ là nỗi sợ hãi. Họ chỉ nhớ những buổi đi cung bị bức bách, căng thẳng. Vài ngày đầu chúng đưa ngư phủ ta đi cung một đến hai lần, mỗi lần chừng một giờ. Hai, ba ngày sau khi có người của bộ ngoại giao Việt Nam, chúng gọi họ đi cung nhiều hơn. Mỗi ngày, hai đến ba lần, mỗi lần hai, ba tiếng. Có người dịch sang tiếng Việt. Khi kết thúc buổi cung các ngư phủ ta đều phải ký vào biên bản chữ Tàu mà không biết nội dung là gì. Anh Dũng nói: *"Chúng tôi không thể không ký vì chúng đã ép cung, tôi chậm ký bị chúng đánh liền."*

Cho đến nay không ai trong số còn sống được biết tại sao thuyền của họ bị tàu chiến Trung Quốc tấn công. *"Chúng tôi đơn thuần chỉ đi đánh cá trên vùng biển quê hương mình! Từ khi đảng và nhà nước cho vay vốn để đóng thuyền lớn, khuyến khích đánh cá xa bờ, chúng tôi đã khai thác ngư trường này từ chục năm trước, bây giờ cũng vậy. Những tranh chấp vùng nào đó trên biển Đông giữa hai nhà nước chúng tôi đâu được thông báo!"*

Sau ba mươi mốt ngày, người còn sống được cho về Việt Nam, tám người khác trở về trong tám bình tro.

✶ *Nỗi đau của những người thân*

Khi chúng tôi đến nhà anh Nguyễn Hữu Biên, một thanh niên mới đi biển lần đầu đã bị tàu chiến Trung Quốc bắn chết. Đau đớn và căm phẫn vẫn hằn rõ trên gương mặt bà nội và mẹ của Biên. Bà Lê Thị Tăm đem tấm hình con trai ra cho chúng tôi xem.

Biên còn trẻ quá, mới hai mươi tuổi. Hồn oan này đang lẩn quất ở đâu và là oan hồn thứ bao nhiêu của dân tộc nối tiếp những oan hồn *"lên rừng tìm ngà voi xuống biển mò ngọc trai"* mà sử sách Việt Nam đã ghi từ nghìn năm trước? Bà nội của Biên đã ngoài tám mươi, run rẩy lê từng bước tiễn chúng tôi ra cửa: *"Trung Quốc có bao giờ thôi nghĩ đến chuyện xâm lược nước ta đâu, có bao giờ ngừng giết người Việt Nam ta đâu."*

Một cụ già nhà quê ngoài tám mươi tuổi còn nhận biết được sự thật này, các vị lãnh đạo Đảng và Nhà Nước chẳng lẽ không biết ư? Phúc hay là họa cho dân tộc đây?

Giấy báo tử ngày 4/2/2005 báo về cho gia đình xác nhận ngày chết của các nạn nhân là 8/1/2005 tức gần một tháng sau mới cớ giấy báo tử về nhà. Giấy báo tử được ký tên và đóng dấu bởi bà lãnh sự Bùi Thị Tuyết Minh. Tuy nhiên, phần nguyên nhân chết để trống, trong khi các anh bị tàu Trung Quốc tấn công, bắn giết. Điều này đã được xác định, và chính quyền xã khi đến báo tin cho các gia đình cũng khẳng định.

Lẽ ra, vụ việc này đã phải trở thành một sự kiện nghiêm trọng trong quan hệ quốc tế, cần phải làm sáng tỏ. Nhưng do chính quyền bưng bít thông tin nên đã hơn ba năm trôi qua, hầu hết người dân vẫn không hay biết.

Chúng tôi đến nhà anh Lê Xuân Trọng. Vợ anh đã qua đời trong cơn bạo bệnh khi sinh bé Lê Thị Thuỳ Trang được tám tháng. Bé Trang được mười ba tháng

↑ *Giấy chứng tử do Lãnh Sự Quán VN tại Trung Quốc cấp* →

Nguyễn Hữu Biên tử nạn lúc 20 tuổi

tuổi thì anh Trọng bị cướp mạng sống. Nghe nhắc đến bố mẹ, bé Trang oà khóc. Tôi ôm nó vào lòng, nước mắt trào theo. Có thể, ngoài cảm nhận sự côi cút vô lý này, bé không thể hiểu điều gì vượt quá tầm của đứa trẻ mới hơn bốn tuổi. Nỗi đau dồn hết vào ông bà nội.

Sau khi anh Trọng bị bắn chết, ông bà nội cháu đề nghị chính quyền cho bé Trang được hưởng trợ cấp hàng tháng. Bắt đầu từ năm 2006, bé được hưởng trợ cấp hai trăm ngàn đồng mỗi tháng. Năm 2005 không được gì vì còn phải làm thủ tục. Cuối năm vừa rồi, ông trưởng thôn nói với ông bà Kính rằng cần đề nghị *"lên trên"* để tăng trợ cấp cho bé. Chưa kịp mừng thì đã… chưng hửng, số tiền bé Trang nhận được tháng đầu tiên năm 2008 đã bị giảm xuống còn một trăm hai mươi ngàn đồng. Bà Kính than vãn: *"Không hiểu sao lại thế. Đấy, chúng tôi vừa nhận một trăm hai mươi ngàn đó, cô."* Ông Kính chua chát: *"Không đủ tiền ăn sáng cho cháu, cô chú ạ."*

Ông bà mời chúng tôi ở lại dùng bữa tối và nghỉ qua đêm. Chúng tôi cảm ơn và từ chối vì đã nhận lời bà Thao. Ông Kính hẹn sáng hôm sau sẽ đưa chúng tôi sang Hoà Lộc, gặp những người còn lại. Quả thật, nếu không có cháu Tùng con anh Tòng dẫn đường, chúng tôi không biết xoay sở ra sao. Đồi núi, trời tối, đường vắng và thưa người qua lại. Chúng tôi lãnh nhận sự nguy hiểm đang đe doạ hai thanh niên trẻ muốn biết sự thật và mong có cơ hội nói lên sự thật ở một môi trường thông tin vì sự thật.

Sáng hôm sau, chúng tôi trở lại nhà ông Kính. Ông có chuyến đi biển gấp nên không thể thực hiện lời hẹn. Từ Hoằng Trường đến Hoà Lộc không có đường bộ, phải đi bằng đò. Ông đưa chúng tôi đến bến sông. Chủ đò nấn ná, chờ thêm khách cho đủ chuyến. Ông Kính thì thầm với chủ đò, chúng tôi được sang sông. Đây là bãi sông Hoằng Trường còn có tên gọi khác là Lạch Trường.

Đến Hoà Lộc, hai chúng tôi lại cuốc bộ theo một

hướng đạo già. Ông tên là Nguyễn Văn Nhiễm, ngoài sáu mươi, dáng người nhỏ nhắn và nhanh nhẹn. Ông là cán bộ chi hội Nông Dân thôn Hoà Phú, cũng là một đảng viên, dám đấu tranh chống tiêu cực nên bị...ghét. Trên đường đi, ông nói: *"Các cháu làm thế là rất đúng. Tặng quà, giúp đỡ cho ai thì cứ trao tận tay họ. Đừng có qua chính quyền xã hay thôn làm gì, nhiêu khê, rườm rà. Mà có khi người dân chẳng nhận được gì."*

Trong số gia đình chúng tôi gặp, hoàn cảnh gia đình tử nạn Trần Nghiệp Hùng quá éo le. Năm 2003, vợ anh chết đuối ngoài biển — phụ nữ cũng phải đi đánh cá. Năm 2005, anh Hùng bị hải quân Trung Quốc bắn chết. Một năm sau khi anh mất, hai đứa con anh là Trần Nghiệp Mạnh và Trần Thị Thúy đều phải vào trại trẻ mồ côi. Chị Quân, chị ruột nạn nhân Trần Nghiệp Hùng, buồn rầu tâm sự: *"Chẳng ai muốn cháu mình phải vào trại trẻ mồ côi, nhưng khó khăn quá, ai cũng nghèo. Chồng tôi chết gần năm nay. Cô em gái tôi cũng phận goá bụa. Chú ấy cũng chết do tai nạn khi đi biển, bà cụ nhà tôi năm nay đã tám mươi hai tuổi, nay cụ ở với người con này, mai ở với người con khác. Bà cụ cũng tội, con trai, con dâu, con rể cứ bỏ cụ mà đi."*

Thỉnh thoảng, trên các phương tiện thông tin cũng phản ánh những tiêu cực trong việc cứu trợ người dân bị nạn: ăn chặn hàng cứu trợ, cứu đói bằng gạo mục... Tôi còn nhớ một bản tin thời sự tối của đài truyền hình Việt Nam có đưa một tin cười ra nước mắt: Người ta cứu đói cho dân bằng...kem đánh răng và xà phòng thay vì một thứ gì ăn được. Các đoàn thể, cá nhân có hảo tâm không còn tin vào chính quyền. Họ không muốn lòng tốt của mình trở thành miếng mồi béo bở cho các ông quan to, quan nhỏ. Vì thế, thay vì qua chính quyền, họ tự tay mang quà cho đồng bào. Nhưng vòi bạch tuộc, rất dài, rất dai và rất giỏi, cánh tay ăn chặn vẫn vươn tới được.

▲ *Cháu bé Quỳnh Trang mồ côi bố mẹ, may mắn có ông bà nội nuôi dưỡng.*

↓ *Gia tài của ngư dân Lê Văn Xuyên để lại*

Câu chuyện ông Nhiễm, chị Quân kể sau đây là một bằng chứng.

Đoàn từ thiện chùa Giác Minh, Tân Vạn, Biên Hoà lặn lội ra tận Thanh Hoá cứu trợ cho người dân sau trận bão lũ năm 2006 — Tiếc rằng ông Nhiễm không nhớ pháp danh của vị thượng tọa nào.

Các nhà sư tận tay trao số tiền cho đồng bào, mỗi suất hai trăm ngàn đồng. Nhiều gia đình trong xã đã được chùa Giác Minh cứu trợ. Con dâu ông, trên đường về nhà bị người của chính quyền xã chặn lại, số tiền bị cướp trắng. Chị giải thích đây là tiền của các nhà sư cho chị, không phải tiền "chính sách" hay của chính quyền. Nói thế nào cũng không được.

Đau nhất là ông Nhiễm. Các nhà sư tin tưởng, nhờ ông chuyển giúp phần quà cho một số gia đình khác. Ngay tối hôm đó, chính quyền xã cử người đến cướp toàn bộ số tiền với lý do *"gom vào một mối để phát cho dễ, cho công bằng."* Ông không thể không đưa vì họ nhân danh chính quyền. Nhiều người khác cũng bị tương tự. Không ai được trả lại xu nào, dù đó là tiền cứu trợ nhân đạo. Chưa hết, hơn hai tháng sau, ông Nhiễm nhận được một lá thư, ngoài bì thư ghi tên người gửi là Đoàn Từ Thiện Chùa Giác Minh, Tân Vạn, Biên Hoà. Trong đó có một tấm vé số trúng giải, trị giá giải thưởng là hai mươi nhăm triệu đồng — số tiền rất lớn — ghi rõ là tặng riêng cho ông. Ông Nhiễm sung sướng mang tấm vé số đi lĩnh giải. Người ta trả lời ông: *"Đã quá thời hạn lĩnh giải"* và còn trách ông *"sao bây giờ bác mới đến lĩnh?"* Ông Nhiễm khẳng định với chúng tôi:*"Tôi tin ai đó đã bóc thư ra xem và cố tình giữ lại, không đưa ngay cho tôi."*

Không biết cảm giác của ông lúc trở về nhà, trên tay cầm tấm vé số trúng giải vô giá trị như thế nào? Ai hưởng toàn bộ số tiền cướp được của ông Nhiễm và những người dân khốn khổ cần phải được cứu sống?

Đoàn từ thiện chùa Giác Minh có biết việc này?

Qua các nhân vật được tiếp xúc, chúng tôi biết người nung nấu đưa vụ việc ra ánh sáng công luận chính là ông Kính. Ông là người biết rõ chủ trương *"hoà nhập, hoà đồng, vươn ra biển lớn"* của chính phủ. Ông nói hoà nhập vào thế giới văn minh không chỉ về kinh tế mà còn về nhiều vấn đề khác. Việc thuyền đánh cá của ngư dân Thanh Hoá bị tàu chiến Trung Quốc tấn công, ngư phủ Thanh Hoá bị giết hại là vi phạm luật pháp quốc tế. Ông có dự định vận động các nạn nhân sống sót và thân nhân các nạn nhân đã chết làm đơn tập thể gửi đến đại sứ quán Trung Quốc, yêu cầu làm rõ và phải có trách nhiệm đối với các nạn nhân. Ông hy vọng báo chí vào cuộc.

Ra Hà Nội, ông tìm gặp đại diện báo Tuổi Trẻ. Tiếp ông là một ký giả có cái tên rất gợi: Hoà Đồng.

Phải rồi! Đúng như ông nghĩ: Muốn giải quyết vụ việc hãy hoà đồng với nhân loại về phương diện truyền thông trước đã. Nhưng ông sững sờ khi ký giả Hoà Đồng khuyên ông dẹp bỏ vụ việc, đào sâu chôn chặt vụ việc, theo đuổi chỉ bất lợi cho cá nhân ông và không giải quyết được vấn đề gì! Thật buồn cho truyền thông Việt Nam!

Cho đến bây giờ, khi tiếp xúc với chúng tôi, ông Kính vẫn nung nấu dự định cũ. Khi chúng tôi đề cập đến đề tài này thì nhận thấy nét lo sợ xuất hiện trên gương mặt của thân nhân các nạn nhân. Nhưng không phải chỉ nạn nhân và thân nhân của những nạn nhân lo sợ mà những người không liên đới cũng lo sợ. Họ đang nằm trong một hàng *đô-mi-nô* lo sợ. Người dân sợ chính quyền cơ sở, chính quyền cơ sở sợ chính quyền trung ương, chính quyền trung ương sợ chính quyền thiên triều bởi mấy chữ vàng: *"Láng giềng, hữu nghị…"*

✳

Lẽ ra, chúng tôi tiếp tục tìm gặp các nhân chứng, các gia đình nạn nhân còn lại. Nhưng chuyến đi buộc phải kết thúc. Có tin báo công an đang lùng sục chúng tôi. Trưa hôm đó, hai chúng tôi bí mật rời Thanh Hoá.

Bao nhiêu nỗi uất ức, mệt mỏi dồn nén từ hôm trước được dịp bung ra. Suốt chặng đường về, không ai nói với ai lời nào. Tôi biết người bạn đồng hành đang nghĩ về chuyến đi vừa qua như tôi. Chúng tôi sẽ không bao giờ quên 24 giờ một ngày đầu tháng 3/2008 ở đây.

Có thể nào một ngày nào đó, trên vùng biển Việt Nam sẽ vắng bóng những con thuyền đánh cá Việt Nam. Không chỉ là nỗi lo cầm chắc thua lỗ vì giá xăng dầu phi mã, mà còn là nỗi lo cho chính mạng sống của ngư phủ khi ra biển. Cùng thời gian với chúng tôi đi Thanh Hoá, báo An Ninh Thế Giới — một tờ báo chuyên xuyên tạc, bôi đen các nhà hoạt động dân chủ, nhân quyền Việt Nam — đã phải thừa nhận sự thực là Trung Quốc xâm chiếm lãnh hải Việt Nam. Bài báo cũng liệt kê các vụ hải quân Trung Quốc bắt cóc đòi tiền chuộc, giết ngư phủ Việt Nam, và khẳng định các ngư phủ Việt Nam không hề xâm phạm lãnh hải Trung Quốc. Nhưng để biện hộ cho bản chất nhu nhược của chính quyền cộng sản Việt Nam, bài báo trích lời của một nhân viên an ninh cấp tỉnh: *"Chúng tôi đã cố làm hết sức mình để bảo vệ ngư dân, nhưng vì biển cả mênh mông quá, không có cách nào can thiệp, giúp đỡ được!"*

Xót xa thay! Biển cả mênh mông, hay trách nhiệm đối với sinh mệnh công dân bị coi nhẹ?

Chính quyền cộng sản Trung Quốc đã gây nợ xương máu với người Việt Nam!

Cùng với việc để mất Hoàng Sa, mất nhiều đảo ở Trường Sa, mất hàng vạn cây số vuông ở biên giới phía Bắc, ở vịnh Bắc bộ, mất sinh mạng của con dân trên biển, chính quyền cộng sản Việt Nam nợ nhân dân Việt Nam lòng ái quốc!

— *Tháng 3 năm 2008*

PHẠM THANH NGHIÊN * 187

02—
Tâm Thư của Phạm Thanh Nghiên

"... Tôi cũng toạ kháng để phản đối mọi hành động khiếp nhược của nhà nước này trước ngoại bang phương Bắc nhưng lại hung hãn đàn áp mọi tiếng nói, mọi thái độ bày tỏ lòng yêu nước của công dân Việt Nam ..."

Trong suốt chiều dài lịch sử hào hùng của dân tộc Việt Nam, hàng hàng lớp lớp các thế hệ tiền nhân cống hiến cuộc đời, mạng sống của mình cho sự nghiệp cứu nước và dựng nước. Dải giang sơn gấm vóc mà chúng ta có được hôm nay đã nhuộm thắm mồ hôi, xương máu biết bao công dân đầy lòng ái quốc. Trong ý thức trách nhiệm một con dân Việt Nam, trong sự biết ơn và trân quý những hy sinh xương máu của tổ tiên, tôi thấy mình có bổn phận phải tiếp nối truyền thống gìn giữ đất nước. Sự gìn giữ không chỉ đơn thuần ở từng mét vuông lãnh thổ mà còn về danh dự và niềm tự hào của dân tộc Việt Nam. Sự gìn giữ này nằm trong tinh thần Tổ Quốc trên hết, đứng trên mọi bất đồng về ý thức hệ, chính kiến, tổ chức và đảng phái.

Cách đây đúng 50 năm, ngày 14 tháng 9 năm 1958, ông Phạm Văn Đồng đã đại diện đảng Cộng Sản Việt Nam ký bản công hàm tán thành Tuyên Bố của đảng Cộng Sản Trung Quốc về lãnh hải Trung Quốc bao gồm cả quần đảo Trường Sa và Hoàng Sa vốn tự nghìn đời thuộc lãnh thổ Việt Nam.

Đây là hành động cúi đầu bán nước của đảng cầm quyền CSVN đối với ngoại bang, chưa kể vào thời đó, ông Phạm Văn Đồng không có thẩm quyền vì hai đảo Trường Sa và Hoàng Sa thuộc quyền trách nhiệm và sở hữu của miền Nam — Việt Nam Cộng Hòa. Nhân dân Việt Nam chưa bao giờ và sẽ không bao giờ chấp nhận sự dâng hiến này của đảng CSVN. Hoàng Sa và Trường Sa muôn đời vẫn là lãnh thổ Việt Nam.

Năm mươi năm trôi qua, mối nhục mất đất mất biển lại nối thêm nhiều dâng hiến khác, vì quyền lợi riêng tư của thiểu số cầm quyền. Điển hình là hiệp định về biên giới trên đất liền Việt Nam – Trung Quốc ngày 30/12/1999 và hiệp định phân định lãnh hải Việt Nam – Trung Quốc ngày 25/12/2000. Bảy trăm tám mươi chín cây số vuông dọc biên giới Việt – Trung, trong đó có thác Bản Giốc và ải Nam Quan cùng một phần lãnh hải dân tộc lại bị dâng hiến cho ngoại bang. Một lần nữa, độc lập của Việt Nam bị xâm phạm, danh dự dân tộc Việt Nam bị chà đạp. Trong khi đó, mọi tiếng nói, hành động bày tỏ quan điểm của công dân Việt Nam về Hoàng Sa, Trường Sa, mọi thái độ biểu hiện lòng yêu nước và bảo vệ sự vẹn toàn lãnh thổ cha ông của người dân đã bị thẳng tay đàn áp, bắt bớ hoặc giam cầm.

Năm mươi năm trôi qua, nhưng chúng ta không thể quên. Vì một phần thân thể của đất mẹ vẫn bị cắt đứt.

Chúng ta không thể cúi đầu. Vì danh dự và tự hào dân tộc bị bôi một vết nhục chưa được xóa nhòa.

Chúng ta không thể im lặng. Vì im lặng là đồng ý với hành động bán nước.

Chúng ta không thể buông xuôi. Vì buông xuôi sẽ dẫn đến hành động bán nước tiếp diễn trong tương lai.

Chúng ta không những phải nỗ lực lấy lại những gì đã mất mà còn phải ngăn chặn những gì sẽ mất trong tương lai. Với chỉ một người, chúng ta sẽ không thành công. Một ngày, một tháng, một năm là quá ngắn để đạt mục đích. Nhưng với nhiều công dân Việt Nam, bằng trách nhiệm, lương tâm và lòng yêu nước, bằng chiều dài cuộc sống của chúng ta, chúng ta sẽ thành công trong việc tiếp nối sự nghiệp cứu nước và giữ nước của tiền nhân.

Trong ý thức trách nhiệm của một công dân Việt Nam, trong tinh thần Tổ Quốc trên hết, tôi quyết định sẽ toạ kháng ngay trước nhà tôi khởi từ ngày 14/9/2008 trở đi để phản đối hành động bán nước, dâng hiến Hoàng Sa – Trường Sa cho Trung Quốc cách đây năm mươi năm.

Lý do tôi phải chọn hình thức đấu tranh này, vì tôi từng nộp đơn xin phép nhà nước để được biểu tình, để làm theo đúng pháp luật quy định của nhà nước, hầu không bị công an vô cớ đàn áp và vu khống như các lần tham dự biểu tình trước, nhưng đơn xin phép của tôi bị bác bỏ, và bản thân tôi lại bị hành hung.

Tôi khiếu tố và đơn khiếu tố ấy cũng bị tòa từ chối không giải quyết. Tôi không còn lựa chọn nào khác trừ phương thức đấu tranh toạ kháng ngay tại nhà tôi để thể hiện quyền bày tỏ thái độ của tôi, một quyền mà chính hiến pháp trong điều khoản 69 đã ghi rõ.

Và lần này, nếu nhà nước đàn áp, sách nhiễu, xử dụng bạo lực với tôi, hay thậm chí án tù với tôi, ít ra tôi cũng đã thể hiện qua chính sự an nguy của tôi cho cả thế giới được biết sự thật của đất nước này là không hề có tự do ngôn luận, cho dù là ngay tại chính nhà mình sở hữu.

Tôi cũng toạ kháng để phản đối mọi hành động khiếp nhược của Nhà Nước này trước ngoại bang phương Bắc nhưng hung hãn đàn áp mọi tiếng nói, mọi thái độ bày tỏ lòng yêu nước của người dân Việt Nam.

Đây chỉ là một việc nhỏ bé mà cá nhân tôi có thể làm trong lúc này. Dù là hành động nhỏ bé, nhưng với tinh thần đất nước là của chung, tôi xin kính cẩn kêu gọi mọi tầng lớp công dân Việt Nam, quý bác, quý chú từng hy sinh cuộc đời mình cho nền độc lập của đất nước, các

THỦ TƯỚNG PHỦ
NƯỚC VIỆT-NAM DÂN-CHỦ CỘNG-HÒA
———

Thưa Đồng chí Tổng lý,

Chúng tôi xin trân trọng báo tin để Đồng chí Tổng lý rõ :

Chính phủ nước Việt-nam Dân chủ Cộng hoà ghi nhận và tán thành bản tuyên bố, ngày 4 tháng 9 năm 1958, của Chính phủ nước Cộng hoà Nhân dân Trung-hoa, quyết định về hải phận của Trung-quốc.

Chính phủ nước Việt-nam Dân chủ Cộng hoà tôn trọng quyết định ấy và sẽ chỉ thị cho các cơ quan Nhà nước có trách nhiệm triệt để tôn trọng hải phận 12 hải lý của Trung-quốc, trong mọi quan hệ với nước Cộng hoà Nhân dân Trung hoa trên mặt bể.

Chúng tôi xin kính gửi Đồng chí Tổng lý lời chào rất trân trọng./.

Hà-nội, ngày 14 tháng 9 năm 1958

Kính gửi :
Đồng chí CHU AN LAI
Tổng lý Quốc vụ viện
Nước Cộng hoà Nhân dân Trung-hoa
tại
BẮC-KINH.

PHẠM VĂN ĐỒNG
Thủ tướng Chính phủ
Nước Việt - nam Dân chủ Cộng hoà

ANNEXE 4

La note adressée le 14 septembre 1958 par le premier ministre vietnamien Pham Van Dong au premier ministre Zhou Enlai.

Bức công hàm 14/09/1958

anh chị và các bạn trẻ đang mong ước đất nước Việt Nam sẽ ngẩng cao đầu với cộng đồng nhân loại, hãy cùng tôi bày tỏ thái độ và lòng yêu nước của mình ngay tại chính nhà của quý vị, bất cứ ngày nào khởi từ ngày 14/9 này trở đi, nếu quý vị cũng như chúng tôi bị ngăn cấm, không thể đến được nơi biểu tình ở Hà Nội vào 14/9 trước sứ quán Trung Quốc.

Mục đích duy nhất từ hành động toạ kháng của tôi là bày tỏ lòng yêu nước và nhắc nhở cho chính tôi cùng đồng bào tôi về mối nhục mất đất, mất biển, đồng thời tôi mong mỏi được sự hỗ trợ và đồng thuận của nhiều người qua các hành động cụ thể. Nếu tôi bị bắt giam thì chắc chắn "tội" duy nhất của tôi là đã dám công khai bày tỏ lòng yêu nước.

Vì yêu nước mà bị giam cầm, tôi rất sẵn sàng và hãnh diện đón nhận bản án tù ấy bất cứ lúc nào. Và nếu tôi bị bắt giam trước khi tôi có cơ hội toạ kháng tại nhà như ước muốn, tôi sẽ toạ kháng phản đối trong nhà tù.

Đối với tôi những khó khăn này rất nhỏ bé so với hy sinh của các bậc tiền nhân, của các vị cha chú đi trước tôi đã trải qua trong sự nghiệp bảo vệ đất nước.

Kính mong!

Ngày 13 tháng 09 năm 2008
Công dân **PHẠM THANH NGHIÊN**
17 Phương Lưu 2, Phường Đông Hải,
Quận Hải An, Hải Phòng

03 —
Chút Kỷ Niệm Nhân Ngày Giỗ Bố

Tôi là con út trong gia đình có tám người con. Anh trai thứ hai của tôi, Phạm Thanh Bình qua đời chỉ sau 15 ngày tuổi. Anh sinh đúng chiều 30 Tết năm 1970. Mùa đông năm ấy, miền Bắc rất lạnh. Tám lần mẹ tôi sinh con, chỉ lần sinh tôi là bố tôi ở nhà. Ông là thủy thủ, lênh đênh trên biển trước khi lấy mẹ tôi. Năm tôi 4 tuổi, ông về hưu vì mất sức. Khi mẹ tôi sinh anh Bình rồi anh qua đời, ông cũng không ở nhà. Tôi may mắn nhất so với các anh chị. Giây phút tôi chào đời được gần cả bố lẫn mẹ. Bảy lần trước, mẹ tôi một mình cắp làn quần áo đi, rồi hôm sau bế đứa con đỏ hỏn về nhà. Sinh anh Bình, mẹ tôi được bà nội, chính xác là mẹ kế của bố tôi lên tận khoa sản thăm, cho ba lạng thịt. Anh Bình là đứa cháu duy nhất bà tôi chiếu cố. Bố mẹ và các chị tôi kể lại: Từ khi chào đời tới khi mất — tức 15 ngày tuổi — anh mở mắt chỉ một lần. Anh mở mắt rồi đi. Ông bác họ đóng cho cái quan tài nhỏ, quấn mấy lần tã rồi mang anh đi chôn.

Mẹ tôi khóc ngất. Anh Sơn, chị Yến, chị Oanh, chị Phượng lít nhít từ 1 đến 8 tuổi thấy mẹ khóc đều hoảng sợ khóc theo. Mấy người cô, người chú họ mỗi người bế một đứa, dỗ dành: *Đừng khóc, em Bình đi bộ đội đánh Mỹ, đánh Mỹ xong em về.*

Các tên đẹp, đặt hết cho anh chị cả rồi. Bố mẹ tôi nghĩ mãi không ra tên cho đứa út. Tìm cái tên vừa ý, lại không "phạm húy" không phải dễ.

Nghĩ mãi, bố tôi chép miệng:

- Đặt là Kim Liên đi, để kỷ niệm Làng Sen quê Bác

Mẹ tôi quả quyết:

- Không, các anh chị nó đệm là "Thanh", giờ nó lại "Kim." Tôi không thích. Đặt là Phạm Thanh Liên đi.

- Ừ thì Phạm Thanh Liên cũng được.

Bố tôi miễn cưỡng đồng ý. Mẹ tôi ra phường.Một hồi trở về, chìa tấm khai sinh cho bố tôi. Ông giãy nảy:

- Này, sao bà lại đặt tên con thế?

- Tên gì? Thì ông đồng ý rồi còn gì?

- Tôi bảo bà đặt tên con là Phạm Thanh Liên, sao bà lại "tha" cái tên Nghiên về thế này?

Mẹ tôi hốt hoảng, dí sát mắt vào tờ giấy khai sinh:

- Ơ, rõ ràng tôi nói Phạm Thanh Liên mà. Sao thành ra Phạm Thanh Nghiên thế này?

Thế là tên tôi, không do bố mẹ chọn mà "chú" công an hộ tịch vô tình đặt cho. Ông ta nghe thành Nghiêm, thành Nhiên, rồi Hiên. Khi ông ta cáu kỉnh hỏi mẹ tôi *"Rút cuộc chị đặt tên cháu là Phạm Thanh Nghiên phải không?"* thì đến lượt mẹ tôi nghe nhầm, tưởng ông ta nói đúng ý mình là Phạm Thanh Liên, nên gật đầu cái rụp: *"Vâng!"* Vả lại, thấy quan... cáu, ai mà khỏi cuống.

Bố mẹ tôi vì nhát, sợ gặp "chính quyền" nên không làm lại tên khai sinh cho tôi, đành ngậm ngùi để cái tên *"vừa xấu, vừa khó đọc lại chẳng giống ai."* Nhưng không bao giờ bố mẹ, gia đình hay họ hàng gọi tôi bằng cái tên ấy. Tôi vẫn tưởng tên mình là Liên. Mãi tới khi đi học, tức lên 7 tuổi tôi mới biết tên thật của mình.

Năm tôi 6 tuổi, mẹ dẫn đi xin học. Ông hiệu trưởng chê tôi bé, không nhận. Tôi tha thẩn chơi ở nhà một năm. Năm sau, bố tôi đưa con đi. Vẫn ông hiệu trưởng ấy, vẫn ban giám hiệu ấy chê tôi "còi", không nhận. Bố tôi đưa giấy khai sinh cho xem. Ông chê tên tôi xấu và phán:

- Chắc khai man tuổi. Tôi nhìn nó bé thế này, cùng lắm là 5 tuổi, chứ 7 tuổi gì mà bé như cái kẹo mút dở.

Bị vu vạ là "khai man" tuổi cho con, bố tôi tức lắm:

- Giấy trắng mực đen có đóng dấu nhà nước đàng hoàng mà ông vẫn nói khai man.

Bố tôi ấm ức bỏ về. Hôm sau, mẹ tôi cùng mấy cô hàng xóm đem giấy khai sinh, hồ sơ xin học đến trường. Giấy trắng mực đen, dấu đỏ nhà nước họ không tin. Họ tin mấy người hàng xóm làm chứng cho sự 7 tuổi của tôi.

- Nếu thầy không nhận thì cháu nó thất học. Năm ngoái tôi đã đến xin 1 lần rồi. Cháu nó đi học năm nay là thiệt mất một năm.

Mẹ tôi nài nỉ. Tôi học đến lớp ba vẫn phải có bố hoặc chị gái đứng cửa lớp kèm. Tôi nhát, nhìn lũ bạn học cũng sợ. Không có người thân đưa đón, đứng "trông", tôi không học được. Tôi sợ lắm. Không hiểu sao tôi sợ con người và sợ mọi thứ như thế. Có lẽ, chỉ có bố mẹ và các anh chị em ruột mới làm tôi an tâm. Còn lại, tôi sợ hết.

Nhà nghèo, mẹ tôi xoay đủ nghề kiếm tiền nuôi các con. Từ bán rau, bán bún rồi đi mót than. Hồi tôi học lớp 4, lớp 5, tức khi bớt sợ con người rồi, tôi theo mẹ đi mót than. Mẹ kéo xe cải tiến đằng trước, hai đứa con út ra sức đẩy phía sau. Bố tôi về hưu mất sức. Ông ít khi đi đâu, ít giao thiệp, ở nhà nuôi lợn. Nhưng mỗi lần bán lợn tôi gào khóc thảm thiết, thậm chí quỳ thụp xuống lạy:

- Bố ơi, mẹ ơi tha cho em lợn đi. Cứu lợn với! Có ai cứu lợn không?"

Lần sau, bố mẹ tôi phải "trốn" về quê, đẩy trách vụ bán lợn cho anh rể lớn tôi.

- Hu hu hu, cứu lợn với! Mẹ bố anh rể, mẹ bố anh rể bán lợn của tao, hu hu hu.

Tôi gào khóc inh ỏi, sấn vào ôm con lợn bị trói dưới đất đang giãy giụa. Và chửi anh rể. Tôi chưa bao giờ chửi bậy. Đó là lần đầu tiên tôi biết chửi.

Từ đó, nhà tôi thôi nuôi lợn.

Không ít lần mẹ tôi ôm tôi khóc: *Yếu đuối, bé bỏng thế này thì mai sau sống làm sao được hả con?"*

Bố tôi sùng bái ông Hồ Chí Minh lắm, coi ông là thánh, cho rằng không có ông Hồ thì tất cả người dân Việt Nam đều bị Mỹ, bị Pháp đô hộ cho đến chết. Bố tôi lập bàn thờ ông Hồ. Hàng năm, cứ đến ngày 2/9, dù nghèo đến mấy nhà tôi cũng có thịt ăn. Vì đó là ngày "giỗ bác." Tôi thích lắm, thích vì được ăn ngon hơn ngày thường. Mẹ tôi không sùng bái ông Hồ, cũng không ghét ông. Tôi "yêu" ông Hồ vì bố tôi yêu ông. Những năm cuối đời, bố tôi không còn ca tụng ông Hồ nữa. Thi thoảng tôi thấy bố tôi đạp xe rong ruổi phố phường. Từ ngày về hưu, tôi mới thấy ông chịu ra ngoài, và đi gặp bạn bè. Tôi nhớ có lần, đang xem thời sự ông đã cầm chiếc điều khiển tivi lắng một cái suýt vỡ màn hình. Rồi hét: *"Lũ lừa dân, quân khốn nạn. Đ.m quân cộng sản."*

Năm 2002, hai năm trước khi ông qua đời, gần đến ngày 2/9 tôi hỏi:

- Năm nay nhà mình có giỗ bác không, hả bố?

- Sẽ không bao giờ có cái ngày ấy nữa. Để cho ông ta chết đi.

Tôi sững sờ. Ít hôm sau, tôi đi làm về, cái ban thờ ông Hồ biến mất. Mùa đông 2004, bố tôi qua đời vì ung thư phổi. Nhưng ông sẽ không bao giờ biết, sau khi cái ban thờ và ảnh ông Hồ bị gỡ xuống, tôi đã cắt tấm hình khác của ông ta rồi kẹp trong cuốn nhật ký.

Tôi vẫn tiếp tục "yêu" ông Hồ cho dù bố tôi đã hết yêu ông. Và bố tôi càng không bao giờ có thể tưởng tượng đứa con gái út bé bỏng, yếu đuối và sùng bái Hồ Chí Minh đến thế lại có ngày đứng trước tòa án cộng sản tuyên bố:*"Đúng, đảng cộng sản Việt Nam là phản động!"*

Hôm nay, con viết những dòng này để tưởng nhớ 10 năm bố xa lìa chúng con. Con tin rằng bố không buồn vì những gì con đã làm.

04 —
Mẹ Tôi, Những Ngày Mẹ Sống
và Những Ngày Mẹ Mất

— Viết sau lễ giỗ 49 ngày của mẹ
Hôm nay cõng Mẹ đi chơi
Một mai ngồi khóc bên trời
Hôm nay cõng Mẹ đi chơi
Một mai Mẹ bỏ con rồi
Mẹ để con mồ côi
mồ côi... "

Mẹ tôi sinh năm 1937, theo trí nhớ "mang máng" của các ông bác họ ở quê. "Nhớ mang máng" thôi vì bà ngoại tôi mất khi mẹ chưa đầy hai tuổi. Năm mẹ bốn tuổi thì ông ngoại qua đời. Mẹ bắt đầu cuộc đời mồ côi, đi ở đợ, làm con nuôi cho người từ đó. Và cũng thất lạc với hai người anh trai và người chị gái đến khi trưởng thành mới gặp lại. Mẹ nghiện thuốc lào từ năm 12 tuổi.

Bà bắt đầu bị rụng răng khi mới ngoài ba mươi — lúc chưa sinh tôi. Ngoài sáu mươi, chiếc răng cuối cùng từ biệt mẹ, giải thoát bà khỏi những khó chịu, nhức nhối.

Có cả một câu chuyện thương lắm, quanh việc mẹ nghiện thuốc lào. Ngoài việc đồng áng, việc nhà như nấu cơm, trông em cho nhà chủ, nhiều đêm, mẹ tôi cùng bà cô họ xa, quẩy đôi quang gánh, cuốc bộ ngót hai chục cây số từ trong quê ra thành phố mót phân về bón ruộng. Những đêm đông, tấm áo không thể chống chọi cái lạnh thấu xương của miền Bắc. Bà cô họ nghĩ ra cách chống rét: Rít thuốc lào cho ấm người. Thế là hằng đêm, hành trang của hai cô cháu khi đi gánh phân có thêm cái điếu cày. Hút mãi thành quen. Từ đó, mẹ tôi nghiện thuốc lào.

Tôi rất sợ hơi thuốc lá, nhưng lại quen thuộc với khói thuốc lào. Mẹ tôi lo con cái xấu hổ — mà anh em chúng tôi có xấu hổ về việc đó đâu — nên không bao giờ bà hút thuốc khi nhà có khách. Năm 61 tuổi, mẹ tôi tuyên bố bỏ thuốc. Cả nhà nói nếu mẹ muốn thì cứ hút. Bà bảo: *"Con cháu đầy đàn, hút người ta cười cho."* Và bà bỏ thật, không phải đem điếu đi chôn, không phải ngậm kẹo, cũng không bao giờ hút lại, dù chỉ một lần.

Cuộc đời gian truân của mẹ tôi, cũng như của bao bà mẹ khốn khó thuở ấy, không chỉ mấy trang viết kể hết được. Nhưng có những khoảnh khắc mẹ tôi trải qua không là trải nghiệm của nhiều bà mẹ khác.

Một chiều thu tháng 9/2008, tôi dắt chiếc xe đạp vào nhà. Dù cố gắng giấu diếm, nhưng sự nhạy bén của người mẹ vẫn nhận ra nét đau đớn trên gương mặt con với chiếc kính cận bị cong vênh, méo mó. Đấy là lần đầu tôi bị hành hung giữa đường sau khi dám... cả gan viết đơn khởi kiện UBND/TP.Hà Nội vì không cho phép biểu tình trái pháp luật và *Đơn Khiếu Nại v/v Không Thụ Lý Đơn Khởi Kiện Trái Pháp Luật.*

Lúc ấy, việc làm này của tôi là *"chưa từng có trong lịch sử từ sau năm 1975"* như lời công an Hải Phòng nói khi họ gây sức ép với luật sư Lê Trần Luật để anh từ bỏ việc giúp đỡ pháp lý cho tôi. Bà từng hai lần chứng kiến hàng chục công an đến khám nhà, thu giữ tài sản chỉ trong một tuần lễ. Còn gì kinh khủng hơn khi chứng kiến con mình nằm trên giường bệnh, xung quanh là hơn chục công an đứng chờ bác sĩ truyền xong chai nước để đưa bằng được con gái bà đi thẩm vấn, trong khi hàng chục tên khác đứng ngoài cổng trực chiến?

Ngày 18 tháng 9 năm 2008, tôi bị bắt.

Họ còng tay tôi. Tôi cúi xuống hôn mẹ. Một cái hôn

vội vã — lẽ ra tôi không nên vội vã thế. Bà ngồi yên trên chiếc ghế hàng ngày bà vẫn ngồi. Hời hợt đáp lại nụ hôn của tôi. Bà quan tâm đến những kẻ bắt con gái bà hơn.

- *Như vậy là các anh đã bắt con tôi về tội yêu nước!*
Câu nói đó đã khích lệ tôi suốt 4 năm tù. Phải nhiều ngày sau tôi mới lý giải được vì sao mẹ không đứng dậy tiễn tôi. Không phải bà không muốn. Mà khi đó, mẹ tôi không còn đủ sức đứng dậy. Sức lực còn lại bà đã dồn cả vào câu nói cuối cùng để vừa kết tội những kẻ bắt con bà, vừa truyền một sức mạnh sang cho tôi.

Sau bốn năm tôi trở về với thể trạng ốm yếu.

Ý nguyện sẽ chăm sóc và phụng dưỡng mẹ già nung nấu từ hồi trong tù trên thực tế hoàn toàn bị... đảo ngược. Nhiều khi tôi phải giận dỗi, mới giành được phần nấu cơm, rửa bát. Bốn năm ấy, đôi khi chỉ với một ý nghĩ thoáng qua — chỉ dám thoáng nghĩ thôi — rằng mẹ sẽ ốm, sẽ gặp chuyện chẳng lành đủ khiến cơn sợ hãi, hoảng loạn ám ảnh tâm trí. Tôi không đủ can đảm để đối mặt nếu chuyện đó xảy ra. Tôi không dám nghĩ tiếp.

Trong ngôi nhà thân yêu của mình, tôi bị công việc cuốn đi. Tình yêu, sự nhiệt thành của mẹ mang lại sự bình an kỳ diệu. Dần dần, mọi cơn sợ hãi không còn hiện diện trong đầu óc tôi nữa. Tôi, rất hồn nhiên nghĩ mẹ sẽ luôn đồng hành với mình và sẽ chẳng bao giờ đi đâu hết.

Mồng chín Tết, tôi bệnh. Đó là lần ốm nặng nhất, dai dẳng nhất từ ngày trở về. Mẹ chăm sóc tôi, bằng sức lực như chưa bao giờ vơi cạn. Sau những đêm thức trắng, giọng cười mẹ vẫn hồn hậu, ánh mắt vẫn ấm áp...Hạnh phúc quá, tôi tận hưởng tình yêu và hơi ấm của mẹ. Tôi quên rằng mẹ đã già yếu. Mười bảy ngày sau tôi bình phục. Có lẽ chỉ chờ thế thôi, hôm sau mẹ tôi đi.

Mẹ đi thật. Lẳng lặng bỏ chúng tôi đi thật.

Đi mà không lời giã biệt.

Cả một trời tan vỡ. Cả một trời đau đớn, mẹ ơi!

Tôi, cho đến ngày hôm nay vẫn không hiểu hết tấm lòng của mẹ.

"... Cuối đời là một trò chơi lên trời"

Vì mẹ là mẹ của một đứa con mang TỘI YÊU NƯỚC nên cuộc từ bỏ Cõi Tạm để đến Cõi Trời thênh thang, mẹ vẫn phải qua một hành trình đầy gian khó.

Người ta không muốn mẹ ra đi thanh thản.

Mẹ đột ngột ra đi, người đến đầu tiên là những tên mật vụ. Sự xuất hiện của họ báo trước những nguy cơ.

Hôm ấy là ngày 27 tháng Giêng năm Giáp Ngọ, tức ngày 26 tháng 2 năm 2014.

Đầu tiên, người ta tự tiện thiết lập cái gọi là Ban Tổ Chức Lễ Tang với thành phần gồm bà chủ tịch Hội Phụ Nữ, một số cán bộ của ủy ban phường đến ông tổ trưởng tổ dân phố. Tức là một danh sách hoàn toàn "đỏ" và không một ai là thân quyến của người quá cố. Tôi rất lịch sự cảm ơn và khước từ "sự giúp đỡ" ấy nhưng ông tổ trưởng nhiệt tình đến kinh ngạc. Dù chị em tôi nhẫn nại giải thích khi còn sống, mẹ đã dặn: *Nếu sau này mẹ mất, việc tang lễ cho mẹ phải do gia đình, họ hàng thân thuộc đứng ra lo liệu và nhất là tuyệt đối không được dính dáng gì tới hai chữ "chính quyền."* Nhưng ông vẫn ra sức đôi co. Mặt ông đỏ gay, nước bọt từ miệng ông bắn cả vào mặt tôi. Giọng nói và thái độ áp đảo mấy đứa con của người quá cố. Giành giật mãi, cuối cùng quyết định không có Ban Tổ Chức Lễ Tang. Đồng nghĩa với việc tổ dân phố, thực chất là chính quyền địa phương bị mất quyền...cầm micro, giới thiệu thành phần khách khứa tới thăm viếng. Cũng là hình thức kiểm soát, hạn chế và tự quyền loại bỏ những ai được liệt vào diện "nhạy cảm" trong số người phúng viếng như từng diễn ra tại tang lễ của một số nhân vật đấu tranh cho Dân Chủ trong quá khứ. Người sẽ đọc lời giới thiệu việc phúng viếng do bên dịch vụ — Công Ty Phục Vụ Tang Lễ Thiên Thảo — đã hợp đồng với gia đình trước đó, đảm nhận.

Không chỉ là sự tang thương, đau buồn mà cả một không khí lo âu, căng thẳng bủa vây chúng tôi. Thay vì toàn ý lo cho mẹ, tưởng nhớ và đau nỗi đau mất mẹ, anh em chúng tôi phải dốc sức đối phó với thế lực có quyền.

Thất bại trong việc dựng lên Ban Lễ Tang, người ta cố giành giật quyền được soạn thảo và đọc điếu văn trong lễ truy điệu — ngày 29 tháng Giêng. Những kẻ nhân danh cán bộ ủy ban phường, hội phụ nữ, ủy ban mặt trận tổ quốc... và cả một số lạ mặt liên tục tiếp cận anh trai tôi để thuyết phục và gây sức ép. Không ít lần đang lúc túc trực bên linh cữu mẹ để đáp lễ khách phúng viếng, anh trai tôi bất đắc dĩ phải bỏ vị trí đi ra ngoài.

Thậm chí, một cán bộ hội phụ nữ còn giúi vào tay anh chiếc điện thoại đã sẵn người chờ. Anh tôi vội vã đi vào phòng tắm, đóng cửa nghe điện thoại. Chị phụ nữ đứng ngoài canh. Tôi đi theo, không giấu ý muốn kiểm soát. Tôi ghé tai vào cửa để nghe — nghe lén người khác nói chuyện là việc xấu, lần này tôi cho phép mình làm thế. Chị ta phân bua, cố ý nói thật to để tôi không nghe thấy nhưng tôi vẫn hiểu phần nào nội dung cuộc nói chuyện điện thoại của anh trai với kẻ bên kia đầu dây. Chị ta mắng tôi là *quá đáng!*

Anh trai tôi muốn — bắt buộc thì đúng hơn — dành cho họ quyền được đọc điếu văn trong lễ truy điệu.

Không! Tôi đã từng tham dự nhiều đám tang, gần nhất là của ông anh họ. Anh không phải đảng viên, chẳng có chức quyền gì. Anh cũng chỉ ốm hai ngày rồi qua đời. Thế mà trong điếu văn đọc tại lễ truy điệu, người ta ngang nhiên tuyên bố: ”...*Mặc dù đã được đảng ủy, chính quyền địa phương và gia đình tận tình cứu chữa nhưng vì bệnh nặng, anh không qua khỏi và đã từ trần hồi...*” Không biết bao nhiêu người dù đã nằm trong quan tài, bất đắc dĩ chịu "ơn đảng" như thế. Với mẹ tôi, không chừng ngoài việc "ơn đảng" còn phải nghe đảng kết tội đã sinh ra đứa con ngỗ ngược, dám chống chính quyền. Người chết làm sao có thể bật nắp quan tài dậy thanh minh. Tôi không cho phép họ có cơ hội mạ lỵ linh hồn mẹ tôi, hạ gục ý chí của tôi.

Theo hợp đồng, Công Ty Phục Vụ Tang Lễ Thiên Thảo chỉ gửi 5 nhân viên đến phục vụ nhưng có lúc lực lượng này vượt quá con số năm gấp mấy lần. Không khó để nhận ra họ là ai dù cũng mặc đồng phục Thiên Thảo. Thái độ hung hăng, bặm trợn, ánh mắt thiếu thiện cảm, nhiều khi lấm lét. Điều họ làm không liên quan tới tang lễ. Khi họ áp sát bàn đăng ký lễ viếng, tự tiện mở sổ tang ra xem, khi họ đi lại trong nhà như chỗ không người, không ngại ngần theo sát tôi mỗi lần nói chuyện điện thoại...Và nhiều việc khác tôi không thể bao quát hết mà blogger JB Nguyễn Hữu Vinh, thuộc phái đoàn anh em Dân Chủ Hà Nội tới viếng, đã tường thuật:

"Điều chứng kiến được ở đám tang này, là sự "chăm sóc" kỹ càng của một lực lượng chủ tang không mời, chẳng trả tiền cũng không cho ăn cơm. Họ đứng nhan nhản khắp nơi, rình rập, quay trộm, nghe lén... đủ trò. Thậm chí là bắt cóc người đến viếng về phường để thị uy rồi chở ngược lên bỏ ở Hải Dương, tấn công người đến dự đám tang, công an các loại canh gác các ngả... Nhưng trò bẩn nhất là giật băng tang trên các vòng hoa viếng người quá cố."

Cụ thể, các băng tang trên các vòng hoa mà Blogger JB Nguyễn Hữu Vinh đề cập là vòng hoa của: Mạng Lưới Blogger Việt Nam, Đài Phát Thanh Đáp Lời Sông Núi, Hội Bầu Bí Tương Thân, Hội Cựu Tù Nhân Lương Tâm Việt Nam, Hội Anh Em Dân Chủ, Hội Phụ Nữ Nhân Quyền Việt Nam, Hội Phụ Nữ Nhân Quyền Việt Nam tại Hoa Kỳ đã bị cướp ngay đầu ngõ trong sự sợ hãi, ngỡ ngàng của cô nhân viên bưu điện. Thậm chí, vòng hoa của Công Ty Én Vàng Quốc Tế — hãng tắc-xi — nơi anh rể tôi làm việc cũng bị giật. Không hiểu sao, chúng sợ chữ *Quốc Tế* đến thế.

Tất cả được thay bằng dải băng gắn xộc xệch, vỏn vẹn chữ *"Kính viếng"* hoặc *"Thành kính phân ưu"* đã được công an chuẩn bị sẵn. Người bị bắt cóc, *"đem ra phường để thị uy rồi chở ngược lên bỏ ở Hải Dương"* là facebooker Peter Vũ. Rất dũng cảm, Vũ tiếp tục bắt xe từ Hải Dương, vượt hơn năm chục cây số lộn về Hải Phòng để đưa tiễn mẹ tôi. Vũ đã bị lũ công an mật vụ trả thù bằng một trận đòn theo tường thuật của những người chứng kiến thì *"rất đau."* Chúng đánh Vũ ngay tại cổng nghĩa trang Ninh Hải, nơi mẹ tôi vừa được hỏa táng.

Các anh em Dân Chủ Hà Nội là "tâm điểm" chú ý của lũ mật vụ. Họ đại diện cho một số hội nhóm, một số anh chị em ở xa không thể tới dự tang lễ. Đó là các Blogger Nguyễn Tường Thụy, JB Nguyễn Hữu Vinh, Gió Lang Thang, Binh Nhì, nhà báo Nguyễn Vũ Bình, cô Nguyễn Thị Huần, vợ chồng luật sư Lê Thị Công Nhân, bác Lê Hùng, chú Nguyễn Anh Dũng, các anh Trương Văn Dũng, Nguyễn Thiện Nhân, Lô Đề Việt Nam, Nguyễn Việt Hưng, chị Lan Lê, Thảo Theresa. Các bạn trẻ Ngủ Chưa Say, Peter Vũ, Bạch Hồng Quyền và một số người khác. Những người này hầu hết đã nhận được lời "khuyến cáo" của công an Hà Nội: *"Không nên đi đám tang mẹ Phạm Thanh Nghiên."*

Chiếc ô tô chở họ vừa dừng bánh, lập tức lũ côn đồ, mật vụ bu kín. Quá sợ hãi, người lái xe phải bỏ chạy.

Gần đến giờ đưa tang. Nhân viên Công Ty Phục Vụ Tang Lễ, theo yêu cầu của tôi, đọc điếu văn. Xong phần điếu văn, chú họ tôi thay mặt gia quyến lên nói lời cảm ơn. Chú đã được chúng tôi dặn kỹ từ trước, không được cảm ơn chính quyền địa phương hay đảng bộ gì hết. Vì họ không những không giúp gì, ngược lại đã phá đám tang lễ mẹ tôi. Họ đã phá vỡ sự bình yên của mẹ tôi khi bà còn sống cũng như lúc qua đời. Quan trọng hơn, họ là cộng sản, thủ phạm của mọi nỗi đau thương dân tộc. Ngay ngày hôm đó, chú tôi bị mật vụ hỏi thăm.

Trong suốt hai ngày diễn ra tang lễ, ngoài nỗi đau mất mẹ, anh em chúng tôi phải gồng mình chống đỡ. Tưởng loại được thành phần Ban Tổ Chức Tang Lễ toàn là đảng viên cộng sản, giành được phần đọc điếu văn, lời cảm ơn không nhắc tới chính quyền đã là công việc cuối cùng. Nhưng không, đúng lúc đang chuẩn bị khiêng linh cữu mẹ đi, chúng ngang nhiên tiến vào, ngang nhiên cầm micro và giới thiệu dõng dạc: *Sau đây là phần truy điệu của Hội Người Cao Tuổi phường Đông Hải 1.*"

Chúng tôi ngỡ ngàng.

Cái gọi là "Hội Người Cao Tuổi" gồm khoảng gần hai mươi người. Trong đó, đếm trên đầu ngón tay chưa tới 5 người thực sự cao tuổi. Mấy người này bị đứng hàng cuối cùng tận ngoài cửa. Phần lớn những tên còn lại đều là cán bộ đương chức của ủy ban phường, tức không thể gọi là "người cao tuổi." Chúng ùn ùn tiến vào sát linh cữu, nhìn tôi với ánh mắt đắc thắng và thách thức. Quá phẫn nộ, chị gái lớn của tôi xông vào, giật tờ giấy của tên trưởng đoàn. Tên này giật lại và cầm micro bắt đầu đọc. Tôi bị đẩy ra khỏi cửa. Càng xông vào, tôi càng bị chúng đẩy ra thô bạo hơn. Anh trai lớn đã phải quỳ xuống lạy: *Thôi, cứ để họ đọc, cho mẹ tôi được yên.*" Không ai trong năm người con gái lại gần được bên linh cữu mẹ. Lúc này, lẽ ra linh cữu phải được khiêng ra ngoài rồi, nơi rất nhiều người đang chờ đưa tiễn mẹ tôi. Trong nhà, tên đảng viên vẫn đang đọc điếu văn: *"... được sự quan tâm và giúp đỡ của chính quyền địa phương và đảng bộ..."*

Chị gái nhỏ của tôi không kiềm chế được, chị nói trong giàn giụa nước mắt:

- Mẹ tao mất mà lũ chúng nó không cho yên. Chính

quyền nào, đảng cộng sản nào lo tang cho mẹ tao? Chúng mày khốn nạn quá. Mẹ tao sống chúng mày khủng bố, sách nhiễu. Mẹ tao chết chúng mày tới phá đám, tới xuyên tạc. Trời ơi! Trời ơi!

Tôi chạy theo chị:

- Chị cứ để cho chúng sủa. Chúng càng gây tội bao nhiêu thì mẹ mình càng được phước bấy nhiêu. Rồi chúng sẽ bị quả báo. Đạo Trời sẽ không tha cho chúng.

Chưa bao giờ tôi có cảm giác cay đắng, thất bại và bất lực như thế. Mẹ tôi nằm kia, trong cỗ quan tài nghi ngút khói hương. Bà có bảy người con và một đàn cháu chắt. Nhưng trong giờ phút quan trọng và linh thiêng này, chỉ có hai người con trai, mấy cô cháu họ được ngồi phục bên bà. Chị em chúng tôi bị tống ra khỏi cửa, bất lực đứng nhìn lũ chó sói nhảy múa bên linh cữu của mẹ. Nỗi đớn đau, cơn căm phẫn làm đầu óc tôi muốn nổ tung. Không hiểu sao khi ấy tôi không khóc. Tôi ghé tai nói nhỏ với người nhân viên phục vụ tang lễ. Anh ta gật đầu đồng ý. Tên cán bộ quèn đọc xong bài ca ngợi đảng.

Tôi cầm lấy chiếc micro người nhân viên vừa đưa cho, lấy hết bình tĩnh tuyên bố:

- Tôi thay mặt cho tang quyến, cảm ơn Hội Người Cao Tuổi đã đến viếng mẹ tôi. Nhưng xin phép không nhận lời điếu này.

Chẳng phải tôi thông minh gì mà trong lúc cấp bách, tôi nhớ đến đám tang tướng Trần Độ nên học theo cách của anh con trai trưởng tướng Độ hầu hóa giải đòn mạ ly của lũ man di mọi rợ.

Tôi nghĩ, mẹ không thất vọng về con gái bà.

Ngoài ngõ, người đưa tang đứng chật ních. Không khí nhốn nháo, căng thẳng vì lũ côn đồ, mật vụ không ngừng gây hấn với anh em Dân Chủ Hà Nội. Trong sân khi ấy chỉ còn lại đoàn Phật Tử, một số bà con thân thuộc. Lũ đảng viên, phái đoàn chính quyền địa phương mang danh Hội Người Cao Tuổi đã làm sai lệch giờ đưa tang, một điều tối kỵ trong phong tục của người Việt.

Lũ người kia bước ra, mặt mũi thâm sì vì tức giận.

Khác hẳn thái độ ngang ngược, đắc thắng khi tiến vào vì bị tôi từ chối lời điếu của họ.

Người đưa tang rất đông.

Tôi đi sát bên mẹ. Đau đớn, buồn khổ, hụt hẫng, mệt mỏi, căm giận và căng thẳng. Tiếng còi không ngớt của cảnh sát giao thông, tiếng còi xe gắn máy, xe ô-tô inh ỏi, huyên náo ngay từ đầu ngõ ra tận đường lớn. Khu Phương Lưu chả mấy khi có cảnh sát giao thông trừ khi nhà tôi trở thành "điểm nóng." Mật vụ, lưu manh côn đồ đông không kém người đi dự tang lễ.

Trên đường đưa mẹ từ nhà tới đài hóa thân Hoàn Vũ thuộc nghĩa trang Ninh Hải, các con vẫn không thể quây quần bên mẹ. Chị em chúng tôi phải chia nhau ra để bảo vệ những vị khách từ xa tới viếng. Tiếng là bảo vệ thôi, chị gái tôi thậm chí còn suýt bị một tên mật vụ hành hung ngay trước cổng nhà khi phản đối trò giật băng tang của chúng. Ra tới đường lớn, các phương tiện tham gia giao thông dưới sự hướng dẫn của cảnh sát đều phải nhường đường cho đoàn xe tang lễ của mẹ. Tới cổng nghĩa tranh Ninh Hải, thấy ít nhất ba, bốn đám tang đến trước đều dừng lại. Mẹ tôi vào trước.

Đoạn đường từ cổng nghĩa trang tới nhà tang lễ, tôi trông thấy nhiều người lạ. Họ đứng rải rác hai bên đường, cúi đầu khi linh cữu mẹ tôi đi qua. Họ nhìn tôi, ánh mắt đầy sự xẻ chia, thương cảm.

Phút chốc, tôi thấy lòng ấm áp.

Tôi đứng lặng người, nhìn linh cữu của mẹ từ từ được đưa vào đài thiêu. Đầu óc tôi rất tỉnh táo. Tôi không hề khóc. Chỉ thấy toàn thân run rẩy, rồi từ từ quỵ xuống. Tôi vẫn không khóc. Có ai đó dìu tôi ra khỏi nghĩa trang, lên ô-tô về nhà.

Tôi đứng trước cổng! Mẹ không còn ở trong nhà nữa. Tôi đổ xuống. Một người bế tôi vào nhà.

Trời tối rồi. Tôi hốt hoảng vùng dậy. Phải đi lấy tro cốt rồi đưa mẹ về nằm cạnh bố. Tôi chạy xuống nhà. Không còn đông đúc như lúc trước nữa. Khách khứa đã ra về hết, chỉ còn lại vài người bà con thân thuộc. Tôi bần thần, ngồi ngây như kẻ mất trí. Nước mắt trào ra. Các anh chị, các cháu đã đưa mẹ tới nghĩa trang Đằng Lâm, nơi bố an nghỉ từ mười năm trước.

Đấy chưa là tất cả những gì tôi được biết trong Tang lễ của mẹ mình. Tôi đã hiểu vì sao anh trai tôi có lúc phải quỳ xuống "*xin để mẹ tôi được yên.*" Phải chấp nhận làm chậm giờ đưa tang trong khi đối với anh đó là điều tối kỵ. Để dành cơ hội cho cái gọi là Hội Người Cao Tuổi vào đọc điếu văn mà thực chất là một trò mạ lỵ, chơi xấu của chính quyền địa phương. Sự thật này, mấy hôm sau chị em tôi mới biết. Có "lệnh miệng" từ ủy ban nhân dân phường Đằng Lâm chỉ thị cho Ban Quản Lý Nghĩa Trang chuyển tới anh trai tôi một quyết định rằng: "*Mẹ tôi không thuộc diện được phép chôn cất ở nghĩa trang này. Lý do: liên quan tới chính trị.*"

Mặc dù Ban quản lý nghĩa trang Đằng Lâm đã giải thích với ủy ban phường rằng trước đó mấy năm, gia đình tôi đã mua lô đất này và xây sẵn ngay cạnh ngôi mộ của bố. Mọi thứ giấy tờ liên quan đến quyền sở hữu đều hợp pháp. Nhưng chỉ duy nhất một lý do: *Liên quan đến chính trị,* mọi trật tự, mọi đạo lý đều có thể bị đảo ngược.

Không biết rủi hay may. Một anh công an quận, thường hay tiếp cận với anh trai tôi biết chuyện đã sốt sắng, nhiệt tình giúp đỡ. Anh ta chỉ cần "nói giúp một tiếng" — không biết nói những gì, nói với ai — thế là mọi việc lại êm xuôi. Mẹ tôi đã được hưởng cái quyền đương nhiên của một người chết là được chôn cất. Dù thực hư thế nào, cũng xin cảm ơn anh công an. Đất nước này chỉ một người được phong Thánh là đủ, không cần đến người thứ hai. Được phong Thánh, tức là không được chôn, cũng chẳng được thiêu. Hàng năm tiêu tốn vô số tiền của của người dân lao động vất vả để "bảo tồn" cái xác chết đó. Nhưng xác chết vẫn cứ là xác chết, không hơn không kém, phải không anh?

Đã qua lễ giỗ 49 ngày của mẹ nhưng sự đau buồn vẫn chưa vơi bớt. Sự lo âu, căng thẳng thậm chí ngày một lớn hơn. Kể từ sau tang lễ, một số người thân của tôi liên tục bị đe dọa. Một sự đe dọa có chọn lọc. Đó là những thành viên được "điểm mặt" và bị cho rằng đã bày tỏ thái độ không thỏa hiệp và phản đối chính quyền địa phương trong việc muốn cầm chịch tang lễ của mẹ tôi. Hình thức khủng bố là: chặn xe giữa đường, gọi điện thoại và nhắn tin đe dọa — bắt đi tù, gây tai nạn, đe giết, hành hung, bắt cóc...

Trong tương lai, nếu bất cứ thành viên nào trong số hơn hai mươi người ruột thịt của tôi gặp tai họa, như bị gây sự ngoài đường, bị hành hung, bị mất việc làm, bị công an triệu tập hay bị bắt giữ bởi một sự việc "từ trên trời rơi xuống" hoặc bất cứ một hình thức nào nằm ngoài sự tiên liệu của tôi. Tôi khẳng định, tất cả những tai họa đó nhắm mục đích chính là để trả thù cho những hoạt động vì Tự Do, Nhân Quyền của tôi.

Dầu sao, khó khăn đấy, nhọc nhằn đấy, sóng gió đấy nhưng mẹ tôi đã đi qua, trọn vẹn một kiếp người.

Mẹ đã sống một đời lương thiện.

Chắc chắn giờ này, mẹ đang ở một nơi rất tốt đẹp.

Mẹ ơi! Chúng con yêu Mẹ!

05 —
Thư cho Nấm

Sài Gòn ngày 11 tháng 10 năm 2016.
Nấm yêu thương!

Bác sẽ không xưng là bác Nấm như mọi hôm nữa dù đó là tên thân mật được bố mẹ bác đặt cho khi còn nhỏ. Bác xưng là "bác Nghiên" để các cô chú khác khỏi phải cằn nhằn *"Nấm bác, Nấm cháu nghe rắc rối quá."* Rồi lại cười hai bác cháu mình.

Nấm thương!

Cháu có biết hôm nay là ngày gì không?

Là ngày mà 5 năm trước Liên Hiệp Quốc chọn làm *"Ngày Quốc Tế của Trẻ Em Gái."* Có nghĩa là Nấm của bác cũng thuộc về tất cả những bé gái trên thế giới này mà người lớn có trách nhiệm phải bảo vệ, chăm sóc và che chở.

Nhưng Nấm của bác lại sinh ra tại một đất nước mà ngay cả quyền căn bản nhất là quyền được sống, thậm chí quyền được an táng sau khi chết còn không được tôn trọng. Hơn thế, Nấm lại được sinh ra bởi một người mẹ dám đứng lên chống lại bất công và dấn thân cho công lý, sự thật.

Cho nên, Nấm phải trở thành một đứa trẻ đặc biệt ngoài ý muốn.

Tuổi thơ của Nấm và em Gấu phải chứng kiến nhiều lần cảnh mẹ Quỳnh bị bắt bớ, đánh đập, sách nhiễu. Không ít lần Nấm ôm bà ngoại hỏi: *"Mẹ con đi đâu rồi?"*, *"Mẹ con có về nữa không?"*, *"Mẹ con lại bị bắt hả bà?"*..., rồi nhạt nhòa nước mắt. Nhưng rồi lần nào mẹ Quỳnh cũng về với Nấm và Gấu, dù có muộn một tí, dù có bị vài vết thương trên người, trên mặt.

Đêm qua, mẹ Quỳnh không về.

Sáng nay bà ngoại nói chuyện điện thoại với bác Nghiên, méc là thằng Gấu khóc lắm, nó không chịu ngủ. Bà phải nói dối: *"Mẹ con đi công tác ít hôm sẽ về"*, nó mới chịu ngủ. Nhưng bác Nghiên không chắc là bà ngoại còn có thể nói dối Gấu đến bao giờ. Thằng Gấu khôn lắm, nói dối nó đâu có dễ.

Bác Nghiên chợt rùng mình với ý nghĩ: Lỡ sau này thằng Gấu lớn bằng chị Nấm, mẹ Quỳnh mới về thì sao?

Nấm thương yêu!

Bác Nghiên biết là Nấm rất giỏi, và ngoan nữa.

Hôm qua, Nấm là người đầu tiên trong nhà nhìn thấy mẹ Quỳnh bị còng tay. Rồi các chú công an đông lắm, rầm rầm tràn vào nhà khám xét, lục lọi.

Nấm ngồi một góc quan sát mọi thứ đang diễn ra trước mắt. Bà cố năm nay 90 tuổi ngồi xe lăn, cũng phải xem hết những cảnh ấy từ đầu đến cuối, suốt bốn tiếng đồng hồ.

Bà ngoại giục Nấm ăn cơm để còn đi học.

Trước khi đi, Nấm chào mẹ Quỳnh.

Mẹ Quỳnh lúc ấy vẫn bị còng tay, cười với Nấm.

Cả Nấm lẫn mẹ Quỳnh đều bình thản đến khó tin.

Bác Nghiên hiểu điều gì đang diễn ra trong đầu óc và tâm hồn một bé gái mới mười tuổi chứng kiến cảnh hàng chục công an còng tay bắt mẹ nó, mà nó không khóc.

Nấm yêu thương!

Đến giờ bác vẫn tiếc vì tháng trước đến thăm, bác không chụp chung với cả nhà tấm hình nào. Nhưng bác vẫn giữ chú gấu bông mà hai chị em Nấm – Gấu tặng bác hồi mùa đông 2014. Cả lá thư với lời lẽ đầy yêu thương và hồn nhiên mà Nấm viết cho bác nữa. Nhưng bác lại để lá thư và món quà nhỏ ở Hải Phòng mất rồi, không mang theo vào Sài Gòn để chụp hình lên khoe với mọi người.

Bác phải cảm ơn Nấm và Gấu, cảm ơn mẹ Quỳnh.

Hồi mẹ bác mất, bác suy sụp lắm và đau ốm luôn. Không ít lần bác nghĩ đến cái chết. Bác Nghiên hư quá, đúng không Nấm và Gấu?

Chính vì thế mà mẹ Quỳnh luôn an ủi, khích lệ tinh thần bác. Nhưng bác nói thật, mẹ Quỳnh không khéo ăn khéo nói, không có sức thuyết phục bằng Nấm và Gấu tẹo nào hết. Nấm phải hứa sau này không được méc lại với mẹ Quỳnh là bác Nghiên nói xấu mẹ Quỳnh nhé. Nói chuyện với hai đứa, nhất là lúc nhận được quà tận Nha Trang gửi ra Hải Phòng, bác vui ơi là vui.

Bác cảm ơn hai chị em nhiều nghen.

Nấm biết không? Lần nào nói chuyện với bác, mẹ Quỳnh cũng giục bác sinh em bé đấy. Còn hứa là sẽ cho em bé nhà bác Nghiên được làm "anh" hoặc "chị" của Nấm và Gấu vì hai đứa là con bà dì mà, hihihi.

Nhưng làm sao mà bác Nghiên có em bé để làm anh hay chị của Nấm và Gấu được. Bác Nghiên và bác Tú đều lớn tuổi rồi, trong người lại mang nhiều bệnh tật.

Với lại bác Tú khi ra tù, không được người ta cấp giấy tờ tùy thân. Thế nên hai bác lấy nhau không được làm giấy kết hôn.

Khi không có giấy hôn thú thì em bé ra đời sẽ không được làm giấy khai sinh. Mà như thế thì không được quyền có bảo hiểm y tế, không được đi học bình thường. Nói chung là không được bình đẳng như những đứa trẻ khác.

Đấy là về luật pháp của nhà nước này, Nấm ạ.

Nhưng hai bác đâu có quan trọng chuyện đó. Được gia đình, họ hàng, bạn bè và nhất là được Thiên Chúa chứng giám, là hạnh phúc và đủ đầy lắm rồi.

Với lại, bác sợ nếu có em bé, một ngày nào đó bác

hoặc bác Tú phải đi tù lần nữa, thì em bé không có ai chăm sóc. Bác viết đến đây, nước mắt lại ứa ra khi nghĩ đến Gấu và Nấm bé nhỏ của bác. Dù bác biết bên cạnh hai đứa còn có ngoại. Nhưng ngoại cũng lớn tuổi rồi. Ngoại còn có bà cố năm nay 90 tuổi.

Hôm qua, chứng kiến cảnh người ta bắt mẹ Quỳnh, Cố sốc và bị lên tăng-xông đấy. Cố mới được về nhà sau đợt nằm viện, yếu lắm rồi. Nấm phải trở thành người lớn sớm hơn các bạn khác để còn tự lo cho bản thân, chăm em Gấu và đỡ đần ngoại, đỡ đần Cố đấy nhé.

Một trong những điều bác lo nhất bây giờ, là Nấm sắp bước vào tuổi dậy thì. Cái tuổi mà con gái cần đến mẹ nhất.

Chỉ có mẹ mới nắm bắt được những thay đổi, hiểu được những tâm tư, cảm xúc để xẻ chia, chỉ bảo, định hướng cho con gái.

Thế giới kỷ niệm *"Ngày Quốc Tế Vì Trẻ Em Gái"*, nhưng chưa chắc họ hình dung nổi có những đứa trẻ như Nấm, như Gấu bị mất đi tuổi thơ chỉ vì mẹ nó đấu tranh cho công bằng.

Nấm ơi!

Đến đây thì bác không thể viết thêm được gì nữa rồi Nấm ạ. Bác chỉ dặn Nấm, hãy xứng đáng là con gái mẹ Quỳnh. Khi nào nhớ mẹ, cháu cứ khóc cho thỏa thích nhé.

Và nhớ, đừng bao giờ ngừng tự hào về mẹ mình.

Ôm Nấm và Gấu thật chặt!

Bác Nghiên!

06 —
Ba Sao chi mộ

Xin kính cẩn nghiêng mình thắp nén tâm hương trước tấm bia không mộ của 626 người tù chính trị đã chết trong nhà tù Ba Sao, Nam Hà giai đoạn 1975-1988. Và rất nhiều những người tù chính trị khác đã chết oan khiên trong ngục tù cộng sản.

Lẽ ra, câu chuyện này phải được kể trọn vẹn cho nhau nghe. Tiếc rằng, vì một số lý do ngoài ý muốn, *"người trong cuộc"* đã ngừng sự giúp đỡ tôi nên việc thu thập, tìm hiểu thông tin đã bị gián đoạn. Hơn nữa, khởi từ nhu cầu an toàn của nhân chứng, nỗi lo về sự can thiệp phá vỡ sự bình yên, tôn nghiêm của ngôi Chùa — nơi đặt tấm bia thờ 626 người tù chính trị nên người viết đã phải rất cân nhắc khi chuyển tải thông tin đến bạn đọc.

Nhưng tôi tin, câu chuyện dù không được kể trọn vẹn như mong muốn cũng sẽ khiến chúng ta thấy xót xa cho thân phận quê hương. Một thân phận quê hương được phản chiếu từ thân phận của những người con Việt bị bức tử bằng cách này hay cách khác trong một giai đoạn khốc liệt, đau thương nhất của lịch sử.

✱ *Chuyến tàu vét*

Sau khi cưỡng chiếm miền Nam, hành động đầu tiên mà chế độ cộng sản thực hiện là trả thù những người từng phục vụ chế độ Việt Nam Cộng Hòa. Hầu hết cựu quân nhân cán chính, viên chức từng làm việc trong chính quyền VNCH, hoặc nghi ngờ thuộc thành phần này đều bị đưa đi "cải tạo", thực chất là chịu lưu đày tại các nhà tù trên khắp nước. Một trong những nơi khét tiếng tàn bạo ở miền Bắc, từng giam cầm hàng ngàn cựu quân nhân cán chính VNCH là nhà tù Ba Sao, Nam Hà.

Con tàu cuối cùng chở tù từ Nam ra Bắc có cái tên rất thơ mộng: *Sông Hương*. Rời Sài Gòn ngày 18/4/1977, sau hai ngày ba đêm, tàu cập bến Hải Phòng, tiếp tục hành trình lưu đày tù ngục của 1200 người thuộc *"bên thua cuộc."*

"Chúng tôi, cứ hai người bị chung một chiếc còng. Vừa lên đất liền, hai bên đường đã có người dân miền Bắc đợi sẵn. Họ ném gạch đá vào chúng tôi. Vừa ném, vừa chửi rủa, mạ ly rất thậm tệ. Nhiều người trong chúng tôi bị ném trúng, vỡ đầu, chảy máu và thương tích."

Đấy là lời kể của ông Nam, một người tù bị đẩy ra Bắc trên tàu Sông Hương. Khi cộng sản cưỡng chiếm miền Nam, ông Nam đang là thiếu úy quân đội VNCH. Chi tiết này cũng được linh mục Nguyễn Hữu Lễ thuật lại trong hồi ký *Tôi Phải Sống*. Từ Hải Phòng, số tù nhân này bị tách ra để chia rải rác cho các trại giam. Bài này chỉ đề cập tới những người tù ở Ba Sao, Nam Hà. Không riêng những người tù Ba Sao, hầu hết những người từng phục vụ trong chính quyền VNCH đều bị bắt sau biến cố 30/4/1975. Một số bị đưa ra Bắc ngay thời kỳ đầu. Nhiều người bị giam ở miền Nam sau vài năm mới bị chuyển ra Bắc, rồi lại trở ngược vào Nam để tiếp tục cuộc đời lao tù cho đến ngày chết, hoặc trở về khi sức cùng lực cạn.

Nhà tù Ba Sao "rộng cửa" đón thêm vài trăm người từ chuyến tàu vét Sông Hương, nơi đang đọa đày hơn 600 tù VNCH bị chuyển đến từ các chuyến tàu trước đó.

Tôi có dịp hỏi chuyện linh mục Nguyễn Hữu Lễ hiện đang sống tại New Zealand và một nhân chứng khác đang sống tại Sài Gòn, được biết nhà tù Ba Sao thời ấy chia làm 4 khu giam giữ.

– Khu A: Giam thành phần viên chức chính phủ,

dân biểu, nghị sĩ, sĩ quan cao cấp như nghị sĩ Huỳnh Văn Cao, bộ trưởng Đàm Sỹ Hiến, bộ trưởng Trần Ngọc Oành, tướng Lê Minh Đảo, tướng Văn Thành Cao, tướng Nhu, tướng Trần Văn Chơn, ông Nguyễn Văn Lộc.., hay lãnh tụ Quốc Dân Đảng là ông Vũ Hồng Khanh.

– Khu B: Giam những quân nhân cán chính, những người bị buộc tội "phản động" như linh mục Nguyễn Hữu Lễ, linh mục Nguyễn Bình Tỉnh...

– Khu C: Giam tù hình sự miền Bắc.

– Khu Mễ: Giam người bệnh tật, đau yếu. Trong khu Mễ có một khu "kiên giam" dành cho các tù nhân bị kỷ luật với điều kiện giam giữ vô cùng khắc nghiệt. Đã có rất nhiều tù nhân chết khi bị "kiên giam."

Tác giả hồi ký *Tôi Phải Sống* bùi ngùi kể lại:

"Chúng tôi bị chuyển từ nhà tù miền Nam tới nhà tù Ba Sao miền Bắc trong chuyến tàu Sông Hương vào tháng 4/1977. Lúc ấy nhóm của tôi có 350 người ra đi từ trại Gia Ray tỉnh Xuân Lộc. Ở Ba Sao được 9 tháng, tôi bị chuyển lên trại Quyết Tiến còn gọi là "Cổng Trời" thuộc tỉnh Hà Giang, nằm sát ranh giới Trung Quốc. Một năm sau đó tôi về trại Thanh Cẩm, tỉnh Thanh Hoá. Mười năm sau, tức tháng 1/1987, tất cả tù chính trị miền Nam còn sót lại rải rác trong các trại miền Bắc được dồn hết về trại Ba Sao, Nam Hà, trong đó có tôi. Nhưng đội của tôi trước khi tôi rời Ba Sao ra đi nay đã chết quá phân nửa. Tết năm đó có một đợt tha tù, được tổ chức rất ồn ào. Tháng 5/1987, tất cả số tù nhân từ miền Nam còn sót lại, được chuyển hết về Nam để ở tù tiếp. Chỉ còn "sót lại" 3 người ở miền Bắc, đó là linh mục Nguyễn Bình Tỉnh, anh Nguyễn Đức Khuân và tôi. Hầu hết họ đã chết. Chết vì tuyệt vọng, đói rét, suy kiệt, tiêu chảy, kiết lỵ và nhiều bệnh khác."

Tôi rùng mình tự hỏi, có bao nhiêu tù nhân chính trị đã chết trong suốt thời kỳ từ 1975 về sau? Bao nhiêu ở nhà tù Ba Sao? Bao nhiêu ở Cổng Trời, Thanh Hóa, Phú Yên, Xuân Lộc, Xuyên Mộc, Hàm Tân, Bố Lá...? Bao nhiêu người đã bị bách hại bởi chính đồng bào ruột thịt mang tên "cộng sản", và chết lặng câm ở khắp các nhà tù từ Bắc – Trung – Nam trên dải đất đau thương này?

Không ai biết chính xác, nhưng số người bỏ xác ở các nhà tù không phải con số ít. Một ngày nào đó, chế độ cộng sản sẽ phải trả lời câu hỏi này trước quốc dân đồng bào. Cũng như trả lại sự thật lịch sử cho dân tộc này.

✷ *Tấm bia thờ 626 người tù chính trị*

"Có một tấm bia thờ những người tù đã chết ở trại Ba Sao, Nam Hà. Nghe nói tấm bia được đặt trong một ngôi chùa ở miền Bắc. Ngoài tấm bia ra còn có một ngôi am thờ những người tù này được dựng ngay khu đất thuộc trại giam. Người làm tấm bia này là một cựu giám thị nhà tù Ba Sao. Em cố gắng đi tìm các anh ấy nhé!".

Một người anh, cũng là cựu tù chính trị hiện sống tại Pháp đã nhắn tôi như thế. Tôi chưa bao giờ trải qua cảm xúc đặc biệt và đầy ám ảnh như lần này. Chuyện thật khó tin: Một trùm cai tù cộng sản dựng một tấm bia và am thờ những người tù Việt Nam Cộng Hòa!

Câu dặn dò *"em cố gắng đi tìm các anh ấy nhé"* làm tôi xót xa. Hình như tôi sắp làm một công việc rất khó khăn và cũng rất thiêng liêng. Hai chữ *"các anh"* không còn là cách xưng hô nữa mà là tiếng gọi gần gũi, thân thương của những người chung khát vọng. Theo tuổi tác, họ là bậc cha chú của tôi — đứa nhóc Bắc kỳ sinh sau biến cố 1975. Mãn án *tù nhà*, tôi lên đường.

Địa chỉ ngôi Chùa không chính xác nên tôi phải đi tìm hơn hai ngày mới đến nơi. Đó là một ngôi Chùa nhỏ, nằm khiêm tốn bên một con phố khá đông đúc.

Sư trụ trì đi vắng, tôi lang thang cho hết thời gian rồi trở lại vào buổi chiều.

BIA THỜ

626 LINH HỒN
TỬ VONG TẠI TRẠI BA SAO
(1975 - 1988)

Tấm bia thờ tù nhân chính trị chết ở trại Ba Sao do người giám thị lập, hiện đang được đặt tại một ngôi Chùa ở miền Bắc

- Thưa thầy, con được người quen giới thiệu đến đây. Nghe nói nhà Chùa có đặt một tấm bia thờ những người tù đã chết ở trại Ba Sao, Nam Hà?

Nghe tôi nhắc đến tấm bia, nét mặt thầy tái đi, không giấu được vẻ bối rối.

- Bác Thanh giới thiệu con đến đây.

Nhận ra người quen, sư thầy trở nên cởi mở hẳn.

Sư thầy kể vài năm trước, cô Thu Hương, một Phật tử, đưa viên cựu giám thị đến gặp sư thầy.

Viên giám thị trao cho sư thầy một danh sách 626 người tù đã chết trong trại Ba Sao từ năm 1975 đến 1988. Vị này ngỏ ý muốn làm một tấm bia đặt trong Chùa để thờ cúng các hương linh.

Đây không phải ngôi Chùa đầu tiên họ gõ cửa. Những ngôi Chùa trước đều từ chối vì sợ. Các vị sư trụ trì không muốn giữ một danh sách toàn "sĩ quan ngụy" và công khai đặt tấm bia thờ người tù ngay trong Chùa.

- Có cách nào liên lạc được với hai người ấy không, thưa thầy?

- Khó lắm. Người giám thị sau khi làm xong tấm

bia thì không trở lại. Chỉ cô Thu Hương thời gian đầu vẫn tới Chùa tụng kinh và thắp hương cho 626 vị ấy. Nhưng kể từ khi đứa con trai 15 tuổi của Thu Hương bị tai nạn giao thông chết hai năm trước, cô ấy không tiếp xúc với ai nữa.

- Thầy có nghe nói về ngôi am thờ 626 vị này không?

Tôi hỏi, không giấu nổi vẻ hồi hộp khi chờ trả lời.

- Đúng là có cái am thờ. Nhưng tôi chưa tới thăm bao giờ. Nghe nói nằm trong vùng đất trại giam thì phải.

- Vậy ai có thể đưa con tới đó?

- Chỉ có người giám thị và cô Thu Hương thôi. Nhưng Thu Hương thì như tôi vừa nói, cô ấy buồn chán, tuyệt vọng từ ngày mất con nên không thiết chuyện gì. Còn người giám thị thì từ đó không trở lại nữa. Số điện thoại cũng đổi rồi.

Tôi bắt đầu thấy mịt mù phía trước.

Người giữ sổ sách đi vắng. Sư thầy hẹn tôi dịp khác trở lại, sẽ cho tôi xem danh sách 626 người tù. Thầy dẫn tôi xuống nhà linh, nơi đặt tấm bia. Tôi thấy rợn rợn khi bước chân vào nhà linh, nơi đặt di ảnh những người quá cố. Có mấy người đội khăn tang đang ngồi tụng kinh cho người thân mới qua đời. Tìm mãi không thấy tấm bia đâu. Tôi bắt đầu lo. Sư thầy quả quyết tấm bia đặt ở phòng này nhưng lâu ngày không nhìn lại nên ngài không nhớ chính xác vị trí nào.

- Ôi đây rồi!

Sư thầy reo lên. Tôi sững người lại.

Vừa thấy tấm bia, nước mắt tôi ứa ra. Tôi không xác định được cảm xúc mình lúc đó. Vui vì đã *"tìm thấy các anh"*, như lời người anh đồng tù nhắn nhủ, hay buồn vì lại chứng kiến thêm một nỗi đau đớn của quê hương?

Tôi lập cập lục tìm trong túi xách chiếc máy ảnh. Tôi hay bị lúng túng mỗi khi cảm xúc "quá độ." Sư thầy dặn chỉ chụp tấm bia thôi, đừng để những di ảnh xung quanh lọt vào ống kính. Cảm giác tủi thân và xót xa khiến tôi không nói nổi tiếng "*vâng*" một cách rõ ràng.

Trước khi về, tôi gửi một ít tiền để sư thầy giúp việc nhang khói cho "*các anh.*" Tôi cầm theo nải chuối, mấy quả cam thầy vừa cho, chậm rãi cuốc bộ trên con phố. Tôi không khóc, nhưng cổ họng nghèn nghẹn và bước chân nặng nề.

Một tuần sau tôi trở lại Chùa. Sư thầy đi vắng.Vừa nghe tiếng tôi trong điện thoại, sư thầy nhận ra ngay:

- Chị Nghiên hả? Tiếc quá! Thầy đã hỏi người trông coi sổ sách của Chùa rồi. Nhưng chị ấy nói là danh sách đã được *hóa* đi từ hôm Rằm tháng bảy.

Tôi chết đứng người. Cố gắng lắm tôi mới thốt lên được một câu nghe như không phải giọng của mình.

- Sao lại đốt hả thầy, sao thế được?

- Thì nhà Chùa nghĩ là không cần dùng đến danh sách ấy nữa nên tiện dịp lễ Vu Lan thì *hóa* luôn cùng với áo mũ, vàng mã chị ạ.

- Thầy ơi! Thầy làm ơn kiểm tra lại giúp con với. Cái danh sách ấy... 626 người tù... thầy ơi, thầy làm ơn!

Tôi cố gắng trấn tĩnh để van lơn.

- Thầy không thể làm gì hơn, chị Nghiên ạ. Chúng tôi sẽ hương khói đầy đủ cho các vị ấy.

Nói xong, sư thầy cúp máy.

Một cảm giác còn tệ hơn sự tuyệt vọng. Tôi ôm mặt ngồi thụp xuống giữa đường. Một đứa bé từ đâu chạy lại, trân trân nhìn tôi. Hình như bộ dạng tôi làm đứa bé sợ. Nó co chân chạy, không ngoái lại nhìn.

Bấy giờ tôi nhận thấy, có một thứ cảm xúc rất giống với nỗi buồn, rất giống với niềm tuyệt vọng. Nhưng không hoàn toàn như thế.

Thứ cảm xúc thật khó gọi tên.

Tôi về nhà, lầm lỳ đến vài hôm. Không thể dễ dàng

bỏ cuộc được, tôi quyết định đi Nam Hà để tìm đến ngôi am thờ. Người anh đồng tù buồn rầu bảo:

- Không có cô Thu Hương hay vị giám thị dẫn đường, em không tìm được đâu.

Lần này tôi thật sự tuyệt vọng. Tấm bia, danh sách và am thờ, tôi chỉ hoàn thành một phần ba công việc.

Tôi nghĩ đến người giám thị. Không biết vì lý do gì viên giám thị lại làm một việc cấm ky và mạo hiểm như thế. Hơn ai hết, người này phải ý thức mức độ nguy hiểm của việc mình làm, nhất là nếu thông tin bị lộ. Chắc chắn phải có lý do sâu xa và rất đặc biệt để người này làm thế. Vì lợi nhuận ư? Không ai dại dột vì chút giá trị vật chất mà đánh đổi cuộc sống bình yên. Vả lại, bản thân nghề cai tù đã là cơ hội để làm giàu một cách rất an toàn.

Người anh đồng tù và bác Thanh lý giải rằng, niềm tin tâm linh đã thúc đẩy người giám thị và cô Thu Hương làm như thế. Có thể người giám thị sợ bị vong hồn của những người tù tìm đến hỏi tội chăng?

Lý giải này không hẳn là vô lý. Tôi từng nghe và biết những chuyện tương tự khi còn trong nhà tù Thanh Hóa. Đã là cai tù, không ít thì nhiều, không chủ ý cũng buộc phải dính vào tội ác. Song dù với lý do gì, hy vọng cũng có phần trăm nào đó của sự ăn năn, của chút lương tâm bị hối thúc. Tôi vốn không mê tín, không tin dị đoan nhưng tin luôn có một thế giới tâm linh đang nhìn ngó thế giới con người. Ước gì một ngày nào đó, duyên cớ run rủi để chúng ta được biết trọn vẹn câu chuyện về 626 người tù chính trị Ba Sao, Nam Hà.

Chúng ta cần được biết về số phận của những người từng bị cộng sản bách hại để hiểu về một giai đoạn lịch sử đã tạo nên thân phận đau thương của dân tộc này.

— *Viết xong ngày 29.03.2016*

07 —
Chúng ta cần thủ lĩnh?

Xin trả lời ngay: *"Đúng, chúng ta cần thủ lĩnh."*
Có thể là *một* thủ lĩnh hay *một nhóm* thủ lĩnh.

Cụm từ "thủ lĩnh" hay nhu cầu đòi hỏi cần có một thủ lĩnh được nhắc đi nhắc lại nhiều lần, nhất là giai đoạn hiện nay. Khi mà công cuộc tháo gỡ độc tài và xây dựng dân chủ đang ở vào giai đoạn cam go và cấp bách nhất.

Nhiều người đã không ngần ngại liệt kê một số gương mặt "sáng giá" để làm ví dụ điển hình và kỳ vọng những người này sẽ dẫn dắt cuộc cách mạng chống độc tài đi đến chiến thắng cuối cùng.

Những người được kỳ vọng sẽ trở thành "thủ lĩnh tương lai" thường là những cựu tù nhân lương tâm, người đang còn ở trong tù hay có thể là một gương mặt đấu tranh nổi trội được công luận quan tâm. Tức là những người đã kinh qua thử thách trong môi trường khắc nghiệt nhất, đòi hỏi lòng dũng cảm, sức chịu đựng và sự hy sinh không nhỏ.

Họ được xem là thành phần tinh hoa, có trình độ học vấn, có nhiều đóng góp và có uy tín, ảnh hưởng đối với giới đấu tranh trong nước cũng như hải ngoại.

Song, người viết cho rằng các phẩm chất và yếu tố trên mới chỉ làm nên *chân dung đẹp* của một nhà tranh đấu chứ chưa đủ yếu tố để trở thành thủ lĩnh.

Những người tranh đấu này là những cá nhân nhỏ bé, với tiếng nói đối kháng đơn độc đã thách thức chế độ độc tài. Họ là những người đã chủ động mở ra và theo đuổi một cuộc chiến không cân sức, kéo dài nhiều năm và đương nhiên luôn đón nhận những mất mát, hy sinh và nguy hiểm.

Đó là câu chuyện cảm động nhất mà lịch sử của một dân tộc cần ghi dấu. Tuy nhiên, điểm kết thúc phải là cuộc xuống đường ầm ầm như thác lũ của số đông quần chúng, nhân tố chính góp phần khai tử và kết thúc một chế độ độc tài tàn bạo. Để đạt kết quả ấy, hay nói khác đi, khi chúng ta nhìn thấy *"hình ảnh sau cùng"* của một cuộc cách mạng, đó là lúc chúng ta thấy kết quả của một nỗ lực *Quy Tụ, Thu Hút và Dẫn Dắt* được quần chúng.

Đấy là dấu ấn của thủ lĩnh, của một thủ lĩnh hay một nhóm thủ lĩnh.

Thủ lĩnh phải được hiểu là người có khả năng Quy Tụ, Thu Hút và Dẫn Dắt được quần chúng.

Họ có thể nằm trong số những gương mặt đã được điểm tên, kỳ vọng. Cũng có thể là một người chưa... xuất hiện và anh ta chưa chắc là một nhân vật tiếng tăm hoặc được truyền thông chú ý.

Điều cần phân biệt rạch ròi khi đánh giá một nhân vật là khả năng *quy tụ, thu hút* và *dẫn dắt quần chúng* với một cá nhân có uy tín, ảnh hưởng đối với *những người tranh đấu* — tức là có sự thu hẹp trong phạm vi đối tượng.

Nhân vật A, B, hay C có thể rất nổi tiếng, được nhiều người ngưỡng mộ, song anh ta sẽ không bao giờ đảm nhận được vai trò thủ lĩnh khi không thu hút được quần chúng. Cùng lắm, anh ta trở thành chất keo gắn kết giữa những người tranh đấu với nhau nhằm ngăn chặn yếu tố tan rã vốn luôn tiềm ẩn trong mỗi cá nhân, hay hội, nhóm trong môi trường tranh đấu.

Ngược lại, một người hoặc một nhóm người không tên tuổi hoàn toàn có thể trở thành nhân tố dẫn dắt một phong trào và đóng vai trò quyết định thành công cho cuộc cách mạng. Điều này đã được chứng minh trong

Mùa Xuân Ai Cập với những người lãnh đạo Phong Trào 6 tháng 4, cuộc cách mạng tại Serbia với Phong Trào Optor, hay các cuộc cách mạng ở Miến Điện, Zimbabwe ... Đơn giản vì họ biết cách huy động quần chúng và vượt qua sợ hãi.

Không thể có một cuộc cách mạng sau cùng nếu không có sự ủng hộ của nhiều người dân.

Không thể có sự xuống đường của người dân nếu họ chưa vượt qua sợ hãi.

Và không thể vận động người dân vượt qua sợ hãi khi bản thân còn sợ hãi và không chịu tiếp cận với quần chúng.

Đấu tranh không tiếp cận quần chúng là kiểu đấu tranh què quặt, ảo tưởng và đi đến thất bại.

Số lượng quần chúng thật sự nằm rất ít trong số quần chúng ảo — rất lớn — ở trên mạng Internet. Khó mà đạt kết quả chỉ với những hiệu triệu trên mạng mà bản thân những người tranh đấu không bước xuống đời thật để tiếp cận người dân. Tương tự như một lời tuyên bố, một lời kêu gọi của một hay nhiều hội nhóm nhưng chỉ tồn tại trên văn bản mà không kèm theo hành động cụ thể. Giống như việc giậm chân tại chỗ xong vẫn nhận lấy những phiền hà, sách nhiễu không đáng có từ phía nhà cầm quyền chỉ vì gây ra lo lắng ảo cho chúng.

Với khả năng hạn chế, người viết không chủ trương đưa ra giải pháp *"Chúng ta phải làm gì?"*

Càng không cho rằng mình đứng ngoài những yếu tố khiếm khuyết của một người đã tham gia đấu tranh và từng chịu tù đầy. Cũng như luôn ý thức được sự đóng góp của mình là vô cùng ít ỏi.

Song mạnh dạn chia xẻ chút suy nghĩ nho nhỏ, để phân biệt giữa *thủ lĩnh thực sự* tức những người có khả năng thu hút và hướng dẫn quần chúng nhằm tiến hành một phong trào, một cuộc cách mạng với *thủ lĩnh* được hiểu theo nghĩa một người có uy tín, có ảnh hưởng nhất định bởi đóng góp trong quá khứ hơn là khả năng lôi kéo được quần chúng hay đưa ra các sáng kiến, giải pháp thực tế thúc đẩy dân chủ cho đất nước.

Trước mọi diễn biến gần đây, nhiều người khá lạc quan cho rằng, chỉ một hay hai năm nữa thôi, mọi thứ sẽ thay đổi. Chúng ta sẽ hoàn tất sứ mệnh giải thể độc tài bởi... cộng sản rệu rã lắm rồi.

Tôi nghĩ khác.

Hơn lúc nào hết Phong Trào Dân Chủ đang đứng trước những khó khăn vô cùng lớn bởi đã bị cuốn vào cuộc chiến chống ngoại xâm. *Dù cộng sản rệu rã đến mấy vẫn có thể hồi sinh nếu không gặp một sức ép nào đáng kể từ khối quần chúng.*

Đây là thời điểm để chúng ta nghĩ đến chuyện *bắt đầu* hơn là chuẩn bị cho sự *kết thúc.*

Loai trừ yếu tố tham vọng hay điều gì đó thiếu thiện chí, mỗi người dân chúng ta hãy khám phá khả năng của mình thay vì tự giới hạn bản thân.

Hãy bắt đầu từ việc tiếp cận hoặc tìm kiếm một người bạn đồng hành.

Hãy bắt đầu bằng một công việc nhỏ nhất nhưng có tiếp cận, có bóng dáng của quần chúng, cho dù chưa được nhiều để có được hàng vạn người cho tương lai.

Mọi sự bắt đầu thường khó khăn.

Nhất là sự bắt đầu được bắt đầu ở một giai đoạn tưởng như sắp kết thúc.

— Ngày 13/6/2014

08 —
Giữa những ám ảnh chia lìa, chúng tôi đi tìm lẽ sống

Viết nhân ngày Quốc tế nhân quyền và kỷ niệm 3 năm sinh nhật Mạng Lưới Blogger Việt Nam — 10/12/2016.

Hồi nhỏ, cứ nửa ngày đi học, nửa ngày nghỉ còn lại, hai anh em tôi thường phụ mẹ đẩy xe than đi bán khắp nơi kiếm sống. Thực ra mẹ tôi không bắt anh em tôi làm thế, nhưng vì thương mẹ nên tình nguyện đi theo. Chiếc xe cải tiến mẹ tôi kéo đằng trước, có thêm anh em tôi đẩy phía sau mẹ sẽ đỡ mệt hơn. Chỉ nghĩ đơn giản thế thôi nên ngày nào anh em tôi cũng đi.

Tôi mãi mãi không bao giờ quên cảnh anh trai lớn hơn tôi 3 tuổi, ngồi trên càng xe chơi trò bập bênh, rồi lấy than bôi lên mặt tôi lúc ba mẹ con dừng chân ngồi nghỉ. Tôi khóc, đưa tay quệt nước mắt làm khuôn mặt càng lem luốc, giống như một thằng hề. Mẹ tôi phải lấy than bôi lên mặt anh trai tôi "trả thù", tôi mới chịu nín. Và để anh đỡ giận, mẹ tôi cũng lấy than tự quệt lên mặt mình, như thể ba mẹ con đang diễn hài. Anh em tôi thích lắm, nhìn mẹ cười khúc khích.

Tôi nhớ lần ấy đi mót than ở khu đường tàu. Không biết than đá ở đâu rơi vãi ra nhiều thế và ba mẹ con mải miết nhặt. Một đoàn tàu đi qua, tôi không trông thấy mẹ và anh trai mình đâu nữa.

Tôi chưa bao giờ sợ hãi thế. Tôi bất lực, tuyệt vọng nhìn đoàn tàu chắn ngang trước mặt mà gào khóc. Đoàn tàu rầm rập lao qua khiến tôi không còn nghe được chính tiếng gào khóc của mình. Lúc đó, đầu óc tôi chỉ nghĩ được một điều duy nhất: đoàn tàu ấy đã mang mẹ và anh trai tôi đi rồi.

Tiếng đoàn tàu nhỏ dần và rồi tôi bắt đầu nghe thấy tiếng khóc của mình. Khoảng không gian trước mắt tôi vỡ tung. Ôi kìa, mẹ và anh trai tôi!

Từ đường ray bên ấy họ cũng đang đứng nhìn sang bên này với vẻ mặt đầy hốt hoảng. Đoàn tàu vừa đi khỏi, mẹ tôi lao rất nhanh sang ôm chầm lấy tôi. Ba mẹ con ôm nhau và tôi được một trận khóc cười như mưa gió.

Lúc ấy tôi mới hiểu là đoàn tàu chỉ tạm thời chia cắt mẹ con tôi trong vài phút ngắn ngủi như thế. Và không gian cũng chỉ là vài bước chân, bên này và bên kia đường ray mà thôi. Hồi ấy tôi mới mười hai tuổi. Tôi chưa bao giờ hình dung sẽ có lúc mẹ tôi lại biến mất khỏi tầm mắt của tôi dù là trong khoảnh khắc rất ngắn như đoàn tàu vừa đi ngang qua đường ray.

Nhưng con Nấm, và thằng Gấu không được may mắn như tôi. Hơn hai tháng nay, mẹ chúng không về.

Thằng Gấu mới lên bốn tuổi và chị nó, con Nấm mới lên mười. Bà ngoại nó lo, có khi phải đến lúc con Nấm thành thiếu nữ, mẹ nó mới được về.

Chẳng có đoàn tàu nào che tầm mắt khiến chị em nhà Nấm Gấu không nhìn thấy mẹ. Con Nấm hôm ấy chứng kiến hết cảnh hàng chục công an đứng chật ních trong nhà nó, lục tung mọi thứ lên. Đấy là chưa kể hàng chục công an khác đứng ngoài sân, khắp con ngõ và trên mái nhà. Suốt mấy tiếng đồng hồ như thế, rồi mẹ nó bị còng tay giải đi. Bây giờ mẹ nó đang ở tù, hôm nay là tròn hai tháng.

Những kẻ ấy nói mẹ nó phạm tội *"chống nhà nước."* Nấm còn nhỏ, chưa hiểu chuyện người lớn nhưng có một thứ nó biết rất rõ, và luôn tin, đó là mẹ nó không có tội. Mẹ nó đang trả giá vì những việc tốt mẹ nó làm.

Nấm bé xíu, mới mười tuổi nhưng thông minh.

Nó biết rõ việc bảo vệ môi trường là không có tội. Nó biết rõ việc lên tiếng giúp đỡ những người thấp cổ bé miệng trong xã hội là không có tội. Nó cũng biết rõ việc mẹ nó chống lại cái xấu, cái ác là việc làm đầy can đảm. Và nó biết rõ, mẹ nó làm như thế vì tương lai của chị em nó: *"Mẹ sẽ cố gắng để chúng ta có những thứ tươi đẹp hơn một cách thẳng thắn và đàng hoàng con nhé."*

Mẹ nó tên là Quỳnh.

Một bà mẹ yêu con đến cháy lòng.

Vì yêu đến cháy lòng nên mới muốn con có những thứ tươi đẹp. Nhưng phải là những thứ tươi đẹp có trong sự "thẳng thắn và đàng hoàng". Mà như thế, không còn cách nào khác là phải đứng thẳng và chiến đấu, chiến đấu chống lại cái ác và cái xấu. Mẹ nó biết sẽ có ngày phải bỏ lại hai chị em nó ở nhà nhưng vẫn thảng thốt và đớn đau những tháng ngày xa cách.

Hôm nay, kỷ niệm ngày Quốc Tế Nhân Quyền, cũng là sinh nhật tròn 3 tuổi của Mạng Lưới Blogger Việt Nam. Trong vô vàn ngổn ngang, tôi lại nhớ đến kỷ niệm thời thơ ấu của mình, và nghĩ đến chị em nhà Nấm-Gấu.

Tôi đã bốn mươi tuổi, nhưng ký ức về lần đi mót than bên đường tàu hồi còn là đứa trẻ tuổi mười hai vẫn làm tôi rờn rợn.

Tôi chợt nhận ra, ngoài cái chết, điều kinh khủng nhất của con người là chia cắt tình mẫu tử.

Trong bài viết chúc mừng sinh nhật Mạng Lưới Blogger Việt Nam tròn 3 tuổi, chị Võ Hồng Ly, một người bạn đã viết: *"Ngày hôm nay cũng vừa tròn hai tháng Nguyễn Ngọc Như Quỳnh bị bắt. Trước khi bị giải đi, chị đã tuyên bố sẽ tuyệt thực để tranh đấu cho quyền được gặp luật sư của mình. Nhưng đến bây giờ, 60 ngày đêm đã trôi qua nhưng chị vẫn chưa đạt được điều ấy. Chị vẫn chưa được gặp luật sư ngay cả khi đây là một*

*trong những quyền căn bản của con người. Đến bây giờ,
không ai được biết tình trạng thực sự của Mẹ Nấm ra
sao, nhưng chúng ta có thể cảm nhận được nỗi đau của
chị khi bị lìa xa hai đứa con còn thơ dại. Dịp kỷ niệm
sinh nhật 3 tuổi của Mạng Lưới Blogger Việt Nam năm
nay tuy không có Mẹ Nấm nhưng tôi tin chị vẫn luôn nhớ
đến và đồng hành cùng tất cả chúng ta. Cường quyền và
cánh cửa ngục tù bất công kia chỉ có thể giam giữ thân
xác của những người tranh đấu nhưng sẽ không bao giờ
có thể giam cầm được những trái tim luôn thổn thức cho
quê hương, dân tộc mình!"*

Nếu ví Việt Nam như một đoàn tàu thì đoàn tàu ấy
đang bị điều khiển bởi những kẻ lười nhác và bất lương.
Nó không thể tiến về phía trước. Và để đoàn tàu đi đến
tương lai, cần có những người can đảm như mẹ của Nấm
và Gấu. Cần có những người mẹ khác như Cấn Thị Thêu,
Bùi Thị Minh Hằng, Nguyễn Thị Minh Thúy, Trần Ngọc
Anh, Nguyễn Hoàng Vi, Trịnh Kim Tiến, Mai Phương
Thảo, Đào Trang Loan... và thật nhiều người nữa.

Những người mẹ ấy đã đứng lên vì tương lai của
những đứa con mình, và tương lai dân tộc Việt Nam.
Nhất định sẽ có ngày *"công dân Việt Nam nào cũng có
thể ngẩng mặt cao đầu và tuyên bố với cộng đồng nhân
loại rằng xứ sở này là nơi mà những con người đang
sống thực sự trong tự do, công bằng, bác ái".*

BẠT

Về PHẠM THANH NGHIÊN
✶ NGUYỄN XUÂN NGHĨA

Vào chiều ngày 6 tết năm 2007, một cô gái mảnh mai, yếu ớt, người Hải Phòng, xuất hiện ở nhà tôi tay cầm một tờ A4 có bài thơ tôi viết tặng Lê Thị Công Nhân tải từ internet với chữ ký sống của tôi như một lời giới thiệu.

Người đó chính là Phạm Thanh Nghiên.

Phạm Thanh Nghiên gia nhập lực lượng đấu tranh cho Dân Chủ – Nhân Quyền – Bảo Vệ Biển Đảo – Biên Giới vào thời điểm bắt đầu cuộc khủng bố gay gắt nhất của chính quyền cộng sản. Cô gia nhập ngay lập tức Khối 8406, tổ chức xã hội dân sự đầu tiên của cả nước.

Cô chấp nhận tất cả những rủi ro: bị tai nạn giao thông, bị đe dọa hành hung của côn đồ, bị triệu tập, tạm giữ của an ninh Hải Phòng. Sau này là bị kết án tù 4 năm để bảo vệ trên lý luận và trên hiện trường cuộc đấu tranh chính nghĩa của cô.

Cô góp nhiều công sức tổ chức và tham gia các cuộc biểu tình chống Trung Quốc xâm lược, đưa lên internet các bài viết, chia xẻ với nhiều cơ quan truyền thông quốc tế và hải ngoại quan điểm chính trị, xã hội, dân chủ, nhân quyền và chủ quyền biển đảo. Cô kiên quyết đấu tranh thực hiện quyền tự do ngôn luận của cá nhân và của công dân.

Cô thực hiện chuyến đi Thanh Hóa, thăm hỏi, phỏng vấn các nạn nhân ngư dân trong vụ bị hải quân Trung Quốc bắn chết và bị thương khi đang đánh cá trong hải phận quốc gia. Việc làm này nhằm phá vỡ sự bưng bít, che giấu tội ác cho chính quyền cộng sản

Trung Quốc mà chính quyền CSVN đang còn phụ thuộc. Không những cô thực hiện quyền biểu tình có trong hiến pháp mà còn thực hiện hành vi khiếu kiện lên chính quyền khi các cuộc biểu tình bị đàn áp.

Có thể nói Phạm Thanh Nghiên là một trong số ít người nhận ra và khoét sâu vào các điều luật giả hiệu như ta vẫn giễu là *"Thấy vậy mà không phải vậy"* giữa hiến pháp và luật pháp của nhà nước độc tài cộng sản để phơi bày lên công luận.

Ở đây, cụ thể là quyền biểu tình, quyền được thông tin và tiếp nhận thông tin.

Các hoạt động này đã làm điên đầu chính quyền độc tài. Sau Lê Thị Công Nhân, Phạm Thanh Nghiên ngay từ những năm đầu đấu tranh, khi còn khan hiếm nữ giới tham gia, đã xứng đáng được gọi là Người Phụ Nữ Can Đảm, nhưng cô chưa hề nhận danh hiệu cao quý ấy.

Trong Phạm Thanh Nghiên có cả cứng rắn và mềm yếu. Đây là hai tố chất của một phụ nữ hoạt động dân chủ nhân quyền.

Trong một trang hồi ký cô viết:

"Những dòng chữ đầu tiên của bức tâm thư được gõ trên bàn phím. Chưa bao giờ tôi thấy mình ở vào một trạng thái nhiều cảm xúc mãnh liệt đan xen, bề bộn như thế; và cũng là lần đầu tiên tôi thấy tự hào và cũng thấy thương chính mình đến thế. Bức tâm thư sẽ là lời nhắn nhủ sau cùng của tôi trước khi phải rời bỏ căn nhà quen thuộc để bước chân vào một nơi tối tăm, đầy nguy khốn: nhà tù."

Biết trước và chuẩn bị tâm thế bị bắt, nên 4 năm trong nhà tù — gồm hơn một năm tạm giam trong nhà tù khét tiếng tàn nhẫn và bạo lực mang tên Trần Phú Hải Phòng — thêm 3 năm quản thúc tại gia, cơ quan an ninh của chính quyền độc tài không bẻ gãy được ý chí của cô. Trong tù, Phạm Thanh Nghiên vẫn giữ được những yêu thương ngoài đời: Cô thương cảm một con mèo bị chính chủ là cai tù giết hại để đãi thịt cấp trên, cô dành tình cảm và chia xẻ vật chất cho những người chung cảnh tù đày khốc liệt...

Sau khi ra tù, dù bị quản thúc chặt chẽ, Phạm Thanh Nghiên vẫn tiếp tục đấu tranh trong hoàn cảnh hết sức khó khăn và không ngừng cùng bạn bè khởi xướng nhiều chiến dịch tranh đấu cho nhân quyền và toàn vẹn lãnh thổ.

Tôi luôn giữ niềm tin là sớm hoặc muộn, giấc mơ về một Việt Nam Dân Chủ Nhân Quyền và Thịnh Vượng sẽ thành hiện thực.

Và khi lịch sử sang trang tôi tin chắc sẽ có tên của người phụ nữ nhỏ bé chúng ta nói đến hôm nay: Phạm Thanh Nghiên.

● NGUYỄN XUÂN NGHĨA

— *Nhà văn Nguyễn Xuân Nghĩa là đồng sáng lập viên Khối 8406. Năm 2008-2009, cùng với các nhà hoạt động đấu tranh dân chủ tại Hải Phòng, ông bị nhà cầm quyền cộng sản bắt đưa ra tòa và kết án 6 năm tù. Năm 2011, ông được tổ chức Human Rights Watch trao giải thưởng Nhân Quyền Hellman/Hammett. Năm 2013, ông được Trung Tâm Văn Bút Trung Hoa Độc Lập ICPC — thành viên Văn Bút Quốc Tế — trao giải "Ngòi Bút Can Đảm Lưu Hiểu Ba."*

Về cuốn hồi ký của
Phạm Thanh Nghiên
✳ VŨ ĐÔNG HÀ

N*hững Mảnh Đời Sau Song Sắt* là những chấm phá về một thế giới tù đày, là kết hợp những vụn vỡ nát lòng của những con người mà theo tác giả, *"cuộc đời của họ là bằng chứng rõ ràng nhất phản ánh bộ mặt thật, nhem nhuốc và nhầy nhụa của chế độ."*

Tác giả không viết tác phẩm này tại một nơi an bình nào đó trên thế giới sau khi ra tù như nhiều tù nhân khác. Phạm Thanh Nghiên ngồi ở nhà tù lớn viết về 4 năm trong nhà tù nhỏ với nỗi ám ảnh triền miên: Trong khi hồi tưởng để viết về địa ngục kinh khiếp sau song sắt thì địa ngục ấy vẫn luôn lăm le rộng mở thêm một lần nữa đối với cô.

Thế giới sau song sắt cộng sản dưới ngòi bút của Phạm Thanh Nghiên là thế giới của những phụ nữ Việt Nam bị chế độ cầm tù. Ở đó *"người ta ít khi có nhu cầu phải thực hành đạo lý"*, ở đó con người phải tự thủ tiêu tình cảm của mình để sống còn, và ở đó, *"đạo lý hay sĩ diện không giá trị bằng một thùng mì tôm."*

Nhưng cũng tại tận cùng đáy địa ngục ấy, bạn sẽ tìm được những *"giọt nước mắt lặng lẽ rơi và nhà tù vẫn còn chỗ cho tình thương yêu và lòng nhân ái."*

Riêng đối với tác giả, người bị cầm tù bởi chế độ vì "tội" tọa kháng tại nhà với biểu ngữ: *"Trường Sa - Hoàng Sa là của Việt Nam. Phản đối công hàm bán nước ngày 14/9/1958 của Phạm Văn Đồng"*, bạn sẽ thấy bóng dáng một cô gái nhỏ bé trước cường quyền luôn *"bị thôi* thúc bởi lòng kiêu hãnh", nhận thức được *"nhà tù là cánh cửa duy nhất để đến với tự do."*

Khi đóng lại tác phẩm, trong bạn sẽ không chỉ đọng lại những văng vẳng về câu chuyện bi ai của Luyến, của Luân, của Ngà, của thằng Khoai Tây... mà còn đậm nét bóng dáng bất khuất trước những tên cai tù và tấm lòng nhân ái đối với bạn tù của Phạm Thanh Nghiên.

"Hầu hết những kẻ tuyên chiến với sự phi nhân của chế độ này thường mặc nhiên nghĩ rằng mình đã rất hiểu chuyện, song cũng phải ngỡ ngàng nhận ra rằng: Sự thật còn vượt xa tưởng tượng, vượt xa những gì mình đã biết." Chính vì thế, Phạm Thanh Nghiên đã phải viết về nhà tù cộng sản khi số phận của cô vẫn đang nằm trong vòng sinh sát của chế độ.

Mời bạn bước vào thế giới tù đày của cộng sản qua hồi ức của Phạm Thanh Nghiên để cùng tác giả cảm nhận rằng *"sự trừng trị của nhà cầm quyền đối với những người khát khao tự do đôi khi lại là một cơ hội để khám phá bản thân, không chỉ qua khả năng chịu đựng đói rét, bệnh tật mà là bản lĩnh đối mặt với nỗi cô đơn tinh thần. Biệt giam, thực sự là một môi trường tinh thần đủ mọi cung bậc của cùng cực tĩnh lặng, cùng cực sự xáo trộn dữ dội trong tâm trí mà chỉ có thể trải nghiệm giữa chốn ngục tù, nhất là mỗi khi đêm về..."*

● **VŨ ĐÔNG HÀ**

— Vũ Đông Hà là bút hiệu của người chủ trương biên tập blog Dân Làm Báo, một trang blog tiếng Việt với những tin tức và bài viết cập nhật từng ngày từng giờ, nhằm phổ biến các hoạt động của phong trào đấu tranh dân chủ tại Việt Nam. Vì lý do an ninh, Nhóm chủ trương Dân Làm Báo không công bố danh tánh cá nhân.

Khoảnh Khắc Đời Người

✻ TRẦN PHONG VŨ

Tôi vừa đọc đến trang cuối bản thảo hồi ký trong tù của Phạm Thanh Nghiên, cựu tù nhân lương tâm mà đồng bào trong và ngoài nước luôn dành cho cảm tình quí mến.

Dù cô khiêm tốn cho rằng nó "*chỉ chứa đựng một số rất ít những câu chuyện vụn vặt, chắp vá*", nhưng ở vị trí người đọc cộng với nhận biết về những đóng góp âm thầm nhưng quyết liệt của tác giả trước và sau ngày vào tù, tôi có thể đồng ý với cô nếu chỉ xét về những con số. Vấn đề ở đây là người đọc có thể chỉ ngừng lại ở những con số vô tri để đánh giá một công trình tim óc?

Câu trả lời dứt khoát là KHÔNG!

Đời người có những khoảnh khắc dị thường, biến ta thành con người khác. Người con gái mảnh mai như cánh hoa trước gió tên Phạm Thanh Nghiên đã bắt gặp cái "sát-na" họa hiếm ấy khi bị dồn tới bước đường cùng. Trong chớp mắt, cô vượt qua tất cả sự yếu đuối, tầm thường bản thân, kể cả tình mẫu tử thiêng liêng, để một mình trực diện với mọi âm mưu hèn mạt của cả một cơ chế quyền lực khổng lồ gian ác.

Nó là căn nguyên thúc đẩy cô quyết định một mình tọa kháng tại gia với biểu ngữ: "*Trường Sa - Hoàng Sa là của Việt Nam. Phản đối công hàm bán nước ngày 14/9/1958 của Phạm Văn Đồng.*"

Và chỉ đầu hôm sớm mai, hành vi có vẻ nhỏ nhoi ấy đã được dư luận trong ngoài nước coi như sáng kiến có một không hai. Ngay lập tức, cô trở thành cái gai trước mắt cơ chế cầm quyền Hà Nội. Công an đã ập vào đàn áp, khảo tra. Và một thời gian sau chụp lên đầu cô bản án 4 năm tù giam và 3 năm quản chế. Người ta gán cho cô tội danh *"Tuyên truyền chống nhà nước Cộng Hòa Xã Hội Chủ Nghĩa Việt Nam."* Coi như không có chuyện đơn thân *"tọa kháng"* mà nhà cầm quyền cho là hành động nguy hiểm phải tống vào tù. Cùng với dư luận trong và ngoài nước, các tổ chức bảo vệ nhân quyền trên thế giới đồng loạt lên tiếng. Một năm sau cô được trao giải Hellman/Hammett, một giải cao quý dành tặng những ai can đảm xả thân bênh vực quyền làm người.

Tập hồi ký tù của Phạm Thanh Nghiên được Tủ Sách Tiếng Quê Hương chọn ấn hành. Cho dù tác giả khiêm tốn tự coi như chưa xứng tầm, nhưng nội dung của sách đã cung ứng cho người đọc khá nhiều dữ liệu để nhận ra những mảng tối trong chế độ tù đày của cộng sản. Qua cách mô tả một số nhân vật cô đã gặp gỡ trong tù, và qua những suy tư, cách trực diện những căng thẳng qua hơn một ngàn ngày bị giam cầm trong bốn bức tường u ám, tác giả đã cho thấy sự trung thực và tài năng qua một bút pháp riêng không trộn lẫn với những tác giả khác từng viết về đời tù.

Bên cạnh mô tả tinh tế những mảnh đời tiêu biểu của bạn tù — bao gồm cả vẻ ngơ ngác hồn nhiên của những trẻ thơ măng sữa ở tù chung với mẹ như "Thằng Khoai Tây" — là những nét phác thảo thông minh và rất thực về diện mạo gian manh, ác độc của những kẻ nắm quyền trong hệ thống ngục tù. Kẻ ác đã hiển hiện trước mắt người tù lương tâm họ Phạm ngay từ giây phút đầu đối mặt trong những dịp đi cung.

Nhân vật nữ sau đây là một điển hình.

"Sáng ngày 17/9, như thường lệ, xe của công an đến cưỡng chế tôi đi "làm việc."

Trong lúc ngồi chờ các điều tra viên, Lã Thị Thu

Thủy và tôi có một cuộc tán gẫu khá thú vị. Thủy là người của phòng An Ninh Chính Trị. Chị ta có mặt ở tất cả các cuộc gặp gỡ, làm việc và nhiều khi trực tiếp thẩm vấn tôi. Tuy chạm mặt rất nhiều lần nhưng tôi chưa bao giờ thấy chị ta mặc sắc phục. Sau này, khi tôi ra tù, chị ta vẫn là một trong những bộ mặt quen thuộc đeo bám tôi. Và vẫn như trước, tôi chưa bao giờ có cơ hội trông thấy chị ta trong bộ sắc phục, kể cả khi "làm việc" trực tiếp hay những lần bố ráp canh gác nhà tôi. Chị ta luôn bịt kín mặt. Nhưng tôi vẫn nhận ra. Tôi nhận ra chị ta ngay cả khi đứng lẫn lộn trong đám đồng nghiệp, côn đồ hành hung tôi hôm 02 tháng 5 năm 2015. Trong một cuộc thẩm vấn vài tháng trước khi bị bắt, tôi đã yêu cầu chị ta ra ngoài chỉ vì không mặc sắc phục và có thái độ hống hách, thiếu lễ nhượng với tôi.

Lần này, chị ta và các đồng nghiệp bên an ninh chính trị vẫn hiện diện nhưng việc thẩm vấn thuộc cơ quan an ninh điều tra.

Kéo ghế ngồi sát bên tôi, chị ta dạo đầu:

- Ở đây thiếu gì nước uống mà ngày nào em cũng mang theo cho bận ra?

Dù không thích, tôi vẫn miễn cưỡng giữ lịch sự:

- Quen rồi chị ạ.

Bằng cử chỉ thân mật, chị ta ngồi sát hơn và đưa tay …. bới tóc tôi. Tôi không biết phải đánh giá hành động đó như thế nào nhưng nếu đó là nghiệp vụ chị ta được đào tạo thì quả đáng khâm phục. Một người bình thường không thể "giả yêu" khi trong lòng ghét cay ghét đắng như thế. Tôi thấy khó chịu với sự vuốt ve lộ liễu đó.

- Em dùng dầu gội gì mà lắm gầu thế, lại còn có tóc bạc nữa chứ?

Tôi mặc kệ để Thủy nhổ đi sợi tóc bạc và tự thấy ghét mình. Tôi cũng đang đóng kịch với chị ta.

- Chị Thủy này, thế sao các anh chị phải mệt thế nhỉ?

- Mệt gì hả Nghiên?

- Theo tôi thì các chị cứ bắt quách tôi đi cho nó nhẹ. Các chị đỡ mệt mà tôi cũng khỏi mất thời gian. Đằng nào chả thế. Chứ cứ thế này, cả hai bên đều tốn sức.

- Ối giời! — Chị ta kéo dài giọng — Em mơ đấy à? Em nghĩ em là ai mà đòi được bọn chị bắt. Phải tầm cỡ như Nguyễn Văn Đài, Nguyễn Thanh Giang, Lê Quốc Quân, hay chí ít cũng phải như Nguyễn Xuân Nghĩa. Em còn phải phấn đấu chán mới được "bị bắt." Phải biết mình là ai chứ, Nghiên. Nhà nước chỉ bắt người có đẳng cấp, còn cỡ "tép riu" như em thì chưa cần thiết đâu!

Vừa nói, Thủy vừa kéo ghế nhích ra xa. Đáng phục chưa, mấy ai "đổi màu" với tốc độ tên lửa như thế. Chị ta còn thế, không biết các sếp còn "bản lĩnh" thế nào?

Tôi mỉa mai lên tiếng:

- Ôi! Nhẹ cả người. Thế mà cả tuần nay tôi cứ lo phải ăn cơm tù. Lo đến ốm cả người. May quá! Cảm ơn chị. Thật ơn đảng, ơn nhà nước quá. Tuyệt quá cái thân phận "tép riu" của tôi.

- Chưa tù, nhưng không yên đâu.

Giọng chị ta đanh lại. Lời đe dọa trở nên lố bịch. Tôi buộc lại tóc và cười nhạt với chị ta.

Cuộc vuốt ve chấm dứt."

Cung cách hành xử điêu ngoa của người nữ cán bộ họ Lã qua ngòi bút tinh tế của tác giả cho thấy hai điều.

Thứ nhất, tin tức về việc an ninh cộng sản đã kết nạp những thành phần bất hảo để khủng bố, quấy phá đồng bào trong các cuộc xuống đường lâu nay là có thật. Thứ nhì, khi áp dụng mọi thủ đoạn nhằm hạ thấp giá trị hành động một mình tọa kháng tại gia của người phụ nữ yếu đuối này nhà cầm quyền đã tự tố cáo tâm trạng âu lo, sợ hãi của họ.

Và thêm nữa là khuôn mặt và thủ đoạn trí trá của một nam cán bộ qua hồi ký tù của Phạm Thanh Nghiên.

"Sau hôm Chiềm giơ tập tài liệu lên đe dọa tôi, số lần hắn đến gặp tôi trong tù ít hẳn. Thay vào đó là Nguyễn

Thành Dương, cộng sự của hắn. Tôi cũng chẳng buồn tìm hiểu lý do. Mặc kệ. Việc của mình là ở tù.

Tuy không thích Chiềm, nhưng ít ra tôi cũng không phải để phòng hắn. Nguyễn Thành Dương khác hẳn. Anh ta nhã nhặn, lịch sự và thông minh. Làm việc với Dương, tôi thấy thoải mái hơn, tất nhiên, nhưng vẻ thông minh của anh ta luôn nhắc tôi phải thận trọng. Dương bằng tuổi tôi. Anh ta có khuôn mặt sáng, khá điển trai, trông cũng thiện. Song tôi chưa bao giờ vì vẻ bề ngoài của anh ta mà cho rằng Dương khác với tất cả công an còn lại trên đất nước này. Tôi chỉ đơn giản nghĩ, muốn tử tế và trong sạch, muốn đứng ngoài mọi việc làm tội ác, thì không vào ngành công an. Quả là tôi không nghĩ oan cho Dương. Anh ta cũng đi cung một chị án kinh tế, cùng buồng tôi. Chị này chỉ hơn tôi và Dương mấy tuổi, nhưng đã có cháu ngoại. Chị ta kể, Dương xưng anh với chị ta ngọt sớt. Và ra giá chạy án rất dứt khoát, không vòng vo. Chị ta bảo: "Thằng điều tra ấy nó cứ nói trắng phớ số tiền ra như thế, mình đỡ phải mất thời gian mò mẫm. Nhưng giá ấy đắt quá, sợ lão chồng không chịu được nhiệt."

Ngoài những lúc hỏi cung, tôi và Dương thi thoảng cũng nói chuyện phiếm. Những chuyện phiếm đôi khi lại là cái cớ để đả phá nhau. Sáng tháng mười hôm ấy, trời se lạnh. Lâu rồi, kể từ ngày bị bắt tôi mới có được cảm giác thư thái, dịu nhẹ như thế len lỏi trong tâm hồn.

(…)

Buổi hỏi cung không có gì đặc biệt. Tôi chỉ phải đọc lại mấy bài viết từ bản in anh ta mang tới, rồi ký tên xác nhận nội dung là của tôi viết. Tôi nhận ra Dương thích nói chuyện ngoài lề hơn là hỏi cung. Cất tài liệu vào cặp, anh ta nhìn đồng hồ, gợi chuyện:

- Vẫn sớm.

Không thấy tôi đáp lại, anh ta tiếp tục:

- Chị thích bài thơ nào nhất của Nguyễn Bính?

- Lỡ Bước Sang Ngang, Giấc Mơ Anh Lái Đò, Tương Tư, Gửi Chị Trúc, và một số bài khác.

Tôi đáp, không mấy nhiệt tình.

- Chị biết bài Thư Gửi Thầy Mẹ chứ?

Tôi hơi chột dạ. Bài này hình như tôi mới đọc một lần. Và không nhớ câu nào.

- Anh đọc tôi nghe xem nào?

Tôi đề nghị, cố không để Dương thấy vẻ bối rối.

- Để tôi đọc cho chị nghe. Bài này rất hay mà chị lại không thuộc!

Tôi chả buồn cãi. Anh ta rời khỏi ghế, bắt đầu đọc:

"Ai về làng cũ hôm nay
Thư này đưa hộ cho thầy mẹ tôi."

Rồi dừng lại đột ngột, anh ta hỏi:

- Chị có muốn chép lại không?

Tôi hơi bất ngờ trước phản ứng của anh ta. Nhưng qua hai câu thơ anh ta đọc, tôi đoán được Dương đang diễn trò gì.

Tôi cũng chuẩn bị cho mình một vai diễn:

- Anh đọc cho tôi chép nhé. Tất nhiên là anh phải cho tôi cả giấy bút nữa.

- Tôi sẽ đọc chậm cho chị chép, nhưng xong thì để tôi giữ chứ chị không được mang vào buồng đâu.

- Chép xong không được mang vào đọc cho thuộc thì chép làm gì?

Tôi làm ra vẻ nhiệt thành.

- Nội quy là không được mang giấy bút vào buồng giam. Chị biết điều ấy mà. Thôi cứ chép ra đọc rồi lần sau đến tôi lại đưa cho mà xem lại.

Dương vừa nói, vừa lấy giấy bút đưa cho tôi.

Anh ta đọc bằng giọng khá truyền cảm.

Tôi cặm cụi ngồi chép. Thi thoảng còn làm ra vẻ nghe không rõ để yêu cầu Dương đọc lại một số chữ.

"Ai về làng cũ hôm nay,
Thư này đưa hộ cho thầy mẹ tôi.

Con đi mười mấy năm trời,
Một thân, một bóng, nửa đời gió sương.
Thầy đừng nhớ, mẹ đừng thương,
Cầm như đồng kẽm ngang đường bỏ rơi!
Thầy mẹ ơi, thầy mẹ ơi,
Tiếc công thầy mẹ đẻ người con hư..."

Đọc đến đây, Dương dừng lại. Không ngước lên nhìn nhưng tôi biết anh ta đang quan sát thái độ của tôi. Tôi vẫn vô tư ghi ghi chép chép, làm như không phát hiện ra ẩn ý của bài thơ và ý đồ của anh ta. Dương tiếp tục. Và tôi nhẫn nại chép hết bài thơ.

(...)

Tôi chợt thú vị với ý nghĩ Dương đã phải tốn thời gian học thuộc bài thơ để diễn trò với tôi. Anh ta chắc cũng hả hê lắm khi tưởng tượng cảnh mặt tên phản động cứng đầu là tôi bỗng tối sầm lại sau cú đánh trời giáng của anh ta mà không ú ớ nổi một câu. Bài thơ chấm dứt, anh ta tấn công luôn:

- Chị có thấy bài thơ này đặc biệt không?

Thay vì trả lời, tôi hỏi lại Dương:

- Anh thấy đặc biệt ở chỗ nào?

- Bài thơ rất hợp với hoàn cảnh của chị. Nhất là nhân vật người con. Tôi thấy bóng dáng chị và mẹ chị trong ấy. Nhất là câu: "Thầy mẹ ơi, thầy mẹ ơi. Tiếc công thầy mẹ đẻ người con hư."

Dương trở lại vị trí ngồi đối diện với tôi.

Anh ta cười, vẻ khinh khỉnh.

- Vì anh đã đọc thơ cho tôi nghe, nên tôi cũng sẽ đáp lễ anh bằng một bài thơ cho phải phép.

Dương trông chờ một phản ứng khác từ tôi, chứ không phải thái độ điềm tĩnh mỉa mai như thế.

- Bài Nhớ Rừng của Thế Lữ, chắc anh còn nhớ?

Không đợi phản ứng, tôi đọc to:

"Gậm một khối căm hờn trong cũi sắt,
Ta nằm dài, trông ngày tháng dần qua.

Khinh lũ người kia ngạo mạn, ngẩn ngơ,
Giương mắt bé riễu oai linh rừng thẳm."
(...)
Không chịu được nữa, Dương gầm lên:
- Chị thôi đi!
Tôi nhìn thẳng vào mắt anh ta, mặt đanh lại:
- Đấy mới là hình ảnh của tôi, anh hiểu chưa?
Máu dồn lên khiến mặt tôi nóng bừng.
Tôi ngẩng đầu, kiêu hãnh nhìn anh ta lúc này đã
đứng bật dậy khỏi ghế."

Chỉ với hai trích đoạn trên đã đủ để bạn đọc thấy được giá trị tập hồi ký, không chỉ văn phong gọn gàng, sinh động mà còn nhờ tình tiết thú vị, lôi cuốn.

Ngoài cái khoảnh khắc bật lên sáng kiến tọa kháng một mình tại gia, sau khi từ nhà tù nhỏ bước ra nhà tù lớn Phạm Thanh Nghiên còn bắt gặp những phút giây đáng nhớ cả một đời người. Đáng kể hơn hết có lẽ là hôn lễ và buổi tiệc cưới của cô với cựu tù nhân lương tâm Huỳnh Anh Tú ở Nhà Dòng Chúa Cứu Thế Sài Gòn tối Chúa Nhật 17/4/2016. Ở đấy, cùng với 30 tù nhân lương tâm trong số có thượng tọa Thích Thiện Minh, bác sĩ Nguyễn Đan Quế, luật sư Lê Công Định, giáo sư Phạm Minh Hoàng, kỹ sư Phạm Bá Hải, kỹ sư Đinh Nhật Uy, ký giả Trương Minh Đức, cô Đỗ Thị Minh Hạnh, ông Nguyễn Bắc Truyển, cô Nguyễn Phương Uyên, mục sư Dương Kim Khải, mục sư Nguyễn Hồng Quang, các linh mục Dòng Chúa Cứu Thế... còn có hơn hai trăm người ái mộ cô mà hầu hết là những người trẻ. Trong bộ trang phục cưới màu trắng, Phạm Thanh Nghiên và chồng cô, anh Huỳnh Anh Tú, được bạn bè nam nữ cuồng nhiệt chào đón. Giữa không khí rộn ràng như một ngày hội lớn, những bài ca đấu tranh cất lên tưng bừng rộn rã — *Việt Nam Quê Hương Ngạo Nghễ, Nối Vòng Tay Lớn, Trả Lại Cho Dân, Dậy Mà Đi,...*

Vào những ngày cuối tháng 7 đầu tháng 8/2017,

giữa lúc cộng đồng mạng nổi sóng về tin mục sư Nguyễn Trung Tôn, kỹ sư Phạm Văn Trội, nhà báo Trương Minh Đức, luật sư Nguyễn Bắc Truyển bị công an cộng sản Việt Nam bắt lại, người ta đọc được trong *Sổ Tay Thường Dân* của nhà báo Tưởng Năng Tiến trích đoạn nhắc tới lời Phạm Thanh Nghiên trong bài viết của ông đăng trên trang điện tử Bauxite Việt Nam: *"Tôi biết là các anh Trội (Phạm Văn)..., Truyển (Nguyễn Bắc), Đức (Trương Minh), Tôn (Nguyễn Trung)..., và nhiều anh chị em cựu tù khác đều đã chuẩn bị tinh thần để đón nhận tù đày thêm lần nữa."*

Cô nhấn mạnh: *"Bởi đó là con đường để đi đến Tự Do."*

Hẳn khi viết mấy dòng trên đây, tác giả — cũng là người mẹ tương lai đứa con đầu lòng của một cuộc hôn nhân nở muộn — không khỏi mường tượng một ngày nào đó sẽ được chế độ "gia ân" cho trở lại nhà tù.

Đơn giản vì đấy là con đường độc đạo dẫn đến Tự Do. Con đường mà trong khoảnh khắc, Thượng Đế, hay định mệnh, đã vô tình hay cố ý cột chặt vào đời cô.

● **TRẦN PHONG VŨ**
Những ngày đầu tháng 8-2017

PHỤ BẢN

APPENDIX

Ra tù, tôi khệ nệ mang theo một túi to, nặng chịch gồm toàn sách và các món quà kỷ niệm do bạn tù tặng. Tôi để lại hết vật dụng cá nhân cho bạn tù dùng. Thường khi ra tù, không ai mang theo gì ngoài bộ quần áo trên người. Nghĩa cử đẹp dành cho người ở lại cũng có, nhưng lý do chính là người ta "kiêng" mang những thứ tù về nhà. Sợ xui xẻo, sợ đen đủi. Vả lại, không ai muốn nhớ về một thời tăm tối của đời mình. Tôi không kiêng nhưng tặng lại, chỉ do biết họ cần chúng, thế thôi. Nếu mang về, "bộ sưu tập" kỷ vật tù của tôi phong phú hơn nhiều.

Đa số kỷ vật này không dám đề tên, nhưng tôi vẫn nhớ như in ai đã tặng. Tôi còn nhớ cả án tù và buồng giam nơi họ ở nữa.

Tôi quý lắm!

Đây là các kỷ vật mang thân phận ngục tù.

Ở chốn kìm kẹp tối tăm ấy, tình người vẫn sáng lên.

Upon my release from the prison camp, I struggled to carry out a pretty big and heavy bag to take home all books and gifts from my fellow inmates. Had I not left behind my personal belongings for them to reuse, I would have had an even larger "prison collection."

Although most of my fellow inmates dared not put their names on the gifts, I could unmistakably recollect each and every one of them. I even memorized their prison sentences and prison cells.

Here are pictures of some keepsakes that I appreciate with all my heart, as they are tokens of frienship and humanity in prison — those rays of light that could penetrate the profound darkness of human lives behind bars.

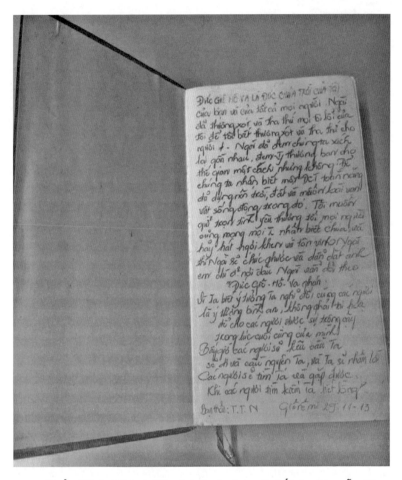

Cuốn Kinh Thánh Tin Lành do bạn tù hết án Nguyễn Thu Thảo tặng lại tôi. Trong tù cấm các sách về tôn giáo, đặc biệt là Kinh Thánh. Vì vậy, truyền tay và giữ được cuốn Kinh Thánh này là điều mạo hiểm. Trang đầu cuốn Kinh Thánh ghi tên Nguyễn Thu Thảo, nhưng vì sợ cai tù "luận" ra tên mình nên cô không chỉ viết tắt, mà còn đảo ngược thành T.T.N.

Trang cuối cuốn Kinh Thánh, Thảo ghi địa chỉ, số điện thoại của cô và của mẹ cô để khi tôi ra tù thì liên lạc với Thảo. Nhưng trước hôm về, Thảo sang "mượn" lại tôi cuốn Kinh Thánh, xóa hết để đề phòng "cán bộ" biết nguồn gốc cuốn Kinh Thánh, sẽ rắc rối cho cô. Bạn tù của tôi, đến khi ra tù vẫn còn sợ liên lụy, sợ mang tội "giao du với phản động."

A book of the Christian Bible I received as a gift from my fellow inmate Nguyễn Thu Thảo — signed with her "reversed" initials. Since all religious books are strictly prohibited in prisons under the communist regime, circulating and storing Bible books must be considered the most audacious acts.

Some addresses and telephone numbers on the first and last pages have been erased by Thảo herself, for fear of investigations and reprisals. Even when she was about to be released, Thảo could still get in trouble for "befriending a traitor", so her fear was not really unfounded.

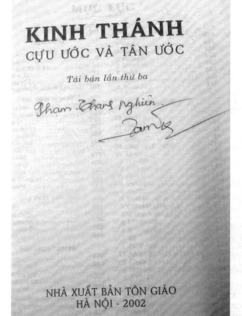

Chữ ký của tôi trên cuốn Kinh Thánh, là một cách tuyên xưng Đức Tin của tôi dù hồi trong tù, tôi chưa hiểu gì về đạo nhưng tôi tin vào Thiên Chúa.

I put my signature on the first page of the book as a proclamation of my faith, even though I had not yet been Christianized at the time of my imprisonment.

PHẠM THANH NGHIÊN * 249

Halêlugia! Con cảm tạ Đức Jêhôva là Đức Chúa Trời. Là cha kính yêu của con. Cảm tạ Chúa là Đấng Tạo hóa, là Đấng dựng nên trời, đất và muôn loài vạn vật trong đó.

Halêlugia: Con cảm tạ Chúa Jêsus là cứu Chúa của con. Con tôn cao Ngài là Chúa Toàn năng, Toàn tại, là Chúa Nhân từ, bình an, Phước hạnh vui mừng. Ngợi khen Chúa là Đấng đã cứu chuộc những linh hồn hư mất trở về làm con cái của Ngài. Cảm tạ Đức Chúa Trời đã yêu thương, thương xót con. Ngài đã ban con Một của Ngài là Chúa Jêsus xuống trần gian chết thế, đền tội cho chúng con. Chúa đã chịu đóng đinh trên thập tự, chịu những lằn roi, giáo đâm và những lời nhạo báng.

Halêlugia: Con tạ ơn Người, cầu xin Chúa hãy xức dầu trên đầu, trên môi miệng, trên tấm lòng của con. Cho con được hết lòng, hết linh hồn, hết sức mà tôn vinh và ngợi khen Chúa Toàn năng. Cho con hết lòng mà tìm kiếm chúa là Đấng đã che chở, yêu thương và săn sóc con. Xin chúa hãy mở lòng, mở mắt cho con để con được nhận biết Chúa, hãy chỉ đường dẫn lối cho con vì " ý muốn Chúa được tỏ lên trên đời sống của con"

Halêlugia: Con cảm tạ Đức Chúa Trời.
Halêlugia: Con cảm tạ Chúa Jêsus
Cảm tạ Chúa 1 ngày bình an, phước hạnh, vui mừng Ngài đã ban cho con. Xin Đức Thánh Linh hãy luôn ở bên con Xin Chúa hãy tha thứ những tội lỗi mà con đã vấp phạm từng ngày hôm nay.
Halêlugia: Con tạ ơn Chúa Thánh Linh đã dẫn dắt con

Tôi chép bài Cầu Nguyện buổi tối theo nghi thức của người Tin Lành vào phần trống cuốn "Biểu Tượng Thất Truyền".
Bài cầu nguyện này Nguyễn Thu Thảo dạy tôi.

I wrote down an Evening Prayer for Christians on a page of Dan Brown's The Lost Symbol — translated into Vietnamese and published as "Biểu Tượng Thất Truyền." It was Nguyễn Thu Thảo who taught me to memorize this prayer.

ĐẮC NHÂN TÂM

How to Win Friends & Influence People

Nhân tặng

chị : Phạm Thanh Nghiên

Chúc những điều tốt đẹp nhất sẽ luôn đến với chị và những người thân của chị. Hãy luôn vô tư, hồn nhiên yêu đời như chính chị bây giờ nhé! Nó sẽ giúp chị có đủ nghị lực và thành công sẽ đến với chị.

Eg:
P.T.N

Cuốn sách
"Đắc Nhân Tâm"
với phần ký tặng
của
Phạm Thị Ngát,
bạn cùng buồng giam
ở Trại 5- Thanh Hóa
tặng tôi.

I received Dale Carnegie's book — translated into Viet-namese and published as "Đắc Nhân Tâm"— as a gift from my friend Phạm Thị Ngát at Camp 5 in Thanh Hóa. She was among a few fellow inmates who dared write an inscription with my name next to hers.

Chiếc khăn tù được đan bằng các sợi khăn mặt Luyến đan tặng. Tôi có viết về nó trong "Người Bạn Buồng Biệt Giam."

The "prison scarf" made by Luyến as a gift to me. With a hand-made crochet needle, she managed to knit the yarns from towels into scarves. I wrote about her in my story "A Cellmate in Special Confinement."

Cận cảnh chiếc "khăn tù"

Close-up picture of the "prison scarf."

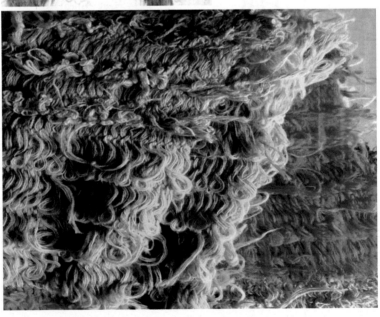

Chiếc khăn tự tay tôi thêu tặng mẹ dịp tết cổ truyền 2011. Lần đầu tiên tôi cầm kim thêu nhưng mẹ tôi vẫn khen đẹp. Tôi thêu trên nét vẽ của họa sĩ Nguyễn Thu Hương.

A handkerchief with my embroidered ornaments (over the drawings by painter Nguyễn Thu Hương) as a gift to my mother for the lunar new year of 2011.

Đường thêu được bạn tù và mẹ tôi khen đẹp.

My first-time embroidery was complimented by my mother and my fellow inmates

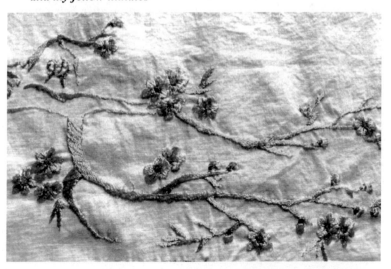

Cái móc ráy tai bạn tù làm tặng tôi hồi còn ở buồng biệt giam. "Sản phẩm" hữu ích này được làm từ phần nhãn mác của vỏ chai nước suối.

The earwax remover hand-made by a fellow inmate, whose extraordinary dexterity helped turn a label of a water bottle into a useful "product".

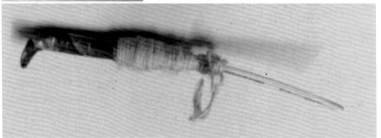

Khi tôi chuyển từ buồng biệt giam lên buồng tập thể, cái móc ráy tai thành của chung. Nhiều người mượn dùng nên nó bị gãy. Tôi lấy tăm tre làm cán và dùng sợi len buộc lại.

Some time later at the common cell, I had to use toothpicks to repair this remover's handle which was broken after being passed around a lot.

Chiếc túi vải chị Hồng "Si", đội 4 may tặng. Tôi dùng nó để đựng Album ảnh, khăn tay, kim chỉ thêu và mấy thứ lặt vặt khác.

The hand-made tote bag I received as a gift from sister Hồng "Si." I used it to store a variety of my personal belongings.

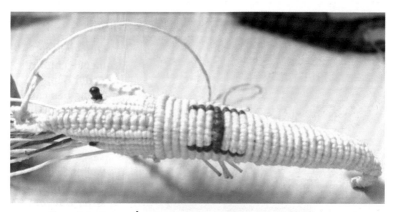

Con tôm được tết từ các sợi dây ni lông. Các sợi này được se từ các bao ni lông đựng giấy vệ sinh. Bạn tù lấy phần bao ni lông đó se thành sợi nhỏ li ti rồi đan thành con tôm tặng tôi. Chữ H trên "lưng" con tôm là tên viết tắt của người bạn tù buồng biệt giam bên cạnh. Tôi không biết mặt anh ta, chỉ biết tên là Hùng. Hàng ngày, tù biệt giam từ buồng này với sang buồng kia bắt chuyện với nhau, tiếng lóng gọi là *"còi."* Phải nói hết cỡ, thậm chí gần như hét lên bạn tù bên kia mới nghe được. Khi cai tù đi tuần, người tù lại im lặng. Cai tù đi, người tù lại *"còi"* sang chuyện tiếp.

A hand-made gift from a "neighbor inmate" during my special confinement weeks. To make this "shrimp", he had to weave numerous plastic fibers pulled out from toilet paper packages. He even put the character "H" as his signature on the "shrimp". I was told his name was Hùng but never had a chance to see his face. Please read my story "Missing the Forest" about my special confinement friends and the way we communicated with each other by using secret "cues" in the absence of prison wardens

Ông già Noel,
quà của chị Bảy
đội Bếp,
ở buồng bên cạnh
tặng tôi nhân dịp
Giáng Sinh 2011.

Santa Claus,
a gift from
sister Bảy for
Christmas
of 2011

Con lật đật bằng len chị Trần Ngọc Anh, dân oan Vũng Tàu, người tù lương tâm can trường tặng sinh nhật hôm 24/11/2011. Có nét chữ của chị trên con lật đật nhưng không rõ vì chất len khó ăn mực.

The wool-woven tumbler toy I received as a gift from sister Trần Ngọc Anh on my birthday, Nov. 24, 2011. Once a defiant protester against land confiscation, she was arrested and became a prisoner of conscience.

Chiếc giỏ tre do cựu trung tá Trần Anh Kim đan tặng khi ông đang thụ án tại Trại 6 - Thanh Chương, Nghệ An. Ông Kim đan hai chiếc, một tặng tôi, một tặng bà Trần Thị Lệ, mẹ luật sư Lê Thị Công Nhân. Ông nhờ bạn tù là nhà văn Nguyễn Xuân Nghĩa đem trao cho vợ là bà Nguyễn Thị Nga khi đến thăm. Bà Nga  mang về Hải Phòng, chờ ngày tôi ra tù trao cho tôi và bà Trần Thị Lệ. Ông Trần Anh Kim sinh năm 1949, từng là đảng viên CS. do đấu tranh đòi nhân quyền, ông bị bắt năm 2009 và ngày 28/12/2009 bị kết án 5 năm 6 tháng tù giam, 3 năm quản chế với cáo buộc *"hoạt động nhằm lật đổ chính quyền."* Ra tù, ông tiếp tục đấu tranh và bị bắt lại sau gần 9 tháng mãn án và đang thời gian quản chế. Bị bắt cùng ông là ông Lê Thanh Tùng một người đấu tranh khác cũng mới ra tù. Phiên tòa 16/12/2016 kết án ông Kim 13 năm tù giam, 5 năm quản chế và ông Tùng 12 năm tù giam, 4 năm quản chế. Cả hai ông hiện còn đang ở trong tù.

One of the two bamboo baskets hand-made by former Lt. Col. Trần Anh Kim who was then imprisoned at Nghệ An Prison Camp 6. He confided these baskets to his fellow inmate, writer Nguyễn Xuân Nghĩa, who handed them over to his wife at a prison visit. Not until my release did I receive a basket from uncle Nghĩa's wife (auntie Nguyễn Thị Nga). The other basket was given to Mrs. Trần Thị Lệ, mother of lawyer Lê Thị Công Nhân – another prisoner of conscience. Mr. Trần Anh Kim, born in 1949, used to be a high-ranked cadre of the communist party before engaging in peaceful activities for human rights. He was arrested and sentenced to 5 years in prison on Dec. 28, 2009 for "conspiracy to overthrow the government." Nine months after his release and while still under probation, he was re-arrested for his continuing activities, along with Mr. Lê Thanh Tùng, another activist. On Dec, 16, 2016, Mr. Trần was sentenced to 13 years in prison and Mr. Lê to 12 years. Additionally, a 5-year probation was imposed on Mr. Trần and a 4-year probation on Mr. Lê. Both are currently in prison camps.

20. Đừng bao giờ xa em (Never leave me) Margret Pemberton
19. K nói nương tựa (A child called) Dan Pelzer
18. Tuyển tập truyện ngắn hè 2002 (Báo V.Nghệ)
17. Rừng Nauy (đọc 1/3 cuốn)
16. Thiên tử vua mệnh
15. Thần thoại Hy Lạp
14. Truyện Trạng cười VN
13. Cổ tích Việt Nam
12. 119 truyện cười
11. Bánh Công Sơn - ông thơ ca - một đời
10. Nhật tài bí mật của Chúa - Raymond Khoury (quốc tịch Jordani)
9. Khải sống   TKTT
8. Thằng gù nhà thờ Đức Bà - V.Huygo (In 2004) - Bản
   dịch của Nhị Ca   643tr
7. Tự niên biểu 1/5 VN - Hà V.thư - Trần Hồng Đức
6. Thái Ất thần kinh   Ng Bỉnh Khiêm   693tr
5. Chín đời Chúa và 13 đời vua Ng - Nguyễn Đắc Xuân
   của Ng Đắc Xuân (T2).   128tr
4. Hoàng hậu vợ phi cô chúa triều Ng - chuyện nội cung các vua
3. Biểu tượng thất truyền   Dan Brown   1T   678 tr
2. Papilon, ng tù khổ sai   Henri Charriere 2T
1. Cái nó và tất cả   Jame Pattesson 1T

CÁC SÁCH ĐÃ ĐỌC (Trg tgian ở Trại 5)

(A)

**Tôi ghi chú các sách đã đọc trong thời gian ở Trại 5 –
Thanh Hóa. Sách do gia đình gửi và bạn tù tặng.**

*List of books I read during my prison time at Camp 5 in
Thanh Hóa. Those books were sent in by my family or
circulated among fellow inmates.*

Người chép tặng tôi hai bài hát này là Thu Hương, nhà ở Bỉm Sơn, Thanh Hóa nên gọi là Hương "Bỉm Sơn." Hương bằng tuổi tôi, khá hiểu biết. Ở chung buồng khoảng một vài tháng thì Hương bị chuyển đi Trại Tạm giam Thanh Xuân, Hà Nội.

Nghe nói để tiếp tục điều tra.

Some song lyrics, hand-written by fellow inmates. One of them was Thu Hương, nicknamed Hương "Bỉm Sơn" after her hometown. We were of about the same age and locked up in the same cell for some time. Hương was later transferred to Thanh Xuân detention center in Hà Nội for further investigation.

Bài hát Lan Anh chép tặng.

Lan Anh có biệt hiệu là Lợn, quê Thanh Hóa, chịu án tù vì buôn bán trái phép chất ma túy. Lan Anh hay đùa, gọi tôi bằng "bố" xưng "con." Tôi về trước Lan Anh.

Khi ra tù, Lan Anh có liên lạc và đến Hải Phòng thăm tôi.

Chúng tôi vẫn giữ liên lạc và có tình bạn tốt với nhau.

Another fellow inmate, Lan Anh from Thanh Hóa, wrote down these song lyrics for me. Nicknamed "Lợn", she was convicted of drug trafficking.

We have been good friends, always using funny nicknames to call each other, even until now after we were both released from prison.

Cuốn sổ tay cô Vũ Thị Thanh Xuân tặng. Cô Xuân quê Hà Nội, hơn tôi 20 tuổi, bị án 16 năm tù vì lý do kinh tế. Cô Xuân thuộc số rất ít tù nhân dám ký tặng tôi.

I received this agenda as a gift from my fellow inmate Vũ Thị Thanh Xuân who was born in Hà Nội and twenty years older than I. She was sentenced to 16 years in prison for a financially related crime. Unlike most fellow inmates, Xuân was audacious enough to put my name above her signature in an inscription

Nét chữ của Võ Thị Thu Thủy. Chị Thủy và chị Hồ Thị Bích Khương đến Trại 5 khi tôi sắp mãn án. Sợ tôi quên, chị ghi các thứ cần mua để gửi vào. Như tôi, hai chị đều bị kết án theo điều 88.

Chị Khương được ra tù ngày 15 /1/2016.

A hand-written note of Võ Thị Thu Thủy, a prisoner of conscience. She and sister Hồ Thị Bích Khương were transferred to Camp 5 at the time I was about to complete my prison term. Both were sentenced to prison using article 88.

Sister Khương was released on Jan. 15, 2016.

Con Rùa "anh" Bốp ở Đội làm Vàng mã tặng tôi.

Gọi là "anh" vì Bốp là người đồng tính.

Ra tù được 6 tháng, qua những người bạn tù khác, Bốp có được số điện thoại của tôi. Tôi đã ngạc nhiên khi Bốp liên lạc. Ba ngày sau cuộc điện thoại, Bốp có mặt tại Sài Gòn.

Không có giấy tờ tùy thân nên Bốp phải đi tàu "chui." Hôm ấy nhằm đúng đêm giao thừa Tết Dương Lịch. Bốp cùng với các bạn tranh đấu của tôi đàn hát đón năm mới rất vui.

Nghỉ ở nhà người quen hai hôm sau Bốp lại lên tàu về Hà Nội.

Tôi rất cảm động về những gì bạn tù cũ dành cho mình.

Bẵng đi vài tháng không liên lạc được, tôi mới biết Bốp bị bắt lại. Bốp quay về con đường buôn ma túy vì không xin được việc làm lương thiện.

The wool-woven turtle I received as a gift from "brother" Bốp, a fellow inmate. Bốp wanted to be called "brother" because she was a lesbian. Six months after her release, Bốp asked around and got my number. I was very surprised at her call. Several days later, Bốp sneaked on a train — for having no ID papers — and arrived in Sài Gòn on New Year's Eve. Bốp joined some of my fellow activists at an amateur music party to celebrate New Year.

I was deeply moved by all what a former friend from prison shared with me.

Chúng tôi gặp nhau đúng đêm Giao Thừa đón năm 2016.
Bốp — người mặc áo đen — đang gõ "trống" là chiếc vỏ thùng nước ngọt, kiểu "văn nghệ" đậm chất tù của chúng tôi. Nhiều người không nhận ra Bốp là phụ nữ. Bốp giống đàn ông quá.

Bốp and I met again on New Year's Eve to celebrate 2016 at a music party that brought back to mind our prison life. Bốp, wearing a black shirt, played the "drum" with an empty soda pack. Many of my friends could not tell Bốp was a woman as she looked so manly

Thằng Bin sinh ra trong tù, suy dinh dưỡng nặng, thường xuyên ốm đau, phải đi bệnh viện cấp cứu. Bin chỉ nặng bằng hơn nửa trọng lượng cơ thể của bạn cùng lứa. Người tù gọi nó là thằng "trứng vịt lộn" vì nó quá còi cọc, yếu ớt. Bây giờ tôi vẫn còn nhớ nét mặt xanh như tàu lá đầy vẻ sợ hãi của Lan mỗi khi con ốm. Lần nào cũng thế, chị em tù phải

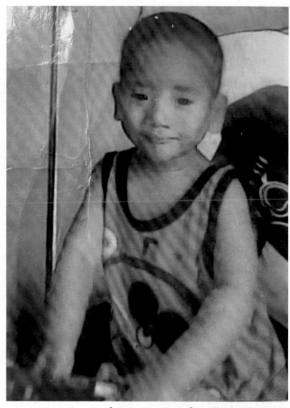

góp tiền giúp cho mẹ con Lan đi nằm viện. Có tiền, cũng phải xin xỏ cai tù mới đồng ý đưa đi. Đi bệnh viện chỉ để qua cơn nguy hiểm tính mạng thôi, xong phải về lại nhà tù cho mẹ nó còn đi lao động, nộp đủ mức khoán cho trại.

Tấm hình này Lan tặng tôi trước khi hai mẹ con về hết án.

Lan gave birth to little Bin in prison. As a seriously malnourished child, Bin had to be hospitalized many times for emergency treatment. He was nicknamed "balut" (a developing duck embryo) for his feeble and underweighted figure. Never would I forget Lan's panicking face every time Bin got sick. Since Lan could not afford the hospital fees – and bribery money to get permission from the prison warden – we prisoners had to chip in to help her out. And every time, right after Bin's emergency treatment, his mother had to take him back to prison in time for her labour assignment. I received this picture as a gift when Lan and her child were released at the end of her prison term.

Bức "tranh" Chai-ko, cháu gái tôi vẽ tặng lúc nó vừa 6 tuổi vào lớp một. Cháu viết sai lỗi chính tả, chữ "dì Liên" thành "rì Liên". Lúc tôi bị bắt, cháu mới bốn tuổi rưỡi. Cháu chính là một trong ba nạn nhân trong vụ tai nạn giao thông mà tôi nhắc đến trong câu chuyện "Mười Một Tháng Chín."

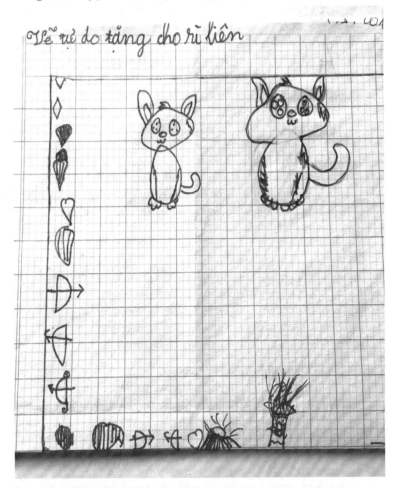

A "painting" by my niece Chai-ko who was six years old when she sent it to the prison camp as a gift for me. At the time of my arrest she was only four years old and was one of three victims of the staged traffic accident by the security police, as mentioned in my story "Nine Eleven."

Lời nói cuối cùng của tôi tại phiên Tòa hôm 29/1/2010. Hồi ở Trần Phú không được dùng giấy bút. Tôi phải chờ mấy tháng sau khi lên trại 5 – Thanh Hóa mới có giấy bút và ghi lại theo trí nhớ của mình:

"Tôi hoàn toàn vô tội!

Những gì tôi làm đều nhằm dành lấy quyền làm người căn bản và đó cũng chính là nghĩa vụ cũng như quyền lợi hợp pháp của một công dân.

Nếu những ngày tháng tù đày của tôi là một chút công sức nhỏ bé góp phần bảo vệ sự toàn vẹn lãnh thổ và xây dựng một xã hội công bằng, dân chủ thì tôi rất lấy làm hãnh diện và sẵn sàng đón nhận.

Tôi không hề hối tiếc vì mình đã hành động xuất phát từ lương tâm và trách nhiệm, ý chí và tình cảm của một người Việt Nam chân chính."

My final statement to the court on my trial day, January 29, 2010. I had to wait until my transfer to Camp 5 Thanh Hóa to write these words down by memory, because pen and paper were not allowed in Trần Phú detention center:

"I am not in the least guilty.

All what I have done was to claim my basic human rights, which should be the obligations and legal rights of any citizen as well.

If my prison days are considered a small contribution on my part to the defense of national sovereignty and to the construction of an equitable and democratic society, I will be proud and ready for them.

I do not regret my activities as they reflected the conscience, responsibility, free will and sentiment of a true Vietnamese compatriot."

Độc lập - Tự do - Hạnh phúc

Hải Phòng, ngày 25 tháng 6 năm 2010

QUYẾT ĐỊNH THI HÀNH ÁN
Thi hành án chủ động

CỤC TRƯỞNG CỤC THI HÀNH ÁN

Căn cứ Khoản 2 Điều 35; Khoản 1 Điều 36 của Luật Thi hành án dân sự ngày 14/11/2008;

Căn cứ bản án số 11/2010/HSST ngày 29/01/2010 của Toà án nhân dân thành phố Hải Phòng.

QUYẾT ĐỊNH

Điều 1: Cho thi hành các khoản sau:

Phạm Thanh Nghiên (tức Liên) - Địa chỉ: Số 17 đường Liên Khu, Phường Lưu 2, phường Đông Hải 1, quận Hải An, thành phố Hải Phòng phải nộp **200.000đ** *(Hai trăm nghìn đồng)* án phí HSST.

Tịch thu, phát mại sung quỹ Nhà nước: **01** CPU máy tính hiệu Sotex, Seri 5004213700104; **01** máy in hiệu Samsung ML 2010; **03** tai nghe hiệu Sony CD - 913MV; **01** Modem ADSL seri 004E0750DE7; **01** máy ảnh Olympus FE - 207 (7.1) Model No FE270X97094894 cùng 01 thẻ nhớ dung lượng 01Gb và các phụ kiện kèm theo gồm **02** pin + **02** sách hướng dẫn + **02** đĩa Olympus cài đặt + **02** phiếu bảo hành + hoá đơn giá trị gia tăng + **02** dây kết nối; **02** USB hiệu Kingston 512 Mb, Jorg data; **01** máy ghi âm hiệu SAFA cùng phụ kiện gồm pin + micro; **03** điện thoại di động Nokia Model 1200 + Code 0546885, Model 1110i + Code 0537102, Model 1200 + Code 0546885 cùng 03 pin + **03** SimCard 89840-47854-00239-0110, 8401-0711-6453-9648, 89840-20008-05059-09484.

Tịch thu tiêu huỷ: **01** máy ảnh Canon seri 8163791; **12** quyển sổ, sách (**01** quyển số 98 Thể dục thể thao, **01** quyển sổ Notebook, **01** quyển sổ 2006 Bính Tuất Chúc mừng năm mới Nhà xuất bản Bưu Điện, **01** quyển vở học sinh ĐôRêMon - Hồng Hà, **01** quyển vở học sinh Notebook Hải Long, **01** quyển vở học sinh Hạ Lan - Hồng Hà, **01** quyển vở học sinh Ngày mới Notebook 72 trang, **01** quyển vở Ngày mới Notebook 200 trang, **01** quyển vở học sinh Student 72 trang Minh Châu, **01** quyển "Suy tư và ước vọng", **01** quyển "Gửi lại trước khi về cõi", **01** quyển "Nhật ký rồng rắn"; **02** băng rôn vải đen ghi hình Bejing 2008 vẽ

Quyết định thi hành án của cục trưởng Cục Thi Hành Án. liệt kê các thứ tịch thu, phát mại sung quỹ Nhà Nước và bị tiêu hủy như máy tính, sổ tay, điện thoại, sách báo...bị coi là loại phương tiện xâm hại an ninh quốc gia.

Warrant issued by the district court with a list of appliances and various items confiscated at my residence to be "sold and allocated to national treasury" as "means for national security breach" (computer, notebooks, telephone, magazines, books, etc.)

Trại giam số 5

Số:...6.02.../GCN

Độc lập - Tự do - Hạnh phúc

SHSLĐ

0 0 0 5 1 0 0 0 9 9 1

GIẤY CHỨNG NHẬN
chấp hành xong án phạt tù

GIÁM THỊ TRẠI GIAM SỐ 5

Căn cứ Điều 40 Luật Thi hành án hình sự năm 2010;

Căn cứ Bản án số 11/2010/HSST ngày 29/01/2010 của TAND TP Hải Phòng và Quyết định thi hành án số 86/2010/QĐ - CA ngày 03/3/2010 của TAND TP Hải Phòng,

CHỨNG NHẬN:

Họ tên: PHẠM THANH NGHIÊN   Giới tính: Nữ;   Năm sinh: 1977

Họ tên khác: Liên

Nơi ĐKTT: Số 17 Đường Liên Khu, Phương Lưu 2, P. Đông Hải 1, Q.Hải An, TP Hải Phòng

Họ tên bố: Phạm Châu Thành (chết);   Họ tên mẹ: Nguyễn Thị Lợi

Dân tộc: Kinh;   Quốc tịch: Việt Nam

Tội danh: Tuyên truyền chống Nhà nước Cộng hoà XHCN Việt Nam

Ngày bắt: 18/9/2008;   Án phạt: 4 năm

Đã được giảm thời hạn chấp hành án phạt tù: Không

Đến nay đã chấp hành xong án phạt tù

Về cư trú tại: Số 17 Đường Liên Khu, Phương Lưu 2, P. Đông Hải 1, Q.Hải An, TP Hải Phòng.

Hình phạt bổ sung phải tiếp tục chấp hành: Quản chế: 3 năm; Án phí hình sự: 200.000 đồng.

Chị Phạm Thanh Nghiên phải trình diện UBND xã/phường/thị trấn về nơi cư trú trước ngày 25 tháng 9 năm 2012./.

NGƯỜI ĐƯỢC CẤP GIẤY

Phạm Thanh Nghiên

Lăn tay
của người được cấp giấy
(Ngón trỏ phải)

Thanh Hoá, ngày 18 tháng 9 năm 2012
P. GIÁM THỊ

Thượng tá: Nguyễn Thành Phan

Nơi nhận:
- Người được cấp giấy;
- TAND TP Hải Phòng;
- Cục THADS TP Hải Phòng;
- Công an Q.Hải An, TP Hải Phòng;
- UBND P. Đông Hải 1, Q.Hải An;
- Trung tâm LLTP QG-BTP;
- C83, Cục A93 - BCA;
- Lưu HSPN.

- Danh bản số 000001317
- Lập tại PA24 Thành phố Hải Phòng
- Ngày 08/01/2009

Giấy ra tù của tôi
My "certificate for full service of prison sentence"

Hình chụp bên mẹ trong ngày ra tù 18/9/2012.
Lúc đi, tóc tôi chưa chấm vai.
Ngày về, tóc tôi dài gần ngang đùi.

A picture taken with my mother on the day I was
released from prison, Sept. 18, 2012.
My hair tresses have grown much longer since the
day I was arrested four years earlier

CỘNG HOÀ XÃ HỘI CHỦ NGHĨA VIỆT NAM
Độc lập - Tự do - Hạnh phúc

Thanh Hoá, ngày 30 tháng 01 năm 2012

THÔNG BÁO
Tình hình chấp hành án phạt tù

Kính gửi: Bà: Nguyễn Thị Lợi
Địa chỉ: Số 17 Đường Liên Khu, Phương Lưu 2, phường Đông Hải 1,
Q.Hải An, Tp Hải Phòng

GIÁM THỊ TRẠI GIAM SỐ 5

Căn cứ Điều 39 Luật Thi hành án hình sự năm 2010.

THÔNG BÁO:

Tình hình chấp hành án phạt tù của phạm nhân: từ ngày 26/11/2010 đến ngày 25/11/2011
của phạm nhân:
Họ tên: PHẠM THANH NGHIÊN   Giới tính: Nữ;   Năm sinh: 1977
Họ tên khác: Liên
Nơi ĐKTT: Số 17 Đường Liên Khu, Phương Lưu 2, P. Đông Hải 1, Q.Hải An, TP Hải Phòng
Tội danh: Tuyên truyền chống Nhà nước Cộng hoà XHCN Việt Nam
Ngày bắt: 18/9/2008;   Án phạt: 4 năm
Hình phạt bổ sung chưa thực hiện: Quản chế: 3 năm; Án phí hình sự: 200.000 đồng
Hiện đang chấp hành hình phạt tại Phân trại Số 4.

Được xếp loại chấp hành án phạt tù:
Được đánh giá cải tạo Kém
Và xếp loại thi đua chấp hành hình phạt tù: Kém .
      Trại giam số 5 thông báo để ông/bà và gia đình biết và đề nghị ông/bà tiếp tục quan tâm
phối hợp, động viên, giáo dục chị Phạm Thanh Nghiên học tập, rèn luyện tiến bộ./.

P. GIÁM THỊ

Nơi nhận:
- Như trên;
- Lưu: Đội HSPN.

Thượng tá: Nguyễn Thị Can

Tôi "được" xếp loại KÉM theo tiêu chuẩn của nhà tù. Điều ấy có nghĩa nhà tù và bạo quyền đã không khuất phục được tôi. Giấy này gửi về nhà cho mẹ tôi. Lúc ra tù, mẹ tôi đưa tờ thông báo cho tôi, tủm tỉm cười mà rằng: *"Tưởng nó khen con "cải tạo" giỏi mẹ mới lo. Kém là tốt rồi!"*

A "prisoner's compliance status report" was sent home to my mother, indicating I was graded "F" on the prison camp's grading scale. That could be interpreted as a warning for my defiance towards the prison system. Upon my release, my mother showed it to me and said with a smirk, "I was afraid they'd give you an A or B, but was relieved when it was an F."

ỦY BAN NHÂN DÂN
PHƯỜNG ĐÔNG HẢI 1

Số: 32/QĐ-XPHC

CỘNG HÒA XÃ HỘI CHỦ NGHĨA VIỆT NAM
Độc lập - Tự do - Hạnh phúc

Đông Hải 1, ngày 07 tháng 10 năm 2013

QUYẾT ĐỊNH
Xử phạt vi phạm hành chính

Căn cứ Luật tổ chức HĐND- UBND năm 2003
Căn cứ Điều 57 Luật xử lý vi phạm hành chính ngày 20/6/2012;
Căn cứ Điểm c khoản 2 Điều 17 Nghị định 73/2010/NĐ-CP ngày 12/7/2010
của Chính phủ;
Căn cứ Biên bản vi phạm hành chính do Công an phường Đông Hải 1 lập hồi 13
giờ 00 phút ngày 07/10/2013 tại trụ sở UBND phường Đông Hải 1, Hải An, Hải Phòng;
Căn cứ kết quả xác minh và các tài liệu có trong hồ sơ,
Tôi: Phạm Văn Thuận
Chức vụ: Chủ tịch   Đơn vị: UBND phường Đông Hải 1, Hải An, HP
QUYẾT ĐỊNH:

Điều 1. Xử phạt vi phạm hành chính đối với:
Ông (bà): **Phạm Thanh Nghiên**   Quốc tịch: Việt Nam
Nghề nghiệp/ lĩnh vực hoạt động: Không
Địa chỉ: số 17 đường Liên khu, Phường Lưu 8, Đông Hải 1, Hải Phòng
Giấy CMND hoặc hộ chiếu/ QĐ thành lập hoặc ĐKKD số:
Cấp ngày: .... Nơi cấp: ....
Đã thực hiện hành vi vi phạm: Tự ý đi khỏi nơi quản chế quy định tại Điểm c
khoản 2 Điều 17 Nghị định 73/2010/NĐ-CP ngày 12/7/2010 của Chính phủ.
Với các hình thức sau:
1. Hình thức xử phạt chính: Phạt tiền
Mức phạt chung: **1.500.000đ** (Một triệu năm trăm đồng)
Điều 2. Quyết định này có hiệu lực thi hành kể từ ngày ký.
Điều 3. Trong thời hạn 10 ngày, kể từ ngày Quyết định này được giao cho:
1. Bà Phạm Thanh Nghiên để chấp hành.
Trong thời hạn 10 ngày, kể từ ngày nhận được Quyết định Bà Phạm Thanh
Nghiên bị xử phạt phải nghiêm chỉnh chấp hành Quyết định xử phạt này. Số tiền
phạt có thể nộp tại chỗ cho người có thẩm quyền xử phạt hoặc nộp tại Kho bạc
Nhà nước quận Hải An. Nếu quá thời hạn trên mà không chấp hành sẽ bị cưỡng
chế thi hành.
Bà Phạm Thanh Nghiên có quyền khiếu nại hoặc khởi kiện hành chính đối với
Quyết định này theo quy định của pháp luật.
2. Kho bạc Nhà nước quận Hải An để thu tiền phạt.
3. Đồng chí Phạm Đình Phước để tổ chức thực hiện Quyết định này.

Nơi nhận:
- Như điều 3;
- Lưu: Hồ sơ

CHỦ TỊCH

Phạm Văn Thuận

**Quyết định xử phạt hành chính do Chủ tịch UBND Phường
Đông Hải 1 ký. Theo luật của Nhà nước CHXHCN Việt Nam, tôi
(người bị quản chế) ra khỏi địa phương phải làm đơn xin phép,
được sự đồng ý của Chủ tịch phường mới được đi. Muốn ra khỏi
quận, làm đơn được sự chấp thuận của chủ tịch UBND quận mới
được đi. Muốn đi khỏi thành phố, phải làm đơn trình lên Giám đốc
công an thành phố, được chấp nhận mới được đi.**

**Tất nhiên, tôi chưa bao giờ công nhận bản án bất công dành cho
mình, kể cả án quản chế. Nên tôi cứ đi và một vài lần bị bắt, bị câu
lưu trong đồn công an, trong Ủy Ban Phường rồi bị thẩm vấn nhiều
giờ đồng hồ trước khi được thả về. Tôi không đóng tiền "phạt."**

PHẠM THANH NGHIÊN * 271

Tôi lại bị bắt và bị phạt tiền vì "tự ý rời khỏi địa phương mà không xin phép." Trong 3 năm bị cầm tù tại nhà sau khi mãn hạn 4 năm tù giam, tôi bị triệu tập hơn 30 lần. Nếu tôi "chấp hành" thì chắc không bị triệu tập nhiều như thế.

Tôi không có tội. Không có tội đương nhiên không chấp nhận bản án. Không chấp nhận bản án thì sẽ không chấp hành quản chế để phải đi trình diện, báo cáo hay kiểm điểm v.v... hàng tháng theo yêu cầu của "chính quyền địa phương".

Điều ấy hoàn toàn logic, theo quan điểm của tôi. Và chắc tất cả những người có thiện ý đang phải làm việc trong hệ thống công quyền cũng tán thành với quan điểm này của tôi.

UỶ BAN NHÂN DÂN
PHƯỜNG ĐÔNG HẢI 1

CỘNG HOÀ XÃ HỘI CHỦ NGHĨA VIỆT NAM
Độc lập – Tự do – Hạnh Phúc

Số: 325/QĐ- UBND

Đông Hải 1, ngày 27 tháng 11 năm 2012

QUYẾT ĐỊNH
Xử phạt vi phạm hành chính trong lĩnh vực vi phạm
các quy định về nghĩa vụ của người chấp hành án phạt quản chế

CHỦ TỊCH UỶ BAN NHÂN DÂN PHƯỜNG ĐÔNG HẢI 1

Căn cứ luật tổ chức HĐND - UBND năm 2003;

Căn cứ Luật thi hành án hình sự;

Căn cứ Nghị định số 73/2010/NĐ - CP ngày 12/7/2010 của Chính phủ về xử phạt vi phạm hành chính trong lĩnh vực an ninh và trật tự, an toàn xã hội;

Xét đề nghị của Ban công an phường Đông Hải 1,

QUYẾT ĐỊNH :

Điều 1: Xử phạt vi phạm hành chính đối với : Chị Phạm Thanh Nghiên. Sinh năm 1977

Thường trú tại : Số nhà 17, Đường Liên khu, Tổ dân phố Phương Lưu 8, Đông Hải 1, Hải An, Hải phòng.

Bằng hình thức phạt tiền với mức phạt là : 1.500.000 đ (Một triệu năm trăm nghìn đồng chẵn). Lý do: Chị Phạm Thanh Nghiên đã không chấp hành nghĩa vụ của người chấp hành án phạt quản chế theo biên bản vi phạm hành chính được lập ngày 27/11/2012 của Ban công an phường Đông Hải 1.

Theo quy định tại điểm c, khoản 2 điều 17 của Nghị định số 73/2010/NĐ - CP ngày 12/7/2010 của Chính phủ về xử phạt vi phạm hành chính trong lĩnh vực an ninh và trật tự, an toàn xã hội;

Biện pháp khắc phục hậu quả : Sau 10 ngày, chị Phạm Thanh Nghiên phải trình diện và báo cáo với UBND phường Đông Hải 1 về việc chấp hành quy định án phạt quản chế.

Copy of a "resolution for administrative sanction" by Đông Hải district committee. During my three-year probation period, I received such a resolution every time I left my residential area without prior permission from the authorities. Since I have never voluntarily accepted the unjust prison and probation sentences imposed upon me, I was arrested, investigated and charged several times with "probation violations". Upon being released from the district committee, I went home without ever paying the "administrative sanction fines".

Copies of similar "resolutions for administrative sanction". During my three-year period of probation (house arrest to be exaxt), I was "summoned" to the district committee over thirty times for "administrative sanction".

Here is my logical reasoning: I was not guilty for voicing my patriotism in the first place; hence, I did not voluntarily accept the prison sentence imposed upon me; and therefore, I saw no reason to comply with any probation procedures required by the local authorities, e.g. the monthly reports, self-assessments, etc.

I hold on to my own logical reasoning, and believe that anybody from the government, if they have some common sense left in them, will agree with me.

Cộng hoà xã hội chỉ nghĩa việt nam
Độc lập – Tự do – Hạnh Phúc
.......Ngày 27 Tháng 3....Năm 2014

GIẤY TRIỆU TẬP
(lần thứ .15.......)

Căn cứ điều 90 luật thi hành án hình sự số 53/2010/QH12 ngày 17/6/2010 của quốc hội nước Cộng hoà xã hội chủ nghĩa Việt Nam.

Yêu cầu người chấp hành án phạt quản chế ....
.... PHẠM THANH NGHIÊN ....

Hiện ở tại (Hoặc nơi làm việc). Số 17 đường Liên Khu,
đường Liên 8, Phường Đông Hải 1, Quận Hải An
Hải Phòng

Đúng 8 giờ 00 Ngày 28 Tháng 3 Năm 2014

Có mặt tại Trụ Sở UBND Phường Đông Hải 1
....
Để Báo cáo về việc thực hiện quy định về quản
chế
....

Khi đến mang theo giấy triệu tập và gặp Ông Nguyễn Văn
Ký, Phó Chủ tịch UBND Phường và những người
có trách nhiệm

T.M UBND PHƯỜNG ĐÔNG HẢI

CHỦ TỊCH

PHẠM VĂN THUẬN

**Giấy triệu tập
lần thứ 15 liên tiếp.**

*"Summons"
for the fifteenth time.*

Cộng hoà xã hội chỉ nghĩa việt nam
Độc lập – Tự do – Hạnh Phúc
.......Ngày ..06..Tháng ..11...Năm 2014

GIẤY TRIỆU TẬP
(lần thứ ..20......)

Căn cứ điều 90 luật thi hành án hình sự số 53/2010/QH12 ngày 17/6/2010 của quốc hội nước Cộng hoà xã hội chủ nghĩa Việt Nam.

Yêu cầu người chấp hành án phạt quản chế ....
........PHAM...THANH...NGHIÊN............
Hiện ở tại (Hoặc nơi làm việc).....Số. 17 đường Liêu Khê....
Phường Hải 8, Phường Đông Hải 1, Hải An...
Hải Phòng.............................
Đúng...8...giờ..30. Ngày .07. Tháng ..11. Năm .2014.......
Có mặt tại ..Trụ sở UBND Phường Đông Hải 1 (Ngõ
343. Phố. Phường Hàn...Tổ. DP 5 Phúc xã 1
Phường Đông ...Hải 1, Hải An, Hải Phòng .)
Để ...Báo Cáo. Về. việc. Thực hiện quy định
Về. quản chế ..Theo. luật. T.HA thực tốt.
....
....

Khi đến mang theo giấy triệu tập và gặp .ông. Nguyễn Văn.
Phó Chủ tịch UBND Phường và nhập ngày 1
có trách nhiệm..........

T/M UBND PHƯỜNG ĐÔNG HẢI

CHỦ TỊCH

ĐỖ VĂN THUẤN

**Bị triệu tập liên tiếp lần thứ 20
tôi cũng không đi.**

"Summons" — for the twentieth time, still ignored by me.

PHẠM THANH NGHIÊN * 275

Bức chân dung *"Phạm Thanh Nghiên với ngư dân"* được họa sĩ Trần Thúc Lân (Pháp) vẽ năm 2009 khi tôi còn ở trại tạm giam Trần Phú.

Bức tranh gốc khi gửi về đã bị hải quan Việt Nam "ách" lại ở cửa khẩu. Về sau, họa sĩ Trần Thúc Lân còn vẽ hai bức chân dung khác tặng tôi. Năm 2015, ông nhận tôi làm con nuôi. Tôi rất đỗi yêu thương và kính trọng ông, người bố mà có lẽ tôi sẽ không có cơ hội được gặp mặt.

A copy of one of my portraits in oil painting by Mr. Trần Thúc Lân, a painter living in France.

The original "Phạm Thanh Nghiên and the fishermen" was confiscated at the airport by Vietnamese customs in 2009, while I was detained at Trần Phú center. Mr. Trần became my godfather since 2015. I have always kept in my heart a high respect and deep love for the godfather I might never get a chance to meet in person.

Huỳnh Anh Tú và Phạm Thanh Nghiên
trước vụ chính quyền CSVN bắt giam
Mẹ Nấm Nguyễn Ngọc Như Quỳnh.

Huỳnh Anh Tú and Phạm Thanh Nghiên protested
the communist government for arresting blogger Mẹ Nấm
Nguyễn Ngọc Như Quỳnh. Their placards read,
"Freedom for Mẹ Nấm", "We all are Mẹ Nấm."

SLICES OF LIFE BEHIND BARS

Translated by :

T.T.LAN — TRỊNH BÌNH AN
ĐÀO TRƯỜNG PHÚC

PHẠM THANH NGHIÊN

SLICES OF LIFE BEHIND BARS

A MEMOIR BY A FEMALE PRISONER OF CONSCIENCE

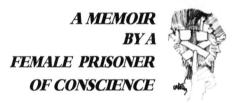

Translated by :

**T.T.LAN — TRỊNH BÌNH AN
ĐÀO TRƯỜNG PHÚC**

Virginia 2017

PHẠM THANH NGHIÊN

ABOUT THE AUTHOR

Phạm Thanh Nghiên was born in Hải Phòng, North Vietnam on Nov. 24, 1977, the youngest of seven siblings whose parents were former members of the Communist party. Her mother left the party first, then her father – who used to be a Hồ Chí Minh follower – realized the truth and became a harsh critic of the party to the day he passed away in Dec. 2004.

In spite of her frailty, Phạm Thanh Nghiên had to drop out of school at the age of eighteen to take several blue collar jobs as vendor, weaver, janitor etc., so she could help her parents out. In 2006, feeling an urgent need to "do something and take a part in making changes to the society", she began using pseudonyms to write short essays on human rights issues. The following year, she decided to use her real name on her essays and started campaigns to demand human rights for all people in Vietnam.

Phạm Thanh Nghiên was arrested and jailed by the Communist security police on Sept. 18, 2008. She was not brought to court until Jan. 2010 to face a one-day trial where she was charged with "propaganda against the State" and sentenced to four years in prison plus three years of probation. Her prison term ended on Sept. 18, 2012, only for a house arrest period to take over, including the day-and-night surveillance that turned her into a prisoner within her own residence. During that same period, she was abducted twice by the security police for detention and interrogation. Moreover, she was summoned thirty times by local authorities, penalized twice, even obstructed from keeping her appointments with doctors and hospitals. To cut off her contacts, the security police halted, threatened and attacked any friends or relatives who came to visit her at home.

Despite all challenges, Phạm Thanh Nghiên was determined to carry on with her activities and set to co-found the Vietnamese Bloggers Network, a civil society organization widely recognized by netizens in Vietnam and around the world.

In April 2016, Phạm Thanh Nghiên was married to Huỳnh Thanh Tú, a former prisoner of conscience once sentenced to fourteen years in jail. They currently live in Saigon and are joining hands to pursue their continuous fight for human rights.

On March 30, 2017, Ireland-based Front Line Defenders announced the selection of Phạm Thanh Nghiên along with four other activists — Emil Kurbedinov (*Ukraine*), Nonhle Mbuthuma (*South Africa*), Abdulhakim Al Fadhli (*Kuwait*), Francisca Ramírez Torres (*Nicaragua*) — to be finalists for their annual award, The Front Line Defenders Award for Human Rights Defenders at Risk.

●●●

A PRISON MEMOIR
BY A FEMALE
PRISONER OF CONSCIENCE
✶ ĐÀO TRƯỜNG PHÚC

Slices of Life Behind Bars, the title chosen by Tiếng Quê Hương Publishing Group for this book by Phạm Thanh Nghiên, could be considered "the first memoir of prison life ever written by a female prisoner of conscience under the communist regime in Vietnam". Would such an introduction be in conflict with the author's personality reflected in her modest self-descriptions throughout her book? We as the publishers had to put it that way though, due to a few things about the contents of this memoir that need to be elaborated:

First of all, the Vietnamese communist government has never admitted the existence of "prisoners of conscience" or "political prisoners." All those who voice their dissent against the immoral, dishonest and brutal actions or policies of the regime are considered "convicts of criminal offenses", simply because they are unjustly tried as criminals — according to some arbitrary laws that penalize all opposing activities — and thrown to the same prisons with convicts who committed such crimes as murder, drug trafficking, etc...

Second of all, let's look at the case of Phạm Thanh Nghiên: she was arrested on September 18, 2008, while doing a "sit-in-protest" in her own house with her banner "Hoàng Sa and Trường Sa belong to Việt Nam. NO to traitor Phạm Văn Đồng's memorandum selling short our islands on Sept. 14, 1958." A week before that, she had been "summoned" for daily "work sessions" by the Security

Investigation Agency who continuously harassed her for her activities. Even before that, her house had been surrounded day and night by the security police force.

Being unable to make a trip from Hải Phòng to Hà Nội to join her friends at the September 14 anti-China demonstration, she decided to post a "*Proclamation*" on the internet, then started her sit-in-protest. She was "*temporarily detained for investigation*" for eighteen months before being taken to court on January 29, 2010 and sentenced to four years in prison plus three years of house arrest.

The court never mentioned her sit-in-protest, but seeked to convict her for what she wrote in a March, 2008 article. Entitled *Wrath Of Our Sea*, that was a de-facto report on the plight of families of the eight fishermen who were shot dead by Chinese coast guards on January 8, 2005 while boat fishing within Vietnam's coastal waters. Since the Vietnamese communist party and government, under China's pressure, had been trying to conceal that tragic event, they ended up staging a trial with two coerced witnesses to convict Phạm Thanh Nghiên of "propaganda against the State", while she as a writer only wanted to unveil the truth of the massacre. Third of all, although the above facts indicated that Phạm Thanh Nghiên was truly a typical prisoner of conscience, she had to serve her time in the same prisons with convicts of various criminal offenses, from Hải Phòng district's temporary detention center to the National Security Ministry's Camp 5 of Thanh Hóa. On a side note, let's go back to the concept of "*prisoner of conscience.*"

It was on May 28, 1961 that the term "*prisoner of conscience*" was first seen in an article written by the founder of Amnesty International, Peter Benenson, when he launched the campaign "Appeal for Amnesty 1961." In that said article – "*The Forgotten Prisoners*", published in *The Observer* – a "*prisoner of conscience*" was defined as: "*Any person who is physically restrained (by imprisonment or otherwise) from expressing (in any form of words or symbols) any opinion which he honestly holds and which does not advocate or condone personal violence.*"

Not only Phạm Thanh Nghiên's memoir brings to light various tricky tactics used by the communist authorities — via their security force and judicial system — to impose penal sentences upon non-violent dissidents, it also elucidates that any governmental statements claiming "*no prisoners of conscience nor political prisoners in Vietnam*" are nothing but deceiving propaganda and lip service; because in reality all prison wardens always receive the same order to strictly apply a "policy of isolation" upon a political prisoner in their prison camps, by threatening and ordering inmates to stay away from "the traitor" — as he or she would be labeled.

It can be deduced from the above fact that further dangerous situations might happen, when prison authorities use convicted inmates as surrogates to inflict mental or physical harm to the prisoners of conscience in revenge for their opposing activities. However, readers will find another interesting fact from Phạm Thanh Nghiên's memoir to counterbalance that reality: the "policy of isolation", be it applied using enticement or violence, does not always work to prevent criminally convicted prisoners from getting close to political prisoners in a form of mutual communion, as they all share the common fate of people stripped of freedom after being turned into victims of injustice under a prejudiced, corrupt, brutal and inhumane regime.

Her emotional encounters and personal experiences, interwoven with her direct observation of so many broken lives, have motivated Phạm Thanh Nghiên to put into words what she has been through, in a style that best reflected the honesty and sensitivity of a prisoner of conscience: "*People are more inclined to 'say good things about themselves' and would feel much easier to talk about their achievements than about their failures. A common tendency is to avoid or hide the mistakes one has committed, especially those only known to oneself and unknown to others. But, being true to oneself should be the primordial condition to become a fair and just person. That is, one must realize that the ultimate goal is not to become a hero in the eyes of others, but to learn how to* confront moments of fear and weakness, and how to overcome dangers and challenges.

"I have no intention of keeping to myself whatever personal "secrets" I had during my time in prison, although I have all the possibility and right to do so. I will share with you, my friends, in a true-to-the-core manner, not only the incidents where I was triumphant, dignified and courageous, but also my moments of failure, cowardice and weakness, as a prisoner of conscience under this Communist regime. To put it simply, the truth must be told and respected. One day should you unfortunately become a prisoner of conscience like me, I hope my past experiences would be of help to you. And I am certain that you will triumph, a triumph so very perfect, because you are much better than I was, braver and cleverer than I ever could be.

"...The word "prison" brings to mind the concepts of punishment and misery. Within the framework of this humble book, I have no ambition to cover every aspects of communist prisons to satisfy readers' need. I only hope that these non-exhaustive accounts of what I have witnessed during my four years in prison might shed some light or lift up some veil over a corner of a communist prison. Obviously, prisoners' accounts may vary, depending on personal experiences, different penitentiary centers, and historical contexts. Even so, there must be a common ground for all prisoners to agree on: Vietnamese communist prisons epitomise the most terrible atrocities and the most loathsome sufferings that some people can inflict on other human beings. Those prisons are built for tribulation, affliction, exhaustion, darkness and demise.

"They can be defined by barbarity against helplessness, heinousness against desperation, vengefulness against hopelessness, even against death. In brief, those prisons are the definition of hell on earth — a hell where people are still breathing, moving, laughing and crying."

If Phạm Thanh Nghiên's memoir offers a lot of information and sentiments that are quite different from what can be found in other "prison memoirs", the difference is not only attributable to the author's unique style, but because the author is, first and foremost, a prisoner of conscience, a woman who fights for human rights in a society where all humane values have been turned upside down, a writer who wants to promote patriotism while all leaders of her own country are more than ready to give away national sovereign-ty in exchange for their personal power and interests.

When Phạm Thanh Nghiên was thrown into that "*hell on earth*" to share the miserable fate of criminally convicted prisoners, it was the inner voice of a prisoner of conscience that helped her develop a communion with her inmates — the desperate people coming from the darkest corners of a disintegrated society. And that was how their stories were told in a memoir for us to read and ponder upon:

"*My cellmates avoided me, not because they disliked me, but because they didn't want any consequence from their association with me. Nevertheless, there were still relation-ships, even friendships cleverly forged under the wardens' radar to avoid complications.*

"*... A few days earlier, the whole quarter of the Camp was in commotion when sister Chanh of Platoon 29 received a harsh warning from the warden for having sold to me a trunk to store my personal belongings. That resulted in sister Chanh being singled out for a "blame and shame" showdown the previous morning, in the middle of the communal courtyard and in front of thousands of prisoners as well as all guards and wardens of this quarter. Even though sister Chanh was not sent to the doghouse, the disciplinary measure was for her to be transferred out of her platoon and stripped off an opportunity for a sentence reduction later in the year. The fear factor came down hard to cover the whole Camp quarter in a gloomy atmosphere. The prisoners whispered to one another to be wary and stay away from the "traitor girl" if they wanted no trouble for themselves.*"

"*... Mai was not the only one to be "invited for a coffee." Many other cellmates of mine were called up to listen to the warden's warning against befriending me, or just being around me. Some had to take an oath to never again come anywhere near the "traitor." After being "invited for a coffee"* *like that, every inmate went out with a friendly reminder "no word about this to Nghiên." But not many inmates' mouths could keep a secret or a promise. If the "secret" was not leaked immediately then it would go around the block first; and even if I wasn't directly told, I would learn of it through the prison grapevine. When I first arrived in the camp, that isolation policy used to make me feel depressed and sad because of my susceptible nature. But with time I got used to it and couldn't care less.*

"The inmates who befriended me and overtly stood by me were among the hard-headed category, those with nothing left to lose — meaning they had no chance for a sentence reduction or were near the end of their jail term. The reason inmates lost their potential right to get a year or two of their terms reduced was because they violated prison rules. Prison rule violations came in many forms: wheeling-dealing, cash exchange, brawl, verbal abuse, under-quota labour, dis-courtesy to the cadres — e.g. forgetting to salute —, mutual help between cellmates without authorization, etc...

"Those with AIDS, or those seriously sick and nearing the end of their lives, also liked to stick around with me.

"Time is something no one can manually touch. But it seemed the dying inmates had the ability to touch with their fingers and see with their eyes their remaining days shortening amidst their lengthy serving time. They could see and touch that pale ashen colour; that soreness on their cracked lips; they could feel their bared and crinkled skin-on-bone bodies, their gradually slower footsteps, and their daily agonizing sufferings. That was why, for those inmates with nothing left to lose, the potential favour of sentence reduction could no longer be used by prison wardens as a threat or bargaining chip..."

In 2010, after eighteen months of "temporary detention for interrogation" — including four months of solitary con-finement —, plus a seventy-day wait following the trial where she was sentenced to four years in prison and three years of house arrest, Phạm Thanh Nghiên was transferred to Camp 5 in Thanh Hóa to serve the rest of her jail time. It went without saying that her life as an inmate was literally severed from the outer world, and all kinds of information were hidden behind not one but two iron curtains — the small prison where she was locked in, and the larger prison which was her own country. She could only receive every now and then small bits of "news on the outside" from some "newcomers" to the camp. And she was shocked when an inmate inadvertently disclosed the information on the arrests of two of her fellow activists:

"One of the most dreadful things in my life was to hear about the arrest of someone I knew, a friend, a fellow activist. During my four years in prison, I reckoned dozens of them were arrested for joining our fight for Human Rights, Democracy and Religious Freedom. Most of them were people I knew very well or had a chance to meet in person. If you tallied the number of years those peaceful activists have been sentenced to, you'd easily come up with a staggering total of many hundred years (...)

"I couldn't help feeling a pang of concern when I thought of the terrible time ahead for our movement out there. I could count on the fingers of one hand, only three or five of us left – those who haven't been arrested (yet) or have been released from prison but still under house arrest.

"The arrests of doctor Phạm Hồng Sơn and lawyer Lê Quốc Quân following a series of previous arrests dragged my morale to the ground. Sister Hương, a prisoner from another cell said to me, "Think positive now, you hear me! Didn't you once tell me that there are many names of those arrested you have never heard of... That means more and more people are joining your movement. You ought to be happy instead of being depressed like this."

The encouraging words from that fellow inmate turned out to be true to the core. As a matter of fact, in the past ten years — even while Phạm Thanh Nghiên was imprisoned and up to this day — there has been a continuous increase and never a decrease in the number of people who enlisted themselves for the common cause of their fight for Freedom, Democracy and Human Rights in Vietnam. The unstoppable progress of informative technology — especially the extraordinary expansion of social media (Facebook) since 2011-2012 — has helped those fighters quite a lot in the effort to connect with one another and to share information on their movement with the public. Not only the spreading of information has reached the point where the communist government could hardly hamper, the lightning-fast input and output of accurate information has somewhat debilitated the regime's censorship system and even forced the party-and-state-controlled media system to struggle for survival.

The failure of their deep-rooted policy of deception and concealment, plus the accumulation of internal troubles (power struggles among party leaders, budget deficit...) and external troubles (China's pressure in South China sea, diplomatic crisis with Germany and E.U.) have been factors that accounted for the Vietnamese communist party's resumption of their violent crackdowns on dissidents. In the past few years, most recently from June to August, 2017, dozens of peaceful activists and former prisoners of conscience have been targeted in a series of beatings, harassments, arrests and trials resulting in harsh prison sentences. That situation led to alarming reports from international organizations, such as Human Rights Watch's 65-page report *"No Country for Human Rights Activists: Assaults on Bloggers and Democracy Campaigners in Vietnam"* and their press release *"Vietnam: End Attacks on Activists and Bloggers"*, as well as Amnesty International's report *"Detained for Defending Human Rights"*, that listed new violations and raised questions on the whereabouts of lawyer Nguyễn Văn Đài who was re-arrested and taken away to an unknown address since December 16, 2015.

As horrible as it is seen by the world, a crackdown by the communist regime on bare-handed dissidents — women included — does not come as quite a surprise to the freedom fighters who are well aware that violence is an unchangeable reaction of the people in power whenever they feel threatened by an opposing voice which challenges their authoritarian logic. Part of Phạm Thanh Nghiên's memoir was written in the purpose of getting her fellow activists mentally prepared for any worst scenario:

"I dedicate this story to you, my friends, who belong to a Reserve of Prisoners of Conscience under this Communist regime, so you can view some snapshots in the life of a prisoner. I always hope that, in a not too far future, no Vietnamese people will have to experience the atrocious and deprived condition of imprisonment as a price to pay for their aspiration for Freedom."

Since the internet has played a big role in gradually revealing the truth behind closed doors, it is no longer a secret to the world that long years of imprisonment should not be defined as the only price to pay for a person's aspiration for freedom in Vietnam, because prisoners of conscience must continue to face innumerable hardships even after their jail time. In October, 2009, when Human Rights Watch awarded the Hellman/Hemmett award to Phạm Thanh Nghiên, she was in a detention center awaiting her trial.

Seven years later, although her four-year sentence has been fully served and her three-year probation has expired, she and her husband must still experience close supervision and permanent harassment, and one day they were both arrested and brutally beaten by the security police.

On March 30, 2017, Ireland-based Front Line Defenders (*www.frontlinedefenders.org*) announced the selection of five finalists — out of 142 nominations from 56 countries — for their annual award. The Front Line Defenders Award for Human Rights Defenders at Risk was established in 2005 to *"honour the work of human rights defenders who, through non-violent work, courageously make outstanding contribu-tions to the promotion and protection of the human rights of others, often at great personal risk to themselves."*

"Vietnamese blogger and former political prisoner Phạm Thanh Nghiên was one of five finalists selected for the 2017 award", Front Line Defenders said in a statement.

"Also selected were Ukrainian rights lawyer Emil Kurbedinov, South African land and environment campaigner Nonhle Mbuthuma, imprisoned Kuwaiti minority activist Abdulhakim Al Fadhli, and Nicaraguan anti-canal crusader Francisca Ramírez Torres.

"These five defenders demonstrate the tenacity and will to persist in the face of severe, often life threatening risks", the statement said, citing executive director of Front Line Defenders Andrew Anderson as he announced the finalists in Dublin on March 30.

"Phạm Thanh Nghiên spent four years in prison for her work publicising violations against and defending the rights of relatives of fishermen killed by Chinese patrols. Following her release, she was kept under house arrest, during which time she spearheaded numerous human rights campaigns and co-founded the renowned Vietnamese Bloggers' Network.

"Nghiên has had her home raided, been blocked from attending medical appointments, had a padlock placed on her door from the outside, and been refused a marriage certificate. Nghiên has also survived numerous physical assaults aimed at stopping her powerful, peaceful work uncovering and publicising human rights violations in Vietnam.

"... Human rights defenders tell us that international visibility is vital to their work, particularly as governments and corporations work to defame, slander, and delegitimize their peaceful struggle for rights. Their struggle has not gone unnoticed and we in Ireland support their fight for rights", concluded the statement.

"The 2017 finalists and their families have faced attacks, defamation campaigns, legal harassment, death threats, prison sentences, and intimidation. Front Line Defenders works to promote the visibility and protection of activists who are critical to rights movements in their countries and communities."

Just a few months ago, on May 22, 2017, on the series of YouTube videos uploaded by Front Line Defenders to introduce their finalists, some activists expressed their appreciation of Phạm Thanh Nghiên's contributions to the movement for freedom and democracy in Vietnam, and Phạm Thanh Nghiên herself shared some viewpoints on what has been going on in her own country ([32]):

"...Perhaps it is hard to imagine and hard to spell out the risks and dangers that dissidents who promote human rights like me are facing. Considering all the risks, I think not only me but all Vietnamese who speak out on criticizing the wrongful policies of the government, especially who strongly voice their concern about human rights and democracy issues, they all are the target for suppression by the government, or even imprisonment. I have been imprisoned for four years with a three-year house arrest. When I was under house arrest, I was not allowed to step out of my residence area; furthermore, I was not allowed to step out of my door, not allowed to go see a doctor... About a year ago, on May 11, 2016, there was a demonstration against the Formosa company and for environmental protection. On the way to the demonstration, we were arrested. Our group included me, my husband, and a few other activists. I was wrestled to the ground by a plainclothed policeman, and he stepped on my face with his shoes. We were held against our will for fourteen hours. I was beaten three separate times during this arrest. To me, this harassment has a lasting effect on my physical and mental health. In the four years after my release from prison, I have to constantly take medication, and a few times I have to be taken to the hospital under constant surveillance by the police.

"We take for granted that being beaten, arrested, harassed, imprisoned, are the norms that we have to face in our struggle for freedom and to take back our human rights. In other countries, these activists often have a network to support each other, but it is different in Vietnam. We have to face many dangers. It is very difficult to meet with each other; so forming a network to support each other is out of the question. When any of us speak out about an injustice, we could immediately face jail time. The government does not hesitate to accuse us of "plotting to overthrow the state",

---

([32]) https://www.youtube.com/watch?v=ghgTJbB4sV0

"crime against the state", or "taking advantage of democracy or freedom against the state", etc..."

Many people watching the video might ask themselves: Under such a merciless regime, under such perilous circumstances, what motivates those freedom fighters to maintain their dedication and determination so they can keep joining hands with one another on their challenging journey?

Here is the answer from Phạm Thanh Nghiên: *"We cannot live to wake up each morning in fear. There is no other choice for us but to overcome this. The thirst for freedom, for human dignity, is the force that drives us forward."*

And that is why, as readers of Phạm Thanh Nghiên's memoir, we should not limit ourselves to the intent of picking up here and there some data and facts on the "slices of life behind bars" under a communist regime. Instead, we can expect to gather from this book more than just a few factors to help us watch for upcoming events that will inevitably spring from a persistent and unyielding fight to restore basic human rights for ninety million people, to reclaim national sovereignty for their country, and to replant humanity in the pieces of land devastated by an inhuman doctrine.

● **ĐÀO TRƯỜNG PHÚC**
August, 2017

SOME MEMORIES...

✳ VŨ THƯ HIÊN

I had some hesitation about writing the foreword to this book. Too short would not say enough about it, too long would only bore its readers — the book speaks for itself, why bother to talk more of it. Forewords are never meant for promotion. No one reads a foreword to buy a book. People only read a foreword to know more about the author or about the messages after they finish reading a book, and even so, such cases rarely occur.

Slice of Life Behind Bars is not a memoir on prison life. Too many Vietnamese people have been put behind bars, usually on long prison terms.

Many memoirs were written by senior prisoners who were imprisoned for decades. This book is not an addition to those existing patterns. As its name implies, the book you are holding in your hand is only a compilation of random memories of a long, stressful, even comical mind game between the people who have become powerful but no longer patriotic, and a patriot. It is that simple. Just some small memories, but they really touch your hearts. Phạm Thanh Nghiên has been long known to me, after I read her report *Wrath Over Our Sea* a decade ago.

Everybody is now aware of the (2005) shootings and imprisonments of Vietnamese fishermen within their own territorial waters by those thugs from China whose humanity had been lost through all sorts of revolutions – "the great proletarian cultural revolution" being the "brilliant peak." Despite their fellow citizens' excruciatingly painful fate, the government of Vietnam as well as the insensitive journalists did not utter a single word to protest the killings or voice the anger of their people.

Unlike them, a slender, rather frail girl came forward in response to the call for patriotism and the love for her compatriots. She put into words the tears, the pains and the losses of the victims, so everyone else could recognize the true faces of their enemies and of their rulers turned into henchmen. For that report and for having peacefully expressing her patriotism against Chinese invaders, the author of this book was given the "honor" to go to jail. Yes, prisons have ceased to be just confinement facilities; they are now medals for those who fight for a better society, for the future of their country. Thanks to that report, Phạm Thanh Nghiên and I became friends.

Readers of this book will be introduced to its author, a staunch and uncompromising advocate for the rights of the Vietnamese people. That should be something obvious.

I would like to mention something less obvious, though. The style in *Wrath Over Our Sea* and other essays by the same author let me see the dawn of a talented writer.

Vietnam has seen several writers starting their careers among groups of laborers. Phạm Thanh Nghiên used to be a blue-collar worker, a janitor for some time. She might easily turn into a writer as famous as Nguyên Hồng. But I think, and am sorry too, that Phạm Thanh Nghiên will not pursue a writing career. She seemingly made up her mind for another job — a social scavenger. Vietnam has enough writers, maybe too many, yet it still lacks sweepers. And the author of this book has chosen for herself exactly what her society needs. I am certain she will accomplish the task she has devoted herself to.

● VŨ THƯ HIÊN
May, 2017

Author's Notes

∗ PHẠM THANH NGHIÊN

While being imprisoned, I made a promise to myself that after my release, I would dedicate a few years for a 'real' memoir, so to speak.

I thought I would just sit tight at home and use my whole time to write about my years of suffering in a communist prison.

But I later realized that it would be a much more essential and urgent task to smash down the chains and yokes of this larger prison — my own country — than to reminisce on a smaller prison where I was locked up for four long years.

Although my activities for a common cause remain the top priority of my choice, I have tried to squeeze in some time to tell a few of my prison stories.

That way, even if I could not come up with a memoir as expected, I would still keep part of my promise, and more importantly, so a little light could be shed on the miserable lives of prisoners in this so-called "socialist paradise."

You will find here just some random anecdotes, while most of the stories that are worth telling have not been told yet.

Correspondingly, the names of people mentioned in this small book merely represent a portion of innumerable prisoners I have met along the way.

However, please be assured that every lines of this memoir have been written with the utmost honesty and sincerity. To some extent, I have not only thought of myself as a former prisoner of conscience, but also as a "prisoner in reserve." As long as freedom is still denied to the people in Vietnam, my prison stories should be considered unfinished.

After reading this memoir, please give your heart a brief moment to go out to those who lost their lives in prisons all around my country, as well as those who must accept the fate of prisoners as a price to pay for their aspiration for freedom.

One last thing I want to say to my fellow countrymen: Just by holding in your hands my book *Slices of Life Behind Bars* — or any book written by a prisoner of conscience — you really are the persons of courage.

● PHẠM THANH NGHIÊN

SLICES OF LIFE BEHIND BARS

— This book is dedicated to those who voluntarily make sacrifices and have faced all challenges in silence.

— PHẠM THANH NGHIÊN

CONTENTS

● PART 01
STORIES FROM
TRẦN PHÚ DETENTION CENTER

● PART 02
STORIES FROM
CAMP 5 - THANH HÓA

● Additional writings in Vietnamese

● AFTERWORD

● APPENDIX

PART ONE

STORIES
from
TRẦN PHÚ DETENTION
CENTER

01—
Nine Eleven

On September 11th, 2001, Osama Bin Laden attacked the United States of America. A shockwave rippled throughout the whole world. Three thousand people of different nationalities lost their lives while thousands of others were seriously injured. *Nine Eleven* became a haunting terror to humanity ever since. That event ignited a global war against terrorism.

Seven years later, on the very same date, something else happened — something not related to Osama Bin Laden, nowhere near America; and no one died from it... yet. It was on September 11th, 2008 that the Communist government of Vietnam launched a massive campaign to arrest human rights and democracy activists. From that day on, our fight for justice entered a new era that would be more challenging, more strenuous and more dramatic than ever before.

A few weeks before September 11th, 2008, I had been kept under house arrest, at the same time with writer Nguyễn Xuân Nghĩa and veteran Vũ Cao Quận, due to our June petition to the authorities for a permit so we could demonstrate to request that the government take action against a rising inflation. Since our petition was turned down, we filed a subsequent complaint and finally a lawsuit against the People's Committee ([33]) of Hanoi

---

([33]) **Ủy Ban Nhân Dân (UBND)** : *local government*

one month later. Our actions were considered by many political activists as *"the boldest initiative ever seen under the Communist regime."*

On a rare occasion when I managed to sneak out of my home, I was halted in the streets and physically attacked by a group of strangers. One of them let out these menacing words, *"Stop opposing the Party or you'll live to regret it..."*

A few days later, my older sister and her two children were injured in a suspicious traffic accident. It was believed by many people that the behind-the-scene culprit was no other than the Communist security police.

The accident resulted in a broken arm for my twenty-one-year-old niece, several contusions and lacerations on my sister's body, and most painful of all were the facial injuries of my four-year-old niece. After the accident, we all lived in a terrifying atmosphere that lasted for months. Not only my immediate family but everyone within my close circle shared a continuous nervous tension and mental pressure, which they would never have had to endure. They paid their price for my ideals.

Around 8 p.m. on September 11th, I received a phone call from Uncle ([34]) Vũ Cao Quận. Until now, years after that day, I still felt the panic in his voice:

"Liên! ([35]) I believe Uncle Nghĩa has been arrested. I called many times but he didn't answer the phone."

I tried to stay calm to reassure the "old soldier" — he would like to be referred to that way — but couldn't help myself feeling anxious at his panic-stricken voice.

([34]) Uncle: *In Vietnam, it's polite to address people you respect, or people who are a generation above you as "Bác" (Uncle or Aunty).*
([35]) Liên: *my usual name.*

From his past experience and his sharp intuition, Uncle Vũ Cao Quận knew that writer Nguyễn Xuân Nghĩa has just been taken into custody. Putting the phone down, I caught the eyes of my mother. She has undoubtly sensed what was going on. I kept quiet, not knowing where to start. To help me out of an awkward situation, my mother said, her voice full of emotions yet so calm:

"Uncle Nghĩa has been arrested, is that right? Well, it's time to pull yourself together and be prepared for your turn."

Deep down inside, I thanked my mother for understanding. I wanted to say so many things but chose not to utter a word. I feared I would burst into tears.

I called Phạm Văn Trội, only to hear the telecom operator answer. I dialled Vũ Hùng's number, no one answered. I called Ngô Quỳnh, Tiến Nam, but couldn't reach them either. A terrifying silence... I did not expect an answer from anyone on my next calls. But Nguyễn Phương Anh picked up the phone and I was really surprised at his untroubled voice.

Never in my life had I experienced such a nervous tension. I was racing against time. It was past midnight, and the security police stationed outside could force their way in and take me away at any moment. But my telephone line and internet were not cut off yet. I had to make the most of this "good fortune."

Then the news about the arrests began to spread out. I received dozens of calls, and dozens of others tried to get in touch with me on the net. But not a word from the kinfolk of those who had been arrested. We all feared the worst. It suddenly dawned on me that I might well be living the last day in my own home. Now and again I heard my mother let out a long sigh. She couldn't sleep but wouldn't let me get near her, nor listen to what I had to say. I went back to my little desk.

At 3 a.m., the policemen were still outside my house. They made no attempt to force their way in.

The phone rang:

"Hello Liên! This is Aunty Nga... Uncle Nghĩa has been arrested... at eight o'clock tonight. I couldn't reach anybody because our phone line was cut off. I found your number just now. I had to ask our neighbors to help call you. About a dozen cars... all black... came down from Hanoi... to take him away...

Aunty Nga's voice was jerky as she trembled with fear. Uncle Nghĩa and Aunty Nga had three sons, who were all away from home. The only person at home at this time was a frail woman to witness and endure the frightening scene of a dozen of undercover policemen bursting into their home and dragging her husband away at night.

I felt the need to do something. I should stage a sit-in protest. Yes. A Sit-in Protest!

I began to type the first lines of an Open Letter to be sent out on the internet. Never before had my mind gone through so much emotion, turmoil and confusion. Yet it was also the first time I felt a sense of pride for what I stood for and an empathy for myself. The Open Letter was meant to be my last testimony before leaving my familiar residence and heading to a dark and dangerous place — the prison.

As I had to do several other things that night, I could only finish my Open Letter at daybreak. Knowing for sure they would come in the morning to arrest me and search the house to seize my working equipments, I transferred all my writings to a friend abroad. In case of my detention, the letter would be publicized immediately over the internet. Otherwise, it would always be publicized later at a certain time of my choice.

Around 11 a.m., the police banged on my door. Before anyone could answer, they shouted out ultimatums about breaking down the door to force their way in. Dozens of security policemen and undercovers of all ranks were besieging my house as if they came to arrest a terrorist. The person assigned to talk to me was from the Investigation Bureau of Homeland Defense and Security, whom I have never met before:

"I ask you to come with us to the Security Investigation Bureau."

"Why should I go with you?Who are you?", I asked

My question was answered by another man in the group — who I later found out would be the chief investigator on my case:

"My name is Đinh Trọng Chiểm of the Investigation Bureau of Homeland Defense and Security. We are here to summon you immediately. This is an order!

"A verbal order?", I retorted.

"No, I have a warrant for your arrest", Chiểm replied with confidence.

"Let me see it!"

"You don't need to see it. We are working in compliance with the law",

"Then prove that you are working in compliance with the law by showing me the warrant for my arrest",

Finally, after a long argument, someone in the group reluctantly opened a satchel containing documents and produced the warrant. But when I held out my hand to take it, he swiftly pulled it back.

"No, you are not allowed to hold it".

"What's this? You came to arrest me but wouldn't let me see the warrant. What kind of law is this?"

"Don't beat around the bush. Follow us right now

before we lose patience with you!", another security man added in a stern voice.

The dispute between me, a citizen, and the security agents became more and more tense. They ended up with this solution: a representative of the Investigation Bureau was to hold up the warrant in front of my eyes at a readable distance while ensuring that I – now labeled 'a traitor' – would not be able to touch it.

But before I could read the whole content, that man quickly pulled it back and put it in his satchel. To my dismay, he explained that I was considered a 'special subject' and thus denied the right to keep the warrant – even though that kind of rule could be found nowhere in any written laws. Should I understand from this incident that certain regulations were not 'convenient' enough to be stipulated on paper? Oh well, people in this country have been so used to the police's handling of citizens affairs according to their own magical 'interpretation' or 'invention' of laws, no matter how absurd those so-called 'laws' could be.

Just one look at the nervous face of the security man who had just 'brilliantly accomplished' his mission of protecting the warrant from an 'enemy', and I burst out laughing:

"Ha! Yes! Now I know why you dare not let me receive the warrant according to the law. You're making me laugh! You force you way into my home at 11 a.m. and show a warrant for me to be 'summoned' at 10:30 a.m., and you dare lecture me about the law! Even a kid could see the absurdity of your attitude, but the entire Investigation Bureau filled with 'brilliant minds' like yours could not. Not to mention the..."

"Either you voluntarily follow us or we'll resort to other 'measures' with you", an older security man interrupted me with his threatening words. I could read the hatred and anger in his eyes. I understood what he meant by 'measures'.

I stared at him with a defying look:

"I wouldn't voluntarily go anywhere with you. If you want, you'll have to carry me out. But let me warn you, whichever way you make me leave my home, I want to be taken back in exactly the same way, I mean, in parallel to the ground and not on my feet. I'll come back the same manner I go out".

"No! Don't you touch my child! You have no right!", my mother cried out when she saw some female security agents approaching me. She turned to me and said calmly:

"Don't let them touch your body, my girl. You alone cannot resist them all. So go now, I'll wait for you to return for dinner".

I stepped into a car waiting outside with one door already opened. Looking at the group of escorts behind me, I smiled with myself, thinking, "quite a V.I.P. I am." Now my mother was left alone, in a home that had turned into a 'prison' for quite some time, closely guarded by policemen-turned-wardens.

The midday heat of early autumn made me feel uncomfortable. Unlike the aggressive and arrogant attitude of the agents at my arrest, the Investigation Bureau agents showed a rather civil attitude during their "work" ([36]) sessions with me. They would keep that civil attitude up to the moment they handcuffed me and threw me into a detention cell seven days later.

I was interrogated relentlessly for a whole week. They said they would satisfy my requests for any

---

([36]) Work: *Vietnamese ironic slang for police interrogation.*

particular foods during these sessions, but going home for lunch is a big no. I declined their offer. And thus, I had to go on an unintentional hunger strike during the entire interrogation period until the day they threw me in jail.

Every day for a week, a police car came over to take me to the head-office of the Security Police Investigation Bureau and send me back home in the evening. The bottle of water my mother prepared for me every day became truly precious. It helped me overcome hunger and warmed my heart during the whole week I was dragged through interrogations and intimidations at the hands of all kinds of policemen.

In the late afternoon of September 12th, after nearly four hours of mental wrestling, I was driven back home. The house search began.

My home was surrounded by several rows of security agents as if they were in a battle practice. My laptop, printer, USB drives, mobile phone, tape recorder, books, magazines, newspapers, photo albums etc..., in brief, anything they considered as means of or evidence to my incriminating activity was seized. Photos taken with my family, with my pets; even books published by domestic editors and sold openly in bookstores, like *"Paracel & Spratly Islands belong to Việt Nam"*,([37]) or *"International Issues"*([38])...were considered *"incriminating evidence"* and taken away. Every bit of paper in my waste basket was picked out. Every gesture, every activity of each member of my family were thoroughly scrutinized under their well-trained eyes. It was the first

---

([37]) **Hoàng Sa, Trường Sa Là Của Việt Nam:** *A compilation of many authors' research essays on the subject of Paracel and Spratly Islands*
([38]) **Các Vấn Đề Quốc Tế:** *International Affairs magazine.*

time I was accompanied to the... toilet by a nice-looking security woman. Sitting inside the toilet, I could tell she was ogling through a narrow slot in the door. How very befitting of the tag they proudly called themselves "*the loyal instruments of the Party.*"

When my mother looked at the cardboard boxes containing all the documents confiscated by the security agents, she said in a remarkably calm — instead of panicking — voice, to everyone's astonishment:

"These are very precious materials. Take them away, you guys, then you should read them carefully and learn from them. That would be very useful to you."

They all kept silent, pretending not to hear her words.

The house search, another of their so-called "*work sessions*", ended with a signed statement of witnesses including the local district chief and a couple of neighbours. The only missing signature was of "the person of interest" herself, who was totally excluded. Until today, long after the end of my prison term, not once did I have a chance to see the "*warrant for a house search*" nor the signed record of the confiscated "*incriminating evidence*" so I could tell what they really looked like. I have been wrangling with the police administration to obtain them. Unable to produce any document, they promised to send me a copy the next day, with an excuse, "*It's now getting too late for us to obtain a signed authorization from our leaders, please understand...*" Good Lord! Since when did the thugs and villains beg for understanding from their victims?

After completing the house search, a team of security agents took their trophies away. The rest of them was left behind to carry on their mission as prison wardens. My mother's phone was the only means to help me get in touch with a few friends.

My health deteriorated dramatically after a few days. My mother had to ask a lady doctor to come over for saline infusion. During the intravenous treatment, my bed was surrounded by security agents who kept pushing me to go to their head-office for my daily *"work session."* Đinh Trọng Chiêm continuously questioned my mother and the doctor about my health condition. Trying my best to control my anger, I told them in an exhaustive effort and spiteful attitude:

"Why don't you just arrest me if that's what you want?"

After stirring up some commotion, Chiêm led his troop out, not without "*bargaining*" one last time:

"Don't forget to report back to "*work*" later in the day. Otherwise, you'll need to submit a written petition."

Perhaps for him the Investigation Bureau was like a primary school and I was one of his classmates. I realized that the term *"National Security"* not only inspired respect, awe, or even repulsion for some, it also comprised such laughable, silly and farcical traits that we usually associated with cheap comic TV programs watched by easy-to-please audiences. To the authorities, *"National Security"* was like a magic wand – whomever it pointed to would be exterminated. To the victims and knowledgeable people, however, that term was defined as a combination of treacherousness, absurdity and hypocrisy. As for me, one incident said it all: although a warrant required me to show up at 10:30, the National Security agents brought it to my attention at 11:00 on the same day, forced me to comply with it but forbade me from touching it and from questioning them.

That afternoon, Chiêm was already yapping on the phone, urging me to report to "work", but I hung up on him. They didn't force their way into my home to drag me out as usual. But the lady doctor didn't turn up as promised either.

On September 14th, I asked a friend to publish my Open Letter on the web. On that same day fifty years ago, Phạm Văn Đồng ([39]) put his infamous signature on the official Diplomatic Memorandum to recognize China's sovereignty over the two archipelagos passed down from our ancestors: Hoàng Sa and Trường Sa. ([40])

Prior to the launch of the massive arrests on September 11th, people had been calling each other all over the web for a mass demonstration to express patriotism and protest against the Chinese invasion of these islands. At that time I had been put under house arrest for a while, making it virtually impossible for me to leave my home, let alone travelling from Hải Phòng to join the demonstration in front of the Chinese Embassy in Hà Nội.

Facing this desperate situation, I had no choice but to stage a *"Sit-in-Protest"* with banners claiming Vietnam's sovereignty over the islands and opposing to Phạm Văn Đồng's diplomatic memorandum. I had not yet been able to let writer Nguyễn Xuân Nghĩa know of my intention as I was still hoping for a chance to slip off the police watch and be present at the demonstration. But when I learnt of the arrest of Uncle Nghĩa and other human rights activists, I made up my mind to start my Sit-in-Protest at home.

Years later, after I was released from prison, some people said that I was the pioneer of the *"Sit-in-at-home*

([39]) **Phạm Văn Đồng (1906-2000):** *North Vietnam's Prime Minister from 1954-1976. He was known to be close to Hồ Chí Minh and the pro-China faction.*
([40]) **Hoàng Sa and Trường Sa:** *the Paracel and Spratly Islands.*

Protest" — because sitting protesters all over the world usually gathered in groups and there has never been a sit-in-at-home like mine. I was not sure of being the first person to come up with that interesting idea. Maybe others have done it elsewhere but unbeknownst to my friends, so they attributed the *"pioneer"* title to me. Nevertheless, the idea would have never come to my mind had I not been besieged by the security forces while my willpower always urged me to overcome their oppression by all means.

In the morning of September 18th, as usual, a police car came over to take me by force to a *"work session."*

While waiting for the investigators, Lã Thị Thu Thủy and I had a pretty interesting conversation. Thủy was a member of the Political Security Bureau. She was always present at all meetings and *"work sessions"*; sometimes she even interrogated me directly. I had seen her many times before but never once saw her in uniform. Later in life after my jail time, she remained one of the familiar faces to tail me. And even then, I never had a chance to see her in uniform, whether in close-up *"work sessions"* or at stakeouts by my home. She would always be covering her face with a mask. But I would always be able to recognize her. I was able to spot Thủy even when she mingled in a large group of plain-clothed agents and the thugs they hired to attack me on May 2nd, 2015. At one of the interrogations before I was thrown in jail, I requested that Thủy leave the room for not wearing any official uniform and for her arrogance, aggressiveness and lack of politeness towards me.

That morning, she was present with some of her colleagues from the Political Security Bureau, but the interrogation was assigned to the Security Investigation Bureau. She pulled a chair next to me, sat down and mellowed her way into a dialogue:

"There's plenty of drinking water around here, why should you burden yourself every day with your own bottle, little sis?"

Despite my dislike of her, I reluctantly kept my manners to give a cordial answer:

"Well, it's just a matter of habit."

Acting more friendly, she sat closer to me and... ran her fingers through my hair. I was taken aback and didn't know what to make of this. Anyway, if her gestures were carried out "on a mission", then indeed she was admirably well-trained. A normal person could not fake tenderness when hatred was boiling inside of her like that. I was unnerved and irritated by her overt caress as she went on:

"What kind of shampoo do you use to get all this dandruff in your hair... and how come all these grey hairs at your age?"

I let Thủy pick out a gray hair from my head and hated myself for it. I was also putting on an act with her.

"Tell me, sister Thủy, why do you people have to go through all the pains...?"

"What pains, Nghiên?"

"Why don't you just cut the crap and arrest me? You don't have to tire yourselves and I won't have to waste my time. After all, the end result is the same. This way, both sides are wasting time and effort".

"Oh go[r...r]d!" she drawled. "Are you dreaming? Who do you think you are to demand an arrest from us? You're not of such calibre like Nguyễn Văn Đài, Nguyễn Thanh Giang, Lê Quốc Quân, or at least Nguyễn Xuân Nghĩa. You still have a long struggle ahead before you could "earn" an arrest. You have to know who you are first, Nghiên. The state only arrests those of high calibre;

while "*shrimps*" like you serve no purpose for arrest yet, get that, Nghiên?", Thủy stressed maliciously while pulling her chair away from me.

How remarkable of her to change the tune at such lightning speed! At her grade, she was like this already... what would her superiors be like then?

My sarcasm took over:

"Ok! What a relief. I have been worried all week of having to eat prison food... Lost a couple of pounds just thinking of it. How lucky I am! Thank you. Thanks to the Party, to the government! How marvellous it is to be a "*shrimp*" in this country!"

"Not yet arrested but it doesn't mean you can rest easy."

Her voice hardened. Her threat became grotesque. I tied up my hair and smiled wryly at her. The "*sweet talk*" came to an end.

The interrogators entered the room as Thủy walked out with a frustrated and angered look on her face.

I didn't come home before nine in the evening. Weariness, hunger, loss of appetite, irritation and anxiety, those were the feelings I was left with when exiting the Security Police head-office. I felt I couldn't stay this way any longer; I had to end it, even if my ultimate decision might lead to a dramatic crossroad of my life. I decided to stage my Sit-in Protest right now.

All the banners, slogan posters and a camera had been "*secretly*" stashed away in a safe place beforehand. For safety reasons, I would not reveal how I got hold of those materials while I could not go out of my home which was closely guarded by the undercover police for many days.I phoned to a few friends abroad to inform them of my Sit-in Protest announcement to be broadcasted the next morning.

At eight o'clock on September 18^{th,} 2008, I started my Sit-in Protest.

I sat with my legs crossed, like in a Yoga lotus position. In front of me hung a large black cloth bearing the writing: *"Hoàng Sa and Trường Sa[8] belong to Việt Nam. NO to traitor Phạm Văn Đồng's memorandum selling short our islands on September 14, 1958."* To pre-empt the reaction of security agents, I asked my mother to go and open wide the front door.

Seven days earlier, during the house search, all my means of communication and materials needed for my activist work, from laptop, printer, mobile, to tape recorder... had been confiscated. I wasn't allowed to obtain a written record of that house search and of the confiscated materials, as stipulated by the laws and as promised by the security forces while carrying out their "mission"?

And now I mentally prepared the answers for the interview that could turn out to be my last, with newscaster Hiền Vy of Radio Free Asia, by giving her my mother's phone number. I wanted the public to know my intended next move.

I remained sitting on the floor in a lotus position, surrounded by security agents who showed up in greater number than usual. My mother's phone rang. I picked it up and reported live on RFA of everything that was happening around me.

The Sit-in Protest came to an abrupt end when some security women burst in and put their hands under my arms to lift me up. The black banner was taken away. They began another house search, the second in a week. Everything had already been 'cleaned out' on September 12th. But this time they couldn't find any trace of the camera with the photos of me sitting in protest, therefore their house search had to last longer and extended to a few hours. Đinh Trọng Chiềm told me to accompany him to the bedroom of my sister and brother-in-law on the upper floor. As I went up the outside stairway, it startled me to see a van parked below. Hiding my disconcerted look from Chiềm, I let out a joking remark:

"Oh! I can see you came prepared with such a big van for me, didn't you now?"

"For who else if not for you? Let's cut to the point, where is the camera? Let's not waste each other's time, shall we? If you carry on this way, we'll have to break this house down to search for it!", he came up with a warning.

"How frightening! Why all the threats? Isn't it your job to search? If I had to give you clues at every step, what would it make you look like? Too bad, I meant to ask you out some day for a cup of coffee, but now look at that obtruding van..."

"I can wait until you return for that coffee, no problem. But the wait will likely be rather long. I really want you to keep your promise though".

"Don't worry... I'll see if you dare to take up my invitation. If you can wait, I will invite, that's for sure."

I gradually regained my composure.

Not finding the camera, he led his men back down. This time the search was more meticulous than the previous one. Even the toilet waste basket had the honour of a thorough examination by the hands of security agents. The camera was hidden in a pocket of a jacket hung against the wall. One agent leaned his back onto it and discovered the camera by chance. I should kick myself for that. How could I be so dumb as to let them seize my camera without having sent the pictures out first. But come to think of it, there was no way and no time to send the pictures out. I was under house arrest for many weeks by then, and all means of communication were confiscated at the first house search.

Later when I came back home, I learned that the interview of that morning, as well as my wrangling match with the security agents on my arrest warrant..., were all recorded and widely broadcasted. Most of all, what really touched the hearts of viewers was the words my mother said to me before I was taken away: "*Try to swallow some rice porridge before you go, it will give you the energy you need.*" Later on, whenever I felt down, I would recall those words to feel comforted.

As soon as Đinh Trọng Chiếm finished reading out the arrest warrant, one of his colleagues blurted out, visibly pleased with himself:

"You've lost the battle, sister Nghiên!"

"No, on the contrary, I've won. I defeat you on moral and ideological grounds. I win because I know I am right, I speak for the truth. I beat you all with the love I have for my country. I beat you all on conscience and on responsibility. You only defeat me with muscles and manpower. But you should know that you cannot use arms and violence forever, because arms and violence will eventually lead to your own loss."

Handcuffed, I bent down to kiss my mother, a quick peck on her head as she was sitting motionlessly in her everyday armchair. She wasn't much interested in returning my kiss, her attention being focused on the men who came to take her daughter away:

"So you guys are arresting my daughter for her patriotism".

These words have lifted my spirit during my four years in prison. It took me a few days before I could explain to myself why my mother didn't stand up from her chair to bid me goodbye. Not that she didn't want to. But at that moment, she didn't have any strength left to stand up. All the energy she was left with was concentrated in her last words, not only to condemn those who took her child away, but also to transfer all the life force left in her onto me. To this day, I still haven't totally fathomed the depth of my mother's soul.

I walked past Lã Thị Thu Thủy and couldn't help joking:

"So your government has already upgraded my "calibre"?"

Behind her sullen face, I bet she was fuming mad at my remark. The others stood confused. I stepped out of my home without looking back.

Neighbours here and there looked on coyly and silently. In the crowd, I could see faces of women who bent down to pull up the tail of their robes.([41]) Then someone hesitantly raised her arm. I raised my handcuffed arms to wave back to the crowd.

"Get in the car. You're a prisoner, not a star. Stop making a fuss", a security agent shouted at me.

I fiercely stared back at him. He was very young. Never in my life have I stared at anyone like that. He looked away. A security female agent helped me up into the van. She was very gentle to me. I guessed she saw my stare at the young security agent. In fact, that guy has unknowingly helped me overcome a moment of weakness when I was on the verge of tears.

The van doors slammed shut. I allowed myself just a few tears then pulled up my knees to wipe them off my

---

([41]) *The Vietnamese robe (Áo dài) has one front and one back panel, or tail. Vietnamese women often pull up the cloth tail to wipe their tears, their sweats.*

trousers. I thought, *"My fate is now sealed. I'm on a new road in life. This road seems blurred and obscure. I'll have to find my own way in the dark and light up the path by myself..."*

At that point I didn't know how long I would be sent away for. Three years, maybe five, maybe seven, or even more? I would come home one day, much older, wearing on my body the scars from wounds and illnesses. And what I feared most was that my mother would then be so weakened by all the grief and sorrow in her old age; would she still be sitting there in her armchair like the moment she saw me taken away from her? This mere thought made me even more determined to come back in triumph. Because, it was me, and no one else but me, to choose for myself this road: the Road to Freedom.

02 —
My First Days In Jail

I dedicate this story to you, my friends, who belong to a Reserve of Prisoners of Conscience under this Communist regime, so you can view some snapshots in the life of a prisoner. I always hope that, in a not too far future, no Vietnamese people will have to experience the atrocious and deprived condition of imprisonment as a price to pay for their Aspiration for Freedom.

People are more inclined to 'say good things about themselves' and would feel much easier to talk about their achievements than about their failures. A common tendency is to avoid or hide the mistakes one has committed, especially those only known to oneself and unknown to others. But, being true to oneself should be the primordial condition to become a fair and just person. That is, one must realize that the ultimate goal is not to become a hero in the eyes of others, but to learn how to confront moments of fear and weakness, and how to overcome dangers and challenges.

I have no intention of keeping to myself whatever personal "secrets" I had during my time in prison, although I have all the possibility and right to do so. I will share with you, my friends, in a true-to-the-core manner, not only the incidents where I was triumphant, dignified and courageous, but also my moments of failure, cowardice and weakness, as a prisoner of conscience under this Communist regime. To put it simply, the truth must be told and respected. One day should you unfortunately become a prisoner of conscience like me, I hope my past experiences would be of help to you. And I am certain that you will triumph, a triumph so very perfect, because you are much better than I was, braver and cleverer than I ever could be.

✳

I always believed that I didn't fare too badly to overcome the first seven days of intimidation before my imprisonment. Even when I stepped into jail and went through the 'admission' paperwork, I wasn't scared in the least.

A prison warden with the face of a ruffian, wearing only his boxer shorts to play volleyball in the courtyard, burst in and kicked up a fuss:

"Stand up! Who says you can sit in this place? What's the charge? Want to get your head shaven?"

I remained sitting in a chair. Instead of reacting to his attitude, I looked at the female investigator who escorted me in. A little disconcerted, she approached the arrogant warden. I couldn't tell what exactly she whispered to him but I noticed that his attitude climbed down a notch. Only then did I begin staring at him until he quietly slipped out to courtyard to resume the volleyball game with his colleagues.

After finishing the admission process, the investigators left. A middle-aged woman led me to a very small room. Because of her civil clothes, her small gait and frail stature, I was ignorant enough not to realize she was a prison warden. I should have known the simple fact that, apart from the prisoners being locked up and the teams of investigators, this place was a kingdom for prison wardens.

Only at that point did I feel drained of all energy. I let my body droop, allowing my mind to rest by emptying all my thoughts.

"Sit down!"

I startled when the woman shouted out her order. Still, I didn't even realize she was a prison warden. Annoyed at my perplex attitude, she yelled louder:

"Sit down!"

I turned around looking for a chair.

"What are you looking for? Sit down on the ground!"

With no time to think, I let myself squat down. Right until this day and maybe forever after, I would have to live with a feeling of shame and a twinge of regret for what I did — a shortcoming that could never be undone. Because of me, the image of proud freedom fighters was totally shattered at that instant.

"Name and surname?"

She became more and more arrogant and haughty.

Only then did I recognize she was a prison warden. I stood right up. But to do so, my hand needed to hold on to her desk because I was completely exhausted. The fatigue, worry and pressure from my verbal and mental wrestling with the Security forces during the previous eight days had taken their toll on me, assailing me from all sides. I was wrong to have allowed my mind a few minutes of respite. Surprised by my sudden change in attitude, the woman kicked up a fuss, her eyes glared at me as she shrieked in her rude and ill-bred language:

"Who gives you the right to stand up? Sit down!"

"I don't see the need to sit down on the ground."

I looked straight in her eyes. They were small and murky, with a certain power as if they could drill right through you. A "scaredy-cat" person would try to avoid looking into them.

Not until a year later when my court hearings came

up would I find out she was an in-law of the then Minister of Security and Police, Lê Hồng Anh, infamously referred to by many people with such satirical insinuations as *"If you want to know the true nature of the police in Communist Vietnam, all you need to do is look at the face of the Minister."* Through that face alone, you could see darkness, evil and cruelty; you could smell the odour of fresh blood; you could hear the innocent people's cries of terror. One look at the Minister's face in a fleeting moment on the TV screen could give you a shudder. My dignity could hardly be recovered from my earlier disastrous movement, but I would not let that woman enjoy her total victory either. I mustered up all the energy and pride left in me to concentrate in my glare at her. I wanted her to understand: I have stood up.

The humiliation of today should serve as a lesson to avoid making similar errors tomorrow.

The warden resolved to climb down from her high horse. When I finished my 'declaration' of personal details, she began delivering a lecture that sounded just like any of her comrades' recitals I had been forced to listen to before. She added that in decades of carrying out her duty, she has never met a 'kind of inmate' like me. Before pushing me inside the cell, she changed her tone to a very mellow honey-tongued language to gently deliver her threats:

"The thing is... I don't really care what you've been doing out there. Now you're in here, try to think it over carefully. If you've done something wrong, just admit and confess. Your recalcitrance will only bring doom on you sooner or later. Try to comply with prison rules, or you will not last long in this place. I'm honestly telling you all this... just so you know."

Then she locked the door up, so swiftly and

professionally that it almost hit my back. I came to realize that I have just been pushed down to the pit of the world. Dozens of pairs of eyes were directing towards the newcomer. An eerie feeling ran over me. I tried to shake off the thought that all these inmates were to be feared. In a matter of minutes, how was I to tell a murderer from a drug dealer, or a woman and child trafficker? I would have to "rub shoulders" with these people and they were to become a part of my life from this moment on.

One thing I knew for certain, though. There was no one who found herself in this cell for the same reason as mine: I'm being jailed for having demanded the rights of a human being and defended sovereignty for my country.

It was the first time in my life to undergo a "body inspection" in front of everyone in the cell. The body search was carried out by the head of the cell – an inmate selected by the prison management team to supervise other inmates within a shared cell. Some other inmates — commonly known as 'the responsible', also named by the management — took care of inspecting my personal belongings. These procedures were mandatory to "almost" all newcomers.

"Almost"? Yes, because certain exceptions occurred now and again, when the newcomers were family members or relatives of the prison managers or wardens. "Relatives" here could mean those related to prison staff, but most of the time their relations were based on mutual interest in illegal dealings between inmates and certain high-ranking officials in or outside the prison. In such cases, just a word from the warden to the head of the cell would give a new inmate entitled "relative" the guaranteed right to enter the cell where no one would dare touching a hair on her body.

During my body inspection, the head of the cell

detailed to me the cell's rules that could be summarized in a few lines: no exceeding the limit of one's sleeping space; no gossip causing disorder in the cell; and last but not least, no "*anti-government*" propaganda. I could have guessed that people in this cell had never heard of this last rule before my arrival. The head of the cell had to retry three times before she could deliver the correct wording. I didn't know why, but her stuttering face suddenly made me think of the naïve smile of the country's President Nguyễn Minh Triết when he put on the innocent look of an eternal loser. His face showing fear mingled with unconscious gullibility and hilarious ignorance somehow made its way into prison.

I said to Nhung "Rồng" ([42]) — the head of the cell — that I needed a shower. She pointed me towards the washroom. Not until a few days later did I learn that no one before me had enough guts to ask for a shower during lock-up hours, neither had any head-of-cell ever allowed it. In the eyes of my cellmates, I brought in a difference on the very first day of my imprisonment.

My sleeping space was "below deck"([43]),flanked by two women charged with drug trafficking. I exchanged a few casual words to make their acquaintance before lying down on a dirty and tattered bamboo mat. It was near

---

([42]) **Nhung Rồng:** *In this case, the first name of the woman is Nhung and Rồng (the dragon) was her prison nickname.*
([43]) **Below deck:** *In prison, the sleeping spaces come in two categories. The 'upper deck' is the sleeping space on a 1-metre-high cement berth paved with sandstone tiles - only those inmates well-connected and able to pay the warden enough to have an upper-deck sleeping space. This means that in prison, you have to buy your sleeping space. Those who have no money, who don't have the right 'relations' with the prison staff, have to sleep 'below deck', i.e. on the floor, beneath the cement berths. Those inmates who are singled out as the wardens' punching bags usually sleep below-deck near the WC. This spot was reserved for me when I just arrived.*

seven in the evening by then. Exhausted and famished. The few spoonfuls of porridge I had gulped down before leaving home were long gone since I sat in the van.

"Why don't we watch TV, sisters?"

No one answered me. I repeated my question and Nhung Rồng replied:

"The TV is broken."

The TV only 'broke down' for that evening. It broke down by order from above. The news of the day certainly would have announced an absolutely brilliant achievement of the security forces in catching a 'traitor' with 'irrefutable incriminating evidence' leading to her total surrender! Surely, after that news reel, the bunch of investigators would have a hard time confronting the 'accused' at their interrogation sessions. At least my honour was somewhat saved!

Everyone in the cell was still sitting up while I was lying down but couldn't fall asleep. One woman hazarded a question:

"Hey new girl, you come here to serve or to sleep?"

"Both, sister..." I replied calmly.

Some others got more daring and ventured to ask me questions. But that only lasted a short while before they all went silent. Their curiosity was overtaken by their fear. The exhaustion helped me get through my first night in prison quite easily.

✱ *The following day...*

The head-of-cell girl called everyone up after the morning wake-up bell. Only then did I realize my toothbrush had been confiscated during the admission procedure. I recalled very clearly, the person who lent me a toothbrush was sister Hà, usually known together with her father's first name, as Hà Ban — Ban's Hà. A prison rule stated that every toothbrush must have its handle sawn off halfway in order to prevent inmates' use to attempt suicide or harm others – similarly to another rule that disallowed bras to female inmates as they could be used for self-strangulation. But those bizarre rules did not help lessening the number of suicides or unusual and mysterious deaths in prisons.

Some time later, sister Hà Ban was sentenced to seven years in jail for "illegal heroin trading", although the police raid and search of her home couldn't yield any substance close to heroin, apart from a dozen of syringes. The investigators made their case to convict her as a drug-addict who stocked up on syringes for heroin injection. Possessing syringes meant possessing heroin, enough to be arrested, charged and put in jail, that would be how the iustice system of Vietnam worked in all 'fairness and transparency'! I later learned from a prison friend that sister Hà Ban died of AIDS in Xuân Nguyên Prison — of Hải Phòng Province. She shared the fate of many others – a wronged and forsaken inmate who passed away in convulsions and agony.

While waiting for my turn to take a shower, I heard a voice whisper from behind:

"Listen to me, little sis, but don't turn round to look at me. There are so many unbearable things that happen every day in this place, but it's best for you to ignore them. No girl here deserves your defending her. Most importantly, when you are sick, if it's not absolutely necessary, don't take any medicine the prison gives you."

For a moment my mind was at a loss. Even later on, although I tried real hard to recollect that voice, I have never been able to put a name and a face to it. A few names did come to mind but I was not sure of any. Since then, the advice given by the 'mysterious inmate' from her experiences became my rule of thumb during my time in temporary detention, even though her advice did not really reflect the code of conduct a prisoner of conscience like me should choose when her cellmates suffered injustice and victimization. No one ever entrusted in me a 'mission' of defending human rights, but I still felt it was my duty to protect the weaker in prison. At least that was how I thought before my arrest.

But once inside, whether I liked it or not, I had to choose the attitude of "turning a blind eye" to a number of troubling incidents during my eighteen months of detention, convincing myself that it was the best way to overcome the prison's policy of isolating me, and most essentially to get to know more of other prisoners. Their lives were the most obvious proofs of this regime's real image, a sordid and salacious one. To get closer to the inmates, I needed to deter the attention of the wardens and even the investigators. They would be a lot less wary of a prisoner of conscience with a sense of humour, an easy-going attitude, and especially not much political talk. Most of those who declared war with this inhuman regime, me included, often thought they got the entire picture and could fathom this country's ills, yet when facing reality like I did in prison, they couldn't help feeling appalled by the real-life stories that went beyond any widest imagination.

Then came my first prison meal.

Those bowls of rice sitting on the floor were for us.

"Sit down and bring the rice to your mouth!", I silently gave myself an order.

I began gulping down some rice and holding back my tears.

"You need to finish the food!", I urged myself at each difficult mouthful.

The rice we were supposed to eat was not really rice. Each plastic bowl contained one ration of yellowish rice — sometimes even sooty coloured — mixed with grits, grains, rice husk, even straw strings, and giving out a rancid and foul odour typically known as 'prison food smell'. A bit of roasted salt sprinkled with a few crushed peanuts contained in a tiny plastic bowl was to be shared between two inmates. They also shared a bowl of water spinach broth. Considered a real treat in prison, this kind of water spinach was in reality some "not fully grown yet too old to eat" vegetable, skimpy, dry and hard to chew. Very rarely did we get some fresh vegetables. No matter what kind of vegetables, the bowl of broth must always have the same dark colour from boiled roots, earth, grass and rotten leaves, with the bonus of a few white and fat worms. The darker the colour, the more up-to-prison-standard was the broth of a typical prison meal in this glorious socialist country.

During my eighteen months in jail, I have never seen anyone who could finish a ration of her first prison meal. I couldn't do any better myself, and that for me was a failure.

I missed Bếch, my little pet dog. Once, due to my anger at something, I slammed down his bowl of food in front of his nose. He refused to eat, turned back and walked away. When my family finished dinner, my father called out his name but he didn't respond. My father went searching around and finally found Bếch coiled up inside his kennel, red-eyed. My dog was sulking. In the end I had to console and comfort him for a long while before he agreed to eat again. By the time I served my third year in jail, Bếch died. My mother said he died of old age and of missing me.

The fact that my fellow human beings treated me as

less of a human being got me deeply hurt, but what really tormented me was a feeling of powerlessness. I did not retaliate. The whispering voice of this morning still echoed in my mind. I realized something – to surrender could even be much more difficult than to gather your strength and fight.

On the second morning — the third day of my imprisonment — I was called to interrogations.

Three investigators, two men and one woman, were with me in a small humid, musty-smelling office. I was forced to put on a prison shirt reserved for the 'accused' and to bare my feet at all time. But that didn't affect my confidence. Their faces on the contrary wore an obviously nervous tension, rather than a show of self-satisfaction.

I didn't have to do or say anything really significant at the first interrogation, apart from signing the acknow-ledgment of a temporary order to be kept in custody for nine days — while it was already my third day in detention. But I knew I would be in for the long haul, for many months, maybe many years. The Communists always loathed anyone who opposed them.

A week went by without my receiving any supply from home. Maybe my mother and my siblings didn't know where I was kept in custody. I imagined the image of my mother, distraught and panting as she went knocking on every door of the authorities to ask for information of my whereabouts. My mother was in her seventies by now, and all my life, I have never been away from her...

As usual, three investigators came to interrogate me. This time I couldn't keep my calmness any longer. I shot out a question:

"Why haven't I received any news from my family to this day?"

Đinh Trọng Chiểm raised his voice the way he always did to show his superiority in rank towards his colleagues:

"You ought to remember you're in detention and under investigation.Any communication with your family is strictly forbidden."

"Not letting my family know where I'm being held is against the law", I accused them.

"We have already informed your family", Chiểm asserted.

"Then explain to me how come I'm here for a week now and haven't received any supply from my family?"

"How are we supposed to know? It's up to your family."

Chiểm's manner of answering irresponsibly really infuriated me:

"Now that you say so, let me also be direct and honest to you. In a day or two, if I have no news from my family, I'll go on hunger-strike. Don't expect any interrogation or "working session" whatsoever!"

Before his colleague could carry on, the man named Dương took the initiative to calm things down:

"Sister Nghiên, we have informed your local authorities and it's their responsibility to announce it to your family and to guide your mother through the procedure of sending you gifts. As for why you haven't received any supply until now, we will find out for you. Don't worry."

"How can I trust you're telling me the truth?"

Chiểm must have recognized his colleague's soft approach to be more effective, so he immediately changed his attitude:

"Sister Nghiên! We do understand that you women cannot get by without a lot of things. That's why before coming here, brother Dương wanted to put some money into your account so you can buy some basic necessities, but the prison wouldn't let him. I promise you, this afternoon I'll go to your residence and ask your family why they haven't sent you anything."

Their sudden "kindness" made me wary. Noticing my silence, Dương pressed on to convince me:

"Normally I wouldn't mention the money I meant to put to your prison account because it wasn't much. After all, the prison didn't allow it. But since you doubt our good faith, we had to mention it. It's the truth, and you should believe in our good intention."

Not until that moment did Hương, their female colleague, begin to say:

"Nghiên, you must believe us..."

I thought, it must have taken her a real effort to not finish her sentence with the phrase "...*we don't always tell lies, you know.*"

Dương was not present on September 12th when his comrades started the campaign of terror before my arrest warrant was signed. Therefore he could allow himself to take no responsibility over it or at least could feel less embarrassed when I questioned them over the anachronic summon process of the Security Bureau. I evaluated him as the best of all three investigators. Dương was probably the more competent among them to be assigned the mission to interrogate me since the beginning of my house arrest and throughout my time in custody. Dương was rather more intelligent and discreet than the others. He rarely showed his temper, while Chiêm always tried to prove his superior capacity — something he never had — and would go to any length to show off his background. It was Chiêm who once boasted to me during an interrogation session about their title 'talents of the nation' and their pride of having been invited to meet the head of the state thanks to their outstanding secondary grade records: *"You really think you're famous, don't you! No way, we're much more famous than you. We were enrolled in Trần Phú School for Gifted Children and were selected to meet our country's President. You know what you are? A nobody! Have you ever had a chance to see the President?"* Stupid man! He should have known that I didn't give a hoot about what he called "the country's President."

I didn't know whether it was a coincidence or a tacit agreement but both Chiêm and Hương left the room together. Only Dương was left to face me in the interrogation room. He looked straight into my eyes as if he was going to declare something really important:

"Sister Nghiên, if you want, I can take off this shirt to avow my sincerity to you."

For a second I was stunned. Something indescribable but definitely not a feeling of satisfaction or triumph unsettled me and annoyed me terribly.

"I believe you", I answered curtly.

Dương has just degraded himself in front of me. And it was not what I wanted. A few days later, the three came back to see me in a friendlier attitude:

"I have come to your place and met with your district authorities. It turned out that comrade Hải, the security police in charge of residence records, was on a training course during the day and only at work in the evening. Your sister didn't know that, so she came during normal working hours and couldn't see him. I gave your family some guidelines and instructed my colleagues at the district to help your family through the necessary administrative procedures. In just a day or two you'll receive your family's supply. Rest assured."

Chiềm used the words "*It turned out*" with an air of elation as if he had unravelled an extremely important mystery. After his "candid" announcement, I was no longer interested in arguing or reasoning with him over those "unruly rules", those "laws of lawlessness" of this country's administration.

I quietly listened to their 'rest assured in jail' motivation and acknowledged the new order extending my custody to four months from the people who issued my arrest warrant.

03 —
My little story

I was arrested for a reason that you might find... very humorous: I did a sit-in protest at home with a banner behind me — that was deemed with 'bad content' by the Security Bureau of Investigation: *"Hoàng Sa and Trường Sa belong to Việt Nam. NO to traitor Phạm Văn Đồng's memorandum selling short our islands on Sept. 14, 1958."* Sixteen months later I stood in court to receive a sentence of four years in prison plus three years of house arrest for the so-called crime of *"propaganda against the government of Socialist Republic of Vietnam"*, without any reference to my *"sit-in protest"* at home, the very act that the authorities used as a reason for arresting me. Two "key" witnesses were driven from Thanh Hóa to be used as elements for prosecuting the "accused." Mr. Nhiễm and Mr. Kính, whose distorting scrawny faces made them look so pathetically ill at ease, were squeezed and surrounded by policemen and undercover cops in rows for court audience, instead of being seated at the reserved area for witnesses according to court proceedures.

"If I could go back in time, or if other opportunities arose, I would help them again and always — the fishermen of Thanh Hóa — even though I knew they might turn back and accuse me. They are coerced into doing so. And I'm ready to forgive them." I spoke these words in court, addressing the two fishermen among others from Thanh Hóa I had met and helped in late February of 2008.

In this short article, I will not elaborate the events during my trip with Ngô Quỳnh to Thanh Hóa. In case you want to look further, those events were fully reported in my 2008 article *Wrath over our Sea!* (⁴⁴) I strongly believe, it is impossible for anyone who still thinks of oneself as a Vietnamese, not to feel distraught at the murders of our compatriots right in the territorial waters of our country, nor to deny that Trường Sa and Hoàng Sa islands belong to Vietnam. It's simply for having revealed and denounced the truth that the Party and the government had been covering up, simply for having defended the interests of the victims, the fishermen of Thanh Hóa, that Ngô Quỳnh and I were stripped of our freedom — even though that already was a sort of freedom in agony.

✷ *Special confinement*

In my first few days I was locked up together with many inmates imprisoned for criminal offenses. For a group of women who through their struggle in life became criminals in different ways — and were always proud of themselves for having defiantly challenged the law — , the appearance of a young and frail girl being charged for "*crime against the State...*" was beyond their imagination. From amazement to curiosity, then to empathy and affection, we have grown to be close to each other. But that only lasted for a few days before their friendly eyes and affectionate words vanished to be replaced with an attitude of wariness, caution, avoidance and fear. The isolation tactics started to bear its fruits!

It was nearing dinner time. We heard a deafening sound of lock and keys clanking. Then came the

---

(⁴⁴) *Uất ức – Biển ta ơi !*

shrieking voice of a supervisor: *"Phạm Thanh Nghiên, prepare your personal affairs!"* All eyes turned to me with anxious, sympathetic and terrified looks: *"Damn, are they going to resort to torture now...", "Sis, this time they are sending you to special confinement[45] ", "My poor girl, you look like a little candy stick, how are you going to withstand it!"*

Each person brought me a little something, a small bottle of fish sauce, a packet of peanuts, a bit of soup powder, a roll of sanitary towels... everything stuffed into a plastic bag they pressed hastily into my hand. I had no time to refuse nor to thank anyone personally. Everything in that bag would be useful as a "survival kit" while awaiting supply from my family. I was neither scared of solitary confinement nor terrified of torture during interrogation. But I feared to see the compassion and empathy in the eyes of my cellmates, the kind of human feeling that they were trying to block out due to some frightful pressure. I stepped out of the door without looking back. Behind me, a few silent tears ran down some faces. In prison, surprisingly, there was still room for love and humanity.

The warden who led me away went by the name of Cường. Only much later on would I hear all sorts of stories about him, focusing on the way he enriched himself illegally and his record of violence against women prisoners. Holding on tight to my bag of clothes under my arm, I walked bare-footed in an alley muddy

---

[45] **Special confinement:** *In Vietnam's current prison system, prisoners are kept in communal cells of up to 20 inmates a cell. But a prisoner under a particular investigation (e.g. a political case) may be singled out and sent to special confinement, a special cell where the prisoner is often placed with a 'snitch' whose role is to fish for information to feed back to the investigators. Therefore it can hardly be called solitary confinement as the terms "biệt giam" usually mean elsewhere.*

from the earlier light rain, past two rows of cold and dark cellblocks. Behind those silent walls, countless souls were waiting in despair — for their trials where they would not be treated like normal human beings, trials that would always end up with their lives languishing in the abominable, heinous and ruthless places called prisons.

The new detention quarter had a large courtyard. After finishing the admission procedure, Cường "transferred" me over to his colleagues. I followed the steps of a man named Khánh, with the feeling of being swallowed up by a tunnel. It was the first time since my arrest I apprehended the whole obscurity of the prison environment. Only when Khánh prompted me to stop did I realize I was in front of a door. The door opened, my eyeballs goggled up: could this really be a place for human beings?

The area of the so-called special confinement cell was about six square metres — sixty-four square feet. Two cement berths facing each other were designed as sleeping spaces, separated by a narrow passage, sarcastically called by inmates "the highway." Between the door and the berths there was a narrow space for the inmates to place their foods. Since there was no latrine, the inmates had to use a pot or bucket that was stored under the berths, three footsteps away from the food storage. One of the two berths had iron shackles bolted to the cement foundation, mostly used to chain a penalized inmate or a prisoner on death row waiting for execution.

I was put in the cell a few days after Luyến, therefore I had to use the sleeping berth with iron shackles. Luyến would often rebuke me for my habit of slipping my feet through the shackles. She didn't like the way I acted like tempting fate by ignoring a superstitious fear of being really shackled one day. Every day I would walk back and forth dozens of times on the "highway" — my only physical exercise. It took me about five steps from one end of the "highway" to the other, and I had to sit down after a few "round trips" to avoid getting dizzy.

Twice a day — morning and evening — the warden opened the cell door to let the inmates out for their minimal personal hygiene, washing, and receiving their food rations. Each time lasted from twenty to thirty minutes.

As I was called to interrogation almost every day, the daily chores like washing clothes, emptying the buckets, receiving foods, washing dishes etc... were up to Luyến's good will. There were times the investigators waited for me outside the latrine while I was still in there. I must have been the only prisoner of conscience who remained calmly on the toilet seat despite the warden and the investigators waiting and pressuring outside. During my entire four months in special confinement, I was summoned dozens of times for interrogation, not counting the sessions during my full year in the communal cell. Let me tell you those stories on some other occasion.

Luyến had a bad habit. She could not control her bowels to certain hours of the day. At times, the cell door was just locked up when she needed to relieve herself, and she would try to hide her embarrassment with some excuse, *"I have tried a lot to train myself to go at certain hours, but in vain...It seems as if my crap goes into hiding at the sight of the security police. As they say, sis, I must be scared "shitless" of them security police!"*

Two "chamber pots" were always filled with Luyến's "produce." The stench was unbearable. As if it wasn't bad enough, she would get on her high horse to lecture me: "You need to drink a lot more to stay healthy. Just look at you, all skin and bones... terrible!"

I replied, "There are two "thrones" in this place, you occupy both of them. If I drink a lot of water, where am I supposed to hold it in?" She gave me a wide grin, showing all her smoke-stained teeth. Looking at Luyến, I fathomed the true meaning of the two verses attributed to the "great" Uncle Hồ himself (!): *"When the cell door opens, your bowel feels no urge - But when the cell is locked, your bowel needs to purge!"* ([46])

Fortunately, the iron door had some six holes, each of the size of a quail's egg – they were the only things that helped us forget being kept in a box. Each time I was let out, I would scatter some saved rice onto the courtyard to attract the sparrows. Through those precious airing holes, Luyến and I would take turns to watch the birds, observing their moves and relishing at their beauty. Luyến wished, "If only I could fly like them, I would fly home to cuddle my baby boy to my heart's content". Then as if hit by a pang of regret, she retorted, "But on second thought, a bird may be able to fly but it cannot have a fix, cannot taste the highs. I am a prisoner now but I have tasted the pleasures of life. Bloody worth it! Unlike you... you've known nothing, such a bore!"

I never went into further discussion with Luyến at such moments. The sparrows were so insensible. They picked up the last grains of rice and flew away, leaving me to feel abandoned. There was no way to call them back. I brooded. I was angry at the sparrows and decided not to scatter rice the next day. From habit, the sparrows came back for food, they look confused, searching in vain for the grains of rice, and finally flew away. The

---

([46]) **Cửa tù khi mở không đau bụng, đau bụng thì không mở cửa tù:** *The two verses attributed to Hồ Chí Minh during his detention under French rule.*

sadness ate me up all day! Since then I swore never to punish myself that way again.

✶ *An interrogation session*

Something resembling a snake was lying in the middle of the courtyard. The minute I realized it was there for me, a chill went up my spine. I felt a shudder while my face was burning hot and my temples jerking incessantly. I tried to control my anger from bursting out. Yes, I'd have to slip my legs through that thing in order to taste the full bitterness of a prisoner's life. I stood still, letting Khánh — one of the investigators — shackle my feet without protesting. His face couldn't hide his reluctance in carrying out this duty. *"Walk slowly, sister Nghiên, that way it won't hurt"*, he said. I took a deep breath, waiting for him to open the door. My eyes crossed the eyes of Dương — the other investigator. Even though he tried to act naturally, I knew that he, not I, was the one to be troubled by the shackles at my feet. I didn't follow Khánh's advice to walk slowly. Compelled by my pride, I walked fast, ignoring the poignant pain caused by the shackles hitting hard on my bruised ankles. I was determined not to give Dương a chance to see me in a sluggish and pitiful state. As if walking normally was not enough, I made a joke:

"Listen, could you do me a favour?"

"To do what, sis?"

"Could you submit to the Guinness Book of Records for me? I should be recognized as the lady with the biggest anklets in the world!"

Taken aback by my sarcastic joke, he kept silent. A moment later, obviously unwilling to let his prisoner have the last laugh, he retaliated:

"Suppose I put up a ladder against that wall right

now, would you make a getaway?"

"I thought you're more professional than that! How come...?"

"How come what?"

"I'm saying you aren't professional enough because you have investigated me without knowing anything about me. Here, let me tell you, I came to this place dignified and self-respectful, so I'll leave this place in exactly the same way. Why would I let you call all the shots, to arrest me then release me the way you like?"

It looked like Dương regretted having asked me that question.The prison guard on duty and the investigators were already waiting in the room. The guard waited for me to sit down then reached out for the iron bar hinged at the chair's arm rest. He pulled it past my face to lock me securely onto the seat. His face showed a real determination and seriousness. This chair lock must have been designed to protect investigators from the prisoners considered particularly dangerous. "So I see, I belong to the "particularly dangerous" category now!", I said to myself. I acted like a person under total submission while observing what was being done to me. The guard stepped back to stand behind me, ready for a counter-attack to protect his colleague from a violent prisoner. It just showed how dangerous they believed me to be! The two investigators slammed down their piles of documents on the table:

"Let's begin this work session."

I looked up at the ceiling absent-mindedly.

"We have to work now, sister Nghiên", Chiêm repeated.

"What are you saying?"

My cooperating attitude at the beginning didn't prepare them mentally for my retaliation tactics.

"Let's start the session..."

"No way. Do you really think I'm going to work with you in this condition?"

"This is according to the rules of..."

I cut in, not letting him finish his sentence, "... *according to your rules, that is. I have my own rules and I don't accept to work with you in this condition.*"

The two investigators gawked at me. Keeping my eyes at the ceiling, I leaned back to the chair, tapping my fingers on the iron bar in front of me, dangling my legs in the air causing the iron chain to rattle on the floor in an eerie sound. Our mental battle ended up when the investigators resolved to instruct the guard to unlock my foot shackles and the iron bar of the chair.

I said, taking my eyes off the ceiling:

"This is the first and the last time I let you guys treat me like this. If it happens again, all you're going to get from me is total silence. Please remember that."

Back to my cell, exhausted, I fell down on the berth. Looking at Luyến with her red eyes, I got infuriated. Despite my anger pouring out at her, she insisted on tending to my wounds. I pushed her away to avoid feeling pity for myself. I thought of Uncle Nghĩa, of Ngô Quỳnh and other brothers who were arrested at the same time with me. I wondered how they were being treated... But I believed, no matter what condition they found themselves in, they would never take it out on their cellmates in an unfair manner like mine; instead they would always hold their heads high and keep a humane smile on their defiant faces. Because to all of them, prison is just an inevitable choice, yet it is the only door leading to Freedom.

— ***Written shortly after my release from prison.***

04 —
The First Night
In Special Confinement

Not every inmate got to spend special confinement in a cell of just under six square metres but dotted with six peep holes no bigger than a quail's egg offering partial views onto a courtyard and a facing fence wall — the entire world for that prisoner. And not every special confinement facility offered a cell with a view onto a courtyard as the prisoner's chance for some visual escapism. A number of special confinement cells would only open to a blocking wall running along a narrow and dark pathway that is infested with the stench of mould, damp and smelly like an underground sewage. That was the place where I spent my first weeks in special confinement, before being transferred to a cell with a view onto the courtyard.

Sometimes the measures used by the authorities to punish freedom fighters gave them a chance to discover themselves, not only their capacity to overcome hunger, thirst, cold or illnesses, but also their grit when facing mental isolation. In fact, special confinement was the environment for a mind game you play against yourself on different levels ranging from extreme tranquillity to extreme mental chaos, something you could only experience in prison, especially at night time.

Either a prisoner might become weak and break down, or he might become stronger and braver, depending on whether he could overcome the extreme limits of the narrow and obscure space known as "Special Cell." In other words, it would depend on the receptivity and attitude of a prisoner. When your right to choose your place of living was taken away from you, it would be better if you made it your own choice to be the 'owner' of any place you got thrown into.

When I first stepped into the special cell, Luyến was already there. She was sitting conspicuously on the cement berth. Under the faint light of the electric bulb, her razor sharp eyes gave me an indifferent and unsympathetic look. Some tags I heard of while in the communal cell came back to me and stirred up a suspicion about my new cellmate. She could be, as I had been warned, a snitch planted by the security police to "explore" me.

A number of tags like "snitch, squeak, stool, ghost, dog, antenna" were used to call the kind of prisoner who accepted to act as "informant" for the security police out of self-interest. The recompense for each 'mission accomplished' of a 'snitch' could be money, goods, or such special favours as preferential treatments during the jail term or the even more sought-after reduction of sentence. Obviously, before carrying out a 'mission', the 'snitch' must be briefed and 'trained' by the security police on how to befriend and interact with the 'antagonist" in order to mine for information. An investigator would arrange for his 'snitch' to get close to his 'prey'. Sometimes it was easy for an inmate to detect a snitch. But at other times, under such clever cover-up or disguise, a snitch could even fool his/her closest entourage in prison.

My four-year experience in prison taught me how to detect those individuals, from my own observations and even from accounts delivered by some 'snitches' who admitted to what they have done. Communist Vietnam's security police would always brag about their world-class record at closing and prosecuting criminal cases, but in reality their practice of pressuring one prisoner to inform on another during detention was no longer a secret to anyone. An 'accused' might not confess to the police, but would more readily confide all sorts of personal details to a fellow inmate whom he felt he could trust, details on his family, work, entourage, his habits, preferences, his political inclination... in brief, anything whether related or not to his case.

And that's how the police investigators and the prison guards turned prisoners against each other, so every prisoner must live in constant suspicion, on guard, on edge and in hatred while suffering the dire condition of his/her detention. That was not to mention the police's manipulative practice, ranging from falsification, misinterpretation, insinuation, exhortation, pressure, torture, to blackmail and corruption... throughout the entire criminal procedure which would start with the temporary detention of the accused and end with the sham court hearings and the prisoner's jail time.

I wasn't much concerned about my new cellmate's mission, because at the time I was still driven by a new self-imposed goal: to share a peaceful and friendly living environment with her.

So I took the first step to chat with Luyến and ask her, being first in the cell, to help me settle into my new habitat. At the beginning, her responding attitude was far from enthusiastic. But with time, as she couldn't stand the prison's stuffy and hostile atmosphere, Luyến finally resorted to making conversation with me.

My transfer to the special confinement cell was very sudden, causing me to miss my evening meal that day.Luyến handed me a packet of dried bread. I managed to swallow half of it which bloated me up after a drink of water. Later that night, when I was fumbling to find a substitute for the toilet, Luyến pointed me to the "chamber pot" in a corner of the cell. A sudden chill went up my spine.

Unlike the communal jail, the special confinement cell for Luyến and me was nothing more than a box, where most basic facilities like television, ceiling fan, wall clock, toilet and washroom were absent. This only added more gloominess to its atmosphere.

Feeling so depressed, I started singing out softly.

And I went on singing. And from a hesitant, restrained murmur, my cellmate's voice grew louder and finally mingled with mine. Luyến, or anyone else for that matter, even if burdened with a 'mission' against her cellmate, was still an imprisoned human being, riddled with sadness, fear, anxiety and confusion.

She complimented my singing. It encouraged me to sing louder. She sang along with me. Luyến didn't sing well but gradually sang uninhibitedly, a stark difference from her earlier attitude of circumspection and standof-fishness. There's the sound of someone coming! We stopped singing and pricked up our ears.

"We're having a neighbour, sis!", Luyến shouted out in joy.

"What neighbour?", I asked in surprise.

"Someone arrives next door. It's a man I'm sure. I can hear clearly". Her face lit up visibly.

Luyến used her heel to bang on the wall.

The other side replied with a knock.

"Greetings to you from this cell", a male voice rang out.

Suddenly I felt abashed. All the while I was singing

my heart out as if no one was around. From the other side, the man *"cued"* back to make conversation.

"He's asking your name, sis, answer him, will you?", Luyến urged me.

"No, I feel uneasy about it", I shook my head.

She egged me on:

"But why, no one sees our face; why should you feel uneasy? In this place, if we don't make friends and have some fun, we'll die of boredom, sis."

I reluctantly answered her:

"Alright, you can say my name is Hoa or something. I'm having an sore throat and cannot speak out loud."

And thus during the whole time I was detained in the *"special confinement"* cell, everyone came to call me Hoa, while Luyến would call herself Liên, and later Còi (⁴⁷), a nickname I invented for her only to converse with our next door cell. And from that moment on, Luyến took charge of our cell, with responsibilities ranging from getting food rations, cleaning the bowls, washing the clothes while I went to interrogation sessions, to communicating with our neighbour. She seemed very excited with her new role as "household head."

Our neighbour requested me to sing some more. I thought of my mother and wished my mother could sense my feelings from the lyrics:

Here I'm waiting, there you're waiting.
In her small hut, Mother is waiting.
The soldier's waiting on a deserted hill.
In a dark cell a prisoner's waiting still.
We've been waiting for years… waiting for years…

(⁴⁷) **Còi:** *Prison slang, literally 'whistle', to signal; to cue messages back and forth between cells..*

waiting for years... "([48])

I heard Luyến sobbing and stopped singing.

It was our neighbour's turn to compliment me for singing like a pro. I thought to myself, I was just putting my feelings in the song and it touched a nostalgic chord of my listeners, hence the compliments, that's all there was to it. Luyến acted as my "spokesperson" to thank the neighbour. At the time, I wasn't yet used to the "cues" coming from the next cell and Luyến had to be my interpreter.

After a while we got bored of singing. The two of us, each lying on her own cement berth, were deep in our own thoughts. It was so quiet! I could hear the chirping sound of insects and the cackling sound of geckos.

"Ten o'clock already", Luyến said wearily, her voice tinted with sadness.

Surprised, I asked her, "How do you know?"

"I've just heard signals from the watchtowers changing guards. Here they swapped once every two hours."

"Oh, is that so...!"

My reply sounded just as sad. Adding to my homesickness, the mosquitoes were attacking from all sides, keeping me awake for most of the night.

Luyến has opened up and got even closer to me since we found out the next door cell was occupied. After a while absorbed in our own thoughts, I resumed chatting with her. Our conversation was interrupted by intervals of silence which gave the impression that there was not a soul around.

([48]) *"Nơi đây tôi chờ, nơi kia anh chờ. Trong căn nhà nhỏ mẹ cũng ngồi chờ. Anh lính ngồi chờ trên đồi hoang vu, Người tù ngồi chờ bóng tối mịt mù.Chờ đã bao năm...chờ đã bao năm...chờ đã bao năm...": from Chờ Nhìn Quê Hương Sáng Chói by Trịnh Công Sơn.*

"It's midnight already, sis."

Luyến said through her tired and sleepy breath.

"Yeah, I've just heard the changing of the guards too."

I turned my body facing the wall to avoid the electric light. Next to me, Luyến was slapping on the mosquitoes and moaning in her throat inaudibly.

I took out some garments to wrap around my arms and legs to prevent mosquito bites. But soon enough I had to take them off as it got too hot.

Suddenly Luyến jumped to her feet, her hair all messed up. She stood in the middle of the cell with hands on hips, cursing:

"God damn you mosquito whores, will you ever let us sleep! You just wait, I'll report you to the security police and you'll go to hell, all of you flying whores!!"

She cursed, flapping and slapping in the air. I wondered if she hit any of the mosquitoes. Only then did I see her face. Her puffy eyelids were covering her slitty eyes; her lips were swollen like two small bananas. I couldn't help it and burst out laughing.

"What are you laughing at? Why don't you look at your own face?"

Luyến was challenging me. Of course I saw her face but couldn't see mine. I brought my hand to my nose as she pointed out to me. The mosquitoes were truly ruthless; they had concentrated their attacks on the ridge of my nose. A series of bites had completely transformed my normally flat nose into the most prominent feature of my face.

We laughed out loud at our own deformed grimacing faces, and urged each other to get some sleep.

Why can't those abominable pests live in peace with us prisoners? The flesh of the people outside must be much cleaner and more appetizing, why didn't they feed on that? Why did they keep on targeting smelly and miserable inmates like us?

During my four years in jail, especially during my special confinement, I couldn't account for the exact number of mosquitos dead by my hands. I was definitely not the only mosquito killer around. Every prisoner must have a personal record of killing mosquitoes. Yet their population never decreased, and they went on feasting on the poor prisoners' blood. Without proper prison medical care, there were numerous cases of malaria-infected bites that claimed the lives of many unfortunate victims.

My first night in special detention was finally over. The next day, once again I was summoned for interogation. During my entire time in Trần Phú Prison, I have never seen any other inmate going to interrogation as often and as much. Up to a point, even the wardens were amazed at me. Luyến commented, "The investigators must be hitting on you; a day goes by without seeing you and they can't eat and they can't shit or what?". Such was Luyến's way. She could take any serious subject and turn it, twist it into her own interpretation without a hint of subtlety. In her own words, talking filthy was a pleasurable way to let off some steam.

— 08.08.2016

05 —
A Cellmate In Special Confinement

When I first came in to share a "special confine-ment" cell with Luyến, she lied to me that her name was Lý. Actually, whatever her real name was didn't matter to me. I just didn't like the way she kept trying to hide her name every time she signed "*vouchers*" from her prison account,([49]) especially when we already got quite close to each other and were looking after each other like real sisters. One day, when she was listing on her voucher the things she needed to buy, I stood next to her minding my own business. But she was taken aback when I took the liberty of pulling the voucher out of her hand and read it in a natural way. Disconcerted, she stuttered something I couldn't hear clearly.

I never really believed in what Luyến shared as her personal stories, especially about her ex-husband who she said had to flee abroad as a refugee due to his

---

([49]) "**Phiếu lưu ký**": *Prisoner's personal account. In prison, inmates are not allowed to spend real money. According to Prison Rules, to send money to a family member in prison, you need to get permit to send the money to the prison warden who will announce to the inmate the amount credited to his/her prison account. Every time the inmate needs to buy something in prison (food, basic necessities) then he/she has to ask the warden to give a voucher corresponding to the amount to buy the items to purchase, for the inmate to sign. In Special confinement, one can only request one voucher a week, for an amount at the warden's goodwill. That's the official rules. But in reality, in most prisons, real money is widely used, because inmates hide money from the guards after family visits, but mostly because the wardens themselves need real money for their wheeling-dealings, barters and trafficking of all kinds.*

political involvement. But I had neither showed my disbelief nor tried to pry further and prove otherwise until that day. It was an exception: I just wanted her to stop playing games. Obviously, there was no reason whatsoever for a common-crime prisoner to be sent into a *"special confinement"* cell with a prisoner of conscience.

The following afternoon, Luyến skipped her lunch. She did help prepare a ration for me after the interrogation session though. Having to take lunch by myself, I couldn't swallow much.

She turned her back to me, pretending to be asleep. Not until I lied down to rest did I see a letter Luyến had slipped under my pillow. That explained why the night before, I woke up at times to see her scribbling or drawing something. It turned out to be this letter, in which Luyến apologized for hiding the truth from me and added a few words to express her warm and touchy-feely thoughts of our friendship. I didn't care what she reported to the security police about me. People like me, who were overtly engaging in a political fight for a just cause, didn't have secrets that others must *"exploit"* or *"report"* to the prosecutors.

I was not harboring any anger or reproach toward Luyến. Whatever she has done, she did because she was a prisoner just like me. Every prisoner always wished to be released and go home the sooner the better. In prison, there was little motivation for people to follow a code of ethics. At times, ethics or self-respect weighed less than a box of packed noodles. From that day on, I gave Luyến the friendly nickname of Còi, partly because I never really got used to call her by her real name, and also because Luyến was about twice my size — the contrasting image of a tiny whistle conjured up by that name seemed amusing to both of us.

During custody or provisional detention, inmates were not allowed to use pens and paper.

Those things were off limits and strictly controlled by guards and wardens.

Luyến's "letter" to me was written on the back of a piece of cardboard taken from a box of biscuits. Sometimes we had to buy those biscuits boxes, not because we liked them, but for Luyến to use the cardboard to send messages to our neighbours or write down song lyrics. We had to devise a pen from a twig of *thanh hao* ([50]) we pulled from a broom provided for prisoners to clean the toilet and washing area.

To ward off the warden's attention, Luyến had to pretend sitting on the toilet seat and pulled out the sturdiest and biggest twig from the broom she brought in. My role was to stand watch by pretending to wash my things in the washing bay. I could picture with fondness the image of Luyến biting her lips, trying to focus while pressing down the "prison pen" into the cardboard to imprint her writing.

The hard twig of *thanh hao* was not only used as an improvised pen for writing on cardboard. Luyến also made use of its other end by deftly sanding it down into a crochet-hook needle.

If I had not been jailed, I would never find out that a *thanh hao* twig, something so simple and insignificant that most people would ignore in their daily life, could turn out being so precious and useful to the prisoners. We valued our pen and crochet needle as our own properties, for fear that they could be found out and confiscated by

---

([50]) **Thanh Hao:** *Artemisia Apiacea Hance, a plant with very hard and straight branches and roots, when dried they are used to make hard brushes for cleaning purposes.*

the wardens. Fortunately, during two cell inspections (⁵¹),
those two objects were stashed away safe from the
wardens' eyes.

To fight the cold in winter, we had to buy a lot of
face towels from which we relentlessly pulled out the
yarns. Once unthreaded, the yarns were separated by
colour and spun into separate balls of yarns. Luyến used
the crochet needle made by her own hands to knit into
scarves for the two of us and our neighbours. It wasn't
that simple to buy and store all those face towels. Luyến
and I had to take turns to order them so the wardens
wouldn't suspect and start nosing around. We once fell
onto one batch of towels of cheap quality, the yarns were
so brittle they broke off as soon as they were pulled out,
wasting a lot of our money and time. At such incident,
Luyến would empty all her swearing vocabulary... Her
curses went out from the vendor to the manufacturer of
the towels. My ears were sore listening to her bellowing
out, so I told her there was no one else but me in the cell,
not the vendor nor the towels maker, to listen to her
cursing words. Luyến replied, "I have to curse in the air...
hopefully, either one of them will trip on their toes and
bleed out! You'll see..."

During my special confinement that lasted over
four months, every day was a busy day — interrogations
at daytime, and spinning yarns or anything else to kill
time in the evening.

The two harsh winters I spent in Trần Phú Prison
were partly made tolerable thanks to the prison scarf

(⁵¹) **Cell inspection:** *The guard can carry out unexpected cell inspec-tion,
usually after he had been informed by an insider of the existence of
prohibited possessions like: money, mobile, sharp object, uncen-sored
letter etc... Apart from having the prohibited possession seized, the
'owner' undergoes disciplinary punishments in the guard's hands.*

Luyến knitted for me. To this day I still keep it as a precious souvenir to cherish forever.

I only stayed in the special confinement cell for over four months before being transferred to the previous communal cell. My cellmates greeted me back, visibly worried when they learned of my sharing a cell with Luyến. They told me all sorts of tales about Luyến... that she was a junkie and this was her third time in jail. In most of her served time at Trần Phú, she was 'glued' to the 'special confinement' cell to carry out whatever orders the security police and wardens gave her. One inmate even raised her voice to swear that the day she'd get out of jail, she'd go find Luyến to 'give that girl a good thrashing' for being a 'snitch'.

I never knew if any inmate did actually serve time unfairly due to Luyến's snitching, but I felt saddened and somewhat disappointed at my cellmates' scornful and hateful attitude toward Luyến. It was very probable that Luyến was planted there by my side on some mission assigned by those who arrested me. But I couldn't detect anything about Luyến that was endangering or threatening while I shared a cell with her. We were through thick and thin together and shared many endearing memories in our special confinement.

I was very fond of Luyến and felt that Luyến was also sincerely fond of me.

The day I was transferred out of the special confinement cell came as unexpectedly as the day I arrived there. It was a day nearing Tết, the Lunar New Year, and the winter air was freezing cold. Luyến didn't say anything while she quietly packed up my things for me to leave. Then the door slammed shut behind me. The sound of the locking key clattered coldly to lock Luyến alone inside.

Squeezing the bag of clothes under my arm, I walked across the frosty courtyard in bare feet and stopped in front of a gate, shivering and waiting for the warden to open the door. At that moment, I heard Luyến's feet banging against the cell door.

It was her signal to me.

Brother Long, our neighbour, defying the warden's presence, made a bold attempt to say goodbye to me:

"Hoa!([52]) Take care of yourself, be careful, you hear!"

I couldn't say a word back to them, feeling a lump in my throat; I only smiled and held up my hand to wave goodbye. I knew that Luyến and both of our neighbours were gazing through the cracks in the door to watch me leave. I wondered whether brother Long would later be punished or reprimanded for shouting out his goodbye... According to the rules of this place, prisoners in different *"special confinement"* cells were forbidden to see each other's faces, let alone exchange words or anything else for that matter.

All the friends I made in the special confinement cellblock of those days, the friends whose faces I have never seen, where are they now? I wonder if any of them had to walk that last walk to face the firing squad...

And Luyến, why would she have to stick around with drugs, with prison and with the acts that made even her cellmates loathe her so much?

([52]) Hoa : *the pseudo name I invented for myself for use with my neighbours in special confinement.*

06 —
"Three Packs" Luân

"Nguyễn Thị Luân, prepare your personal belongings!"

Every time the warden shouted out the name of an inmate followed by the words *"prepare your personal belongings"'*, the immediate thought that went through everyone's mind was *"interrogation under duress."* The concern for the other cellmate and for oneself, then the fear and the alarming question *"when will it be my turn?"*, all those feelings defined the psyche of every inmate whose name was not called out. As for the person about to leave, she couldn't even pack her few personal things no matter how hard she tried to keep calm. The fear and tension could be clearly seen on her ashen face.

Under normal circumstances, only those accused of serious crimes would be transferred to *"special confinement"* cellblocks for *"interrogation under duress."* When I was transferred, everyone feared I would have to face the prosecutors well-known bullying and pressuring tactics. Upon my return I told my cellmates those tactics were not applied to me, but not many believed my words.

Every person in the cell gave Luân a hand to get her personal things ready.

I ran into the toilet to cry. It was the first time I cried since I was arrested. In prison, separations like this usually meant for good, hardly ever could you see each other again. Everyone knew that. Yet the feeling of separation still hurt. I cried for Luân because she was my little sister in prison. Luân staggered to carry her bag out of the cell, her legs trembling from fear, her eyes red of tears. She was to be transferred from this prison to another. The last image of Luân leaving the cell would later give me pangs of pain in my heart every time it came back to mind.

Luân was an orphan from a very young age. Her uncle and his wife brought her home and raised her up. Luân told me, the penniless couple loved her like their own child, but because of their inability to put food on the table, they could not afford her schooling.

Luân was illiterate. The only word she knew how to write was her name. She needed to sign all the statements and reports of her interrogation sessions since she was arrested.

A rural girl, gentle and kind, honest and illiterate, Luân grew up in poverty. Then she got married and had children. Luân was a devout Catholic.

I didn't really know what criteria were needed for someone to be called a Catholic, or a devout for that matter. Every night I could see Luân praying silently. From time to time, when no one was watching, Luân would furtively make the sign of the cross before her meal. Luân always gave in to other cellmates, and never told a lie. If that was anything to go by, I would consider her a "devout."

Luân entered Trần Phú some two years before me. I vaguely remembered that. The cellmates gave her the nickname "*Three Packs*", in reference to the three packs of heroine illegally smuggled by her husband.

In the custody cell, Luân was classified as "no family", i.e. since her arrest she has received none support from any family member. The only support that helped Luân get by was from her cellmates. One would give her a morsel of meat, another some fish sauce. Every basic necessity, from a sanitary tampon, an old shirt, a bucket, a brush and toothpaste... to a face towel, a plastic mug, a soap bar etc... all things in her possession were given by her cellmates.

A few days after I came back from special confinement, I asked Luân to join me for lunch. While in Trần Phú, my sharing and helping other cellmates was less limited than under the strict regime of Camp 5 in Thanh Hóa. Every week I received supplies and gifts from my sister and mother. And every month they sent six hundred thousand *đồng* (⁵³) to my prison cash account. With all that, I could carry Luân on my shoulder and help other cellmates from time to time without feeling the pinch.

Apart from the cell-head who was assigned to supervise the cellmates in the absence of the warden, there were others assigned to other tasks. Those inmates with "tasks" could go freely from the cell to the courtyard without having to ask for permission from the cell-head. The "tasks" comprised inmates'daily chores like distributing water, drying clothes, pantry surveillance, or courtyard cleaning(⁵⁴)... Most of the time the "tasks" were reserved to those whose families knew how to grease "Madam" the warden's palm with little gifts —

(⁵³) đồng: *Vietnamese currency. In 2008, 1USD=16000đ, in 2015 1USD=21000đ*

(⁵⁴) **Courtyard cleaning chore:** *Each cellblock has a portion of a courtyard which is paved with sandstone glazed tiles. The inmates would sit down on the floor for their meals, would brush their teeth in the morning or would gather to listen to the warden's speech. After pouring buckets of water over the courtyard, the person with the task of cleaning the courtyard has to use cloths or rags to push the water the length of the courtyard towards the gate where it can be drained away. The inmate then has to use dry rags to wipe the courtyard floor dry and shiningly clean.*

not just once, but regularly. And only through that kind of relationship, an inmate could get information regarding her trial, her family, or regarding other cellmates, fed through the warden as the go-between. Also, wardens have been known to play key roles in many court cases with unlawful plea-bargaining through bribery.

Luân was often singled out to wipe clean the courtyard, i.e. she was considered an "*inmate with a task*", although she was classified "*no family.*" Most cellmates were fond of Luân for her label as "*a good nature with a heavy sentence.*" Even the wardens learned with time not to be too hard on her, to show they could be compassionate. After all, courtyard cleaning was considered as one of the most menial of chores. However, that chore gave Luân a chance to get out and about instead of sitting in one spot like most other prisoners. Furthermore, it would allow her to have relatively more abundant use of water for her showers, and that was quite a luxury.

Each week, the "poor commoners" — as we called ourselves — were allowed two morning showers, one in the middle and one at the end of the week. One shampoo a week, during which the inmate with the task of distributing water, standing on top of the water reservoir, would call out the names of four cellmates to battle it out in a washroom no larger than three square metres. The washroom was built with solid walls to avoid unwanted glances when the cell doors were open. But it had no ceiling, no roof, and when we showered we could look up at the sky wishing it would rain down on us.

Each shower lasted no more than five minutes, each shampoo seven minutes, laundry five more minutes. The inmate distributing water had to watch over the water reservoir — against water theft — with one eye, while the other was kept on the wall clock to urge those in the washroom to speed up. Each inmate was allowed one six-litre bucket for body wash, one for shampoo, one for laundry. No more, no less. Any excess would be disciplined. Here, the disciplinary measure was five to seven days with no shower, no washing, no brushing teeth, no changing clothes or undergarments. On top of that, the punished inmate had to clean the toilet and wash the dishes for the whole cell. During the eighteen months in Trần Phú, I have never received any disciplinary action. I had prepared myself mentally for such a case, to refute and oppose to the punishment if it happened. Whenever I recalled the barbarous and weird rules and retributions invented by the wardens, I still couldn't help shuddering. Seven days with the same panty, with no personal hygiene, no brushing teeth, no washing face. What were they thinking of? Have we, the poor inmates, not been grubby, grimy and lowly enough already without that kind of punishment?

I was assigned no task in my cell. Like any other inmate, I craved for showers, for more water, especially during the summer months.

Luân held the task of cleaning the courtyard. And I benefited from that. Now and then, Luân would fold up wet towels and throw them to me. Her cleaning task gave her the right to move around freely inside out, and wash her face whenever she wanted. The wet towels Luân handed me to wash my face was hers, that way I wouldn't be found at fault as I was only using Luân's. Looking at the greasy, slimy faces smeared with sweat of dozens of other cellmates, I knew I was still very lucky.

The 'mandarins' prisoners were allowed to shower every day in the afternoon and three shampoos a week. That was twice the amount of water and time that we the "*poor commoners*" were given. "*Mandarins*" was the label for well-off prisoners. To be precise, they were from well-off families who knew how to grease Madam's palm lavishly. Even their sleeping spaces were paid for. During my time in Trần Phú prison (2008-2009), the average cost for an inmate to sleep on the central berth ([55]) was about two to three million đồng. The opposite berth was less costly, only one to two million đồng, depending on the sleeping allotment, the nearer to the ceiling fan the more expensive — there was a ceiling fan above each berth. Those rates must have risen with inflation since I left.

In the evening, Luân would cross over to my bamboo mat to learn how to read. Of course, she had to obtain permission from the cell-head to do so. I picked the big letters printed in bold in the Nhân Dân daily[56] or Hải Phòng daily[57] to teach Luân how to spell. I was her first ever reading teacher – in spite of her learning plan. Luân had been dreaming that some day her six-year-old son would go to school and be able to teach her how to read. But her dream never came true, because at the time Luân and her husband were arrested, their son was only four, not old enough to start school. Their younger daughter was only two years old.

It wasn't that Luân was stupid or dim-witted. But

([55]) **Central berth:** *Each cell of the prison possesses a central berth and an opposite berth. The two large berths are elevated (1m above ground), paved with glazed tiles. The Central berth is reserved for privileged inmates whose families know how to bribe or have connections. The opposite berth costs less to inmates. The floor below the two berths is for the rest of the inmates, the 'poorer', the under-privileged.*

([56]) **Báo Nhân Dân** (lit. the People's daily): *One of the main national newspapers, run by the Communist Party and the government of Socialist Vietnam.*

([57]) **Báo Hải Phòng** (lit. the Hải Phòng daily): *The provincial newspaper of Hải Phòng, run by the local Communist party and authorities.*

she had a hard time learning because every time she tried to spell a word, she would picture her son at home doing the same thing, and tears would stream down her face. And my eyes were getting wet too. Sometimes I got so frustrated at Luân's slow progress I mockingly called her a weak person. Oh well, I vented out my emotions on my dear friend just to conceal my own weakness.

"What am I learning for, tell me, sis? What's the use if I'll never go home again?"

Luân's questions froze my heart in pain.

"You learn now so one day when you are sent to the camp to serve your sentence, at least you'll be able to write home to your son. You need hope to live on, little sis. Where there's hope, there's still opportunity".

I hated myself as soon as I finished the sentence. That was just an utterly empty advice, a dreamer's counsel. That mouth of mine of those days in prison was seemingly nothing better than a sweet talker's.

Gradually, Luân was able to spell and read most words, with the exception of one word – "Nghiên", my name. She just couldn't remember it no matter how hard we both tried. And deep in my heart, I felt some bitterness. My name should have been the word for her to memorize, above all other words! For I was the one to support her and teach her to read. On top of that, I was the one to care for her and protect her. Without me, a person as good-natured as Luân would not get through a day around those devious bullies in this place. So I felt I had the right to demand Luân to know "how to spell my name" – at least, as a sign of gratitude. Of course, I kept that secret demand to myself. I never spelled it out because, deep down, I admitted it was not an altruistic thought at all.

After a dozen lessons, Luân started to get bored.

She knew by then all the basics — letter recognition, syllables, sounds — and she could spell, although pretty slow. She didn't come over to my side to study anymore; instead she stayed back on her mat, to sing — mostly prison songs — and then, to cry. During the day, she put on a careless face, smiling and chatting. But in the evenings, her face regained its grievance. Luân's sorrow was contagious, causing some inmates to speak up angrily at her. They didn't want to burden themselves with Luân's woes when they were already laden with their own worries. It was just beyond every prisoner's capacity to take it all in.

That morning, Luân was called out for interrogation. It has been over six months since she was last called out for questioning.

When she came back, we — all her cellmates — gathered around to listen to her joyful account:

"The investigator says my case is not all that serious. I have small children; plus I am illiterate; he believes there's hope that the judge will be clement and grant me a light sentence".

Luân told us everything the 'questioning guy' was promising. She was candid, and full of hope.

"So did you read over the statement before you signed it?", I asked Luân, but not particularly her. I always asked everyone the same question when they came back from interrogation.

"That guy gave me a white sheet of paper telling me to sign first and he'd fill in the interrogation report later. Anyway it was getting late and he didn't have time to type it all out".

I was speechless.

"Then you're damned, girl. How could you be so dumb?", Sister Lan, auntie Châu, sister Hà and little

Chuột circled around Luân with all kinds of reproaches.

Only then did it dawn on Luân that she had just been more gullible, more stupid than usual. From that day on, she lost her spirit and sank deeper and deeper in depression. A death penalty or a life sentence was looming again to haunt her. Luân became taciturn. At times she would laugh out loud, with tears rolling down her face.

Luân was not the only one to fall in that trap. A large number of inmates were lured by the investigators into signing on a blank sheet of paper. Not many had the guts to say no. Some were scared, some were gullible. Their blind signing was nothing less than a free rein for the prosecutors to decide on their future and fate. Many death sentences were thus easily imposed; all based on the blind signing of prisoners in blank confessions. From these incidents, one thing became clear to me: there's nothing in this world with more abominable power than the security police in this country — and no, not even God. Definitely not, That's for sure. God would not take any life away. The security police, yes, they took people's lives away. It was just as easy for them as to sit down at an evening booze-up.

Tết([58]) was coming.

How strange...Although differently from normal life, the emotional and excitable ambiance of the few days before Tết — however faint it was — still permeated through the thick prison walls to reach us. We suddenly felt the need for more solidarity, or at least, for less animosity, between cellmates. The immediate purpose was to let nothing spoil the ambiance of Tết.

We'd have all the time and leisure later on to restart

([58]) Tết : *Vietnamese Lunar New Year*

our problems and conflicts after Tết.

Tết, families would be sending in more gifts. Rice cakes, salted meat, ham, eggs, bags of candies to share out. That's enough for the prisoners to temporarily forget everything else.

Luân, and the "no-family" inmates like her, were used to the fact they would never receive any help from outside. They had nothing to expect for themselves, so they awaited the gifts for their cellmates instead. I couldn't recall what was in the parcel I received. But Luân was the one to remember clearly every item. From the day we started eating together, I no longer needed to manage our food supply or clean up after the meal. Luân took care of everything for me.

The morning of the 29th before Tết.

"Nguyễn Thị Luân, come to get your gift!"

No one in the cell believed their ears. The cellmates were stunned for a moment, looking at the cell-head woman then at Luân in disbelief. Even the cell-head rubbed her eyes, staring at the prison cash account receipt with Luân's name that she had just called out.

Luân clumsily carried out a small plastic tub to receive her parcel. It was from her father-in-law. He also deposited two hundred thousand đồng to Luân's prison cash account. Again, Luân sobbed profusely. She was so touched by the fact that she wasn't forgotten. She cried thinking of her father-in-law who alone had to raise two grandchildren while she and her husband were imprisoned. That day the old man — way over sixty years old — had to travel all the way from Bắc Giang, one hundred kilometres away, to bring a parcel of gift to his daughter-in-law for the first time since her arrest more than two years ago.

However, because of the unexpected gift from her

father-in-law, Luân was deprived of a portion of Tết-special rice cake from the prison camp. According to prison procedure, each 'no-family' inmate was given a small traditional rice-cake for Tết. That was to show the *"humane policy of the Party and the State"* so no one should feel left out, as the warden had once explained.

One parcel and two hundred thousand đồng suddenly transformed Luân into an inmate with family support, after years of being forgotten and forsaken. The rice cake was immediately withdrawn by the prison management. Since the day Luân was called to her "blank confession" and later transferred out of this prison, no one heard any news from her. From time to time, we, her cellmates, reminisced and reminded each other of Luân. We all felt concerned about her.

A few months after my release, I unexpectedly bumped into a cellmate from those days. She said Luân was sentenced to death at her trial in 2011.

My whole body went numb at the shocking news.

"A few months after being sent to another prison, she was transferred back to our old cell. After her trial she was sent to my cell Q1.[59] *She was shackled for many months before being transferred to another prison. It was Madam Minh* [60] *who let us know Luân had been executed a few days later."*

I stuttered, making no intelligible sound. Then anger welled up in me:

"Death penalty... how could it be possible? I

---

[59] **Cell Q1:** *In Trần Phú prison, there are two communal cells for women inmates. Cell Q1 and Cell Q2: Q2 is reserved to inmates who are in custody, during the investigation process, awaiting trials and judgments; Q1 is reserved to the inmates already convicted after their trials.*

[60] **Minh:** *The name of the prison warden.*

thought her husband confessed to all wrong-doings. He schemed and carried out the whole thing, Luân knew nothing of it."

"I really don't know what the investigators promised her. After the first blind-signing, she did it again many more times. She thought if she did what she was told, maybe the prosecutors would let her go home early to take care of her children. As for the husband, he received a twenty-year sentence, leaving the death penalty to fall onto his wife."

"Please sis! Are you really sure Luân was executed?", I asked over and over again, not willing to take in what I had just heard from her mouth.

"Unfortunately, there's no doubt about it, little sis. Madam Minh told us. She even bought incense and flowers so we could pray for Luân's soul. She was a mean warden, that woman, but somehow she was touched by that girl."

Oh Luân, the purest and most innocent inmate I have ever met, my poor little sister-in-prison. Now that you've gone to heaven, remember to bless and protect your two little ones on earth...

07 —
Pebbles Under My Feet

Since I was brought to my new 'residence', there was not a day that went by without me being summoned to interrogation – twice a day on average. Even on Saturdays when I was hoping to be off the hook... the cell door still swung open to see me being led off. Had I not made that protest against being shackled, my legs wouldn't be functioning normally after four years in prison. In four months of "*special detention*" only, I was subject to several dozens of interrogation sessions.

Usually Đinh Trọng Chiềm came to the interrogation room accompanied by another colleague. But today he came alone. His face didn't show the usual sullen and stern look. Instead, he was rather joyful and easy-going. These two peculiar points about him put me on alert.

"Sister Nghiên, do you remember what day it is?"

He asked without looking at me, his hand pulling out a rather thick book from his file-holding satchel.

"Today is not my birthday".

I answered ironically, no self-importance intended. I just wanted Chiềm to understand that in prison I paid very little attention to time and date.

"Of course not, your birthday is next month. Today is Vietnamese Women's Day."

I almost spurted out that I couln't care less about any of the communist-invented commemorative dates. But I held back. There was no need to create an unnecessary tension.

"Today there is no interrogation, no report, nothing. I come to wish you a happy Vietnamese Women's Day. I should have brought you some flowers, but under these special circumstances, I'm not allowed to do that. However, I can give you a gift. I'll let you choose it!".

Chiêm explained himself as he pushed the book across the table towards me. I felt somewhat annoyed instead of enjoying his offer. For some unknown reason, I was surely irritated. Was it because Chiêm was unable to tell the difference between me and those communist women who were celebrating October the 20th? Or was it due to his sudden change in attitude, his surprisingly joyful mood and his even more astonishing generosity, all with the purpose of winning me over so I would be more cooperative with him at the next interrogation sessions? Or was it simply due to my being so used to Chiêm's everyday scowls and nastiness?

I reluctantly opened up the book. So that was an anthology of Trịnh Công Sơn[61]'s greatest songs. My irritability gradually diminished. But that didn't mean I was moved by Chiêm's offer, not one bit.

"What else do you know about me?"

I asked with a cold stern voice, turning the pages without looking at him.

"...that you love Trịnh's songs, Nguyễn Bính's poems, watching soccer, eating boiled whelks, and particularly, that you can cry... non-stop."

([61]) **Trịnh Công Sơn (1939 - 2001)** *was a famous Vietnamese musician, songwriter, painter and poet. Many of Trịnh's songs are love songs. Others are anti-war songs, written during and about the Vietnam War; some of them were censored by the Republic of Viet Nam and later by the Socialist Republic of Vietnam.*

My eyes left the pages to look at him. Now the conversation became interesting.

"I must admit you got me interested in what you just said. But it's unlikely that I've ever cried in front of you guys, isn't it?"

"I've never said you cried in front of us..."

He stopped for a moment then went on:

"...but at your uncle's funeral and your protest demonstrations."

I sniggered out of dismay rather than irony:

"We are different indeed. I cry at the demonstrations for the love of this country, but you guys don't. You have other things to do, right?"

Chiêm changed subject after my remark. Now I believed he wasn't looking for dispute today.

"Sister, you can choose any song you like. I'll sing it as a gift to you."

He seemed earnest enough, even a little bit humbled.

"Don't tell me you want me to like you! Have you ever tried this trick before? I mean, singing to the very person you put in jail?"

I joked with sarcasm.

"No, this is my first time".

Chiêm answered, trying to sound self-confident.

"Then sing Hạ Trắng.([62]) I'd like to hear that song."

"I'll sing for you Hạ Trắng. But before singing, I'd like to read to you an article about Trịnh Công Sơn written by someone you admire very much, Mr. Vũ Thư Hiên.

I was startled. He even knew about my admiration

([62]) **Hạ Trắng** meaning *White Summer: one of Trịnh's best known love songs and the author's favourite.*

for Vũ Thư Hiên! [63]

"Go ahead and read it. And if you still have enough time, you'll read me any extract from *Daytime's Darkness* [64], won't you?"

Ignoring his prisoner's ironic request, Chiêm began to read out the article on Trịnh Công Sơn. At least I had to give him credit for this: he showed no sign of annoyance and arrogance usually found on his scowling face.

He finished reading the text. I handed back the book to Chiêm, as he said he didn't know by heart the lyrics to sing. I avoided looking straight at Chiêm to let him sing without embarrassment. Anything Chiêm was doing was to serve a purpose or a mission. But I still considered his act as of good intention and I accepted it.

He finished the song, trying to act as naturally as possible but I could still detect his discomfort.

He blushed and scratched his head:

"What do you think of my singing?"

"Thank you for this gift. But to be honest, your singing is... um... not that good. Your voice trembles."

"I trembled because I sang in front of you."

"Are you saying that I should feel privileged because of it?"

I answered with irony.For a moment, maybe Chiêm thought that was rather a show of female stubbornness than a challenge from a political opponent. Then, as if he suddenly felt the need for a tit-for-tat riposte to

---

[63] **Vũ Thư Hiên (born 1933)** *is a Vietnamese author, winner of 1988 Vietnam's Writers Association Book Prize with "Miền thơ ấu" (The realm of childhood). Son of Vũ Đình Huỳnh, Hồ Chí Minh's private secretary, he and his father were among the 1967's thirty-three so-called revisionists arrested, tried and imprisoned in North Vietnam.*

[64] **Đêm Giữa Ban Ngày – Daytime's Darkness:** *Vũ Thư Hiên's 1997 controversial book where he criticizes and condemns the 'Socialist model' of Vietnamese society.*

something I had the upper hand on, he sneered and let out sarcastically:

"Huh...What do you know about Vũ Thư Hiên's family anyway!?! You think they are *sooo*... great, don't you?"

"You and that Party of yours, none of you are in any position to talk about the family of Mr Huỳnh! You hear me? Don't you dare!?!"

I snapped back at him, letting my anger out.

I thought he would wrangle on with me to get his upper hand on the issue. But no, he kept silent. I was in no mood to carry on the conversation either. Chiêm kept his promise,"*today no interrogation, no report, nothing.*" He led me back to my cell.

I realized Chiêm got a taste for that kind of drama-like dialogue. Many times I noticed he deliberately created a situation that would allow him to act like someone intelligent, magnanimous and elegant. It was altogether rather amusing to observe. But somehow I could never give him a high rating, nor could I ever feel at ease during the 'working' sessions with him. Chiêm's face was always sullen showing a difficult characteristic, his eyes hidden beneath the bushy brows that would scowl up at a slightest annoyance. But when he smiled, his face changed completely, giving him a kinder and friendlier look. I once advised him to smile more often in order to become more likable to others. My remark got him really crossed. Every now and then we got into squabbles over insignificant things like that.

I didn't know whether I was right to believe that Chiêm was rather a temperamentally unstable person than a vicious one. I was under the impression that he couldn't hide his true nature even if he wanted to.

At times Chiêm would lecture non-stop about the

supremacy of Communism, and he couldn't help showing his pride to serve the regime. And Chiềm rarely ever missed an opportunity to humiliate or belittle others. He was the typical profile of a revolutionary zealot, obstinate, inflexible, aggressive, domineering and self-righteous. To me, Đinh Trọng Chiềm was a fundamentalist, a rather uncouth fellow with no self-respect. He inspired at the same time empathetic pity and loathsome repulsion.

On another occasion, Chiềm showed up on his own and bragged that from that day on he would take full responsibility to interrogate me. No matter who the interrogator was, they all belonged to the same gang. But if I had a choice, I would prefer it wasn't Chiềm. He had the knack for irritating me even when he was trying to be well-mannered and lenient to me.

Chiềm began in a condescending voice:

"Your brother-in-law has confessed about buying a mobile phone for you. Now I'm just waiting for a truthful confession from you. So tell me in details how you came to ask your brother-in-law Bình to buy a phone for you!"

"First of all, my brother-in-law is under no obligation to "confess" anything to you. And even if he did buy a phone for me, there is nothing illegal about that! Second of all, neither do I have any obligation to tell you anything I don't want to. If you guys are as clever as you've been claiming, why don't you go and find out for yourselves?"

"If you are not ready to talk about Bình buying a phone for you, then maybe you'll be willing to talk about your sister Phượng taking you to buy the cloth for your banners...?"

I suddenly thought of my fourth sister and the rest of my family, and couldn't help feeling a pinch in my heart. I wondered if my loved ones would be able to overcome these challenges? My mother, my brothers and sisters, even my little nieces and nephews were likely to become "suspects" for all kinds of police to interrogate and investigate. The only difference was that they have not yet had to 'count down their days inside ([65]) like what I was doing. I remained silent. That infuriated him.

"Now that you're in this place, I don't have to remind you that everything is obligatory and no longer up to you to choose what you like. You think you're clever? You really think you're somebody, don't you! Let me tell you this, I'm much more famous than you. In my third grade at Trần Phú School for gifted children, I was once selected to visit our country's President. Everyone has heard of my name while you were a mere nobody back then".

I chuckled. That was the second time I heard him bragging about his 'fame' for being selected to meet the President.

"Are you trying to be funny? I've never said I'm famous in any way. Besides, whether you're famous or not doesn't concern me in the least. I must admit you're making me laugh".

He turned on his menacing tone:

"If you don't want your family to be involved, then you better tell me everything. You asked Bình to buy a phone for you, when, where and for what purpose?"

I retorted:

"A few days ago, you asked your wife to go buy alcohol for you, where, and on what occasion?"

Goggled-eyed and red-faced, he held up the pile of

([65]) **Ăn cơm cân mặc áo số,** *lit. "being on a food ration and in a numbered shirt", meaning being in prison.*

documents:

"I almost regret you're not a "common criminal"; otherwise you'd get this pile in your face already."

From his reaction, I knew how furious Chiềm was at my riposte. But I had no intention of stopping there:

"Oh, so you guys always use violence while interrogating people, don't you? I'm not surprised at all. You could use it on me, I'm sure, if you think that's necessary. But you've given me an early chance to see right through the kind of person you really are."

His face scowled up, his bloodshot eyes fired all his anger at me. I looked back at him, composed and vindicated, ready to receive an even more terrible retaliation.

Chiềm left the room. A while later he came back once his anger was under control. The interrogation resumed on issues unrelated to the mobile phone.

Then he handed me a copy of the interrogation report so I could read before putting my signature to it.

"I cannot sign this."

Chiềm was surprised and somewhat annoyed:

"Why can't you sign?"

"Because the report you wrote was not true. I was never feeling comfortable, but you wrote in the section for my statement that *"I felt comfortable during my work session today."* I even thought you were about to beat me up, to force a confession out of me with violence."

"Now what do you want exactly?"

I knew I was having the upper hand over him. An arrogant and conceited person like him rarely made a concession or took a step back.

"Just a truthful report, that's all. I could leave out the fact that you threatened me. But to sign under the statement that I felt *"comfortable"*, no way!"

Đinh Trọng Chiềm reluctantly wrote another report.

It was truly a challenging day for him, and a burdensome one for me.

I made it a principle to always carefully read through the content of any interrogation report before putting in my signature, and to never forget writing a phrase at the bottom:*"I firmly object to all elements constituting the charges brought against me."* This was my working principle during the entire time I was imprisoned.

The investigators sometimes sneered or deliberately provoked me while they waited for my signature below that phrase. I always ignored them, as there was no use arguing with that gang.

I hardly finished signing the report when Chiềm yanked the pen from my hand. No more manners and civility. He also hastened to gather all the interrogation papers instead of waiting for me to push them over to his side as usual. He stuffed them in his satchel without re-reading the text — actually he had read it while I was writing. His gestures were of a very angry man who couldn't control his temper.

Chiềm stood up and walked out of the interrogation room. For a minute I thought he just walked away and left me there unguarded. But no, he was standing outside the door waiting. I stepped out ahead of him and he followed me as usual. This was ordinary procedure for escorting prisoners. Still not accustomed to walking barefooted, I moved slowly. My feet were hurting, especially when I stepped on small but sharp pebbles.

But I smiled to myself. I could picture the scowling face of a furious and irritable Chiềm impatiently walking right behind me.

08 —
"Missing the Forest"

After the day when Đinh Trọng Chiềm held up the the interrogation documents to my face with threatening words, the number of sessions handled by him was obviouly reduced. It was his collaborator Nguyễn Thành Dương to take over his task. I didn't bother to find out why. Why would I care anyway? My main business was to stay in prison.

Although I disliked Chiềm, at least with him I didn't need to be on my guard. Nguyễn Thành Dương was quite a different kettle of fish. He was polite, civilized and intelligent. I felt more at ease working with Dương. But obviously his apparent intelligence reminded me to be always cautious.

Dương was about my age. He had a clean, bright, rather good looking face that might suggest a good nature. However, I had never let his appearance lead me to think that he was any different from the rest of the security police in this country. My line of thought was quite simple: a truly decent, righteous and guileless person would never choose to join the security police force. And I was right. It happened that Dương was also investigating a woman in my cell on a commercial crime case. The woman in question was a few years older than both of us, but already a grand-mother. She told me one day that Dương had demurely and condescendingly addressed her as "little sister."Worse still, he gave her his price to spin her case, no more no less, no beating around the bush. She went on: *"This investigator just bluntly gave his price tag to me. At least with him I don't have to waste time trying to figure out what he wants. But his price is too high, I doubt if my old man can take on that much heat"*.

Besides the serious interrogations, from time to time Dương and I shared some idle, humoristic talks. Jokes and funny stories were also an excuse to poke fun at each other. One morning of October, the air was chilly. It was the first time in such a long while since I was arrested that I felt light-headed as if some gentle breeze had seeped into my soul.

Dương was standing at the gate of the special confinement quarter waiting for me. He smiled widely to greet me. I nodded back. I walked unhurriedly in front of him, letting my bare feet feel the disappearance of that scorching heat from just a few days before on the surface of the pathway.

Dương was walking slowly behind me. We walked past a row of completely boarded-up cells. Now and then, a big rat or two were seen climbing conspicuously onto the tubs of rice left in front of the cell-doors. As the rice were distributed earlier than usual, the wardens have not yet let the prisoners out to bring their rations in. I thought to myself mockingly: *"Godawful! All those days I have been eating that same rice... with appetite!"*

Every interrogation room was dusty and filthy like each other. I would never agree to start a session if the seat was not clean. Dương knew that principle of mine and always came prepared with a few scrap papers for me to wipe the table and chair, and a double sheet to cover my seat. He refused to let me wipe his side of the table. I wondered whether he didn't want to bother me or just to save his questioning time. From then on, I only wiped my side of the table.

One time, I was surprised and a little embarrassed when Dương unhesitantly took back the double sheet from my seat, folded it neatly and glided it into his satchel. He said in a natural manner, *"Economizing... I save it to bring back to you tomorrow. When it gets dirty I'll change a new one."* With time I got used to Dương's behaviour and tried not to think too much of it.

The session didn't have anything remarkable. I only had to reread a few printouts he brought to me then sign below to attest that their contents were indeed written by me. I noticed that Dương would rather chat than focus on the investigation issues.

Putting the documents into his satchel, he looked at his watch and tried to start a conversation:

"Still early..."

I didn't say anything in return. He went on:

"What poem by Nguyễn Bính[66] is your favourite?"

"I'd say *A step too far, The boatman's dream, Lovesick, To Sister Trúc,* and a few more."

I answered without much enthusiasm.

"Do you know his poem *Letter to my folks*?" [67]

I felt a little unsettled. I read that poem somewhere, just once, and couldn't recall a word of it.

"Let me hear a verse or two, will you?"

I made a suggestion, trying not to let him notice my embarrassment.

"Let me recite it to you. It's is such a beautiful poem. Funny, you don't remember it!"

I didn't bother to answer back.

---

[66] **Nguyễn Bính (1919-1966)** *is a Vietnamese poet, much loved for his popular poems depicting ordinary people's life.*
[67] **"Thư Gửi Thầy Mẹ"**

He left his chair and began his recital:

"*Anyone comes by my old hamlet?*
To my folks, please hand this letter..."

Suddenly he stopped and asked:

"Do you want to write it down?"

I was somewhat taken aback at his attitude. But from the first two verses, I could have guessed what game he wanted to play.

So I got ready to choose a role to play for myself:

"Yes, please do read it out for me to copy down. Obviously, you'll have to give me pen and paper".

"I'll read slowly for you to write it down. But when it's finished I'll keep the copy because you're not allowed to bring it back to your cell".

"What's the use of writing it down if I can't bring it back to read and memorize it?"

I feigned enthusiasm at his offer.

"Prison rules don't allow you to bring any pen and paper to your cell. You know that too well. Anyway, you can write it down and next time I'll bring the copy back to you".

Dương replied as he handed me pen and paper.

He recited with a warm and soulful voice. I carefully wrote everything down. At certain points, I pretended to miss a few words and asked Dương to repeat them.

"*Anyone comes by my old hamlet?*
To my folks, please hand this letter...
More than ten years now since I left
On this lonely road of adventure...
Forget me, don't miss me, don't bother
Just drop me from your memory like an old penny...
Sorry, oh dear Father, dear Mother,
Your wasted efforts on a son like me!"

Dương read up to this point and stopped. Without looking up, I knew he was observing my reaction. I continued to copy the words down mindlessly, as if I didn't realize his intention woven in the profound meaning of the poem.

Dương carried on. And I went on writing down patiently like a good pupil:

"I left that year on an April's day,
The March rice crop was hardly in.....
Our home forlorn saw in dismay
My folks threshing, grinding, raking in,
Back-breaking toils for meagre rice rations.....
What help from a son who went his way
Too entangled in his ambitions
And dreams of making it big one day.....
As time flew by, to my folks now old
I've never repaid an ounce of love.
While I have lost my heart and soul
To chase after the cruel kind of love.....
Helpless, submissive just like a slave
Disheartened like a routed army
While my folks at home are missing me,
It's for someone far off, I long, I crave.....
Here's to you my folks this letter
With words of love and of concern
Please rest assured, Mother, Father
Do not miss me, soon I'll return.
Dear Pa, please tend my garden plot,
Please Ma, care for my old pear tree.....
I miss and love you in all my thoughts
Dear Pa, Dear Ma, your son truly.

I suddenly felt rather pleased at the thought that Dương must have spent a lot of time learning the poem by heart in order to perform his act. Probably he must also be thrilled at the prospect of seeing his sledge-hammer blow hidden in that poem make me, the "pig-headed traitor", be all ashen-faced, disconcerted and dumb-founded. The poem came to its end but he had to follow through his agressive strategy: "So what do you think of this poem, isn't it special?"

I returned his question with one of my own:

"What do you think it is special about?"

"The poem is very analogous to your situation, especially about the role of the son. I can see the image of your mother and you in this poem. Especially in these verses, "*Sorry, oh dear Father, dear Mother, Your wasted efforts on a son like me!*"

Dương came back to face me. He smiled, rather spitefully, so pleased with himself.

"Since you've read a poem to me, I think I should return the favor by reciting another poem to you."

Dương was obviously expecting a different reaction, not my calm, composed and sarcastic attitude.

"Do you know the poem "*Missing the forest* (⁶⁸) by Thế Lữ?"

Without waiting for his answer, I read out loud:

"*In this iron cage, I swallow my hatred,*
I lie out-stretched watching the days go by
Loathing you men, arrogant and backward
Your mocking eyes see not my forest might...

"I order you to stop!", Dương roared in anger.

I stared straight into his eyes, stern-faced:

"Now that's my true image! Got it?"

Blood was rushing to my red hot face. I looked up proudly at him. By then, he had sprung up from his seat.

(⁶⁸) "Nhớ Rừng" by Thế Lữ (1907-1989), *a Vietnamese poet, writer and playwright.*

I had never seen Dương unnerved like that before.He glared at me. I stared back, feeling more victorious than angry. Our opposing stares lasted for a few seconds until Dương slowly sat down. He smiled wryly, a caddish smile rarely seen on him. That's his way of dominating his anger to regain control of a situation and put an end to a tension when his opponent had no intention of stopping there.

"You're witty, I grant you that. Let's see how long you'll remain triumphant..."

"You're joking, I hope!", I spontaneously let out an ironic remark.

On the way back to my cell, no word was exchanged. Luyến was waiting for me, the meal was ready. The image of the rats climbing on the prison foods on my way to interrogation gave me a stomach-churning sensation. When I told Luyến what I saw, she said:

"Don't you worry, just sit down and eat. I always scrape the top layer of the rice to throw it out on the courtyard for the sparrows. We only eat what's below. Not even a smart old rat could get to the part of the rice we eat!"

That sounded quite reassuring. Besides, today's rice was served with Luyến's special 'pickled veg'; it gave me back my appetite to gulp down three bowls of rice. That 'pickled veg' really put me off when I first saw Luyến make it. But day by day, I became hooked on it.

Every day, Luyến and I would bend over a bowl of boiled water spinach ([69]) to pick out the leaves for our meal. The rest of the twigs were saved for the pickle. As there was no hot water, we used some tap water, threw in

---

([69]) Rau muống: *Water spinach (Ipomoea aquatica), a tropical plant grown as a vegetable for its tender shoots and leaves.*

some salt, a few garlic cloves and the twigs, then put a heavy lid on to keep it airtight. A few days later the make-do 'pickled veg' was ready to eat. The left-over brine would be kept for the following batch of pickle. There were days when the bowl only contained a few water spinach leaves floating in a dark liquid; there was nothing good enough for pickle-making, nothing good enough to eat either.

Like any other evening, our neighbours *"cued"*([70]) us to chat. That's always the same two men in the next cell, brother Long and brother Hùng. During my four months in special confinement, I've never heard brother Long being called up for interrogation, but Hùng did go once. On the second time, he was transferred away for good. We were told he was sent back to the communal cell, with a few dozen of others. Through the conversations we made by yelling across the wall, I learned that brother Long was born in 1957, i.e. some twenty years older than I. We had to shout out really loud if we wanted all four of us in the two adjacent cells to hear.

I was never sure whether the stories my cellmates told me about their lives were true or not. There was no way to double-check. But was it really necessary? A prisoner only needed to hear human voices. A human voice was the only thing that echoed in your conscience to let you know you were still alive, and where you were living. Without human voices I would have fallen back into the infinite vacuum of silence, the kind of silence amplified by the sounds of insects or the clattering of shackles and chains from the dragging feet of some inmate walking past the gate of the special confinement

---

([70]) **Còi:** *Prison slang, literally 'whistle', to signal; to cue messages back and forth between cells.*

quarter. Brother Long, whose full name was Hoàng Thanh Long, was a graduate from the Polytechnics University, in Literature as I vaguely remembered. He used to work for a government agency for a while then left when he was fed up with it. When I asked him why, he said, "This regime stinks. The scoundrels have risen to power. I don't want to serve them, so I quit. It's all that simple, little sis."

Brother Long said his life had many perverse twists and turns. That's why he became a drug-dealer. Actually I didn't agree with his logic of "rather be a drug-dealer than serve this skunk of a regime". For me, to deny an immoral regime by choosing the criminal path amounted to pretty much the same thing. Self-destruction by one way or another would still be self-destruction. Nevertheless, I still appreciated brother Long, and very much so, for his humanity, his wit, his kindness within these walls.

When I told him about the interrogation-session-turned-poetry-match, brother Long laughed. That event inspired him to make up these verses dedicated to me:

"This winter I met a lover of poetry!
"He questioned me, dumb-wittedly,
"*Letter to my folks*" bothers you any?",
"*Missing Forest*", I said. And he got angry".([71])

Brother Long even insisted on the word "*dumb*", to describe the investigator down to a tee.

I must admit, my neighbouring cellmate had a very perceptive way with words.

([71]) *"Vào đông tôi gặp một khách thơ, Buồng cung khách hỏi rất ngu ...ngơ: "Thư gửi thầy u" - có gì trăn trở?", "Nhớ Rừng"– tôi đáp, khách đành lơ."*

09 —
Prison Transfer

— *65th anniversary of the Universal Declaration of Human Rights (December 10th, 1948).*

— *Declaration of the Vietnamese Prisoners of Conscience Day and Inauguration of the Network of Vietnamese Bloggers (December 10th, 2013).*

— *This short story is dedicated to all Democracy fighters who were, are or will be doing time in Communist prisons for upholding their ideal of Freedom and aspiration for Human Rights. And it is especially dedicated to the memory of Bùi Đăng Thủy, the prisoner of conscience who just passed away in Xuân Lộc Prison.*

The sun was not risen yet when the clanking keys of the iron door woke up all cellmates: Prison Transfer!

The whole cell was in confusion and anxiety. The cell door was barely opened when the security policeman started to read out the names from a list he held in his hand. The prisoners were not allowed to — not that they did not have time to — brush their teeth and wash their faces before moving out. Every prisoner was supposed to get their belongings ready at all times because all prison transfers were to be done without prior warning.

A prisoner's personal belongings — clothing, plastic cup, bowl, sanitary towels, toothpaste, shampoo etc...— must always be readily packed in a holdall bag called "*internal affairs bag*" that he/she purchased on arrival at the detention center. Every inmate was entitled to that unique bag, whether he/she got a short or a long sentence, or even a life sentence.

Except for those awaiting their appeal hearings, or being within the fifteen-day margin for appeal, everyone else was supposed to automatically pick up her "*internal affairs*" bag and be ready to step out of the door when her name was called. In fact, they were all eager to leave the provisional detention center for the re-education camp. From one prison to the next, yes, but they hoped to bid farewell to the stationary confinement in detention centers. Some were called out, only to miss a transfer and had to come back in disappointment to put away their bags and wait for the next transfer. But they all knew they would rather waste a bit of their time than suffer the verbal abuses and disciplinary measures.

Seeing me stay calm at the transfer announcement, some cellmates got impatient for me:

"Oh eh! You're staying put, aren't you? Don't want to go up to the camp then? Where's your bag? I can help you carry it out if you want."

I calmly answered, "I'm not going to Xuân Nguyên (72), I'll be sent to Thanh Hóa and I'll be going on my own. You'll see."

My cellmates stared at me like I were a delusional. But they were all too busy to reason with me.

The sun was not fully up when the noises and the bustling began to die down. A couple of inmates were left behind to feel unsettled and empty. Nobody could go back to sleep. But this emptiness would only last for a couple of days before the cell would be filled up again with a new batch of prisoners. People used to call this place a temporary stop - a stop no one ever wanted to stop by.

---

(72) **Xuân Nguyên:** *A prison camp by that name in the prefecture of Thủy Nguyên, of Thanh Hóa province.*

Ngân ([73]) was visibly joyful when she saw me among the remaining cellmates:

"How fortunate, Nghiên, you're not leaving this time. I was worried you had to leave."

"Ngân, you don't want me to leave... then you want me to rot here, don't you?"

She was a very competent, hard-working and enduring young woman. In a fit of jealousy, Ngân had stabbed her husband a dozen times to his death. She did not look anything like a murderer or a falsely repenting criminal. It's impossible to describe it but we all witnessed the days in the communal cell when she was torn up inside with guilt. Not accepting her nineteen-year sentence, Ngân wrote a petition for appeal and was waiting for a court hearing. I wondered what made her care for me to the point of defying all warnings and prohibitions. Sometimes I found her excessive concern rather annoying. But I myself truly cared for Ngân, partly because of her decent-turned-tragic life, and also because of her sincere feelings for me. There wasn't just a mutual appreciation between us, we also had a sense of gratitude towards each other.

Although I didn't appeal, I still had to remain in this cell for two months and ten days after my January 29th 2012 trial, while others who went on trial after me were already sent out to camp. The intuition of a political prisoner told me that I would be sent to Camp 5 in Thanh Hóa, where one of my brothers and sisters fighting the same fight for Human Rights, lawyer Lê Thị Công Nhân, was being incarcerated. But they would never allow a chance for us to meet each other, not even in prison. As a

---

([73]) **Ngân:** *For the safety of the characters in this story, their real names have been changed.*

matter of fact, they waited till the end of Công Nhân's jail term to transfer me to that prison camp.

Early the next day, it was indeed my turn to be transferred. Everyone in the cell was wondering why they were woken up again this early. They looked at one another: there was already a prison transfer just one day before!

"Please go back to sleep. I'm leaving on my own."

I said, keeping my voice as normal as possible.

It was the third time during my time in custody I left behind the distraught faces of those who felt genuinely concerned for me – the first time was when I was sent to special confinement, the second when I faced trials, and today. I saw in Ngân's red eyes her sadness and anxiety. Tears that were awkwardly concealed ran down the glum faces of sister Hiền and sister Tâm. We were a bunch of women, bound like sisters in this situation, and all of a sudden we risked never to see each other again.

I thanked everyone and left.

Although I greatly valued the few *"inherited material properties"* I were using in the last eighteen months and would still be needing for the next two years and a half, I couldn't manage to carry the heavy *"internal affairs bag"* plus a set of plastic bucket-and-tub on my frail body of under fourty kilograms — *eighty-eight lbs*. I had to drag them on the ground from the cell to the gate. Suddenly I remembered my indispensable pair of glasses that was left behind on the desk in the warden's office. I had to wait for the transfer officer to go back and get it for me. I was told that in the next prison, unlike in this detention center, my glasses and I would no longer be seeing each other at limited intervals — i.e. only during interrogations, as for the rest of the time they would be kept by the warden.

This was the second time my legs were shackled. Even to this day, it was unclear to me why I did not object to that measure, why I was not urged by some pride, by some self-pity... — nothing, I seemed to be oblivious to all those thoughts. With a rather indifferent attitude, I let them shackle my legs, as if at the moment I forgot that I was a political prisoner, that I was convicted for the defense of Human Rights and I supposedly had to protest when my own human rights were blatantly violated.

Now with my story being retold, I could only come up with one explanation for my attitude at the time: I must have been calloused; my mind must have become lax; worse still, it could be a sign of weariness after eighteen months living in a sub-human condition, having to confront people who considered me as their enemy — the investigators, the prosecutors, the inspectors, the judge at the tribunal, plus those who were only referred to by the investigators as their "superiors." The confrontations, the interrogation sessions — nearly eighty of them, each lasted for hours —, the haunting miserable fate of so many prisoners..., all those factors made me wish to get away from this hellhole as soon as possible. On the transfer day, that wish was probably stronger than my defensive instinct. Transfer didn't mean freedom just yet, but at least it meant I could leave this god-forsaken place, even though by being locked in an armoured truck on a long drive to reach another prison.

Despite all the four pairs of socks I put on – to fight the cold and to protect my feet – I still had the feeling that my feet were floating in my large pair of plimsolls. The sky was still dark. I fumbled in my "*internal affairs bag*" to get some plastic bags ready just in case I needed to throw up. For those who suffered from car-sickness like me, having to take a drive in a truck was a terrible ordeal. There were three people who came to transfer me to the prison camp. One was the driver, the other two were security guards — a middle-aged man and a man about my age. The one about my age put his face next to the meshed opening separating the prisoner from the transfer team, trying to strike up a conversation:

"Are you cold, sis?"

"It's pretty cold. But I am quite alright."

"What are you in for?"

"For telling the truth", I answered bluntly.

"You do have a sense of humour!"

"How come, you're conducting me to prison and you don't know what I'm convicted of?"

"I know nothing. I only received orders from my superiors telling me to wake up early to transfer a special case to this prison camp. Now I do find you 'special', for there has never been any transfer with just one prisoner in one whole truck like you."

"I think you know what I'm in for, but you're pretending not to. You guys ought to know what your mission is about, no?"

"I really don't. So what's your name?"

"Don't get startled when I tell you. I've been charged by your Party for having opposed to the State. Terrified now, aren't you?"

He put on an astonished look:

"Oh! Then do you know Lê Thị Công Nhân and Nguyễn Văn Đài?"

His question egged me on.

"They are my brother and sister fighting the same fight."

"Then you're Nguyễn Thanh Nghiên, aren't you?"

"Actually, my surname is Phạm. Phạm Thanh Nghiên."

"Oh! Then I've heard about you. What a surprise to meet you today!"

"Then tell me what do you think of people like us?"

I began to steer the conversation the way I wanted.

He introduced himself as Dũng, two years younger than I. During the entire drive, Dũng was the only one talking to me. I really couldn't tell whether he was being genuine or just acting, nevertheless I felt a little more relaxed. Our conversation helped ease the oppressive feeling in a prison van and narrow the space separating people from two opposite worlds.

"Have we left the town yet?", I asked him.

"Yes, we have left it for a while now."

"I'm being transferred to Thanh Hóa, am I not?"

"No, you are not going that far."

"You're lying to me again. Whatever for? One jail or another, it's still prison, isn't it? If you don't admit the truth, later when we arrive at Camp 5, I won't go in."

"You're kidding me!" Embarrassed, he smiled wryly.

Our conversation gradually phased out as I began to feel terribly car-sick and only hoped that the plastic bags would be enough for my use until destination. Now and then, Dũng turned back to ask how I was doing. Dũng asked a lot of questions, but not once did he mention the shackles on my legs. At times he had to put his mouth to the meshed opening to shout for me to hear. The winds were hissing, the truck engine roaring among other noises. We were discouraged from continuing our conversation.

We passed by the province of Ninh Bình, then Nam Định, to finally arrive in Thanh Hóa. I almost wanted to remind Dũng of the destination that his lied about, but finally kept quiet as I didn't want to embarrass him.

The truck had to stop several times to ask for directions as it had been a very long time since they had someone to transfer to Camp 5 in Thanh Hóa. I really admired the driver for having overcome all the bumps and potholes on what were once roads or highways. I wasn't the only one to suffer from the bumpy ride. The three men also experienced a total shake-up of their internal organs. Not only did I have to struggle with the stomach-churning, gut-wrenching nauseas, I also had to keep pulling my *"internal affairs bag"* to its original spot so it wouldn't touch the vomit-filled plastic bags. As if that wasn't enough, the heavy shackles on my legs were giving me a hard time, almost making me nosedive to the floor every time the truck hit a bump, pothole or crater on the so-called roads. A stupid thought went through my mind: What if I could exchange an extra year in jail to avoid this prison transfer by truck?

The truck got lost and made a twenty-kilometre detour resulting in our late arrival at the camp. The middle-aged transfer officer went in the office for the admission procedure. I looked around and didn't see any woman prisoner, just the sight of male inmates walking in roughly two-by-two rows. They looked at the newcomer — me — more out of curiosity than with macho banters or menaces, yet giving me a chill down the spine. I sat down on the low wall of a flower bed, intentionally dangling my legs in the clattering shackles to conceal my feelings. Only then did Dũng come to remove the shackles from my legs.

I didn't know where all those wardens came from when they appeared, together with the middle-aged transfer officer. Probably they all wanted to suss me out and at the same time to intimidate a person who opposed their ideology. Someone asked me if I had a wearisome travel, another one wanted to know if I had any breakfast, but most of them questioned me about my conviction for the *"crime against the State."* I didn't find it necessary, nor did I have any stamina left to debate with them, so I only gave some quick answers to their questions regarding my health and my foods. It's only many years later would I learn that the first place of my arrival was Zone 1, the 'nerve center' of Camp 5 of the Security Police.

Finally, they led me to the place they set out for me — Zone 4, reserved for the women inmates that they labelled as "female convicts." For the first time in over eighteen months, my eyes could see beyond the limit of a few dozen square-meter cell. The voice of the middle-aged transfer officer put an end to my bewilderment. This was the first time he addressed me directly:

"Nghiên, apparently you still have some money left in your prison account at Trần Phú, haven't you?"

"Yes I have some left, but I couldn't apply for withdrawal or transfer because I didn't know when and where I'd be transferred".

"Then let me advance cash into your account here so you can have some ready to use and I'll get reimbursed at the other end. Would you agree to that?"

"Yes please. Thank you, uncle." ([74])

His personal attention touched me. That was the first time I broke one of my own principles towards the security police, when I called him "uncle." Dũng said he knew several staff members of this camp and wouldn't mind to "slip in a few words" of recommendation for me

---

([74]) Uncle: *In Vietnamese language, it is informally polite to address to an older male person as "uncle."*

if need be. I wondered whether that was some lip service, or he really was not aware of the fact that we the prisoners of conscience would always stay away from all *"special"*, *"privileged"* or *"recommended"* treatments considered as *"corruptive"* by us but *"normal"* by our ideological opponents.

The two transfer officers shook my hand to say goodbye. They took off, leaving me with an indescribable feeling, probably a feeling of unsettlement.

I was left there, in a new prison, to start a new phase of misery. No, I decided not to let it be a phase of misery, but of discovery. While waiting for one of the wardens to go through my things, I made the most of my time to observe my *"new environment."* Behind the gate, I could see many shadowy figures in their striped uniforms, something that I was about to put on myself. But I was determined not to be *"blended"* into them. I knew from the start what my own journey was really all about. And I also knew what I would be doing after completing that journey.

PART TWO

STORIES
in
CAMP 5 – THANH HÓA

01 —

Little Potato and His Mother

Ngà was ready to leave camp, as her prison term was coming to an end. One evening, she said to me, hesitantly: "There's something I meant to tell you, but I was afraid..."

"We are like sisters in here...what's there to be afraid of? ..."

Ngà turned to sweet-talk:

"I want to thank you... the whole camp ought to thank you... If it weren't for all the uproar you caused last Sunday, everyone would have died of thirst. They are so damn cruel... making us prisoners go without water."

"About that, they were a hundred percent wrong. Every prisoner should decry their bad treatment and demand them to provide drinking water."

I leered at Ngà while wiping off Little Potato's dribble. Ngà scratched her head, putting on an uneasy smile:

"Nobody dares to do what you did. If I raised as much as a whisper, they would send Little Potato to the orphanage and I would lose my baby", Ngà held out her arms to pick up her baby, but Little Potato's legs were clamping round my waist, his hand gripping on to my collar. A lot of gentle unclasping finally persuaded him to let go of me. Every day we went through the same lingering process.

"Anyway, what did you want to tell me? Out with it then…"

"Promise you won't scold me off..."

Ngà bargained with me again.

"Alright... As if I ever need to scold you..."

"The other day "Mama" Thắng (75) of Unit 15 said she wanted to buy Little Potato. But I have to ask you first, if you want to adopt him then I'll let you have him. I can see how much you love him and he's also much more attached to you than to his own mother."

I was dumbstruck. Just a few days ago, "Blackie" Hằng had tattled to me about Ngà's intention of selling her baby. I also learned of her hesitating between two buyers, either Mama Thắng whose prison term was coming to an end, or a lay (76) woman she met at the rice field. Her plan was to hand the child over and receive her money as soon as she'd get out of the prison gate. That was the very first time I heard of the term "baby for sale" since I entered this prison camp. A whispering rumour was going round that afternoon in the courtyard near the waterhole. It was said that the seller was to get a 'good sum' for selling the two-year-old child when she got out of prison. When I first heard the words "baby for sale", I dropped the water dipper on my foot. Blood spurted.

Later on in life, whenever I heard those words again, or something to that effect, even though no water dipper got dropped on my foot, I would still get a chill up my spine. Mai Bích Ngà was born in 1982. Before her jail term, Ngà and her husband used to live with her younger sister on Thanh Nhàn Road of Hai Bà Trung District in Hà Nội. Ngà told me, "After prison, I don't really know where I'm going to live. My sister is now

_____

(75) **"Mama" Thắng:** *The older female inmates (in their 60's or 70's) are usually called Mama, to have a family feel to life in prison.*

(76) **"dân":** *Prison jargon to call a person who is not a prisoner.*

married and she also has to take care of my youngest brother".

Ngà's parents passed away early, leaving their children to take care of themselves. I did not want to pry and she never told me how she and her siblings managed all those years without their parents. In a place where the prisoners' sorry life stories abounded, it's impossible to remember them all.

When Ngà came of age, she got married, unfortunately, to a drug addict. He got her hooked on drug too. Then at the beginning of 2010 she was arrested and sentenced to 24 months of prison for illegal possession of heroin. Her husband was arrested at the same time. When she arrived in detention at Hỏa Lò Prison, Ngà was pregnant of her third baby, Little Potato.

In summer of 2011, when Ngà was transferred to Camp 5 in Thanh Hóa, Little Potato was a few months old. The mother-behind-bars came to brag with me: "I gave birth to him on September 2nd, so I named him Quốc Khánh. ([77]) Isn't it a good name, auntie Nghiên?"

"Yes, good, good indeed! But if it weren't for this goddamn Quốc Khánh Day, maybe you wouldn't have this shitty life of a drug addict... maybe your son and so many children in this prison could have been brought up properly instead of staying behind bars even before they were born."

Ngà's face turned ashen when she heard my tirade:

"Ooh! I beg of you... if someone heard what you said and ratted on us, I might as well die. Please... it freaks me out..."

Fearful, the young mother implored me in a low

([77]) **Quốc Khánh:** *National Day. In Communist Việt Nam, it marks Hồ Chí Minh's declaration of independence in 1945.*

voice while her eyes darted around like those of a thief.

"I speak with my own mouth, why should you be afraid!", I deliberately teased Ngà.

"Your mouth, but the consequences would be on me. I have to use Little Potato to be close to you. Without him, no matter how much I admire you, I'd stay a mile away from you. How many persons in this place were invited "for a coffee"([78]) just because they talked to you... You know that very well, so stop teasing me."

During the eighteen months of my provisional detention, I have never written any letter or petition to anyone. Even in various statements and reports I had to write after being interrogated by the investigators, I never wrote the whole headletter, and used abbreviations for anything I've opposed to. For instance, I would put the regime's acronym CHXHCNVN ([79]) in brackets, and as a form of protest I usually left out the motto "Independence - Freedom - Happiness." I would use no polite form of address, nor any show of respect, and my handwriting would be deliberately awful and undecipherable. This obviously got on the nerves of interrogators but they had no choice than to accept my scribbling or no statement at all. Yet since my arrival in this camp, I had to go against my principles. I wrote many formal petitions to the prison warden requesting the release of part of my deposit money to buy milk for the children. Before then, many mothers had been invited *"for a coffee"*, i.e. warning on their violation of *"receiving help from Phạm Thanh Nghiên."* So in the end, writing petitions served

---

([78]) **Invited for a coffee:** *Prison jargon for being called up for interrogation by a prison officer. Usually this forebodes nothing pleasant for the person 'invited'.*

([79]) **CHXHCNVN** *stands for Cộng Hòa Xã Hội Chủ Nghĩa Việt Nam, or the Socialist Republic of Vietnam.*

both ways and made everyone happy: the children got bonus food rations and their mothers were safe from threats and abuses. The only downside was on me, as I had to play along with the officials' rules, but that was still acceptable. As for Little Potato, apart from the bonus ration he shared with other children, I continued to help him and his mother discreetly. My mother learned of this story, so she sent more money into my prison account to cover for our needs.

Never before have I received from any child as much love as Little Potato had for me... not even from my own nephews and nieces. I used to carry him in my arms every afternoon while his mother was doing the washing and cooking. Little Potato grew to believe that I was exclusively his. He would get into a jealous fit when he saw me holding another child. If any other inmate pretended to hit me, he would scream his head off, lunge towards the person to bite, scratch and pull her hair out.

Rare was a child with such a high-pitched, loud and eardrum-piercing screams like his, although he was then a toddler who couldn't yet walk. There were times I had to hide from Little Potato to spend time with other children. Ngà and her baby belonged to the category of "*no family*" inmates, i.e. those who received no visit from anyone outside, hence no supply whatsoever. But in this place, nobody could survive on the basic prison provisions. Therefore everybody needed to be resourceful to get by. Resourcefulness in prison meant trading, bartering, swapping, borrowing, pawning, or providing such little services as water-fetching, floor-cleaning, laundry, dish-washing, letter-writing, massage etc...to earn enough for some extra fresh food for the child or a sanitary towel for the mother. Obviously, this kind of "resourceful" activities was prohibited and regarded as violations of prison rules. The "mothers-of-small-children" workforce was usually assigned to vegetable planting, considered as a relatively "light and privileged" task. By the time her baby's age reached four full months, any mother-behind-bars would have to begin accepting "forced labour."

Working in the fields was punishingly hard but it gave the prisoners opportunities to meet with local people who could help them out: sometimes to buy some meat, a fish, a tin of milk, sometimes to make a phone call to their family. Of course, anything would cost much more than market prices. Even if the prisoners could buy fresh food, they still needed to find ways to light a fire and cook right at their workplace. The worst scenario was their cooking being caught by prison guards on their rounds of inspection. In such cases, the guards usually kicked the foods to the ground, confiscated all pots and pans, and showered verbal abuses on the poor women who had no other choice but kneel down to implore forgiveness from *"Sir"*or *"Madam."*([80]) It went without saying that imploring forgiveness was not enough, the women at fault must slip some money into the guards' hands to avoid getting disciplinary actions. Any unfor-tunate offender who didn't know that trick or didn't have bribe money risked being escorted back to camp and given a disciplinary report which would annul all chances for a reduced sentence. Passing that hurdle was one thing; getting the cooked foods through the prison gate under the surveillance of the guards was another. Having said that, I must also mention those turn-a-blind-eye guards who would let anything through the gate, or

---

([80]) **"Sir"** *or* **"Madam"** *is how the guards (who are usually Communist Party cadres) are to be addressed when they are not addressed to as* **"Cadre"**, *while they consider the prisoners as lower than low, on equal footing with animals.*

would even deliver the goodies to prisoners by hand — all at a price. That evening when we arrived back in camp, my cellmate Mỹ Lệ hastened to break the news:

"Ngà got disciplined."

Worried, I snapped back:

"What did she do to get it?"

"She was caught bringing in camp a tin of milk and some pork stew. She begged Madam Nhung who wouldn't let her off. Furious, she called that woman a *"vicious b..."* That cow slapped her a few times then locked her up in the depot."

Mỹ Lệ went on to mumble some cursing words at the woman-guard, loud enough just for me to hear.

Ngà received a 10-day disciplinary action. During her absence, Little Potato had to stay in the *children's compound* (⁸¹) where some other people took care of him. He cried all day. This sanction on Ngà seemed more like a punishment on me, Mỹ Lệ and Blackie Hằng. Like me, Lệ and Hằng cared a lot for Ngà and her baby. Without them, we were all sad and forlorn.

Ngà was not a singled-out case, any prisoner could be disciplined at any time for any odd reason. *"Prison rules"* were nothing more than a money-spinning trick to be used by the wardens: forgetting to salute a cadre; mutual help, exchange of gifts, lending of utilities etc..., any action without the wardens' consent could be a violation of prison rules. More absurd still, prisoners of ethnic minorities who were not fluent in Vietnamese often ran into problems for communicating with each other in their own dialect — an obvious violation of

---

(⁸¹) **Children's compound:** *Daycare center, only in prison camps for women. When a child reaches four full months of age, the mother has to leave him there to be looked after while she goes out to the fields to work. A group of women prisoners take turn to look after the children.*

prison rules — because the wardens couldn't eavesdrop. Yet, with money, even if an inmate used a blade to slit the face of a cellmate, her maximum penalty would be just a few days of discipline, while the same act should have landed the offender in court. Here, money talked.

Two days before Little Potato and his mother were due to be released from prison, I gave Ngà 200 thousand *đồng* and a bottle of fresh milk. To have 200 thousand in cash, I had to join the wheeling and dealing game with other prisoners, something I always hated to do. I implored Ngà to reconsider and not to sell her baby.

"Do you think I enjoy selling my baby? I have no home, my man is in jail, my two older children are with their grandparents. Their dad is a convicted junky and so am I. It rips my heart apart, but it leaves me with the hope that my baby will get a better future than staying with me. You can curse me, condemn me as you like, but tell me, do I have any other choice? Had I possessed a few million *đồng* to bribe the investigators right when they arrested me, maybe I'd be free now or be granted a suspended sentence due to pregnancy."

Ngà poured her heart out in frustration and tears. I felt numbed inside. At the end of every jail term, a prisoner was allowed the last day off work. Hence, I could play with Little Potato for that whole day. Ngà gave me a photo of Little Potato when he began to sit upright. I gave her my home phone number and urged her to call me, should she need any help:

"Tomorrow morning, just leave with your baby, I won't see you off. Remember I still have eight months before my release. Don't lose my phone number, ok?"

The following morning, carrying her boy on her hip, Ngà's skinny body slanted to one side as she walked behind the guard towards the prison gate. Now and then,

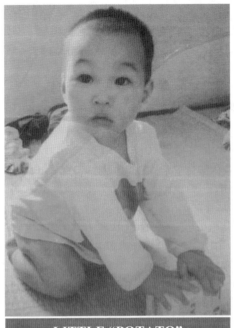

LITTLE "POTATO"
photo taken in prison, 2011

her head turned back, her eyes were searching for something. Her left arm, all skewed up since she broke it in Hỏa Lò prison, was laden by the bag full of her boy's clothes. All the clothes were gifts from other prisoners. I was hiding behind the gate of my cellblock to look on, so Ngà wouldn't see me. Little Potato had a corn cob in his hand — someone must have given him the day before — and was nibbling at it. Little did he know that the place he was born in and the place he was now leaving behind were both prisons... He knew nothing of where his mother was taking him to... He was only one year old.

My tears couldn't stop falling. The stories of the women behind bars who resorted to selling their babies were to haunt me forever. I felt despondent for many days after. The other children in the camp could not cheer me up or replace in my heart the face of Little Potato.

Eight months later, I dialled the number Ngà gave me. The number was disconnected. And Ngà hasn't called me, not once. This September, Little Potato would be five years old.

02 —
"Brother" Thìn

"Brother" Thìn's marriage broke up years ago.

Their children have all grown up by now. Today, after a brief family visit, "brother" Thìn got back in cell looking rather happy and bragged: *"Now I am a maternal grand-mother! My eldest daughter just had her first baby boy."* Visibly pleased, "brother" Thìn pulled out from her pocket a packet of sweets, part of the goodies brought in by her family, and told me to share out with everybody – that's her way to celebrate her newly acquired status of maternal grandma. One particular jargon used by women inmates among themselves was to address each other with male family status, like "grandpa", "pa", "pop", "uncle", "brother"... This form of address, although odd and un-usual, caught on in here because it was rather fun. And fun was something so precious to prisoners.

Apart from a number of inmates who belonged to the lesbian community out of biological inclination, some others became lesbians out of preference, i.e. for some purely psychological or conscious decisions. Before their incarceration, they were ordinary women, with husbands and children. Once, in front of my cellmates, I jokingly declared *"Prison is the ideal place for a gender revolution."* Some of my "lezzie" cellmates thumped on my back, giggling in embarrassment.

In this place, the path of "gender change" without surgery would begin with a crew cut, followed by the act of casting off the bra — the garment that gave away one's femininity — to start donning more manly attires. For the ladies with more developed chest sizes, to disguise as a man might be more difficult since their breasts without the holding brassiere would dangle at their movements, quite embarrassing frankly. Most infuriating for them was when a voice shouted out from somewhere "... *look nothing like a man ... are you fallen on your head?"*

Then they'd have to adjust their body language: from their gait, their stride, their table manner to their voice, everything should be more manly — added with a tinge of aggressiveness — to imitate real men. And thus, a not-so-negligible number of young girls, grown women and even ordinary mothers, have transformed themselves into a distinct category of people in prisons across the country.

The minute she first walked in this prison, Camp 5 in Thanh Hóa, sister Thìn already wanted to be treated like a man. And so came this strange way of her being called 'brother' Thìn. If there was one thing she needed no pretending to make her masculine, that would be her voice. I clearly remembered the day she entered our cell, the whole group of women inmates hearing her voice before seeing her face thought of a warden coming to inspect ([82]) the cell.They hurriedly stubbed out their cigarettes or hid their cash in panic. But it turned out being a new cellmate! The women heaved a sigh of relief.

Anyway, "brother" Thìn was always kind and considerate to the other cellmates, at least that was how I saw her. "Brother" Thìn was incarcerated in autumn of

---

([82]) **Cell inspection:** *This is usually triggered by some insider-informer having 'denounced' to the wardens that some prisoners were seen in possession of prohibited materials like: cash, mobiles, sharp objects, yet-to-be-censored letters etc… Apart from the inevitable confiscation, the person in "possession" of prohibited materials is most likely subject to disciplinary actions decided by the wardens.*

2011 — as I vaguely remembered — for some sort of "*heroin trafficking*" conviction, but I couldn't recall how many years "*he*" was sentenced to. And similarly to other inmates in this block, especially to those sharing my cell, "brother" Thìn was warned to stay away from me if "he" wanted no problem. But the wardens' policy of isolating political prisoners did not always get its expected result. "Brother" Thìn was one of those who dared to transgress that invisible barrier to associate with a "traitor" like me. People considered "him" and all those who mixed with me as "foolhardy", or as "those-who-want-no-early-release." If I didn't include the case of sister Trần Ngọc Anh, a "victimized citizen" ([83]) from Vũng Tàu who finished her jail term at the beginning of 2012, then I would be the only prisoner in Cellblock 4 – K4 – to *refuse hard labour*. In the eyes of the wardens and other prisoners, I was labelled as nothing more than "an objector to hard labour."

Every day when I arrived at the factory production line, I immediately turned back from the building with my bamboo mat under my arms to sit down in the shade of a tree to read. And when it took my fancy, I'd leave my 'home base', which was the spot under a tree, to go visit some prisoner friends from other units – those who appreciated me enough to defy the prison guards.

That evening, "brother" Thìn came to me and started a conversation: "What are you in for, sis?"

Already allergic to that kind of question, I curtly answered:

"You're asking me? ... For telling the truth and for loving this country."

([83]) **Dân Oan** *or* **Victimized Citizens:** *A movement of protest across Vietnam of victims of land grabs, forced expulsions and police violence, considered by the authorities as politically motivated.*

Most prisoners would just walk away after hearing that answer — out of fear —, or would stare at me in amazement. "Brother" Thìn asked on, sounding even more impatient and eager:

"So you must know doctor Phạm Hồng Sơn and lawyer Lê Quốc Quân?"

I was flabbergasted and at a loss for words.

I stuttered:

"Gosh! Bro... Bro... you know brother Sơn and brother Quân?"

"Of course I do. I was detained with them in Hoàn Kiếm District for one day."

My head was dizzy, my heart was thumping.

One of the most dreadful things in my life was to hear about the arrest of someone I knew, a friend, a fellow activist. During my four years in prison, I reckoned dozens of them were arrested for joining our fight for Human Rights, Democracy and Religious Freedom. Most of them were people I knew very well or had a chance to meet in person. If you tallied the number of years those peaceful activists have been sentenced to, you'd easily come up with a staggering total of many hundred years. Phạm Hồng Sơn and Lê Quốc Quân were like brothers of mine and I held them high in my heart. If both of them were arrested then there wouldn't be many left among the fellow activists that I personally knew out there. I mustered up some effort to ask:

"D'you mean both brother Sơn and brother Quân have been arrested?"

"Yep! Sơn and Quân were detained a few days after me. Sơn was kept in the middle cell, with Quân and me to each side. Sơn was the one who *whistled* ([84]) to me

---

([84]) Còi: *Prison jargon for cell-to-cell communication.*

first. Both of them were arrested on the night of April 4ᵗʰ, but they were transferred the following night."

"D'you know where to, bro? D'you know why they were arrested, and they were charged with which Article [*of the Penal Code*]? Apart from brother Sơn and brother Quân, was there anyone else? How were they holding up mentally?" — I spurted out a series of questions.

"I know of no one else arrested. But from hearing Sơn and Quân talking,I could tell they are special people. Apparently they have something to do with politics, haven't they?"

"Brother" Thìn said "he" liked listening to Quân's Nghệ An accent and was very impressed with the poem *The Bamboo* Sơn recited in the provisional detention cell that day. "Brother" Thìn recalled:

"Sơn sang very well...he did a few *Trịnh*'s songs (⁸⁵) for us. Sơn's voice was warm and moving. Quân was quieter. I can't believe under this regime nowadays there could still be such wonderful people like Sơn, or Quân... and you too. So incredible of you daring guys to stand up against this regime".

"Brother" Thìn went on to tell me when 'he' first heard Phạm Hồng Sơn singing, the cell guard kicked violently at the cell door, yelling at Sơn to stop.

"The guard called Sơn "*you boy*" and mockingly said, "*Prison makes you burst out in songs, doesn't it?*"... Enough to make Sơn go to the door to call that 'guard boy' back and give a piece of his mind. I put my ears against the door to listen. In brief, Sơn told the guard to stop calling the detainees by "*boy, girl*" and to drop his arrogant attitude. I don't recall Sơn's exact words but the guard never came back to bother us again."

(⁸⁵) Trịnh: *Trịnh Công Sơn (1939-2001), a famous songwriter.*

"Brother" Thìn's high opinion of my two friends made me proud. But I couldn't help feeling a pang of concern when I thought of the terrible time ahead for our movement out there. I could count on the fingers of one hand, only three or five of us left — those who haven't been arrested — yet — or have been released from prison but still under house arrest.

The arrests of Dr. Phạm Hồng Sơn and lawyer Lê Quốc Quân following a series of previous arrests dragged my morale to the ground. Sister Hương, a prisoner from another cell said to me, *"Think positive now, you hear me! Didn't you once tell me that there are many names of those arrested you have never heard of... That means more and more people are joining your movement. You ought to be happy instead of being depressed like this."*

Years later, at my release, my mother hastened to break the news:

"A few days ago, Sơn and Quyền, husband of lawyer Lê Thị Công Nhân, dropped by for a visit."

For a moment there I thought Phạm Hồng Sơn just got out of prison. So when I received a phone call from Lê Quốc Quân welcoming me back, I made an silly question to ascertain what I believed to be true, *"Brother Quân, you mean you are the lawyer Lê Quốc Quân, right?"*, and I went on, *"When were you and brother Sơn released from prison?"* [2] It was Quân's turn to be surprised. I told him about my meeting with Thìn in prison. He was touched. Only then did I learn from him that they were both arrested when they came to observe the trial of another lawyer's, Cù Huy Hà Vũ. They were both released after nine days in custody.

Back to "brother" Thìn's and "his" prison story.

From our first conversation on, now and then "brother" Thìn would come to see me when I was sitting under the tree reading. I asked *"him"* whether *"he"* was afraid and whether *"he"* had ever been called by the wardens *"for a coffee"*? *"He"* answered jokingly, *"Others are competing for their "frame of reduced sentence"; I only have my "frame of portrait" to compete for. Besides, sitting here talking to you is quite enjoyable. Why be afraid?"* As if "brother" Thìn was concerned that I would forget about *"his"* message, *"he"* reminded me over and over again to pass on *"his"* regards to Quân and Sơn whenever available.

"He" proudly added, *"Sơn gave me his home address at #72 Impasse Thụy Khuê. When I get out, I will definitely go and visit Sơn then ask Sơn to take me to Quân's place. It must be such fun to see them both again."*

A few months later, I was transferred to another cell inside the compound of the prison camp until the day of my release. At first, I came back to the old cell every day for a visit. But with time my visits became less and less frequent, partly because I got used to my new cell, partly due to the lack of free time allowed to prisoners. Especially in winter, time got so linited that some prisoners back from their daily labour didn't have enough time to eat or to have a wash before they got shoved into their cell.

I didn't see *"brother"* Thìn for a long while, until one day *"he"* and I bumped into each other. *"He"* asked me right away, *"Have you got any news from Sơn and Quân to share with me?"*. I answered that not until my release in a few months would I be able to get any information. That day "brother" Thìn complained of fatigue. A few days after, I had some food sent over to *"him."*

Then one evening I was walking around the communal courtyard. It was during the labour hours and the camp was almost deserted. I saw a prisoner pushing another prisoner on a wheelchair through the main prison gate. It stopped me dead staring at the wheelchair coming my way. Astounded, I could only utter, *"Oh! 'Brother' Thìn!..."*

"He" tried to put on a weary smile and muttered in a breathy painful voice, *"...Back from family visit... might be... my last time..."*

I was at a loss for words, not knowing what to do. The elderly nurse signalled me to help bringing some of *"his"* things into the cell. We had a hard time to lift *"brothe*r" Thìn out of the wheelchair and lie *"him"* down on the mat — an ordinary mat of woven bamboo strips, cut down to size up with the sixty-centimeter-wide space allowed per inmate.([86]) The body of *"brother"* Thìn had shrivelled to a tiny bundle as *"he"* was curling up on the mat that now seemed too large for *"him."* The foetal position of a prisoner was basically very different from an ordinary person's. But when a dying prisoner curled up, her foetal position was even more distinct. It was hard to describe, but I have seen quite a number of prisoners dying, all in this shrunken foetal position, enough to epitomise the image of a life ended behind bars.

Only then was I told that *"brother"* Thìn was in *"his"* last phase of AIDS. The next day, another cellmate helped "him" down to the infirmary. Everyone knew that *"brother"* Thìn was dying, but as long as *"he"* still managed to stagger around — although not without the help of a cellmate — *"he"* had to drag *"his"* sick body to the infirmary to get a sick leave permit from the health

---

([86]) **Sleeping space: *60 centimeters - the width of the floor space allowed in practice as all prisons are overpopulated. According to the Penitentiary Code of Conduct, normally the floor space allowed for each inmate is 2 m^2, 1mx2m i.e. 5 tiles across by 10 tiles long.***

worker. It was beyond my comprehension as to why a seriously ill prisoner was still coerced to go to work or must report every day in order to get a sick leave from the health worker. The prison management's all-too-ready answer to my inquiry was, *"This same prison rule is applied everywhere across the country, not particularly to this camp. We don't make up those rules. And rules are rules, they are made to be followed with no exception."*

Strange! Who else in this country but the Communist authorities to make up laws and rules to justify their reign over the people? They talked as if those rules fell down from the blue sky!

Two days later, I brought a few cartons of fresh milk to *"brother"* Thìn. Some of my former cellmates told me, *"Don't expect "him" to swallow anything... his tongue is already white with lumps..."*

"Hey..." I softly called *"him"*, "Brother Thìn"! *"He'"* slowly opened a corner of *"his"* eyes, only to drift back to sleep.

That night, *"brother"* Thìn was taken to hospital, and *"he"* passed away a few days later. In fact, *"his"* cellmates had said their farewell on the day *"he"* left the camp. We prisoners all knew that *"going to hospital"* meant going to die — or in prisoners' jargon, *"to buy a one-way direct ticket to visit the Mành Mountain"*[87] — and certainly not to get medical treatment. Only a few exceptional cases of not-too-seriously-ill prisoners from rich families — those who could afford the bribes — made it to the hospital for a treatment. Otherwise, most sick prisoners had to wait until their last minutes to be

---

[87] **Núi Mành:** *The Mành Mountain is reputed to be the burial place of unclaimed corpses of prisoners.*

taken to hospital, just so the wardens could avoid reporting deaths in prison — something all wardens would fend off at all cost.

There were numerous cases of prisoners with minor ailments that became serious, or serious illnesses that became fatal... all because no medical care was given to them. Even after the prisoners' deaths, their corpses would not be released if their families couldn't afford the fees and expenses — in other words, to pay for bribes and "envelopes." So it was nothing more than a business of selling prisoners' corpses, except that the buyers weren't allowed to negotiate the price. Without money, many unfortunate families had to painfully and regrettably accept to leave behind the corpses of their loved ones to be "kept" in the Mành Mountain, and to go through many years of lengthy administrative procedures to finally have the remains released back to them.

Taking a prisoner to hospital, even if it was only to let him/her die the next day, would still accomplish the last clause of the the Party's "*humane policies*" towards "*criminals*." "*See? You have been given free hospital treatment even in prison, what else do you ask for?*"

Much later on, after my release, I heard from Phạm Hồng Sơn that sister Thìn found her own way to send to each of them, Sơn and Quân, a portion of grilled peanuts for their dinner in detention. This little detail she never mentioned to me. That was how modest, discreet and sincere a person sister Thìn was, a person who only claimed to be one of the streetwise lowlife, poetically named the "*dust of life*" ([88]) as she liked to call herself.

Sister Thìn has been freed. Not the kind of freedom

([88]) **Dân bụi đời:** *Dust of Life, people of all ages who live off the streets in Vietnam.*

that a *"release order"* read out by the warden in front of an unfortunate prisoner's corpse would provide. By escaping from her enslaved existence – she has found her ultimate and true freedom.

"When I get out, I will definitely go and visit Sơn then ask Sơn to take me to Quân's place. It must be such fun to see them both again."

That promise still echoes in my ears, softly gentle and sadly melancholic.

Today I write all this down to tell her story, so that together with Sơn and Quân, we could remember a special friend and cellmate of ours: Sister Thìn.

Three years have flown by. Around this time of the year, she passed away. I often wonder whether her remains have been released home or were still lying in the flank of Mành Mountain...

— Autumn 2015

03 —
Lucky to Get Away Scot-Free

"Hey! You girl! Put down my water dipper immediately! Who gave you the right to use it? You want me to get into trouble or what?"

The inmate let out a shriek, making a big fuss as if somebody was attacking her. She threw down the shirt she was wringing into the laundry tub and lunged forward to yank the dipper from my hand, her eyes leering, her mouth muttering inaudibly.

I was astounded, too dumbstruck to know what to do. It took me a few seconds to realize that I had just infringed on her personal belongings — the dipper in this case, something I thought was meant to be a common tool for prisoners at the water well in the courtyard.

I was still too embarrassed to get my senses back when another inmate thrusted a dipper into my hand:

"Here... You can use my dipper..."

"Oh, thank you... sis...", I answered in a shaken voice.

I scooped up the water, trembling. I was fearful, not as much at that terrifying "bellicose loudspeaker" but at the enormous well hole which seemed to be gaping and ready to gulp down any prisoner who might get pulled into it. The prison's water well could easily reach two and a half metres in diameter, twelve to thirteen metres in depth, many times bigger than my home well. I have never seen any well that big.

The aggressive inmate's name was Hòa, nicknamed

Hòa Gỗ.([89])Later on,I would be calling her "Ma" Hòa.([90])

"Ma" Hòa Gỗ was over sixty years old. She was serving time for a drug offense. She had a rough and greyish complexion that some friendly cellmates called "the midnight skin". Overall, "Ma" Hòa Gỗ didn't really have the face of someone mean or cruel, but rather of someone quarrelsome, offensive, nothing of a gentle old lady. She had a small pair of eyes, glassy and white. Her big nose balanced out her thick, purple grey protruding lips that were squeezed between her sagging cheeks.

I never knew why other inmates called her Hòa Gỗ; it seemed she got that nickname from her days outside prison walls. Like every other inmate, "Ma" Hòa was terrified at meeting the prison cadres, at being disciplined, pressured, threatened, punished, or simply at being refused a sentence reduction..., a thousand reasons for the same fear. The fierce aggressiveness or argumentativeness of an inmate would only be a useless and senseless weapon against the prison wardens. No one would dare stand up to them, because the consequences would be unthinkable. Therefore, many infamous criminals, murderers, ringleaders, traffickers, drug-dealers, and even corrupted former high-ranking officials who before their arrests had been all powerful, suddenly turned into wimps in prison and would readily stoop so low as to address the younger wardens and guards as "Sir" or "Madam"([91]) with a self-debasing attitude of flattering

---

([89]) Gỗ: *meaning "wood."*
([90]) U Hòa: *(informal) 'mother' Hòa, or 'ma' Hòa. In North Việt Nam, it's affectionate to call older women as "u."*
([91]) 'Sir/Madam': *Literally, in Vietnamese, one can show respect by addressing to an elderly as "ông"/grand-father or "bà"/grand-mother, and by calling oneself as "cháu"/grandchild. But when an older person addresses a younger person as such, it's considered as a self-demeaning way to flatter, to kowtow to his/her interlocutor.*

and sycophantic kowtows.

Back to the above incident, "Ma" Hòa Gỗ feared that some on-looking inmate with ill intention would snitch to the guards that she helped a "*traitor*" by letting that "*traitor*" use her water dipper. There was a reason for her fear: a few days earlier, the whole quarter of the Camp was in commotion when sister Chanh of Platoon 29 received a harsh warning from the warden for having sold to me a trunk to store my personal belongings. That resulted in sister Chanh being singled out for a "*blame and shame*" showdown the previous morning, in the middle of the communal courtyard and in front of thousands of prisoners as well as all guards and wardens of this quarter. Even though sister Chanh was not sent to the doghouse, ([92]) the disciplinary measure was for her to be transferred out of her platoon and stripped off an opportunity for a sentence reduction later in the year. The fear factor came down hard to cover the whole Camp quarter in a gloomy atmosphere. The prisoners whispered to one another to be wary and stay away from the 'traitor girl' if they wanted no trouble for themselves.

My cellmates avoided me, not because they disliked me, but because they didn't want any consequence from their association with me. Nevertheless, there were still relationships, even friendships cleverly forged under the wardens' radar to avoid complications.

I couldn't recall precisely since when "Ma" Hòa Gỗ changed her attitude towards me... probably after a few months I shared the same cellblock with her. By then, I already got my own water dipper. And my dipper was there for everybody to use. Quite often, after their use of

---

([92]) **Nhà chó:** *lit. "doghouse", prison slang meaning disciplinary confinement where the inmate is sometimes treated worse than animals.*

my dipper, if they threw it in some odd corner and I couldn't find it, I would have to use "Ma" Hòa Gỗ's dipper instead. Then the words were passing around for a few days now that 'Ma' Hòa Gỗ had just caused some 'comic-tragic' incident. That explained why she suddenly stopped singing her usual operatic wails (93) to don a sad and worrisome face.

Finally, I learned the reason for her sadness:

Many months have passed by without someone from her family coming to visit her. "Ma" Hòa was very worried. As she belonged to the platoon of older inmates whose main work was to print "*hell-money*" inside the prison compound, "Ma" Hòa didn't have any occasion to go out to the fields. She resorted to ask another inmate from the vegetable-planting platoon to make a deal with some nearby villagers to help her get in touch with her family.

That has been one of the very widespread money-spinning businesses around prison camps nationwide. Apart from paying to have their messages sent home by phone, the prisoners could pay to send letters or any other kind of services or to purchase goods or foods. Obviously all thosse businesses were considered illicit, and if found out only the inmates would get disciplined.

Without family support, a prisoner would run short of every basic necessities and her trunk would get lighter. And without the needed incoming money, a prisoner wouldn't be able to bribe the wardens, or to pay them off for not meeting the "*quota of production*" as required. It should be added that quotas were intentionally set up by prison authorities so no prisoner could ever meet hers, ensuring a steady income for the wardens; on the other

---

(93) Cải lương: *Vietnamese traditional operatic musicals.*

hand, failing to meet quotas would in turn wreck all hope for a sentence reduction.

Sending a message home had cost "Ma" Hòa more than one payment, to no avail whatsoever. That angered and frustrated her a lot, but she couldn't kick up a fuss without risking to expose all those involved – herself included – and resulting in disciplinary measures. "Ma" Hòa turned to another cellmate. Sister Bình was a more honest and reliable person. The first message got through and "Ma" Hoa learned that her family was too busy for a visit. A few days later, another message was sent, only to get the same answer. This was unacceptable. "Ma" Hòa told sis Bình, "*You have to make it sound so pitifully desperate that they must come to visit me soon. Otherwise I'll die in this camp, I will!*"

About five days later, a van departed from Hà Nội straight to Camp 5 in Thanh Hóa. Not only "Ma" Hòa's children but their spouses and children and her siblings were also present, filling up the tiny visiting room with just her family members. While the daughter and daughter-in-law were crying and wailing, the son and son-in-law seemed to keep calm. They demanded to know the time of and the reason for their mother's death! Then they requested the prison to let them take her corpse back for her funeral. The warden, still amazed at such an unusually large visit, was flabbergasted and dumbstruck at the family's questions. A while later, "Ma" Hòa made her appearance next to an escorting guard.

"I really don't know whatever Bình said to make my whole family think I died. They hired a van to come all the way to the prison camp", "Ma" Hòa Gỗ later told me the story.

After criticizing sister Bình, "Ma" Hòa Gỗ turned to blame the *"peasant woman"*, her messenger: *"I must say*

the peasant woman that Bình asked to make the call is so
dumb as well. God knows what message she passed on."

I couldn't help giggling, although I did feel much empathy for "Ma" Hòa.

"What are you f...g laughing at? I'm in deep trouble now, can't you see?", Ma Hòa scowled.

"But sister Bình was not speaking directly to your family, was she?", I asked.

"No, she gave my message to the woman peasant she met in the field. That woman made the call."

"It's just typical how words get twisted around. "Ma", you told sister Bình to send a really heart-wren-chingly desperate message as if you were dying up here. When Bình passed it on to the woman peasant, it got somehow distorted. Probably she didn't quite understand it in the first place, so it has unfortunately come to this. Don't you think so, "Ma"?

I tried to reason with her but still couldn't help a giggle at the sight of "Ma" Hòa's discomfited face.

"Yeah... I'm sure Bình didn't use the precise words, and that woman repeated rubbish after her. My family is now very upset with me. There you see...when they thought I was dead, they cried and wailed, but the moment I showed up alive to meet them, all they had to say was angry rebukes. My son said to me, *"Even in jail you are turning the family upside down, mum!"* Would you get mad if you were me?"

"What did the cadres say? D'you think you'll get disciplined?"

"My family took care of it right away on that day. The cadres called me up yesterday and said they let me off this time. Thank goodness! I got away scot-free! But we all wasted a stupid amount of money."

Having got away scot-free, "Ma" Hòa came back to

her own joyous self. After the evening meal, she wailed her usual operatic airs while washing the dishes.

Every month, her daughter came to visit and supply her regularly. A few months later, donning a funeral face, "Ma" Hòa came to confide with me:

"My daughter Thủy was arrested some two months ago. I didn't know until today when my son came to visit me."

I didn't know what to say. I felt sorry for her, but I wasn't the least surprised.Her whole family was involved in cocaine smuggling. Their briberies helped get them off all the past arrests without a sentence — until now, mother and daughter were both in jail.

"Can you buy back from me the sanitary tampoms? My son is so stupid! Doesn't he know his mother is way past sixty? Why the hell did he go and buy sanitary pads for me?"

I had no choice but to buy back her unwanted supply, that day and a few more times. She did told her son not to buy, but he seemed just as dim as his memory was short. And he kept bringing a supply of pads every time he visited his mother.

Once again 'Ma' Hòa became despondent and stopped singing her wailing operatic airs. Until the day her daughter Thủy, now a prisoner, was reunited with her in this very same camp.

"Ma" Hòa Gỗ and her daughter were not the only pair of mother-and-daughter I met in prison.

— October 2015

04 —
Mommy's Girl

Mai was sent to jail for the second time. Both times she was convicted of *"illegal drug dealings."* The first time, she was sentenced to seven years in prison when she was only twenty-three-years old. Before the prison term came to an end, she was granted a sentence reduction and released early. Unfortunately, as if she was born under the *"penitentiary star"*, Mai's life course never strayed too far away from jail. Not long after her early release, she was arrested again and sentenced to fourteen years. Her youthful days were thus swallowed up by prison. When Mai stepped in jail for the first time, her mother had just reached retirement age on her sixtieth birthday. I needed to mention Mai's mother because it was the mother, not the daughter, who was most affected, all devastated and dejected by the prison sentences.

At the time of Mai's first arrest, her mother fainted and convulsed repeatedly,suffering the same pain and despair when she found out her only daughter was a cocaine addict.

I met Mai in Camp 5 of Thanh Hóa, when she was serving her second term. As Mai's zodiac sign was the Tiger, she was three years my senior.

I wrote about Mai for the simple reason that she was among some rare people who dared to befriend me without fearing the wardens' reprimands, although it did result in her being invited *"for a coffee"* a couple of times. Every time, as soon as she stepped out of the warden's office, Mai resumed her indifferent look, tinted with defiance. When she saw me, Mai proudly said:

"I met Madam Tuyết!"

I got pretty crossed: "No one here deserves to be called "Madam." In this place we have nothing but prisoners and wardens, sis."

Embarrassed by her slip of the tongue, Mai corrected:

"Yeah, I forgot. I've just met that hag Tuyết."

What a shift! From "Madam", the woman fell all the way down to the rank of "hag." I found it amusing but didn't really appreciate that kind of language either.

"For what matter were you called up to see her?"

"What else but about me staying close to you... She asked me what issues you usually talk about, whether you spread propaganda against the Party, whether you incite me to do things, bla bla bla..."

"So what did you say to her?"

"I said I didn't hear any propaganda from you. We cellmates only chat on funny and trivial stuff".

"So did she penalize you or threaten you at all?"

"Of course, she said I must stay away from you because you are a *"dangerous element."* She also threatened me with the doghouse (⁹⁴) if I ignored her warning, and that I could kiss goodbye to any sentence reduction. F...k, this is my second *"serve"* (⁹⁵) already, what the f... have I got to lose? So I said to her, *"Madam, have you forgotten I already lost my right to sentence reduction?"* As for the doghouse, it might be frightening to everyone else but not to me."

(⁹⁴) **Nhà chó:** *lit. 'dog house', prison slang meaning disciplinary confinement where the inmate is sometimes treated worse than animals.*
(⁹⁵) **"tăng hai":** *serving a second term in prison.*

"What was her reaction when you answered her that way?"

"What do you think? Her face was like a dumbbell. Maybe she forgot, since I lost my right to sentence reduction, I belong to the couldn't-care-less category. It was useless threatening me of all people..."

"You are not scared, are you?"

"If I was, would I still be sitting here next to you? I did say to her that there's no prison rule that forbids cellmates to befriend each other."

Mai stopped for a moment after saying that, seemingly expecting a compliment from me. For Mai and many other cellmates, having the guts to answer back to the warden proved certain "stamina" — especially when their answers belted up the warden's jaws.

"Well said! You're right, there's no rule against prisoners befriending each other." I encouraged Mai.

"Towards the end, that hag Tuyết said she was giving me a friendly warning for my own good, that's all. She suggested that from now on, when I'm around you, I should report to her whatever you say. She also insisted that I keep from you everything she said to me today."

To conclude our conversation, Mai teasingly gave me a gentle pat on the back:

"What the f...k did you do that makes them cadres fear you like that, Nghiên?"

The two of us grinned at each other with bared teeth.

Mai was not the only one to be "invited for a coffee." Many other cellmates of mine were called up to listen to the warden's warning against befriending me, or just being around me. Some had to take an oath to never again come anywhere near the "traitor." After being "invited for a coffee" like that, every inmate went out with a friendly reminder "*no word about this to Nghiên.*" But not many inmates'mouths could keep a secret or a promise. If the "secret" was not leaked immediately then it would go around the block first; and even if I wasn't directly told, I would learn of it through the prison grapevine. When I first arrived in the camp, that isolation policy used to make me feel depressed and sad because of my susceptible nature. But with time I got used to it and couldn't care less.

The inmates who befriended me and overtly stood by me were among the hard-headed category, those with nothing left to lose — meaning they had no chance for a sentence reduction or were near the end of their jail term. The reason inmates lost their potential right to get a year or two of their terms reduced was because they violated prison rules. Prison rules violations came in many forms: wheeling-dealing, cash exchange, brawl, verbal abuse, under-quota labour, discourtesy to the cadres — e.g. forgetting to salute—, mutual help between cellmates without authorization, etc...

Those with AIDS, or those seriously sick and nearing the end of their lives, also liked to stick around with me. Time is something no one can manually touch. But it seemed the dying inmates had the ability to touch with their fingers and see with their eyes their remaining days shortening amidst their lengthy serving time. They could see and touch that pale ashen colour; that soreness on their cracked lips; they could feel their bared and crinkled skin-on-bone bodies, their gradually slower footsteps, and their daily agonizing sufferings.

That was why, for those inmates with nothing left to lose, the potential favour of sentence reduction could no longer be used by prison wardens as a threat or bargaining chip.

Mai lost her right to a sentence reduction for having been caught gambling. She also lost all will to fight for a day to return home since she was infected with AIDS. Although Mai always denied having it, everyone else was sure she had it.

Besides our meeting within the forced labour factory, now and then I would slip over to the spot where I could see Mai and Huyền Rảnh (⁹⁶) having a chat. Those two cellmates were a *"couple."* In prison, people called them the *"ill-fated"* couple. That same label went to anyone else who lost all chances to sentence reduction for resisting prison rules or regularly picking fights with other inmates; they were called the *"ill-fated"*, the no-future inmates. As for Huyền's nickname "Rảnh", its origin was unknown to me, I just called her the way others did.

Then came one morning, I walked over to see Mai and Huyền Rảnh outside the factory.

"Yesterday, my mother came to visit me. God damn it, I'm so furious!", Mai blurted out.

"It's nice to have a visit from your mother, what d'you have to be furious about?", I asked Mai absent-mindedly, as I was concentrating to help her unthreading her needlework. I have never appreciated the way she talked about her mother.

"I did tell her to bring me four million — *đồng* — to pay my debts, but she only came with a bag of goodies and nothing else. It's infuriating!"

Mai clenched her teeth, showing her annoyance as if her wretched mother was standing in front of her.

I shuddered, goose-bumps running over my skin. I wanted to say something but not a sound came out of my

---

(⁹⁶) Huyền "Rảnh": *a nickname, lit. meaning "Idle" Huyền.*

throat. It was someone else in front of me and not the Mai I knew. Paying no attention to my sudden change in attitude, Mai kept on with her story:

"So angry I made her take her f...g *goodie* bag back to Hà Nội."

I wanted to leave immediately but for some unknown reason, my legs just froze and I couldn't stand up.

"Why are you always up in arms like that? Your mother came all that way and didn't even get a kind word from you. You make life so hard for her", Huyền Rảnh rebuked her mate Mai.

"Hard...? She put me on this earth, then she ought to know me better than that!"

And Mai went on and on in her own logic:

"I know I have a crazy streak in my blood. When I don't get it my way, I fly off the handle. Once long ago at home, I was getting high with my fix when mum walked in, I told her to get the f...k out of my room. Just a couple of days ago, I called home and told her precisely what I need. I said clearly "four million" to pay my debts. Then why did she bring her old self all the way up here yesterday without that money? She lied to me that she got no money. F...k! No money... then why not borrow from someone? Now I have nothing to pay my debts, my creditors will rip me apart."

Huyền Rảnh — always very patient — tried to console Mai and cool her down. I sat there, my head between my knees, staring at the mat. I didn't want to listen to her rant, but every word she said seemed to penetrate my ears. I couldn't budge from where I was. Mai and Huyền Rảnh seemed to forget I was there.

"Please Nghiên! Come back here and give me a hand with this embroidery."

The voice of sister Nga Phú helped me break out of

my immobility. My eyes left the mat as I looked up.

From Mai's spot back to mine it took just a few steps. Like a sleepwalker, I strode back.

"Sit down here!", sister Nga Phú gently said to me. I sat down, always in a daze.

"Shocked, aren't you? Told you... why keep going over there? Listen to me and stop crying or you'll get trouble if the warden gets to notice..."

Only then did I realize I was crying. I didn't know whether I started crying while being with Mai or when I came back to my spot.

I got my senses back enough to understand that it was unwise to let others see me cry. Prison was not the place for people to expect lovely words and beautiful thoughts — of course I knew that quite well. But what Mai just showed me through her rant was not just a burst of anger, it was a family tragedy that went beyond my naïve imagination.

From that day on, I didn't walk over to see Mai anymore. It seemed she didn't really care or she didn't even notice my absence. Now and then, when we bumped into each other, her face would light up showing her joy to see me, while I curled up in embarrassment. Strange though, as the one who should be embarrassed must have been Mai, not me. I felt sorry for Mai's mother quite a lot, and I was probably ashamed of myself for having cared for Mai too much.

Mai and Huyền Rảnh quarrelled regularly. On one occasion, they even picked up large bricks, threatening to smash each other's heads. I nearly jumped in to pull them apart if sister Nga Phú didn't stop me:

"Don't... You know nothing about that type of prisoners, especially the "ill-fated" ones. The more you intervene, the more they'll play it up. If everyone ignores them, they'll stop barking at each other in a minute. No one dares jump in to pull them apart. You just watch."

Huyền Rảnh, with a stick in one hand while the other hand swinging high above the head with a brick, was jutting out her jaws to toss all bad words at Mai. Mai, ashen-faced, with a thong in one hand and a brick as big as Huyền Rảnh's in the other, was also in a stance, ready to attack. No one intervened. And the two went on with their verbal sparring match. The bricks, the stick, and the thong remained firmly in their hands like theatre props. The insult contest showed that both sides were on the same par. They would curse each other's ancestors, parents... the whole family tree. They threw all kind of verbal filths, using sarcasm, insinuations. Nothing was spared to demean the opponent. Then they would reveal each other's secrets, every favour or service they ever did for each other that went ungratefully forgotten.

All the cellmates watched on like spectators of a sports game. If the match went on for far too long, repeating things that were seen or heard before, the spectators would lose interest and leave the scene, because everyone else but the pair would be all too busy working to "produce up to quota" in the hope of an early release from prison. The wardens only intervened perfunctorily. Maybe, like the prisoners, the wardens knew all too well that if left alone to their insult contest, those two girls would soon stop when they finally got bored or tired of yelling.

The insult match, the blame-and-shame contest finally came to an end. The real reason for it was nothing more than jealousy. Mai accused Huyền Rảnh of chatting up someone in front of the infirmary, *"I saw you chatting with that other girl in stripy uniform from platoon 19. F...k, at least admit it!"* And when Mai lost her head, the usual sweet "my bro" (⁹⁷) was not part of her vocabulary.

Huyền Rảnh argued, *"There was no f...g other girl, alright? Everyone here wears the f...g prison uniform with stripes!"*. Mai ran out of arguments, and so it turned into an all-out shouting match.

Anyhow, only two days later they would make peace with each other. And a few weeks later, they would pick another fight again... always for the same reason of jealousy or over some petty thing, an excuse for them to vent out all their pent-up anger and frustrations.

When Mai neared the end of her sentence, she invited me over to celebrate. I didn't come. Sister Nga Phú brought back to me a few apples and some sweets from Mai.

Mai was released. I could imagine the joy of Mai's mother to have her daughter back. But I was sure that every time Mai was in need of a fix, she would make her mother's life a living hell again. And as Mai once said to me, if she got disturbed while in her highs, the poor old woman would be kicked right out of the room by her "Mommy's girl."

A mother's love – that must be something going beyond any logic.

(⁹⁷) **"anh"**: *Lit. "elder brother". Between a Vietnamese couple, the woman addresses her partner or husband as "anh."*

05 —
The Prison Well – 1

When I first arrived at the prison camp, the impression that hit me hardest was not so much the gloomy image of hustling, bustling inmates in their stripy uniforms, moving back and forth wearily and miserably within the small living space that was their cellblock. Images like that I had figured out in my mind since I was held in Trần Phú detention center where I wasn't yet forced to put on a prisoner's uniform.

But what really gave me the creep at first sight and forever after, was the prison water well.

The prison well was many times bigger than my home well. Even at a few meters away, I still had the feeling that it could easily gulp down my frail little body. While other prisoners had no problem with it at all – some of them would even stand on its edge to pull up water, some would fool around, quarrelling, pushing, shoving each other right above its rim – I was the only one who reluctantly approached its gaping mouth, trembling from head to toe.

It took me more than a week to get over my fear. By then, whenever I recalled my "primal fear", I felt ashamed of myself for being such a scaredy-cat.

Each prison quarter had its own communal courtyard with a water well for prisoners to gather around to do their laundry, wash themselves, and store their tubs and buckets. The courtyard was an out-in-the-open space, with no roof and no surrounding walls. Every day, whether it was summer or winter, hundreds of people gathered around a water hole, some stark naked like animals bathing themselves, some fully clothed doing their laundry. It has been like that, year after year, for generations and generations of prisoners.

There were cases of inmates who, catching an "ill wind"(^{98}) after a shower, fell to the ground in epileptic seizures. There were also cases of inmates who threw themselves down the well to commit suicide. One of these cases was Nụ, an inmate convicted of murder.

Nụ was arrested for killing an over-seventy-year-old lady to rob a gold ring. She smashed her victim's head with a big stone. But the old woman didn't die right away. So Nụ used a rope to tie her up then threw her down a well where she was later found drowned. In court, Nụ was sentenced to life.

During my time in Camp 5, I witnessed a few attempted suicides. They all failed, as no one died. It seemed that those "die-hard" who wished to die rarely got what they wanted. Death didn't come easily. Living was the most severe retribution inflicted on those desperate prisoners.

The morning Nụ threw herself down the well, the whole prison quarter was in turmoil. Worried, panic-stricken faces showed their concern and bewilderment.

One of Nụ's cellmates recalled, *"...so unexpected... she just walked straight from the cell to jump into the well... she didn't say a word."*

Nụ was saved by another cellmate.

After her failed attempt to commit suicide, Nụ got a new nickname, Nụ Giếng.(^{99}) The prisoners spreaded all

---

(^{98}) Trúng gió: *Lit. "caught the wind" meaning to catch cold.*

(^{99}) Nụ Giếng: *a nickname, lit. "Nụ of the well"*

sorts of rumours around her strange behaviours, emphasizing that on full and half-moon days she would mumble unintelligible things and her eyes would glimmer bizarrely. Then people added that every murderer experienced that same manifestation. They believed that Nụ was haunted by the soul of her victim who came back to claim her due and compelled Nụ to throw herself down the well.

Anyway, the day Nụ Giếng attempted suicide was neither a full moon nor a half-moon day.

Nụ was saved from the claws of death but not from disciplinary measures for trying to kill herself, which in itself was a violation of prison rules.

The entire prison camp population — more than a thousand of us — had to sit in rows in the middle of the communal yard to wait for a blame-and-shame show-down.

Nụ, with a rather lost and haggard than petrified look in her eyes, was gazing at her prosecutor who walked towards her. The warden, a middle-aged woman, stopped at about ten feet away from where Nụ was standing. In a steely, irate and ear-piercing voice, she read out the whole disciplinary resolution, not once lifting her head to look up. She and all other wardens always carried out their job of punishing prisoners with a lot of passion, since moments like that would make them feel prouder and more powerful in the eyes of the prisoners and of their colleagues as well.

The old hag folded up her written speech to begin her blame-and shame rhetoric with no paper support. That was an act for wardens to improvise and play out themselves. They always took a disciplinary showdown or a weekly gathering — on Monday — with a huge audience packed in the communal yard as opportunities to demonstrate their eloquence by throwing harsh accusations and verbal abuses on the prisoners.

Nụ stood accused of serious violations of prison rules and for refusing to change her way of thinking that led to her stupid action. The warden argued that, as a prisoner, Nụ was being cared for from A to Z by the Party and the State, and that alone should have been a motivation for Nụ to reform herself into a "good prisoner", and only from a "good prisoner" she could become a "good citizen" in society. The warden's tone turned rougher as she emphasized, *"...if you couldn't overcome your depression while in prison, then how much more depressed would you get while at home?"* Then again she lectured between gritted teeth: *"You, women prisoners, in this camp you don't have to struggle to earn your daily bread; all you have to do is to reform yourselves until your release; while other women out there must work hard, must compete, even cheat each other to make a living. Only those women would have a reason to end their lives."*

And she went on and on to praise the fantastic life we prisoners were "fortunate" to be granted by the Party and the State, without noticing the anxious look on the faces of those who couldn't wait any longer to get out of this camp.

Despite the wardens' adamant mislabelling of the prison as "paradise", the prisoners would consider it as nothing but "hell", the kind of hell that people didn't need to wait for death to experience, because it already existed right here on earth under the name of *"Communist State Prison."*

To conclude her last act of the blame-and-shame show, the warden prohibited all prisoners from "the mere thought of suicide", and further recommended that if anyone dared to attempt suicide then they should not fail to die, to avoid being accused of feigning it. The reason given was that a failed suicidal attempt of a prisoner would bring a negative effect to the morale of her entire platoon, to its record of competitiveness, and eventually to the rest of the prison quarter.

As if those words from the warden were not absurd enough, and although Nụ's desperate act was secret to no one, a few inmates still badmouthed her of "feigning suicide" and "having no guts to die for real." It didn't take much to detect the warden's encouragement behind those false accusations.

I usually preferred to stay away from the communal yard so I wouldn't have to sit in rows with other inmates. I would be standing in the shade of some tree to avoid the heat. Or I could be wandering off to the canteen to play with Quýt or Bim-bô, awaiting the end of the camp's daily labour. I gave the prison dog the name Quýt and the cat the name Bim-bô. They were fed and raised by one of the cadres who ran the canteen. Later on in my jail term, my two little friends were slaughtered by the prison management and were served at a banquet to treat a delegation of inspectors from Hà Nội. The inmates said that the management did it deliberately to make me suffer, to wreck my morale, as a petty but pleasurable way to punish me. For many days, I cried over the loss of my two little friends. From that day on, whenever I bumped into the wardens I believed were feasting on my two little friends, I would look straight through them as if they weren't there, even though they greeted me with smiles or warm gestures.

At the beginning of my prison term, the wardens used to remind me to sit down in rows in the communal yard during "assembly" like everyone else. I simply said that I didn't see the need to do it. They kept urging me and I kept ignoring their order without arguing, I only did what I felt fit. With time, they gave up on me and ignored me totally.

But on the day of Nụ's showdown, I went out to sit down in the communal yard. I needed to witness one of these blame-and-shame shows. Simply terrifying... I finally saw through it the savagery that people used to talk about.

I never had a lot of conversations with Nụ. I only heard about her after her attempted suicide at the water well. There were times she gave me a big smile when we met. But at other times, she would look at me like a total stranger.

One day nearing the end of my jail term, I bumped into Nụ at the canteen. She said:

"Sister Nghiên! I like you a lot. But the cadres told me not to befriend you. Just the other day, they even threatened me that if I go against their advice and get close to you, the next time I try to kill myself, no one will save me anymore."

I didn't believe much in what Nụ said.

It was probably a figment of her imagination.

Sometimes I would wonder if Nụ ever tried to kill herself again, and if so, when she could be entitled to a reduction of sentence. Nụ's life sentence was thus much longer than the life sentence of anyone else.

06 —
The Prison Well – 2

In the prison quarter where I was transferred to, the water of the well was polluted — sometimes its color turned as dark as the water from gutters, but on its good days it was crystal clear. Anyhow, the prisoners still had to use the well. When its water turned dark they would move to another prison quarter for its well and come back when the water was clear. The wardens knew about that problem but never bothered to investigate, never tried to fix it, giving just a simple explanation, *"the water source here is like that"*...

A few weeks after my transfer, it happened that the *"dark water phenomenon"* occurred again. Even before I went to the wardens to file a complaint, they called in some country people to scour the well. My new cellmates said the wardens were "scared" of me and had to show me they were doing their job responsibly. I was not delusional enough to believe the wardens were "scared" of me; maybe they just wanted to prove me wrong in condemning their irresponsibility. Anyway, they did something right this time.

There was no place in prison with as much hustle and bustle as around the water well. Getting back from a day's labour, the first thing all inmates would do was running out to the well. Even if their stomachs were crying hunger, they still needed to take a shower and change their clothes; everything else must wait. They had to fight for time before being shoved into their cells and locked up for the night. In winter when days went shorter, things got even harder for inmates as they had less time before lock-up.

Since I didn't have "forced labour" on my sentence, I had more time for myself. While others were gathering around the well, I could spend time wandering around the courtyard, or baby-sitting Little Potato for his mother to do the laundry. Or I could lie down inside waiting for my meal-partner (¹⁰⁰) to take her shower before dinner.

One evening, I was lying in wait when the voice of young Túc screamed out, "*Everybody... Look here... There's something down the well.*"

The inmates lunged out, dozens of pairs of eyes peering down the well. A cat! No one knew where that cat came from and how it got inside this prison camp to fall down the well like that.

The rescue operation for the poor animal started right away. As if their own lives depended on it, all inmates must figure out the fastest way to pull the cat out of the well, because its dead body would mean no water to use. They negotiated real hard to borrow a ladder from the team of "strivers."(¹⁰¹) Young Túc, an ethnic Thái highlander, was tall and fit, so the mission of climbing down the well to rescue the cat fell upon her. The cat was hiding and growling from a hole in the well's stone wall. Young Túc was bare-chested, wearing just her panty. Her face flushed up and all in sweat, she uttered curses at the

---

(¹⁰⁰) **Meal partner:** *Every inmate has a meal partner to share a meal ration.*

(¹⁰¹) **Strivers:** *Each cellblock has a team of "strivers", i.e. inmates selected by the warden to help out in monitoring disciplinary actions handed out on the whole cellblock, or in carrying out odd jobs ordered by the warden. They are inmates who strive to be in the warden's good book. There are usually 2 to 4 strivers a team.*

cat while stretching out her arm to pull it out of its hiding place. Each time young Túc reached in, she received a good thrashing on her arm from the claws of the cat and had to pull right back out. And it went on like that for a dozen times.

The inmates got impatient. They had no shower, no meal yet. They pressed on young Túc to hurry up, or they would get all get locked in for the night, dirty and hungry. Some began to bring their buckets and tubs to a neighbouring well. From where I stood, I could hear voices of people arguing — the neighbouring well was getting over-crowded.

Young Túc's arm was bleeding from lacerations by the cat's claws. A dozen heads hovered above the well to give instructions, some encouraging Túc while some insulting her for being stupid. Túc kept reaching out her arm to catch the cat while yelling up to her critics, daring them to climb down the well like her. Apparently no one was as selfless as young Túc but they went on nagging her with their advices. I went out to watch and sympathized with young Túc for her effort. The inmates were obviously panicking and couldn't think straight. To catch a cat shouldn't be that hard. After all, they had all the reasons to panic. It's almost lock-up time and they haven't had their washing and their meal. No one knew how much longer it would take to catch the cat...

I handed down to young Túc an old shirt, telling her to wrap around her arm.

"Scoop some water and splash it on the cat's face", I told Túc.

"Splash water on its face? The cat will get scared, it won't come out. What kind of advice is that?", one inmate turned round to shout at me. Others followed her to protest noisily, telling me, "If you don't know anything then stay indoors and shut up. Who asked you to come out here anyway?"

I ignored them and repeated what I said. Young Túc has always been showing me some affection and often called me "*young gran-pop*" ([102]) as if she were my grand-child (!). Maybe that's why she trusted me and followed my instructions. Getting splashed repeatedly on its face, the cat quickly left the hole and swam around. By now, young Túc didn't fear getting lacerated any more as her arm was protected with my shirt. In one fell swoop, she picked up the cat and put it into the water bucket I lowered at the end of a rope. As soon as the bucket was lifted to the surface, the cat jumped out and sped away, without even taking one look back at us. Everybody let out a sigh of relief. The cellmates who screamed at me earlier were putting on their strained smiles of embarrassment.

Young Túc climbed out of the well, still breathless, she hastened to thank me:

"In the end, you are the only one who really cares for me, "young gran-pop." You are so clever. Without you, no way I could catch the cat."

"Enough of your babbling... Look at you... Go take your shower quickly before lock-up time, girl".

I brushed her off lovably. Only by then did young Túc have a chance to take a look at herself, a young inmate with tousled wet hair and in the simplest attire – only a panty and a shirt wrapped round an arm. She bared her teeth laughing, her hands busy untying the rope from the bucket. Then she turned her backside to my face,

---

([102]) **Young gran-pop:** *In Vietnamese prison jargon, female inmates like to address each other using masculine status. Addressing an inmate as a "young grand-father" shows a lot of respect despite her young age.*

slapping on her buttock to tease me.

I couldn't help asking myself, after serving her fifteen-year sentence, would young Túc be able to keep her innocent nature and her simplicity the way I remembered her by?

Lock-up time! Every activity had to stop. Anyone in the middle of a shower must put on her clothes hastily to get back to the cell. Any meal unfinished must be cleared away. The cell door closed behind a few dozens of wretched souls confined within four walls, wearily waiting for another day behind bars.

The mornings after the wake-up call also had their lot of stories worth retelling. While waiting for the cell door to unlock, the cellmates had some time on their hands, usually spent on quarrelling, settling scores left over from the previous night due to the curfew. Some cellmates folded up their blankets and cleaned up their sleeping spaces, while others fumbled with their own affairs — which meant hiding their cash or love letters so that even the cleverest of wardens or guards would not find out before letting them out of the camp for their day's labour. The most crowded area was around the washroom and toilet. It was always swarmed with in-going and out-coming flows of people who sometimes collided with each other. Here, going to the toilet became a strategic game for the quick-on-the-feet only.

That morning we were waiting for the warden to open the cell door when an awfully loud thumping noise came from somewhere. It silenced all low voices of cellmates arguing or chitchatting. Everyone pricked up their ears to watch and guess where the noise came from. Clearly it didn't come from this side of the cell. Young Túc, always quick on her feet, ran down the stairs to stare through the gap in the door.

"Over there, someone fell down the stairs", Túc announced in a shaken voice.

"Some cadres just came in. They are carrying someone out on stretcher."

Túc reported every detail to the rest of the cell. The women were piling up impatiently behind her to wait for the latest piece of news.

Our cell door finally opened.

The inmate who fell down the stairs was young Linh, young Túc's meal partner.

The previous evening, young Linh was still in the middle of her meal when the wardens announced lock-up time. She had to take the risk of bringing her unfinished food inside to eat, which would be a violation of prison rules. Early morning, she was going down the stairs carrying her cups and bowls when she heard a warden unlock the gate to the cellblock. Fearing the warden would find out, in panic, she clumsily missed a step and fell down the stairs. The thumping noise that echoed all the way to the cell on this side was the sound of young Linh's head hitting the floor.

Young Linh was kept in the infirmary for the whole day. Her head was hurting and she felt too dizzy to go to work. The inmates' gossip was focused on the incident and everybody was saying that Linh was still fortunate.

She fell on her head causing a thumping noise that loud, yet she survived and there was no serious consequence, not as much as a head concussion. She was indeed fortunate.

07 —
Die Hard

The disciplinary measures taken out on Nụ Giếng for her — failed — suicidal attempt have given other desperate prisoners a reason to think twice about doing the same thing. People didn't fear death as much as "losing face" publicly. In prison, there's no worse infliction of that ultimate humiliation than when the condemned inmate had to stand in the middle of the communal yard and listen to the verbal abuses by the warden at her expense, including the disciplinary resolution being read out. Victims of the blame-and-shame showdowns never quite got over that kind of ordeal, even days or months later. A successful suicide might inspire sympathy, while a failed suicide would only arouse derision. Drawing experience from Nụ Giếng's failure, sister ([103]) Hồng Tỷ knew she had to be more daring — she'd choose the rope.

That afternoon, inmates were just back from their day's labour when one of them shrieked in panic: *"Someone is hanging herself... she hanged herself!"*

Then the sounds of thumping footsteps were heard amidst various shouting voices, high-pitched bawls mingled with anxious and confused questions from one inmate to another. No one was laughing. That afternoon summed up all the most eerie sounds one could hear in

---

([103]) Sister: *The author, like most Vietnamese, addresses older women using the word "chị" (elder sister) before their names as a mark of respect and politeness.*

prison. Sister Hồng Tỷ was saved, too. And a few days later, it was her turn to stand in the communal yard to suffer her blame-and-shame showdown in front of all other inmates. But this time the prosecuting act took a lot longer than it did to Nụ Giếng, all because Hồng Tỷ dared answer back. To be exact, she blurted out some arguing words in self-defense and consequently earned a full lecture of re-educating, ideological, reformist rhetoric from the warden.

Sister Hồng Tỷ was serving her life sentence for *"financial fraud."* It was told the amount defrauded was in dozens of billion *đồng* — hence her nickname Hồng Tỷ.([104]) Like all other long-sentenced inmates, she strived very hard to obtain a sentence review. She went through twelve years in prison to patiently reach her first review for sentence reduction.The first review for a life sentence — after serving twelve full years — would reduce it to a numbered sentence, usually thirty years. Since a *"life"* like Hồng Tỷ was fortunate enough to pass the first hurdle and got her sentence reduced to thirty years, that meant she already served half of her prison term.

To reach a sentence review panel was no easy matter. Inmates must fulfill many obligations, for instance, absolute compliance with all rules and regulations of the detention center and the prison; positive attitude in re-education, training, labour; acquisition of above-average marks on carrying out prison chores, activities, labour and production... Nothing was a simple task. *"You prisoners violate prison rules at every bat of an eyelash"*, those words that every warden would throw at the face of inmates defined quite well

---

([104]) Hồng Tỷ: *The nickname "Tỷ" meaning "billion" is added to the woman's first name Hồng, in order to differentiate her from others by the same first name.*

how long and treacherous the process could be to get to a sentence review. This year round, once again sister Hồng Tỷ experienced a burning expectation for her sentence review. She was very impatient as she had been in prison for quite a long time. She didn't have that kind of money it would take to pave her way through the tribunals for some meagre few-month reductions, and those innumerable reductions would never match her thirty-year sentence. She has always been dreaming of a special pardon, although she knew that dream would cost even more money, the money she didn't have. Anyhow, it cost her nothing to dream.

But her dream was shattered when the warden explained to her the conditions for a special pardon. Apart from her full compliance with all criteria imposed by the prison, she would still have to repay her victims their financial losses, and on top of it, the fines imposed by the court. She knew she couldn't afford any of it. She has struggled hard enough to pay for her under-quota production, to grease the cadres' dirty hands, to bribe for her court hearings, among other menial things in prison..., so an amount of billions of đồng for compensation and fines would be unthinkable for her.

Desperate and hopeless, she hanged herself. But the prison mamagement still needed her as a target for persecution and torment. So they wouldn't let her die.

Sister Hồng's failed suicide brought about many consequences on the rest of the prisoners. All the clotheslines hand-made by the prisoners out of ropes or cords were taken off and confiscated. The few metal clotheslines fixed behind the rows of cells couldn't hold all the wet clothes of numerous prisoners. They must resort to hanging their laundry wherever they could, from the fences to the window ledges, praying that the wardens wouldn't notice. If got caught, on a good day they would be reprimanded, on a bad day their laundry would be thrown into a dumpster. Arguing with the wardens would only result in further troubles like disciplinary measures. The prisoners were very angry and upset but couldn't do anything against the wardens, so they turned the blame onto sister Hồng, *"It was her suicide that got us all in this miserable mess."*

After Nụ Giếng's and sister Hồng Tỷ used two different methods for attempted suicides that both failed, a third attempt happened a few months later with sister Thao swallowing some pesticide. She didn't succeed either. When cellmates carried her out of the gate into an ambulance, I just stood there to look on and cry. Everybody thought she wouldn't make it. "She passed out in her vomit and in her shit; there's no way they can save her now", some inmates commented with concern.

But sister Thao couldn't manage to die. Her debt to this life, to this prison, was not over yet. It seemed prisoners were more "die-hard" than ordinary people.

Sister Thao was discharged from the hospital about a month later. The warden allowed her to stay in the prison infirmary for further treatment. Lying in sickbay, she couldn't help worrying about the disciplinary actions awaiting her. Now and then I came to visit her there, and each time she would ask me the same anxious question, *"Do you think I'll get away with their punishments?"* She kept praying to remain sick a lot longer so she could avoid getting disciplined the day they'd let her out of the sickbay. That day finally came when the infirmary discharged her. Being assigned to the cooking team, sister Thao no longer had to go out on forced labour to plant vegetables in the fields. Better yet, she narrowly escaped disciplinary actions and the blame-and-shame showdown. That was an excellent outcome for an inmate who committed the *"crime of attempted suicide."*

However, those "more special" favours and "more humane" treatments — compared to other inmates in similar situations — didn't come naturally. They happened for a reason. Sister Thao didn't have money to buckle up the wardens'mouths. For if she did, she would have to pay eight hundred thousand đồng to Mrs Chín Lứ — the debt she couldn't pay back for many months now. Mrs Chín Lứ wanted it back so bad she even threatened to report to the cadres. In prison, Mrs Chín Lứ and her daughter, young Hiền AK,([105]) were classified as "personae non grata", as no one wanted to have anything to do with them. Both mother and daughter never bothered to strive for sentence reductions. They were wheeling and dealing, lending money at cut-throat rates. Prison became a place for them to make a comfortable living while nicely supporting the wardens, to say the least.

Sister Thao has reached a point of desperation. It was time for payback and her creditor already threatened to let the wardens know; and on top of that, she learned of some bad news from home about her son abandoning school for a vagabond life. On the day she was at her wits' end, she stole some pesticide and brought back to the camp. That incident nearly cost the cadre in charge of supervising the platoon a grade. Sister Hoa Lùn, head of the vegetable-planting platoon also shared the responsibility for "failing to suspect and reveal" sister Thao's pesticide misdeed. Since both the cadre and sister Hoa Lùn had to spend a bundle of cash to save their skins — sister Thao was saved too. That was why sister Thao not

([105]) Hiền AK: *Her name is Hiền, her nickname AK — kalaschnikow.*

only enjoyed her stay in sickbay and her assignment to another platoon, she also escaped the usual disciplinary actions. In brief, the whole thing had nothing to do with *"humane"* or *"privileged"* treatments, and everything to do with the reality of *"money talks."*

Sister Cúc, sadly, wasn't entitled to any of sister Thao's good fortune. She already came to the terminal phase of her cancer. She was in agonizing pains but still had to drag her wretched body out to work until she nearly collapsed. One morning, people didn't see her get up to fold her blanket as usual. The cellmates called out to her, but she didn't answer. They walked over to her spot and pulled out her blanket. Sister Cúc's arm was dipped in a bucket of water, visibly red with her blood. She had slit her wrist, no doubt from the previous night. She was resolved to die. She was craving to die. And she was determined to die. Only with that determination could her attempt be thought out so stealthily and cleverly. Yet sister Cúc didn't manage to die either.

For the first few days, the warden allowed no one to approach her, to talk to her. Then they transferred her to sickbay. From that day on, I came to visit her every day. She said, in the past she had to beware and behave, as she was still nurturing a little hope of going home, so she avoided being close to me. But now that her chance of freedom was virtually inexistent, she no longer feared being *"invited for a coffee"* for befriending a *"traitor"* like me. She came from the same province of Hải Phòng as me. But she had no one else left in her family. A few years into her prison term, her siblings all moved far away, her husband and child also abandoned her. She would have no home to return to and no one to turn to if ever she was released. Sister Cúc's utter despair was a reason strong enough to justify her suicide. I completely understood her feeling of hopelessness.

Sister Cúc's attempted suicide was only days before my release. After her incident, every day I requested a meeting with the prison supervisory board. They gave me many appointments which they never kept, instead they assigned their lower ranking cadres to meet with me. I refused to talk to those cadres. In the end I had to go on hunger strike.

I had no other choice but to protest that way, like what I did on some previous occasions to fight for the rights of the prisoners — in order to help alleviate the burdens and injustices inflicted on our wretched lives. It didn't really matter if this time round my hunger strike would bring about any result. Anyway, as long as I remained in jail, each day of mine should be spent to care for the rest of all prisoners. On the third day of my hunger-strike, Mrs Nguyễn Thị Can, the prison deputy-supervisor agreed to see me. It was on September 12th, i.e. six days before I was due to leave the prison camp.

Probably due to my imminent release, the prison deputy-supervisor had no choice but to receive me. She asked me if I had any aspiration I'd like to bring up to her. Hearing the word "*aspiration*", I felt more than ever repulsed and disgusted towards this bunch of wardens. The existing "*criteria*" of benefits provided by laws in this country were already minimal for the prisoners to survive on; yet prisoners must struggle to defend them against numerous infringements and reductions by the prison authority. So how could she look at me and ask me about my "aspirations"?

I felt the urge to stand up and leave right away. There's nothing more repulsive than sitting and listening to the wardens' empty promises, such as to reduce the production quotas, to provide hot water so prisoners could buy, to extend the time allotted for prisoners' washing and eating before lock-up, etc... Moreover (and naturally), in between her promises, she denied a lot of facts, such as wardens would *"never"* force a seriously sick prisoner out of camp for labour, nor would they ever force any prisoner to kowtow in front of wardens as if they were their elders. She insisted that incidents of the sort happened totally out of the prisoners'own free will.

Among her empty promises, I only hoped she would stick to one thing: not to punish sister Cúc for her attempted suicide. She was already very weak. At that point, I suddenly felt disappointed at myself. I couldn't do anything more to help sister Cúc and the other inmates. The following day, I went to see sister Cúc one last time to say goodbye before my release. She thanked me for staging my hunger-strike to defend her rights. I was embarrassed.

We looked at each other in a sadness that overwhelmed our ability to cry. Using words to motivate a dying person to stay positive and keep her hopes up, would be pure hypocrisy — even cruelty. I could not do such thing, so I decided to say nothing and left quietly.

Two months later, a cellmate of mine was released home. She phoned to tell me all the good and bad news from the prison camp since the day I left. And so I was told that nearing her final days, sister Cúc was also taken to the hospital, as in the cases of sisters Thìn, Mai, Biển, Tuyên and many other women prisoners, so that they would not die in prison. Once again the Mành Mountain received the unwanted remains of another lost soul, another wretched prisoner.

08 —
Food, Clothing, Sleeping

I can assure you that a person might at some point accept death, or even worse, dream of dying, but no one on this planet would ever feel the need to be put in prison, especially in a communist prison. That must be a common denominator for humankind and should be equally true to everybody.

As much as people are reluctant to go to jail, they are willing to know about prisons, about the lifestyle of the unfortunately prisoners who must spend their days in the most fear-provoking and curiosity-arousing places on earth.

Many people simply believe that all convicts deserve their days behind bars as retributions to the crimes they committed. However, few people have enough common sense, fairness and empathy to realize that a conviction and a prison sentence imposed on a *"guilty party"* do not necessarily mean justice, because, on one hand, justice requires a thorough examination of many factors relevant to each case, e.g. the act committed by the accused, his/her motive, and the consequences, if any, of his/her act; and on the other hand, justice requires the qualities of a judiciary system — whether it has a forward or backward trend, whether it is built to serve the people or serve the ruling class, whether it is unbiased to the hidden agenda of interest groups or political leaders, etc... This is an issue far too complex to be exposed in a short essay that is focused on another subject and written by a non-qualified person like myself. However, I feel the need to assert that, in the future, the entire Vietnamese legal system, not just the prosecuting mechanism, must be rebuilt from scratch, in order to establish the independent judicial branch of a post-communist democratic government.

The word "prison" brings to mind the concepts of punishment and misery. Within the framework of this humble book, I have no ambition to cover every aspects of communist prisons to satisfy readers' need. I only hope that these non-exhaustive accounts of what I have witnessed during my four years in prison might shed some light or lift up some veil over a corner of a communist prison. Obviously, prisoners' accounts may vary, depending on personal experiences, different penitentiary centers, and historical contexts. Even so, there must be a common ground for all prisoners to agree on: Vietnamese communist prisons epitomise the most terrible atrocities and the most loathsome sufferings that some people can inflict on other human beings. Those prisons are built for tribulation, affliction, exhaustion, darkness and demise. They can be defined by barbarity against helplessness, heinousness against desperation, vengefulness against hopelessness, even against death. In brief, those prisons are the definition of hell on earth — a hell where people are still breathing, moving, laughing and crying.

According to Abraham Harold Maslow, an American psychologist, a human being's fundamental needs could be divided into two principal groups: the basic needs and the metaneeds. If Maslow's theory were to apply here – a communist prison in Vietnam — what we prisoners were going through every day could not be called "living", maybe something similar to that at best.

To be exact, it was more "surviving" than "living."

As prisoners, we were only allowed the "privileged" part of our most basic personal needs, the minimum of human requirements. If you had not been a prisoner, you would never know that, apart from eating, how such simple needs as breathing, sleeping, washing or going to the toilet... could be so important to you. And when it came to basic personal needs, whether we were President of the United States, General Secretary of the Communist Party, or a professor, a priest, an engineer, a factory worker, a shoeshine boy, a street cleaner, or even a lowly prisoner that I was, we should all be treated equally. Obviously, the notion of "equality" was supposed to be understood as having similar needs, the indispensable requirements for our existence as human beings. Without them, we could not survive.

All this led me to tell you about the "privileged standards" of food, clothing, and sleeping that were allowed to us, prisoners in Camp 5 of Thanh Hóa province. Of course, I was just referring to the standards during my detention period — from March of 2010 up to September of 2012. According to some long-term prisoners who were there before I arrived, the conditions in previous years were even much harsher, much more inhumane.

✴ *"Food" standard*

Each month, a prisoner was allowed 17 kilograms of rice; 700 grams of pork; 800 grams of fish; 500 grams of sugar; 15 kilograms of greens; 0,75 liter of fish sauce; 100 grams of monosodium glutamate, and 15 kilograms of coal or firewood. The State was to base on local market prices to adjust the above allowances.

Penitentiary regulations stipulated that on national holidays, a prisoner may consume an extra portion but "not exceeding 5 times of her daily allowance." The small children of "women convicts" — a term used by the State — were to receive the same allowance as their mothers, with bonus gifts on Children's Day — June 1st — and Mid-Autumn Festival day.

✴ *"Clothing" standard*

Each year, a prisoner received 2 prison uniforms; 1 mat; 1 bamboo conic hat; 1 pair of plastic flip-flops; 300 grams of soap; 2 sets of underwear. Every four years, she received 1 new mosquito net; 1 blanket. Whatever happened to these two items, the inmate had to wait until the four-year dateline to receive new ones. Even newcomers to the camp, who usually were not careful enough on those essential bedding items, would have to go without mosquito nets and blankets if the four-year dateline was not reached. Also, each month, a prisoner received 2 rolls of thin-single-sheet square toilet paper, 80 sheets per roll.

✴ **"Sleeping" standard**

According to prison regulations as dictated by laws, the sleeping space should be at least 2 square-metres per inmate, i.e. the equivalence of five tiles wide and ten tiles long — 20 centimeters each. But in reality, the prison was permanently overcrowded, and each inmate could only get a space of 60 centimeters – or three tiles wide – to sleep.

The things I listed above were pretty much everything the prison authorities gave you as an inmate during your prison term. And remember, you still had to do your "privileged" forced labour, you had to comply with a great number of strenuous and unjust regulations of the camp, plus unheard-of rules on a warden's whim.

That was how you measured your capacity to survive, your ability to grit your teeth and endure the life in a communist prison.

What I mentioned above was about quantity only, not about quality of the things you would receive. Put yourself in the shoes of a "no-family" inmate, i.e. a prisoner with no one ever coming to visit and support, how would you be able to survive without the help from your fellow inmates? Fellow inmates, or cellmates, were people sharing the same plight as you, except for the fact that they would not need to go around and beg for a sanitary pad, a toothbrush or a drop of shampoo, because they had supplies from outside.

Speaking of sanitary pads, a story came back to my mind, a true story that was sad and funny at the same time, from a camp section that held more than a thousand of wretched women prisoners.

On that day, it was the first time I had my period since my arrival at the camp. That was nothing unusual, as it would happen to all women. But no, it was not quite so. I was very worried and terrified to notice that many women did not look normal at all because they have "lost" their periods after starting their penitentiary lives. Some lost their menstrual cycles for many months, others for many years, some even permanently. Upon my release, I asked a doctor and was explained that such a phenomenon was due to the change in environment plus some psychological factors. I was lucky not to have experienced that weird and scary condition.

I was wondering why sister Hoa, a cellmate next to my spot, was glancing over as if she wanted to make conversation. At thirty-three years of age, I was no longer embarrassed when a cellmate saw me discreetly slipping a sanitary pad inside my panty, just like what she would do when her period came. Yet it seemed she wanted to tell me something, but she hesitated and dropped it.

A few days later, it was her turn to do what I did earlier. But unlike me with my pristine white sanitary pad, all she had was a bundle of shredded old cloths. I was seized by a strange feeling of disbelief and befuddlement at what I saw.

Sister Hoa was from a Thái ethnic minority group. When I arrived at the camp, she had been there for nearly a decade. She was serving a life sentence for heroin trafficking. She was such a gentle woman. I often wondered why there were so many gentle and kind women in this place. These women, like sister Hoa, sister Quế, sister Mùi, sister Huyền or sister Minh who shared the same cell with me; were all sentenced to at least sixteen years or to life. I always thought that a person involved in drug trafficking would have to look tough, or be a bit gutsy to say the least.

In her "internal affairs bag", sister Hoa — like many other "no-family" inmates — always kept those bits of rags she collected or cut out from old clothing, to be washed and stored for her periods. It wasn't that sister Hoa could not afford pads for her basic needs, but she wanted to save every cent she earned to pay for her labour quota. Her petty savings came from menial chores like water fetching, clothes washing and dish washing for other inmates. Working for other inmates was really worth it, since at least sister Hoa got paid for her labour, unlike working for the camp or for the wardens who at times on their whims would refuse to pay, and on top of it, would even give her a penalty or disciplinary measure which meant she could kiss goodbye to any sentence reduction.

At the labour factory, sister Hoa always sat still and

worked ceaselessly — her eyes never leaving the broidery frame. She even suppressed her need to go to the toilet. *"I'll wait till the end of the day to "relieve" myself all in one go"*, as she would explain to me. She optimized her time on each stitch to meet her quota in the hope of satisfying the sentence reduction panel. However, her personal effort alone could never make up the unrealistic quota required by "heavens above", so she needed to buy cheap products from other inmates or sell her services for some money to bribe the wardens. To put it bluntly, the wish to get out of prison was more primordial than the basic needs of pissing or shitting, even more important than self-respect — although that burning wish for sentence reductions could make some people grit their teeth and strive for twenty odd years.

From that day on, every month I gave sister Hoa two sanitary pads. But she did not use them. When I asked, she said she had gotten used to the rags, so she sold the pads to save "as much money as she could." That was her only explanation. I was annoyed but continued to supply her. Later on, when I was transferred to another cell, sister Hoa lost a source of income from my monthly sanitary pads. It was not that I stopped caring for her, but in this overcrowded camp, a few steps from one cellblock to another would seem like a one-mile walk. After all, every cell had its lot of "no-family" cellmates using rags instead of pads for me to help.

The old-timers of Camp 5 — some having been around and back for their third sentence — considered the lack of sanitary pads'distribution as something normal. They were very surprised, even freaked out, when I said *"it is a duty of the prison to supply free sanitary pads to every woman in this camp."* People passed on that message down the grapevine, as if a revolution was coming to demand the right to sanitary pads in our camp section. I asked some wardens I happened to bump into why there was no distribution of sanitary pads. In my early days at the camp, I couldn't tell one warden's rank from another, so I asked all of them with the same question. One warden said, *"State regulations haven't changed for years. We are just carrying them out, we are not making them up."* Another said, *"You are supplied with toilet papers instead; what else do you want?"*. I pushed a few more questions and got a matter-of-fact answer, *"If you have any more enquiries, just go and talk to the prison management committee. We don't know anything."*

But the prison management committee would never want to see me. Once I saw a fleeting appearance of Mrs Nguyễn Thị Can, the deputy manager, in the communal courtyard, I ran out to her but she disappeared before I could catch up with her.

I personally did not consider the monthly distribution of sanitary pads that much of a demand. But my cellmates were very nervous. They tried to talk me out of it, reasoning with me, *"With or without you, the life of prisoners like us wouldn't change a bit; we have survived worse things than the lack of sanitary pads. After all, demanding them wouldn't get you anywhere. They will never back down."* I said to them: *"We haven't demanded for it yet, how can we tell whether we'll fail or not. If you sisters don't need it, others might."*

But I felt I could take my time on this issue. It never crossed my mind that I must go on hunger strike to obtain monthly distributions of sanitary pads to all women in prison. The wardens sent in their snitches to suss out my next move in the *"fight for sanitary pads."* I taunted them with various attitudes, sometimes serious, sometimes carefree and nonsensical.

A few months went by and I did not for once mention the sanitary pads. Both wardens and prisoners thought I have dropped or forgotten the issue altogether. Then one day the camp announced a visit from my family. That made me very happy as I was about to see my mother and my elder sisters. Every visit and the supplies from a prisoner's family always helped make life behind bars less miserable and lengthy.

On my way from my cell to the visiting house, I asked the escorting warden:

"Let me ask you seriously... Suppose a prisoner went on hunger strike to death demanding just the right to have sanitary pads distributed, what would happen then?"

The warden remained silent — not a word.

I didn't say anything else either.

That evening, I was strolling across the yard when somebody came looking for me. Sister Nga Phúc was sitting near the infirmary to wait for me: "Hey", she said, — "they're going to distribute sanitary pads. I went to a meeting the other day and it was announced. But just go about as if you knew nothing. Don't tell anyone I let you in with this good news or they'll kill me."

It was hard to describe sister Nga Phúc's countenance at that moment – there was nervousness and fear but not without an undeniable satisfaction. As if forcing the warden to distribute sanitary pads was such a great victory. But come to think of it, maybe that was something great, because it really made history! Never before were the prisoners given anything like that.

Usually I never liked to go out to the communal courtyard every Monday to stand in line and listen to the warden's announcements or lectures, unless I intended to witness something of my concern. Thanks to sister Nga Phúc's indiscretion, I went out to see for myself the result of my "*sanitary pads revolution*" — a term sarcastically and secretly coined by the prisoners among themselves.

From then on, sisters Hoa, Quế, Mùi and other "no-family" prisoners in the section 4 of this camp would no longer have to use rags during their menstruation. But the joy of all women inmates was far from perfect. Their toilet paper monthly distribution would be cut off. To be precise, it was replaced by the sanitary pad distribution. In fact, the wardens didn't lose one cent over this. Most women were happy but the older women were disappointed. Some of those elders started to curse even before the warden finished her announcement. Obviously their cursing words were whispered softly enough to be only heard by the inmates sitting next to them.

"To those born in or after 1952, sanitary pads will be distributed. Those born before 1952 will receive toilet papers instead", the warden's voice resounded, loud and dignified, as if she was bestowing upon us an unprecedented favour.

"Nothing better to do, nutters?", I spurted out.

The inmates in the vicinity turned round to look at me. No one dared to comment. Some wardens nearby heard it alright but ignored it.

I sharply let out another piece of my mind, intended for the inmates around me:

"Born in 1952, meaning 59 years old today. Why the heck would a fifty-nine-year-old still need sanitary pads?"

I rarely had anything to smirk about, but this situation was right for it. After finishing my remark, I stood up to go down the canteen area to play with Bim-bô the cat, awaiting the off-compound labour time. I left the courtyard to avoid listening to further dumb-and-dumber announcements or comments. No warden stopped me or asked me to stay back in line. They were all too familiar with my "having my own ways" and didn't bother to intervene.

I considered my mission as accomplished. As for receiving toilet papers or sanitary pads, the classification would be arbitrarily decided by the wardens and imposed on the prisoners. Obviously, not every inmate understood why all of a sudden they were supplied with sanitary pads instead of toilet papers after all those years... I could not bring myself to believe that I had any weight or influence over the outcome of this insignificant issue. After all, the wardens would never admit that they had to back down from my demand. For them, everything must come from the "*magnanimity of the Party*" and nothing else. So magnanimous they waited until now to start distributing sanitary pads to women inmates! The simple reason was, before my arrival, they didn't have time to implement their "humane policy", that's all! What part I played in this was of no importance whatsoever, as long as my fellow inmates no longer had to go through degrading and unhygienic make-do measures at their monthly menstrual cycles. The rest was not worth talking about.

Food, clothing, sleeping, hygiene — so many things about prisons that needed to be told. Indeed, they were all part of an inmate's daily life in this Communist hell — and for that they would be never-ending stories.

09 —
Trading Places

When a woman prisoner entered the camp, everything in her possession should be contained in a metal trunk which was also used to store food and some other things. With it came an *"internal affairs"* hold-all bag handed out by the camp to store personal clothing. A sticking label on the outside of the bag carried the prisoner's full name, her conviction, her jail term, her assigned platoon and her prior residence-permit address.

According to prison rules, the hold-all bag must be put on top of the mat rolled up against the wall at the spot allocated to an inmate as her sleeping space. Along the rows of communal sleeping berths would be a shelf above a person's head, where the inmate's blanket, mosquito net and pillow must be neatly stacked up before each day's labour time. The space above the shelf was cleverly arranged for only those three bedding items to fit in, so that nothing else could be inserted between them and the ceiling. Other utensils of the inmate, such as bucket, tub and water dipper, must be left in the courtyard around the water well. Every cellblock was designed with an open courtyard and a communal well. Behind the cellblock was a narrow patio of a few square-meters, roughly covered by sheet metal, where the inmates stored their trunks.

There were two cells in each cellblock. Each cell was for sixty to seventy inmates. So the entire cellblock could hold up to some hundred and forty prisoners. That number would vary according to incoming and outgoing inmates. The patio was to store dozens of dozens of trunks. For some reason, people called it the "communal kitchen", although no one was ever allowed to do any cooking there. A typical trunk was 45 centimeters large, 35 centimeters high and 65 centimeters long. They were often stacked up to eye level. In order to get her foods or personal objects from her trunk, an inmate must get it out of the pile of trunks. That was no easy task, but also an unavoidable part of the burdens every inmate must go through, day in day out.

Prison rules gave the inmates who arrived earlier the right to store their trunks above those of later arrivals. And thus, the trunks were organized according to the arrival dates of their owners. When I just arrived at the camp, I had to shift a dozen of other trunks every time I needed to take out mine. Some were so heavy I needed a helping hand to carry them. When it was done, I had to put them all back again, one by one.

Like everybody else, and not once but many times, I happened to put the trunks back in the wrong places. It wouldn't matter much if the trunk owners were kind and understanding. But if a trunk belonged to someone with a mean or argumentative nature, a shouting and cursing tirade could be heard throughout the cellblock. Therefore, I have learnt to remember the order of the trunks' identity numbers so I could move them around and put them back correctly, to avoid unnecessary friction with others. But quarrels between inmates still happened, mostly about broken trunk latches or chains. These shouting matches could have been avoided – or at least limited – if each prisoner was allocated her own "tent" space.

I didn't know about other prison camps, but in Camp 5 of Thanh Hóa Province, "tent" spaces have long become an ideal opportunity for those doing "real-estate" business. Behind the cellblock, there was a row of what could be called "*individual tents.*"([106]) Each tent was about 70 centimeters wide and nearly 2 meters long. We called them "tents" because they all had so-called roofs. And they were all commodities to be bought and sold in real hard cash. Each tent was separated from the others by a line painted on the ground or marked with broken lumps of cement, to prevent overstepping borders.

At the time I arrived in this camp, i.e. 2010, the going rate to buy a "tent" was four million *đồng*.([107]) Some tents were even listed at bidding prices up to five, six million đồng if they were situated behind a cellblock with a large backyard. Like everything else in a society with galloping inflation, those so-called "tents" might be sold at much higher prices by now.

In this prison, one had to be a "tycoon" to afford one of those tents. For a purchase at four-million-đồng, one ought to have at least five million in pocket. The one million in excess was to be used in bribing three types of cadres: the warden, the instructor, the inspector. On top of it, one would need to grease the hands of the cell-heads and the "strivers" so they would turn a blind eye on the transaction and the use of the tent thereafter. Without this due process, losing millions to thin air was dead easy. All it took was a snitch's whisper in a warden's ear for the tent to be "confiscated" and sold to someone else. I have witnessed many women bursting in tears when their individual tents were "confiscated" by a warden. They were sobbing and cursing at the same time

---

([106]) Lều: *lit. a tent, something between a flimsy shed and a small space covered by tarpaulin, used as a personal locker.*

([107]) 1 million đồng: *in 2010, was roughly equivalent to $50 USD.*

– behind the warden's back and away from the snitches' ears, of course.

Once owning a tent, the inmate would no longer need to push through a crowd to wash herself in the open courtyard, under the sun or in the rain. Her private belongings like trunk, bucket, tub, shampoo, shower gel, toothbrush, toothpaste etc... could be kept in the tent, for her convenience and for theft prevention. Come to think of those advantages, a tent was worth every đồng. Besides, its owner could always brag about her ownership.

Now that I went through two and a half years sinking deep in the hellhole called Camp 5 of Thanh Hóa, I could tell with certainty that the sleeping space allowed for each inmate was no wider than the surface of a grave. According to prison regulations as dictated by laws, the sleeping space should be at least 2 square-metres per inmate, i.e. the equivalence of five tiles wide and ten tiles long — 20cm each. But in reality, the prison was always overcrowded and each inmate could only get a space of three tiles or 60 centimeters wide to sleep. Hence came an ironic saying about prison: *"The prisoners get richer when they die as they'll have a more spacious bed space!"* About ten years before my jail time, inmates had to sleep face-down. Worse still, in a overcrowded cell they sometimes had to sleep overlapping each other like sardines in a tin, pigs in a sty.And an inmate could easily lose her sleeping space when she left for the toilet at night. Inmates usually got into all sorts of quarrels or fights with injuries over a sleeping space.

Those were the days of the "blood" prisons, the days when the "toughies" reigned. Years later when more prisons were built in every province, a prisoner no longer needed to draw blood to defend her turf. She would resort to banknotes instead of blood. "Blood prisons" have been replaced by "banknotes prisons." The bigger the bribe to the warden, the larger the sleeping space you could get even in a crowded cell. Every time a squabble broke out over sleeping space, the wardens would sarcastically warn the fighting inmates: *"You don't know your luck, do you, hey? Years ago, one shit at night could cost you your sleeping space. If you don't want to sleep here in peace then you're welcome to sleep in Mành Mountain, alright?"*. The wardens all seemed to be very proud of the current condition of their jails, for there was no longer the prisoners' *"to-shit-or-to-sleep"* dilemma of yesteryears.

I suddenly recalled the New Year's wishes from the deputy-supervisor of Trần Phú detention center in Hải Phòng to the women detainees. It was the second day of the lunar year of the Tiger — 2010. After reciting his New Year wishes by protocol, he proudly announced:

"May I take this opportunity to let you in with some good news for the New Year... We have been building several extra detention centers in the outskirt of the province. They are near completion and will be in use very soon. By then, you will all enjoy more comfort and space than what you are having now."

When he came to his last word, the whole place burst out in applause. Hardly did the officials leave the building when my cellmates rebuked me for not cheering after such good news. Well, I refused to cheer because I refused to believe that building more prisons could be classified as New Year's "good tidings."

How bizarre has this country become, when, apart from new prisons, its rulers couldn't find anything else to be proud of?

10 —
A Friend In Prison

On the very first day I arrived at the prison camp, I saw Bimbô — unnamed at the time — hanging around the canteen area. Holding him up, I ran my fingers through the yellow fur that turned gray with dirt. He has been rolling all day long from the courtyard to the kitchen of the canteen, no wonder his fur had turned into a graying color of cooked porridge.

"Bimbô! Bimbô! From now on you will be called Bimbô, my dear kitty bro."

While I caressed him tenderly, Bimbô rubbed his belly against my arm and rolled his brown eyes at his newly found prison friend. It looked like he has never before been held in anybody's arms, I thought.

I never named a pet as quickly as I did to Bimbô. The word Bimbô (very Western-like) seemed to have been stored in my head all along, just waiting to be called out. Before meeting this prison cat, I never thought of the lovely name Bimbô.

And so I had a friend. The only friend that ignored all warnings, threats and restrictions from the prison wardens. He was never struck by the miserable condition of those human beings sharing this same prison camp, nor would he care to know who those people in uniforms with insignias on their shoulders were. Bimbô's simple job was eating, sleeping, playing and catching mice. It was not until my arrival did Bimbô realize a cat also needed to be cuddled, caressed and loved.

I knew for sure that Bimbô loved me more than he did those who owned him — the two wardens in charge of the canteen. Both of them — husband and wife — showed no sign of jealousy though. It would be so silly to be jealous over a cat's love. As long as they could sell lots of goods and pocket lots of money, they would be happy. Vân, the wife, even liked the name Bimbô. One day, when she saw me walking down to the canteen to buy something, she shouted out, "Bimbô! Here comes your sister!". Then she gave me a broad grin.

And how smart he was! Yes, Bimbô was undoubtedly a damn smart prison cat. He could easily recognize me in the midst of a noisy group of prisoners waiting in front of the canteen. He would rub his round head against my leg, fidgeting to be held up and cuddled. At my call, no matter where he was playing, he quickly galloped to me. If Bimbô didn't show up at that first call, that meant he was not in the canteen area but somewhere else. Perhaps he was wandering around the kitchen for some food, or flirting with a she-cat near the disciplinary building. If that was the case, Bimbô would look so pitiful. Holding him in my hand I could feel his chest pounding. The poor cat was afraid that I would be angry at his late response and quit being his friend.

Before I arrived at the camp, not much attention was paid to Bimbô. That yellow cat was now famous. Occasionally I was called upon and blamed for his acts. That's when Bimbô was accused of running off with a piece of meat or a slice of fish before the owner could store them away. Actually, in this prison Bimbô was not the only culprit in stealing foods; in most cases he was unfairly charged. Prisoners blamed it on Bimbô either because he could not argue or because they did not dare to tell another inmate's name. Anyway, the cat did not care if he was unfairly accused. None of the prisoners dared to beat him for fear of the Vân-Tá family, his real owners. Sometimes what people told me was not about the troubles Bimbô caused but about how wise he was.

Sister "curvy ass" Nga used a lot of baits to seduce Bimbô, trying to make friends with him, yet the cat showed no interest. He would stand up on his four feet, snarling at her as if he wanted to fight. Every time, "curvy ass" Nga found it so funny she joyfully scolded, "Damn you, Bimbô! Wanna be a smart ass? You just wait and see." Strange enough, whenever Bimbô was playing in the courtyard, other prisoners took turns to fake my voice and call him but he always ignored them. Then they asked me to call him so they could see how smart he truly was. Actually, an animal would only show its smartness when it befriended human beings. Previously, people only gave Bimbô food to eat and let him run around catching mice, they never stayed close nor played with him, so how could they notice his smartness? Now the prisoners themselves began to praise his smartness by cursing at him and teasing him.

I played with Bimbô every day. With him by my side, I felt less lonely, less being reminded of my condition as a prisoner. Sometimes I would delude myself that I was talking to Salem, my black cat at home. Years ago, when my father and I received Salem from his first owner, he was so tiny he could fit in a person's palm. So lovely! Salem was attached to my family for nine full years and witnessed many ups and downs of his owners. When my father passed away, he was so sad he did not eat for several days.

During sixteen months from the time I was arrested to the day I went to trial, I have tried to suppress my emotions and shake off any weakest moments so I did not for once cry in prison. But my heart melted down when I saw my mother. That was the first time I saw her since the day I was handcuffed and taken away from home. I cried and cried. Tears were pouring out despite my effort to hold them in. Of course I have been missing my mother and everyone in my family, but I also cried for my beloved black cat. From what I was told by my mother and my sisters, Salem missed me so much he occasionally skipped his meals, he crawled into a corner and stayed there all day. Old age and sadness made Salem lose his will to survive. My poor little Salem died, only a few weeks after I was arrested.

I confided to Bimbô many things. And I felt assured that he would never go out and tell my stories to anybody else.

One day, in the afternoon, after eating and washing myself, I walked to the canteen looking for Bimbô as usual. I called many times but saw no sign of the cat. I felt something strange, as he never went anywhere that far. Under other circumstances, I would have thought of a situation that he was trapped with a bait. But there was no way to get hold of rat poison is this prison, besides, no one would dare to kill the cat owned by two wardens. I went to some canteen attendants to inquire about Bimbô and found out that he had been brought home. I could not figure out a reason for Bimbô to be suddenly sent three kilometers away while he was living happily inside the prison camp. Perhaps Vân got upset at me being so close to her cat?

I could not sleep that night. Images of Bimbô and Salem were floating in my mind. "Of course, the owners of Bimbô could take him wherever they wanted" — I tried to comfort myself with that thought, but deep inside I still felt so sad.

The next morning, I went to the canteen to meet Vân and ask about Bimbo.

"Do not be upset, sister Nghiên, there are many mice in my house, I took him back so he can catch them".

I did not want to speculate any more, trying to believe those words of a prison warden to be true.

"Just do not kill him, please!".

That was all I could say before leaving for the courtyard.

I accepted the fact of being drifted away from Bimbô, never to see him again. For a few days I did not dare to go near the canteen, for fear that his absence would make me more depressed.

After the cell gate was locked, the first thing for a prisoner to do was spread out her mat and blanket to sit on or lie down. I put a book over my face and let out deep sighs. I really wanted to hate Bimbô. He was just a cat, let alone a prison warden's cat, yet his absence made me so sad. It has been four days since Bimbo were brought home.

"Well, Nghiên, have you seen Bimbô?"

Hường "baby eggplant", the girl staying next to me, reached out to flip the book off my face and asked in an emotionless voice. I thought she was joking and snapped back:

"How could you say that? Don't I look sad enough?"

"Oh! Come on. I am not teasing you. You would not believe this, I just saw that guy Bimbô in the canteen of Mister Tá as big as life."

"Crazy girl!"

I bluntly said to her. We were used to teasing each other in that friendly way, with no fear of hurting each other's feelings.

"Okay, if you see your brother Bimbô tomorrow, what will you lose for me?"

"I will clean house for five days, and on top of that, I will massage your back three times, okay?", I answered, still with a sulky face.

"A promise is a promise. Don't you dare to fail."

"But what if you lie to me, big bro?", I bargained.

"I swear. If I lie to you, lil' bro, I will call you "mother".

I laughed out at "baby-eggplant" Hường's childish way of swearing. She and I would sometimes call each other "big bro, little bro". That sounded so cute and funny.

Because of the betting with "baby-eggplant" Hường, I went to the canteen the next morning to find out about Bimbô. In fact, I did not dare to believe he was back.

As soon as I walked out the gate of my prison quarter, I could see the cat sitting next to the flowerpot, on the way to the infirmary. Jumping up like a child, I ran to him and called out his name, "Bimbô, Bimbô!".

Fast as lightning, the cat rushed forward, jumping up into my arms. He licked my face, chewed on my hands, his claws scratching the plaid shirt I was wearing. The cat was skinnier, dirtier than when he was in the prison camp. Oh my God, who would imagine the reunion between a cat and a human being in prison could be so touching?

"When I took him home, I put him in a bag. Then I tied it up and wrapped a carton of shrimp noodles box around it, all to make sure he could not see the way. But guess what, I was just coming to work yesterday afternoon when I heard him meowing right here already."

Vân's lips turned into a curve while she told her story about Bimbô. She was like that, a "thrilling" story would always make her lips curve up. But she got a pretty, plum, silky face, that helped her look not as evil as most of her fellow prison wardens.

"Can you believe it, sister Nghiên? He refused to eat a single grain of rice. He just stayed underneath the refrigerator and scratched whoever reached in. What a rascal! How did he come out here? When I took him home in that bag, I did seal it tight to make sure he could not see the way. Or did he follow me? Then how could he catch up with my motorcycle?"

She cheerfully scolded Bimbô while stroking his chin when I was still holding him in my arms. For the first time I saw her show some affection to the cat. Anyway, I did not want to find out how Bimbô made his way back to the prison camp. He came back to me, that was all I cared.

"Okay, why don't you let him stay here from now on. He is so happy here. Why make him suffer?"

"Not any more. He did not want to anyway. Well, he is yours now, sister Nghiên, I've washed my hands of him."

That was just a social way for Vân to say, but she knew she was forever the real owner of Bimbô. Besides, if his owner were a prisoner like me, surely he would not be safe and sound.

Bimbô's escape from the house back to the camp resulted in me having to do the cleaning in the place of "baby-eggplant" Hường for five days and massage her back for three consecutive nights before bedtime. Hường was very happy, pretending to order me around as a mean boss commanding her poor maid. She even complained that my massage was not technically correct, then she laughed merrily. I did not mind her playful bossy act, as I was so happy to have my Bimbô back.

But I was wrong. Even having his owner as a prison warden, Bimbô still had to die. He was killed by the hands of its owner's co-workers.

Some news was spread around that an inspection team from the Central would be arriving in a few days. No wonder all cadres, from the prison wardens to the "striped" cadres — captain, emulation team, on-guard members — were suddenly getting busy. Their faces showed an anxiety as if they were going to get attacked. Prisoners received order to clean up their cells more carefully than usual. Rice and soup portions for prisoners were also improved a little bit. People whispered to each other to hide away such prohibited items as cash, cutlery, nail files... Those things if ever detected by the inspection team would cause the wardens to lose face and lose their emulation points, resulting in immeasurable consequences. In short, whenever a "party delegation" — the way an inspection team was called — came over, every order and routine in the prison camp would turn upside down. Prison wardens as well as prisoners were equally nervous and anxious from the moment the team arrived to the moment it left. Obviously they both assumed that every prisoner, with no exception, had a duty to act frightened and humiliated in front of the Central cadres, especially the inspection team members. That was why, when they saw my indifferent attitude, or rather the way I showed my contempt when they mentioned the party delegation, they worried a lot.

Usually the labor workshop was noisy and busy every morning. People set up fire to cook egg noodles or rice noodles for breakfast before getting to work. Of course their cooking was supposed to be done sneakily, because prisoners were not allowed to cook freely in both the camp and workshop. However, the wardens would turn a blind eye on prisoners' cooking, eating and drinking, as long as prisoners paid enough money — in cash or in products — and did not commit any noticeable offenses.

There was no place on earth where getting a piece of food would require so much courage and risk as in prison. Every time the prison wardens performed a search, the labor workshop would turn into a chaotic scene. Prisoners hurried to clean up all traces of their cooking. They bumped into each other as some were carrying pots away while others were trying to extinguish the burning stoves... An inmate even took a whole sizzling soup pot to the latrine. As the workshop latrine was much dirtier than the camp latrine, it could be a safe hideaway because the wardens would not want to go there and check for cooked foods — or so she thought. Dead wrong! The wardens would just watch outside and give orders to the "elites" to do the searching. In the end, not a single thing could be hidden from them.

But even that was not too bad, compared to many other brutal acts by prison wardens. The moment they saw any food or something looked like food, either cooked or uncooked, they would kick it to the ground right away. They even used bricks or sticks to smash all self-made stoves to pieces. Their faces turned crimson red while they constantly cursed and scolded the prisoners. Afraid to talk back, the prisoners could only murmur some bad words to suppress their anger. Every search like that would end up with some female inmates being disciplined. Only if they knew how to bribe could they avoid being brought to the courtyard for a blame-and-shame show. This was also one of many tactics used by the wardens to make money.

At the arrival of the inspection team, the labor workshop suddenly turned into a quiet place, as no one dared to try a risky move. The main hall that used to be so dirty and messed up now became all clean. Without their self-cooked breakfast, prisoners had to hold their empty stomachs. In the quiet workshop, only the "fluttering" of the needles in the prisoners' hands could be heard stabbing down the fine white fawns of the embroidery frames. Everyone was working attentively, restraining themselves to talk, occasionally glancing over to watch out for the inspection team.

The on-guard cleaning team was also working like dogs, always busy and tense as if they were ready to engage in a combat. Their job was to clean up the whole prison camp, from the hall to the prison cells, from back yard to front yard. After the cleaning, they were to carry rice and soup from the kitchen to prison cells and prepare food portions for prisoners. Of course there might be some extra tasks and other unplanned tasks assigned by the wardens, however, everything must be completed by the time prisoners came back from the daily labour session. But even if they got the job done early, those cleaning team members did not dare to sit down and rest. Sitting was a crime if caught by wardens. So they had to create some work for themselves. The best way was to keep brooms or towels in hands to occasionally sweep and wipe here and there, no matter how clean the place had already been. The purpose of that show would be for the inspection team to witness all "offenders" voluntarily working hard and with high spirit, and that would make the prison wardens happy.

But the main task would always fall on the prison's supervisory board and the wardens to satisfy the inspection team. What a shame to use the word "inspection"! In this political system, within such a gearing, no one under this regime was qualified to inspect or judge the work of others. Basically, all they did was taking advantage of their higher positions to boss around their subordinates, resulting in a circle of gift exchanges and profit sharings among one another.

This time, the banquet to feast the inspection team would require cat's meat on the menu. Those high-ranking cadres from the city visiting this prison camp must love that type of food very much.

It was said that prisoners from the "emulation" team had a very hard time catching Bimbô for the wardens to kill him. On my way back from the field to the camp, an inmate waited for me to tell the news. My arms and legs were shaking, and for a while I could barely walk with my feet getting stiff. Instead of heading to my cell for changing, I went straight down to the canteen. Vân was sitting there, motionless like a loser. At this time of the day she would be very busy with her sales and bookkeeping. Today she was all devastated, handing the jobs over to some prisoners.

"How could you let them kill him?"

With tears welling up my eyes, I asked the warden reproachfully.

"It's the Supervisors' order. I never wanted to."

Vân replied, trying not to show her frustration and helplessness. But I could still notice that.

After those words, Vân started her motocycle and went home, leaving her undone work behind.

I could no longer hold it back. I collapsed, face in hands, crying like a baby.

"Come on, only a cat, why so sad!"

"There's someone boohoo like a baby!"

"They will not spare even humans, let alone a mere cat."

I turned a deaf ear to all those sweet talks or teasings from my fellow inmates.

"Oh sister Nghiên, what's the matter? If you are having any problem, just tell me, I will see to it and help you out."

I recognized the voice of Tuyết, the cadre in charge of intelligence service. She tapped gently on my shoulder, showing surprise and worry. That was the very first time I ever cried in front of a warden. Whatever! There was no shame to mourn a cat.

"Who was upsetting you? Pull yourself together and talk to me. I will take care of it."

Tuyet asked me again, still with a worrying look. That was the first time I noticed her showing concern towards a prisoner.

As much as I wanted to talk, I could not utter a word in the middle of my sobbing.

"It's no big deal, ma'am, she's just crying over the cat."

Auntie Dậu, the prisoner working at the canteen stepped out to speak to Tuyết. Auntie Dậu used to feed Bimbô everyday and was also very sad missing him.

"Good grief! You got me worry sick. I thought something wrong happened to you. Turned out it's just a cat. Well, you better stop crying or people might misunderstand."

Tuyết finished her sentence and walked away.

Since the day they slaughtered Bimbô, I stopped going to the canteen, unless I really needed to buy something. Why should I go there? There was no longer a friend waiting for me.

Some people said I was crazy to cry over a cat.

There were also people who shared my feelings and came to comfort me. Some others, who felt sympathy for Vân or animosity towards the wardens, didn't spare any cursing words on those cadres who feasted on the cat's meat — cursing in secret, of course, yet I must say their words were very evil and utterly profane. For example, they wished that those cat eaters would become rats in the next life and die under Bimbô's claws. Even though I really loathed the killers of Bimbô, those cursing words did not make me feel any better. Some inmates even went so far as to speculate that the wardens hated me but could not find any pretext to punish me, so they killed the cat in revenge, to make me suffer. If that was the truth, they did succeed. But maybe they were just going for some food and nothing more.

No matter what, I had all the reasons to loathe those people. Because they feasted on Bimbô. They feasted on the flesh of my friend.

AFTERWORD

ABOUT
PHẠM THANH NGHIÊN
✳ NGUYỄN XUÂN NGHĨA

One afternoon on the sixth day of the Lunar New Year of 2007, a slender, frail young woman — who I later knew was born and raised in Hải Phòng — appeared at my door with a poem I dedicated to Lê Thị Công Nhân in her hand. She downloaded that autographed poem of mine from the internet and showed it as a message to introduce herself. Her name was Phạm Thanh Nghiên.

At the point of time where the communist regime was about to launch its most violent crackdown on dissidents, Phạm Thanh Nghiên began to participate in the movement for human rights, democracy and sovereignty of territory and islands. She immediately became a member of Bloc 8406 – the first civil society organization ever started in Vietnam.

For voicing her support to the Vietnamese people's fight for a just cause, she has prepared herself to encounter many dangers: staged traffic accidents, threats and bullies by gangs of thugs, summons for detention by Hải Phòng's security police, then a four-year prison sentence. Phạm Thanh Nghiên has contributed a lot in organizing and joining peaceful anti-China demonstrations, writing and posting articles to share with Netizens all around the world her viewpoints on political, social, democratic, human rights and sovereignty issues in Vietnam. She is always determined to fight for freedom of speech — for herself and her compatriots. She made a trip to Thanh Hóa to visit and interview families of the fishermen who while fishing in Vietnamese territorial waters were shot dead by Chinese patrols. Her report helped unveil the truth to a criminal act of the Chinese communist regime despite the Vietnamese communist party's attempt to conceal it. When it comes to demonstrations, not only she exercises a citizens'right that could be found in the Vietnamese constitution, she even exercises the right to protest and to file lawsuits when the demonstrations are suppressed.

There is no doubt that Phạm Thanh Nghiên is among a few good ones who have revealed and exposed the fake items within the constitution and regulations on citizens' rights — especially the rights to protest, to share and receive information — so people can realize the ridiculed situation of *"what you see is not what you get"* from a totalitarian regime, i.e. the huge gap between what is written on paper and what happens in real life.

Her activities have put the communist regime on edge. Following Lê Thị Công Nhân at an early stage of the movement — when female dissidents were very rare — Phạm Thanh Nghiên deserves to be called A Courageous Woman, although she has never accepted that title.

There are two characteristics that stand out in Phạm Thanh Nghiên's personality. As a fighter for human rights and as a woman, she can be tough and weak at the same time. She wrote in her memoir: *"I began to type the first lines of an Open Letter to be sent out on the internet. Never before had my mind gone through so much emotion, turmoil and confusion. Yet it was also the first time I felt a sense of pride for what I stood for and an empathy for myself. The Open Letter was meant to be my last testimony before leaving my familiar residence and heading to a dark and dangerous place — the prison."*

Since she had predicted and mentally prepared herself for an unavoidable arrest, Phạm Thanh Nghiên spent four long years in prison — including over a year in Trần Phú detention center, a notoriously cruel place — plus three years of house arrest, without ever giving the communist security force a chance to break her will. Prison did not change Phạm Thanh Nghiên's loving heart either. She sympathized for a cat that was killed by its owners — the prison wardens — to make a special dish serving their superiors. She would never hesitate to share her empathy and her goodies with her fellow inmates.

After her release, despite being under strict surveillance, she is determined to continue her fight, and together with her friends, she has launched many campaigns for human rights and territorial sovereignty.

I always hold on to the belief that sooner or later our dream will come true for Vietnam to become a prosperous country with democracy and human rights for everyone. And when history turns a new page, I am certain that it will more or less mention the name of this slender woman we are talking about: Phạm Thanh Nghiên.

● NGUYỄN XUÂN NGHĨA

* Nguyễn Xuân Nghĩa is a writer and co-founder of Bloc 8406. In 2008-2009, along with other pro-democracy activists in Hải Phòng, he was arrested by the communist government then sentenced to six years in prison. In 2011 he was awarded the Hellman/Hammett grant by Human Rights Watch. In 2013, he was honored with the "Liu Xiaobo Courage to Write Award" from the Independent Chinese P.E.N. Center (ICPC).

WHAT YOU WILL FIND IN PHẠM THANH NGHIÊN' S MEMOIR

✳ VŨ ĐÔNG HÀ

Slices of Life Behind Bars is the sketchbook about a seques-
tered world, a compilation of heartbreaking fragments of some
people's lives that were — in the author's words — *"the most obvious
proofs of a regime's real image, a sordid and salacious one."*

Unlike many prisoners in the world, the author of this book after
being released from prison does not have a peaceful place for her to live
and work. In fact, Phạm Thanh Nghiên is sitting in a larger prison to tell
stories of her four years in a smaller prison, with a constant obsession —
while she recollects things to write about a hellhole behind bars, that
hellhole might reopen anytime to drag her back in.

The world behind bars as depicted by Phạm Thanh Nghiên is the
world of Vietnamese women imprisoned by the communist regime. In that
world *"there was little motivation for people to follow a code of ethics"*,
prisoners have to bury their own emotions in order to survive and rarely
need to practice morality because *"ethics or self-respect weighed less
than a box of packed noodles."* But at the very bottom of that hellhole,
you will find *"silent tears running down some faces"*, and *"there was still
room in prison for love and humanity."*

As about the author herself, who was arrested and imprisoned
simply due to her sit-in-protest at home with a banner that read, *"Hoàng
Sa and Trường Sa belong to Việt Nam. NO to traitor Phạm Văn Đồng's
memorandum selling short our islands on Sept. 14, 1958"*, this memoir
presents the image of a slender girl standing up to a tyrannical regime
with an unyielding pride and determination, because she has come to
clearly realize that *"prison is the only door leading to Freedom."*

After finishing this book, it is likely that readers not only remember
the stories of Luyến, Luân, Ngà, Little Potato... but will also find it hard to
forget Phạm Thanh Nghiên herself — her intrepid attitude towards the

wardens as well as her compassion towards her fellow inmates.

"Most of those who declared war with this inhuman regime often thought they got the entire picture and could fathom this country's ills, yet when facing reality like I did in prison, they couldn't help feeling appalled by the real-life stories that went beyond any widest imagination."

That is why Phạm Thanh Nghiên decides to write about communist prisons while her own fate is still lying within the iron grip of the regime.

You are invited to visit the world of communist prisons as described in Phạm Thanh Nghiên's memoir, so you can share this strange feeling with the author: *"Sometimes the measures used by the authorities to punish freedom fighters gave them a chance to discover themselves, not only their capacity to overcome hunger, thirst, cold or illnesses, but also their grit when facing mental isolation. In fact, special confinement was the environment for a mind game you play against yourself on different levels ranging from extreme tranquillity to extreme mental chaos, something you could only experience in prison, especially at night time..."*

● VŨ ĐÔNG HÀ

* Vũ Đông Hà is penname of the editor-in chief of Dân Làm Báo (Citizen Journalist), a Vietnamese-language collective blog that posts critical news and editorials on a 24/7 basis, focusing on the pro-democracy movement in Vietnam. Its editorial team works in anonymity.

A MOMENT IN LIFE

✳ TRẦN PHONG VŨ

I have just finished reading the manuscript of a memoir by Phạm Thanh Nghiên, the former Prisoner of Conscience who has won a lot of love and attention from people in Vietnam and abroad.

Although the author modestly said that her memoir "*merely contained a few minor, patchy stories*", but — as a reader who has kept track of her silent yet unwavering activities before and after prison — I could only agree if what was referred to as "*a few*" amounted to nothing but the number of stories retold. Anyway, should her readers be content to rely on just a senseless number to tell the real merit of a work of mind and heart? The answer is No, definitely! Strange as it seemed, a certain moment in life could turn a person into a totally different one. Phạm Thanh Nghiên, a girl as frail as a flower petal in strong winds, has faced that rare moment — or "kSaNa"(*), to use a Sanskrit term — when she was pushed to a dead end. In the blink of an eye, she overcame all her own weaknesses, including her deep love to her mother, to stand up and confront the entire network of an evil giant power system. That was why she made the decision to stage a sit-in-protest at home by herself with a banner that read, "*Hoàng Sa and Trường Sa — Spratly and Paracels Islands — belong to Việt Nam. NO to traitor Phạm Văn Đồng's memorandum selling short our islands on Sept. 14, 1958.*" In a flash, her apparently little act was publicly regarded by people in Vietnam and abroad as a unique initiative. She immediately became an enemy in the eyes of the communist government. The state police raided her house, threatening and harassing her family. Sixteen months later, she was sentenced to four years in prison plus three years on probation. She was arbitrarily charged with the crime of "*conducting propaganda against the Socialist Republic of Vietnam*" — under article 88 of the penal code. The verdict mentioned nothing of her "*sit-in-protest*" which the Communists considered as a dangerous action requiring imprisonment.

Along with Vietnamese people overseas and dissidents in Vietnam, international human rights groups unanimously protested the harsh sentence. A year later she was recognized by Human Rights Watch with Hellman/Hammett award, the prestigious award to honor those who bravely commit themselves to defend human rights in the face of political persecution.

Phạm Thanh Nghiên's prison memoir has been chosen for publication by Tủ Sách Tiếng Quê Hương. Although humbly introduced by the author as just *"a few minor, patchy stories"*, the content of this book does provide readers with a wealth of data to unveil the dark side of communist prison system. Through the description of some characters — i.e. people she met in prison, and through her reflections on the challenging events during over a thousand days within murky walls, the author has shown a talent and an authentic style which distinguishes her from other authors when it comes to prison life. The delicate portrayal of some typical prisoners — including innocent children serving time together with their mothers — like "Little Potato" — can be found side by side with smart and factual caricatures of the cruel and trickery people in power. Evil has shown itself in the eyes of the prisoner of conscience at the first moment Phạm Thanh Nghiên confronted her interrogators. A female character in the following chapter represents a typical communist cadre.

"In the morning of September 18th, as usual, a police car came over to take me by force to a " work session."

While waiting for the investigators, Lã Thị Thu Thủy and I had a pretty interesting conversation. Thủy was a member of the Political Security Bureau. She was always present at all meetings and 'work sessions'; sometimes she even interrogated me directly. I had seen her many times before but never once saw her in uniform. Later in life after my jail time, she remained one of the familiar faces to tail me. And even then, I never had a chance to see her in uniform, whether in close-up 'work sessions' or at stakeouts by my home. She would always be covering her face with a mask. But I would always be able to recognize her. I was able to spot Thủy even when she mingled in a large group of plain-clothed agents and the thugs they hired to attack me on May 2nd, 2015. At one of the interrogations before I was thrown in jail, I requested Thủy to leave the room for not wearing any official uniform and for her arrogance, aggressiveness and lack of politeness towards me.

This time, she was present with some of her colleagues from the Political Security Bureau, but the interrogation was assigned to the Security Investigation Bureau. She pulled a chair next to me, sat down and mellowed her way into a dialogue:

- There's plenty of drinking water around here, why should you burden yourself every day with your own bottle, little sis?

"Despite my dislike of her, I reluctantly kept my manners to give a cordial answer: Well, it's just a matter of habit.

"Acting more friendly, she sat closer to me and... ran her fingers through my hair. I was taken aback and didn't know what to make of this. Anyway, if her gestures were carried out 'on a mission', then indeed she was admirably well-trained. A normal person could not fake tenderness when hatred was boiling inside of her like that. I was unnerved and irritated by her overt caress as she went on:

- What kind of shampoo do you use to get all this dandruff in your hair... and how come all these grey hairs at your age?

I let Thủy pick out a gray hair from my head and hated myself for it. I was also putting on an act with her.

- Tell me, sister Thủy, why do you people have to go through all the pains...?

- What pains, Nghiên?

- Why don't you just cut the crap and arrest me? You don't have to tire yourselves and I won't have to waste my time. After all, the end result is the same. This way, both sides are wasting time and effort.

- Oh go [r... r] d! — she drawled. Are you dreaming? Who do you think you are to demand an arrest from us? You're not of such calibre like Nguyễn Văn Đài, Nguyễn Thanh Giang, Lê Quốc Quân, or at least Nguyễn Xuân Nghĩa. You still have a long struggle ahead before you could 'earn' an arrest. You have to know who you are first, Nghiên. The state only arrests those of high calibre; while "shrimps" like you serve no purpose for arrest yet, get that, Nghiên?

Thủy stressed maliciously while pulling her chair away from me.

How remarkable of her to change the tune at such lightning speed! At her grade, she was already like that... what would her superiors be like then? My sarcasm took over:

- Ok! What a relief. I have been worried all week of having to eat prison food... Lost a couple of pounds just thinking of it. How lucky I am! Thank you. Thanks to the Party, to the government! How marvellous it is to be a "shrimp" in this country!

- Not yet arrested but it doesn't mean you can rest easy.

Her voice hardened. Her threat became grotesque. I tied up my hair and smiled wryly at her. The "sweet talk" came to an end."

The malicious behavior of the female cadre Lã, smartly described in the memoir, indicates two things.

First of all, it is a fact — not a rumor — that the communist security force has indeed recruited a large number of street thugs to terrorize and harass Vietnamese citizens at their protesting rallies. Second of all, by using all tactics to diminish the worthiness of the sit-in-protest of a frail woman at her home, the communist authorities have revealed their own anxiety and fear. And now, the true face and wicked tricks of a male cadre as described in Phạm Thanh Nghiên's prison memoir.

"After the day when Đinh Trọng Chiểm held up the the interrogation documents to my face with threatening words, the number of sessions handled by him was obviouly reduced. It was his collaborator Nguyễn Thành Dương to take over his task. I didn't bother to find out why. Why would I care anyway? My main business was to stay in prison.

Although I disliked Chiểm, at least with him I didn't need to be on my guard. Nguyễn Thành Dương was quite a different kettle of fish. He was polite, civilized and intelligent. I felt more at ease working with Dương. But obviously his apparent intelligence reminded me to be always cautious.

Dương was about my age. He had a clean, bright, rather good looking face that might suggest a good nature. However, I had never let his appearance lead me to think that he was any different from the rest of the security police in this country. My line of thought was quite simple: a truly decent, righteous and guileless person would never choose to join the security police force. And I was right. It happened that Dương was also investigating a woman in my cell on a commercial crime case. The woman in question was a few years older than both of us, but already a grand-mother. She told me one day that Dương had demurely and condes-cendingly addressed her as "little sister." Worse still, he gave her his price to spin her case, no more no less, no beating around the bush. She went on: "This investigator just bluntly gave his price tag to me. At least with him I don't have to waste time trying to figure out what he wants. But his price is too high, I doubt if my old man can take on that much heat."

Besides the serious interrogations, from time to time Dương and I shared some idle, humoristic talks. Jokes and funny stories were also an excuse to poke fun at each other.

One morning of October, the air was chilly. It was the first time in such a long while since I was arrested that I felt light-headed as if some gentle breeze had seeped into my soul. (...)

The interrogation session didn't have anything remarkable. I only had to reread a few printouts he brought to me then sign below to attest that their contents were indeed written by me. I noticed that Dương would rather chat than focus on the investigation issues. Putting the documents into his satchel, he looked at his watch and tried to start a conversation:

- Still early...

I didn't say anything in return. He went on:

- What poem by Nguyễn Bính is your favourite?

- I'd say A Step Too Far, The Boatman's Dream, Lovesick, To Sister Trúc and a few more.

I answered without much enthusiasm.

- Do you know his poem "Letter to my folks"?

I felt a little unsettled. I read that poem somewhere, just once, and couldn't recall a word of it.

- Let me hear a verse or two, will you?

I made a suggestion, trying not to let him notice my embarrassment.

- Let me recite it to you. It's is such a beautiful poem. Funny, you don't remember it!

I didn't bother to answer back.

He left his chair and began his recital:

"Anyone comes by my old hamlet?

To my folks, please hand this letter..."

Suddenly he stopped and asked:

- Do you want to write it down?

I was somewhat taken aback at his attitude. But from the first two verses, I could have guessed what game he wanted to play.

So I got ready to choose a role to play for myself:

- Yes, please do read it out for me to copy down. Obviously, you'll have to give me pen and paper.

- I'll read slowly for you to write it down. But when it's finished I'll keep the copy because you're not allowed to bring it back to your cell.

- What's the use of writing it down if I can't bring it back to read and memorize it?

I feigned enthusiasm at his offer.

- Prison rules don't allow you to bring any pen and paper to your cell. You know that too well. Anyway, you can write it down and next time I'll bring the copy back to you.

Dương replied as he handed me pen and paper.

He recited with a warm and soulful voice. I carefully wrote everything down. At certain points, I pretended to miss a few words and asked Dương to repeat them.

"Anyone comes by my old hamlet?

To my folks, please hand this letter...

More than ten years now since I left

On this lonely road of adventure...

Forget me, don't miss me, don't bother

Just drop me from your memory like an old penny...

Sorry, oh dear Father, dear Mother,

Your wasted efforts on a son like me!"

Dương read up to this point and stopped. Without looking up, I knew he was observing my reaction. I continued to copy the words down mindlessly, as if I didn't realize his intention woven in the profound *meaning of the poem. Dương carried on.*

And I went on writing down patiently like a good pupil:

(...)

I suddenly felt rather pleased at the thought that Dương must have spent a lot of time learning the poem by heart in order to perform his act. Probably he must also be thrilled at the prospect of seeing his sledge-hammer blow hidden in that poem make me, the 'pig-headed traitor', be all ashen-faced, disconcerted and dumb-founded.

The poem came to its end but he had to follow through his agressive strategy:

- So what do you think of this poem, isn't it special?

I returned his question with one of my own:

- What do you think it is special about?

- The poem is very analogous to your situation, especially about the role of the son. I can see the image of your mother and you in this poem. Especially in these verses, "Sorry, oh dear Father, dear Mother, Your wasted efforts on a son like me!".

Dương came back to face me. He smiled, rather spitefully, so pleased with himself.

- Since you've read a poem to me, I think I should return the favor by reciting another poem to you.

Dương was obviously expecting a different reaction, not my calm, composed and sarcastic attitude.

- Do you know the poem "Missing the Forest" by Thế Lữ?

Without waiting for his answer, I read out loud:

"In this iron cage, I swallow my hatred,

I lie out-stretched watching the days go by

Loathing you men, arrogant and backward

Your mocking eyes see not my forest might..."

- I order you to stop!

Dương roared in anger. I stared straight into his eyes, stern-faced:

- Now that's my true image! Got it?

Blood was rushing to my red hot face. I looked up proudly at him. By then, he had sprung up from his seat. I had never seen Dương unnerved like that before."

The readers might well deduce from the above excerpts the merit of this memoir, which is not only reflected in a sharp and lively style but also in various interesting and captivating twists and turns.

Beside the critical moment that helped trigger an initiative to come up with her sit-in-protest, Phạm Thanh Nghiên has encountered some other memorable moments after she was released from a small prison only to get back to a larger one. Apart from many ups and downs, the most significant moment in her life must be her wedding with Huỳnh Anh Tú — also a Prisoner of Conscience — at Dòng Chúa Cứu Thế (the Redemptorist Savior Church) in Saigon on Sunday, April 17, 2016. Their wedding guests included, but were not limited to, thirty former Prisoners of Conscience, such as Ven. Thích Thiện Minh, Dr. Nguyễn Đan Quế, Lawyer Lê Công Định, Prof. Phạm Minh Hoàng, Engineers Phạm Bá Hải and Đinh Nhật Uy, Journalist Trương Minh Đức, Ms. Đỗ Thị Minh Hạnh, Mr. Nguyễn Bắc Truyển, Ms. Nguyễn Phương Uyên, Pastor Dương Kim Khải, Pastor Nguyễn Hồng Quang and the priests of Dòng Chúa Cứu Thế. Also present at the wedding were more than two hundred fans of the bride, mostly in their twenties.

Wearing a white wedding dress, Phạm Thanh Nghiên and her husband Huỳnh Anh Tú were warmly welcome by their friends. In the frenzy of a jubilant banquet that resembled a festival, several songs carrying the messages of a common fight for freedom and sovereignty filled up the air. Vietnam Our Valiant Fatherland, Join Our Hands In A Big Cirle, Return To Our People, Stand Up And Go, etc...

Recently, by late July and early August, 2017, when the Netizen community was spreading the news on the re-arrests of Pastor Nguyễn Trung Tôn, Engineer Phạm Văn Trội, Journalist Trương Minh Đức and Lawyer Nguyễn Bắc Truyển by Vietnamese communist security police, Journalist Tưởng Năng Tiến quoted a status by Phạm Thanh Nghiên in his article Sổ Tay Thường Dân — Journal of a Citizen on website Bauxite Vietnam: *"One thing I know for certain, my brothers Trội (Phạm Văn), Truyển (Nguyễn Bắc), Đức (Trương Minh), Tôn (Nguyễn Trung)... and many other ex-prisoners were all prepared to be put in jail again..."*

She emphasized: *"Because that is our Road to Freedom."*

Perhaps, while writing the above words, the author – an expectant mother with her first child from a belated marriage — couldn't help thinking that someday it might be her turn to get a *"favor"* from the regime to return to jail. Simply because that is the one-way road to Freedom. And that road, at a certain moment, has been accidentally or deliberately tied by God — or fate — to her life.

● **TRẦN PHONG VŨ**
August, 2017

(*) "kSaNa": Sanskrit term ("sát-na" in Vietnamese), is defined as "any instantaneous point of time, a moment, a twinkling of an eye" (http://www.sanskrita.org).

VỀ TỦ SÁCH TIẾNG QUÊ HƯƠNG

Tháng 9-2000, khi hai tác phẩm *Giữa Đêm Trường* và *Thân Phận Ma Trơi* của Nguyễn Thụy Long vừa ra mắt, đài *VOA* đã giới thiệu Tủ Sách Tiếng Quê Hương là *"cơ sở xuất bản với chủ đích đem lại cho độc giả Việt Nam hải ngoại những tác phẩm phản ánh trung thực cuộc sống quê nhà."* Chủ đích ấy cũng chính là tâm nguyện của nhóm chủ trương như đã trình bày: *"Ước mong Tủ Sách trở thành nhịp cầu nối kết mọi người Việt Nam tha thiết với tiếng nói quê hương và vận mạng chung của dân tộc"* và *"ước mong tiếng nói thiết tha tự đáy lòng những người gắn bó trọn đời với mọi thăng trầm cay nghiệt của quê hương sẽ không trở thành tiếng kêu trên sa mạc."*

Sau đó, các đài *RFA, RFI, SBS, BBC* cũng như báo chí liên tục nhắc về Tủ Sách TQH với các tác phẩm đánh dấu sự mở đầu cao trào đấu tranh dân chủ ngay giữa lòng chế độ độc tài đảng trị như *Hồi Ký Của Một Thằng Hèn* của Tô Hải, *Đêm Giữa Ban Ngày* của Vũ Thư Hiên, *Gửi Lại Trước Khi Về Cõi* của Vũ Cao Quận, *Sinh Ra Để Chết* của Tạ Duy Anh, *Hãy Ngẩng Mặt* của Nguyễn Đắc Kiên, *Nhảy Múa Để Chết* của Nguyễn Viện..., các tác phẩm lột trần bộ mặt thật một chủ nghĩa phi nhân và tập đoàn lãnh đạo man trá như *Nhân Văn Giai Phẩm Và Vấn Đề Nguyễn Ái Quốc* của Thụy Khuê, *Hồ Chí Minh - Nhận Định Tổng Hợp* của Minh Võ...và các tác phẩm tầm vóc quốc tế đã vẽ lên các bức tranh thời cuộc sắc sảo, nhạy bén như *Tử Tội* của Chóe, *Việt Nam Quê Mẹ Oan Khiên* của Pierre Darcourt, *Dạ Tiệc Quỷ* của Võ Thị Hảo, *Chuyện Kể Năm 2000* và *Viết Về Bè Bạn* của Bùi Ngọc Tấn vv...

Nhà văn Uyên Thao, sau hơn 10 năm trong nhà tù cộng sản, và chỉ đúng 1 tháng sau khi vừa đặt chân đến Mỹ vào cuối năm 1999, đã trình bày lý do đưa tới quyết định sáng lập Tủ sách Tiếng Quê Hương: *"mong góp phần lưu lại những cảnh ngộ cùng tâm tư của người dân Việt Nam đắm chìm giữa bão táp lịch sử, hầu giúp thêm chứng liệu cho những người muốn tìm hiểu thực tế giai đoạn mà chúng ta có mặt, và xa hơn là lưu lại cho các thế hệ mai sau tiếng nói chân thực nhất của các chứng nhân về một giai đoạn của đất nước mình".*

Trong giai đoạn lịch sử quyết liệt ấy của dân tộc, Tủ Sách TQH ước mong được tiếp tục công việc đang làm hầu góp phần nhỏ bé của mình cho nỗ lực tạo dựng một vận hội mới. Với rất nhiều gian nan, Tủ Sách đã cố gắng để tồn tại nhờ sự ủng hộ tự nguyện của các văn hữu cũng như độc giả bốn phương. Nhóm chủ trương Tủ Sách không kỳ vọng gì hơn là sẽ được tiếp tục đón nhận sự ủng hộ quý giá đó, vì tấm lòng chung của tất cả chúng ta cho một Quê Hương đã gánh chịu vô vàn oan khiên nhưng mãi mãi vẫn tràn đầy sức sống. ●●●

ISBN 978-1-9765-4898-7

US$25.00